"खोलवर परिणाम करणारे, आवर्जून वाचावे असे महत्त्वाचे पुस्तक... जे केवळ मृत्यूविषयी आणि वैद्यकीय विज्ञानाच्या मर्यादेविषयीच नाही; तर आयुष्याच्या अंतिम काळात, स्वतःच्या मर्जीने, प्रतिष्ठेने आणि आनंदाने कसे जगावे, याचे मार्गदर्शन करते."

– कॅथरिन बू

"आपण आता औषधोपचाराने ग्रासलेल्या वार्धक्याकडे, अशक्तपणाकडे आणि मृत्यूकडे जात आहोत; त्यावर आपण अशा पद्धतीने उपचार करतो, जणू काही तो काही आजार आहे. तथापि, एक गोष्ट खरी आहे की, केवळ औषधोपचारच या सरत्या वर्षांसाठी गरजेचे नाहीत, तर या स्थितीतही आयुष्य - अर्थपूर्ण, शक्य तेवढे संपन्न आणि परिपूर्ण असणे हेही तितकेच महत्त्वाचे आहे. 'बीइंग मॉर्टल' हे पुस्तक त्या दिशेच्या प्रवासाचे केवळ समजूतदारपणे आणि सखोलपणे केलेले चिंतन नसून, एक आवश्यक आणि सूक्ष्म दृष्टीने केलेले अवलोकन आहे, जी अपेक्षा अतुल गवांदेंसारख्या एका चांगल्या डॉक्टरमित्राकडून कुणीही करेल."

– ऑलिव्हर सॅक्स

"अमेरिकेच्या वैद्यकीय क्षेत्राने स्वतःला जगण्यासाठी तयार केले आहे; पण मृत्यूच्या स्वीकारासाठी नाही, याचे स्मरण 'बीइंग मॉर्टल' करून देते. अतुल गवांदेंचे हे सगळ्यात प्रभावी आणि हलवून सोडणारे पुस्तक आहे."

– माल्कम लडवेल

या जगात जन्मलेल्या प्रत्येकाला मृत्यूच्या वाटेने जावेच लागते. या वाटेवरचा शेवटचा टप्पा कसा असतो आणि कसा असू शकतो यावरचे एका संवेदनाशील डॉक्टरच तात्विक व व्यवहारिक चिंतन म्हणून हे पुस्तक महत्त्वाचे आहे.

– विवेक गोविलकर

महाराष्ट्र टाइम्स, ५ सप्टेंबर २०१५

आपल्या स्नेहीजनांना पुस्तके भेट द्या

वृद्धावस्थेतसुद्धा चिंतामुक्त व आनंदी जीवन जगण्यासाठी यथार्थ मार्गदर्शन

बीइंग मॉर्टल

लेखक

डॉ. अतुल गवांदे

अनुवाद

डॉ. वसु भारद्वाज

मेहता पब्लिशिंग हाऊस

Mehta Publishing House, Pune 411030.
✆ +91 020-24476924 / 24460313 / Mob. No. 9545000513
Email : production@mehtapublishinghouse.com
Website : www.mehtapublishinghouse.com

- *या पुस्तकातील लेखकाची मते, घटना, वर्णने ही त्या लेखकाची असून, त्याच्याशी प्रकाशक सहमत असतीलच असे नाही.*

BEING MORTAL by DR.ATUL GAWANDE

Translated into Marathi Language by Dr. Vasu Bharadwaj

बीइंग मॉर्टल / अनुवादित मार्गदर्शनपर

अनुवाद : डॉ. वसु भारद्वाज

Email : author@mehtapublishinghouse.com

मराठी अनुवादाचे व प्रकाशनाचे हक्क मेहता पब्लिशिंग हाऊस, पुणे ३०.

प्रकाशक : सुनील अनिल मेहता, मेहता पब्लिशिंग हाऊस,
१९४१, सदाशिव पेठ, माडीवाले कॉलनी, पुणे – ४११०३०.

मुद्रक : ट्रिनिटी ॲकॅडमी फॉर कॉर्पोरेट ट्रेनिंग लिमिटेड

मुखपृष्ठ : चंद्रमोहन कुलकर्णी

प्रथमावृत्ती : मे, २०१८

किंमत : ₹ २९५

P Book ISBN 9789387789555

सारा बर्श्टेलला,
तिनं घेतलेल्या परिश्रमांसाठी...

I see it now–this world is swiftly passing.
–the warrior Karna, in the Mahabharata

They Come to rest at any kerb:
All streets in time are visited.
–Philip Larkin, "Ambulances"

पुस्तकाविषयी थोडंसं...

वैद्यकीय व्यवसायामध्ये असणाऱ्या कुणा व्यक्तीनं त्याविषयी काही लिहावं, ही बाब तशी फार काही दुर्मीळ नाहीये. असे लेखनप्रयोग आपल्याकडेही झाले आहेत आणि बऱ्यापैकी यशस्वीही झाले आहेत; पण वैद्यकीय व्यवसायामध्ये असतानाही आणि तो यशस्वीपणे चालू असतानाही कुणी त्याच्या मर्यादांविषयी लिहावं, ही बाब मात्र अधोरेखित करण्यासारखी आहे. आपला व्यवसाय हा मानवाला वेदनेपासून सुटका देतो आणि सुखी करतो, असा दावा न करता मानवाच्याच नाही, तर वैद्यकीय क्षेत्रात केल्या जाणाऱ्या प्रयोगांनाही निश्चितपणे काही सीमारेषा आहेत, हे सांगणं धैर्याचं काम आहे. 'बीइंग मॉर्टल' या पुस्तकामध्ये डॉ. अतुल गवांदे यांनी ते धैर्य दाखवलं आहे आणि त्यासोबतच मांडलं आहे - मृत्यूच्या अपरिहार्यतेवर एक गहन चिंतन आणि मृत्यूमार्गावरच्या वाटचालीमध्ये वृद्ध आणि रुग्ण यांच्यासोबत असणारा डॉक्टर आणि नातेवाइकांचा सहभाग!

वाढत चाललेल्या सरासरी आयुर्मानामुळे आणि दुभंगत चाललेल्या कुटुंबव्यवस्थेमुळे वार्धक्य ही कटकटीची बाब होऊन बसलीये. कुणाच्या तरी आधाराशिवाय आपली दैनंदिनीही न उरकू शकणारं वार्धक्य आणि विकलांग करणाऱ्या असाध्य आजारानं ग्रस्त असलेले रुग्णाईत हे दोन मोठे प्रश्न आज आहेत. औषधोपचार आहेतच, पण त्यासोबतच उरलेलं आयुष्य चांगलं कसं घालवता येईल, हाही एक दृष्टिकोन हवा. अशा असाध्य आजारांनी ग्रासलेल्या रुग्णांमध्ये आणि वार्धक्यानं असहाय असलेल्या परावलंबी व्यक्तींमध्ये केवळ वैद्यकीय उपचार पुरेसा ठरत नाही; तर कुणाचा तरी मदतीचा हात महत्त्वाचा ठरतो, कुणीतरी समजून घेणं गरजेचं ठरतं आणि त्याचसोबत एका वेळापत्रकात बांधून आपली शुश्रूषा होतेय असं न वाटता, मिळणाऱ्या स्वायत्ततेचा थोडाफार उपयोग जगण्यासाठी करता येणंही गरजेचं असतं. शुश्रूषागृहं ही वेळापत्रकाशी बांधील अशा कर्मचाऱ्यांनी बांधलेली असतात. तेवढ्या वेळेमध्ये त्या त्या कर्मचाऱ्यानं येऊन रुग्णांच्या दैनंदिन गरजांकडे लक्ष देऊन, त्याला सेवा देऊन निघून जाणं, हा निव्वळ औपचारिकतेचा भाग उरतो आणि रुग्णांची बनते एक निर्जीव वस्तू, ज्याचे सोपस्कार पूर्ण करायचे असतात. त्यात ना मायेचा ओलावा असतो, ना आत्मीयता. असते फक्त वेळापत्रक, ज्यामध्ये अनेक रुग्णांवर तसेच सोपस्कार पूर्ण करून जायचं असतं. यामध्ये वृद्धांच्या किंवा रुग्णांच्या ना मनाचा

विचार केला जातो, ना मताचा. केवळ नेमून दिलेलं काम पूर्ण करण्याची एक नाममात्र भावना त्यांच्या मनामध्ये असते. नेमून दिलेल्या कर्मचाऱ्यांचं सोडा; पण कुटुंबातील कुणालाही त्यांच्याविषयी काही ममत्व वाटत नाही. या परावलंबनामुळे उरलेलं आयुष्य जगताना काय वेदना होत असतील, हा विचारही कुणाच्या मनाला स्पर्श करून जात नाही.

याच भावना आणि उरलेलं आयुष्य सुखकर कसं होईल याचा विचार या पुस्तकामध्ये मांडला आहे. मृत्यूनं रुग्णावर झडप घालण्यापूर्वी त्याच्या चिमटीतून सुटणाऱ्या आयुष्याच्या अरुंद आणि अनिश्चित काळामध्ये मनाजोगतं जगून घेण्याचा एक प्रयत्नही सफलपणे करता येतो. फक्त त्यासाठी हवी आहे थोडीशी मदत- जवळच्या व्यक्तींची आणि वैद्यकीय सेवा देणाऱ्या डॉक्टरांची, जे स्पष्टपणे रुग्णाला सगळ्या गोष्टींची कल्पना देऊन, त्या अंतिम क्षणातही त्या आजारातून त्याला पूर्णपणे बरे करण्याची हमी देत राहतात. वास्तव त्यापेक्षा वेगळं असतं. उपचारापेक्षाही गरज असते; ती उरलेलं आयुष्य सुसह्य करण्यासाठी मदत करण्याची, ते वेदनामुक्त करण्याची आणि त्या अंतिम क्षणात शक्य तेवढं मनाप्रमाणे जगत आपल्या आवडत्या माणसांच्या सोबत घरीच मृत्यूला हसत हसत स्वीकारता येण्याची; यासाठी सर्वांचंच सहकार्य गरजेचं असतं.

नेमकं हेच सारं या पुस्तकामध्ये रेखाटलं आहे. औषधोपचारांच्या मर्यादांसोबतच इतर सगळ्या गोष्टींची चर्चा करताना मृत्यूच्या अपरिहार्यतेवरचं चिंतनही आहे. हे सारं मांडताना तत्त्वज्ञाचा आवेश नाहीये किंवा कुठलंही दार्शनिक विवेचनही नाहीये, आहे ते फक्त विज्ञानाधिष्ठित विवेकाच्या आधारे केलेलं विश्लेषण, जे सद्यकालीन विज्ञाननिष्ठा आणि जीवननिष्ठा यांच्याशी सुसंगत आहे. एक अटळ सत्य म्हणून ते स्वीकारणं गरजेचं आहे. डॉ. अतुल गवांदे यांना नेमकं काय म्हणायचं आहे, हे मी स्वतः वैद्यकीय व्यावसायिक असल्यामुळे माझ्याही अनुभवांत आहे.

मेहता प्रकाशनानं ही जबाबदारी माझ्यावर सोपवली, त्याबद्दल त्यांचे आभार मानावे तेवढे कमीच आहेत. वैद्यकीय व्यवसायामध्ये अशा चिंतनशील पुस्तकांचा समावेश केल्यास ते क्षेत्र केवळ व्यवसाय न राहता सेवा बनेल, याची खात्री आहे. वाचक आणि नव्यानं व्यवसायामध्ये आलेले वैद्यकीय व्यावसायिक अशा दोन्ही वर्गाला मृत्यूविषयी सजग करणारं हे पुस्तक आहे. वार्धक्य आणि असाध्य आजारांनी ग्रस्त रुग्ण यांच्या खडतर आयुष्याच्या कपारीत अडकलेले क्षण त्यांना सुलभतेनं जगण्यास हे पुस्तक साहाय्य करेल, अशी अपेक्षा आहे.

इति लेखनसीमा!

डॉ. वसु भारद्वाज

अनुक्रमणिका

परिचय

वैद्यकीय महाविद्यालयात शिकत असताना मी बऱ्याच गोष्टी शिकलो; पण मानवाच्या मर्त्यतेविषयी त्यामध्ये काहीही नव्हतं. अगदी पहिल्याच वर्षी मला एक शुष्क आणि सुरकुतलेलं प्रेत शवविच्छेदनासाठी देण्यात आलं होतं, मानवी शरीराची रचना समजून घेण्याचा तो एकमेव असा चांगला मार्ग होता. वार्धक्य, त्यानुसार शरीराचं क्षीण होत जाणं आणि मृत्यू यांविषयी आमच्या पाठ्यपुस्तकात काहीही नव्हतं. हे घडतं कसं, आपल्या आयुष्यातील अंतिम क्षणांचा माणसं काय अनुभव घेतात आणि त्या क्षणी त्यांच्या आजूबाजूला असणाऱ्या लोकांवर त्याचा काय परिणाम होतो, हे त्यात जवळपास नव्हतंच. रुग्णांचे जीव कसे वाचवायचे, हाच वैद्यकीय शिक्षणाचा हेतू होता; त्यांनी मृत्यूला सामोरं कसं जावं हे शिकवणं नाही; त्यामुळे त्याच दृष्टिकोनातून आम्ही आणि आमच्या प्राध्यापकांनीही या गोष्टीकडे पाहिलं.

टॉलस्टॉयची दर्जेदार कादंबरी 'द डेथ ऑफ इव्हान इलिच' याविषयी चर्चा चालू असताना जवळपास एक तासभर आम्ही मर्त्यतेविषयी... मानवाच्या अटळ मृत्यूविषयी... चर्चा केल्याचं आठवतं. 'रुग्ण आणि डॉक्टर' या विषयावरचा तो आमचा साप्ताहिक सेमिनार होता, आमचे रुग्णांशी संबंध जास्तीतजास्त सलोख्याचे आणि माणुसकीचे व्हावेत, म्हणून आमच्या महाविद्यालयानं केलेला तो एक प्रयत्न होता. काही आठवडे आम्हाला आमच्या शारीरिक तपासण्यांच्या शिष्टाचाराविषयी सराव करायचा होता; मग काही आठवडे सामाजिक अर्थकारणाचे परिणाम आणि आरोग्यासाठीचा संघर्ष यांविषयी काही शिकायचं होतं. आणि एके दिवशी दुपारी आम्ही इव्हान इलिचच्या आजारपणावर प्रदीर्घ चिंतन केलं, ज्यामध्ये तो एका अनामिक आणि असाध्य अशा रोगामुळे आजारी पडतो आणि त्याचं दुखणं विकोपाला जातं.

कथेमध्ये, इव्हान इलिच हा एक पंचेचाळीस वर्षांचा, सेंट पिटसबर्गचा दुय्यम

न्यायाधीश असतो, ज्याचं आयुष्य कायम सामाजिक स्तरावरील क्षुल्लक घटनांमध्ये फिरत असतं. एके दिवशी तो जिन्यावरून खाली पडतो आणि त्याच्या त्या ठिकाणी वेदना सुरू होतात. वरचेवर त्या वेदना कमी होण्याऐवजी वाढतच जातात आणि त्याला कामं करणं अवघड होऊन बसतं. सरतेशेवटी, असा बुद्धिमान, टापटिपीनं राहणारा, सजग आणि प्रसन्न व्यक्तिमत्त्वाचा माणूस निराश आणि कमकुवत होऊ लागतो. त्याचे मित्र आणि सहकारी त्याला टाळू लागतात. त्याची बायको त्याच्यासाठी महागड्या डॉक्टरांचा ताफा कामाला लावते; पण त्यांच्यापैकी कुणीही त्याचं तंतोतंत निदान करण्याचं आणि त्याला पूर्ण आराम पडेल, असा उपचार करण्याचं कबूल करत नाही. इलिचसाठी हे सारं यातना देणारं असतं, स्वतःच्या अवस्थेवर तो चिडतो आणि संतापतो.

'इव्हान इलिच याला सगळ्यात जास्त छळणारी गोष्ट कोणती तर...' टॉलस्टॉय लिहितो, 'ती म्हणजे लबाडी, तो खोटारडेपणा; जो काही कारणास्तव त्या सगळ्यांनी स्वीकारला होता... म्हणजे तो काही लगेच मरत नाहीये, पण थोडासा आजारी मात्र आहे, त्यानं थोडासा संयम बाळगणं गरजेचं आहे आणि व्यवस्थित उपचार घ्यायला हवेत म्हणजे त्याचा चांगला परिणामही दिसून येईल.' इव्हान इलिचलाही तशी आशा असते की, हे सारं काही बदलेल; पण वरचेवर तो जास्तच अशक्त आणि कृश होत जातो. नेमकं काय होतंय, हे त्याला कळतं. तो अतिशय अस्वस्थतेत आणि मरणाच्या भयात जगत असतो; पण मरण हा एक असा विषय असतो, ज्याला त्याचे डॉक्टर, मित्रमंडळी किंवा घरचेही फारसं गृहीत धरत नाहीत. त्याला खरं तर याच गोष्टीचं अतिशय दुःख होत असतं.

'त्याची जशी अपेक्षा असते, त्याप्रमाणे त्याची कुणी कीवही करीत नाही.' टॉलस्टॉय लिहितो, 'असाच बरेच दिवस आजार सहन केल्यानंतर त्यानं जवळपास सगळ्यांकडून एखाद्या लहान मुलाची जशी केली जाते, तशी त्याचीही कीव केली जावी, अशी अपेक्षा अर्थात हे मान्य करायला अतिशय लाज वाटत असली, तरीही केली. आपल्याला कुणीतरी कुरवाळावं आणि मग जरा आराम मिळावा, अशी त्याला इच्छा झाली. त्याला याचीपण कल्पना होती की, आपण फार मोठे अधिकारी आहोत, आपली दाढीही आता पिकली आहे आणि त्यामुळेच त्याची जी काय इच्छा होती, ती फार महत्त्वाची होती; पण अद्यापही तो केवळ इच्छा मनात धरूनच होता.'

इव्हान इलिचच्या भोवताली असणारे त्याला धड बरं करू शकत नाहीत किंवा नेमकं काय होतंय, हे समजूही शकत नाहीत. ही बाब एक माणूस म्हणून आणि सुसंस्कृतपणा म्हणून तरी अपयशी ठरवणारी होती, हे वैद्यकीय शाखेत शिकणारे विद्यार्थी म्हणून आमच्या लक्षात येत होतं. टॉलस्टॉयच्या कथेतील गेल्या एकोणिसाव्या शतकातील रशिया आम्हाला अतिशय निष्ठुर आणि आदिम वाटत होता. इव्हान

इलिचला जो काही आजार होता, तो आताची आधुनिक औषधं सहज दूर करू शकली असती, असा आम्हाला जणू विश्वास वाटत होता; म्हणूनच प्रामाणिकपणा आणि दयाळूपणा हे दोन सद्‌गुण आधुनिक डॉक्टरांकडे असायलाच हवेत, असा निष्कर्ष काढून आम्ही मोकळे झालो. अशा एखाद्या परिस्थितीमध्ये आम्ही जास्त कनवाळूपणे वागू शकलो असतो, यावर आमचा आत्मविश्वास अगदी ठाम होता.

पण आमच्यासमोर प्रश्न होता तो ज्ञानाचा! सांत्वना कशी करायची, हे आम्हाला माहीत होतं; पण योग्य पद्धतीनं निदान करणं आणि उपचार करणं, हे मात्र आम्हाला निश्चितपणे माहीत नव्हतं. वैद्यकीय शिक्षण घेताना मानवाच्या शरीरामध्ये काय घडत असतं, त्यामध्ये विकृती येते; तेव्हा कोणकोणत्या गुंतागुंतीच्या क्रिया घडत असतात आणि त्यांना आवरण्यासाठी गोळा केलेले अनेकविध शोध आणि तंत्रज्ञानाचे खजिने, हे सगळं जाणण्यासाठी आम्ही पैसे मोजले होते. दुसऱ्या कोणत्या गोष्टींबाबत विचार करण्याची गरज पडेल, अशी कल्पनाही आम्ही करू शकत नव्हतो; त्यामुळे आम्ही आमच्या डोक्यातून इव्हान इलिचला काढून टाकलं.

अगदी आता गेल्या काही वर्षांतसुद्धा मी शल्यक्रियेचं प्रशिक्षण घेत असताना आणि व्यवसाय करताना अनेक रुग्णांना तब्येत ढासळण्याच्या आणि मरणाच्या वास्तवतेला सामोरे जाताना पाहिलं; पण त्या वेळीही त्यांना कुठलीही मदत करण्यास आपण सक्षम कसे नाही, हे वास्तव माझ्या ध्यानी येऊ शकलं नाही.

शस्त्रक्रिया विभागामध्ये शिकाऊ उमेदवार असताना मी लिहायला सुरुवात केली आणि माझ्या काही सुरुवातीच्याच लेखांमध्ये मी 'जोसेफ लॅझरॉफ' या माणसाची कथा सांगितली. तो एका शहराचा प्रशासक होता, त्याची बायको काही वर्षांपूर्वीच फुप्फुसाच्या कर्करोगानं मरण पावली होती. आता तो जवळपास साठ वर्षांचा होता आणि तो स्वत:ही असाध्य अशा... प्रॉस्टेट ग्रंथीच्या कर्करोगानं ग्रस्त होता. त्याचं वजन जवळपास पन्नास पौंडांनी कमी झालं होतं. त्याचं पोट, वृषणकोष आणि पाय अक्षरश: द्रव्यानं भरल्याप्रमाणे सुजले होते. एके दिवशी सकाळी तो जागा झाला, तेव्हा त्याला त्याचा उजवा पाय हलवणं आणि शौचावर नियंत्रण ठेवणंही कठीण होत होतं. त्याला रुग्णालयात भरती करण्यात आलं, तेव्हा न्युरोसर्जिकल विभागातला एक शिकाऊ विद्यार्थी म्हणून माझी त्याच्याशी गाठ पडली. आमच्या असं लक्षात आलं की, कर्करोगाचे जंतू पार त्याच्या पाठीच्या मणक्यांपर्यंत पोहोचले होते आणि त्याच्या मेरुरज्जूला संकुचित करीत होते. कर्करोग तसाही दुरुस्त होत नाही; पण त्याच्यावर उपचार केला जाऊ शकतो, असा आम्हाला विश्वास होता. तथापि, तातडीनं केलेले रेडिएशनचे उपचारही कर्करोगाला आवर घालण्यास अपयशी ठरले होते आणि म्हणून न्यूरोसर्जन्सनी दोन पर्याय समोर ठेवले होते : आराम वाटेल असे

उपचार करीत राहणं किंवा त्याच्या मेरुदंडामधून वाढत चाललेला ट्यूमरचा गोळा काढण्यासाठी शल्यक्रियेचा आधार घेणं. लॅझरॉफनं शस्त्रक्रियेचा पर्याय निवडला. या शस्त्रक्रियेतील सारे धोके त्याला समजले आहेत आणि तरीही त्याला पुढचे उपचार करून घ्यायचे आहेत, असं लेखी संमतिपत्र त्याच्याकडून घेण्याची जबाबदारी न्यूरोसर्जरी विभागातील एक शिकाऊ विद्यार्थी म्हणून माझी होती.

त्याच्या खोलीबाहेर माझ्या घामेजलेल्या हातामध्ये त्याची कागदपत्रं घेऊन त्याच्यासमोर हा विषय कसा काढायचा, हे ठरवत मी चुळबुळत उभा होतो. या शस्त्रक्रियेनंतर त्याच्या पाठीच्या मणक्याचा होणारा ऱ्हास थांबेल, एवढीच आशा होती; त्यामुळे त्याला कायमचा आराम मिळणार नव्हताच किंवा संभाव्य अर्धांगवायूपासून सुटकाही नव्हती किंवा पूर्वी तो जगत होता, तसं जगताही येणार नव्हतं. आम्ही काहीही केलं तरी जगण्यासाठी त्याच्या आयुष्यातील काही मोजकेच महिने शिल्लक होते आणि शस्त्रक्रिया मात्र मुळातच अतिशय जीवघेणी अशी होती. त्यामध्ये त्याच्या छातीचा पिंजरा उघडावा लागणार होता, फासळ्या उपसाव्या लागणार होत्या आणि दोन्हीपैकी एका फुप्फुसाला चेमटून त्याच्या मणक्यापर्यंत पोहोचावं लागणार होतं. भयंकर रक्तस्राव शक्य होता. दुरुस्त होणं अवघड होतं. त्याच्या अशक्तपणामध्ये तो अतिशय थकवणाऱ्या आणि प्रकृतीमध्ये संभाव्य गुंतागुंत करू शकणाऱ्या मोठ्या धोक्याला सामोरा गेला. त्याचं जगणं अधिक गंभीर आणि आयुष्य अति कमी होण्याची एक भीती या शस्त्रक्रियेमुळे निर्माण होत होती; पण न्युरोसर्जन म्हणजे मेंदू शल्यक्रियातज्ज्ञ या धोक्याच्या पलीकडे गेले होते आणि लॅझरॉफचं स्पष्ट मत होतं की, त्याला ही शस्त्रक्रिया करायचीच आहे. मला आता एवढंच करायचं होतं की, आतमध्ये जायचं आणि कागदपत्रांची पूर्तता करायची.

पलंगावर पडलेला लॅझरॉफ अतिशय पिवळा पडला होता आणि थकलेलाही होता. मी एक शिकाऊ विद्यार्थी असल्याचं आणि त्याची संमती घेण्यासाठी तिथं आल्याचं त्याला सांगितलं, त्याला शस्त्रक्रियेमध्ये असलेले धोके माहीत असल्याची खात्रीही करायची होती. या शस्त्रक्रियेमुळे त्याची ट्यूमरची गाठ निघणार होती; पण कदाचित प्रकृतीच्या काही गंभीर बाबीही घडू शकत होत्या; म्हणजे अर्धांगवायू किंवा मस्तिष्काघातासारखं काहीही होऊ शकत होतं आणि कदाचित ते जीवघेणंही ठरू शकत होतं, याची मी त्याला कल्पना दिली. मी न खरखरता सगळं काही स्वच्छपणे सांगण्याचा आटोकाट प्रयत्न केला; पण माझ्या सांगण्यानं त्याचा उत्साह वाढला. त्याच्या मुलानं...जो तिथंच त्याच्या खोलीमध्ये होता...त्यानं मात्र हे खरंच योग्य आहे की नाही, याची चौकशी केली. लॅझरॉफला ते काही फारसं आवडलं नव्हतं.

"ते निर्णयाचं काम तू माझ्यावर का सोडत नाहीस?" तो म्हणाला, "मला मिळालेली प्रत्येक संधी तू मला देतोस." त्यानं कागदपत्रावर सही केल्यानंतर

खोलीच्या बाहेर त्याच्या मुलानं मला जरा बाजूला नेलं. त्याच्या आईचा मृत्यू अतिदक्षता विभागामध्ये कृत्रिम श्वसनावर ठेवलेलं असताना झाला होता आणि त्याचवेळी आपल्या आयुष्यात असं काही अजिबात घडू नये, असं त्याच्या वडिलांनी म्हटलं होतं; पण आता मात्र ते काहीही करण्यावर ठाम होते.

श्रीयुत लॅझरॉफ यांनी चुकीची निवड केली होती, असा माझा त्या वेळी विश्वास होता आणि अजूनही मला तसंच वाटतं. त्यानं चुकीची निवड केली होती असं वाटतं; कारण फक्त धोके होते म्हणून नाही, तर ही शस्त्रक्रिया त्याला हवं ते... म्हणजे त्याचा संयम, त्याची क्षमता, तो पूर्वी जगला; तसं जीवन काही मिळू देणारच नव्हती...! त्या थोड्याशा काळासाठी लांबणीवर पडलेल्या भयंकर मृत्यूच्या भरवशावर तो खरं तर या एका छानशा कल्पनेचा पाठलाग करीत होता... जो त्याला अगदी अचूकपणे वेळेवर मिळाला.

ती शल्यक्रिया म्हणजे तांत्रिकदृष्ट्या मिळालेलं यश होतं. जवळपास साडेआठ तासांनंतर शस्त्रक्रिया करणाऱ्यांनी त्याचे मणके चेमटवणारा तो गोळा काढला आणि तो मेरुदंड पुन्हा ॲक्रिलिक सिमेंटच्या मदतीनं जोडून टाकला. त्याच्या मेरुदंडावरचा तो ताण आता नाहीसा झाला होता; पण ते करण्यानं जो त्रास सुरू झाला, त्यातून त्याची काही सुटका झाली नाही. अतिदक्षता विभागामध्ये त्याला श्वसनाचा त्रास सुरू झाला, जंतूंचा प्रादुर्भाव झाला; एकाच जागी स्थिर राहिल्यानं रक्त गोठणं सुरू झालं, ते पातळ होण्यासाठी औषधं दिली; तेव्हा रक्तस्राव सुरू झाला. प्रत्येक दिवशी आम्ही एक पाऊल मागे येत होतो. शेवटी तो आता मरणार, हे आम्हाला मान्यच करावं लागलं. चौदाव्या दिवशी त्याच्या मुलानं आम्हाला हे सारं बंद करण्याची विनंती केली.

लॅझरॉफ ज्या कृत्रिम श्वसन यंत्रणेवर जिवंत होता, ती बंद करण्याची जबाबदारी शेवटी माझ्यावरच आली. त्याचं मॉर्फिनचं सलाईन जरा जोरात सुरू आहे ना याची मी खात्री करून घेतली, किमान त्याला शेवटी हवेसाठी गुदमरावं लागणार नव्हतं. मी त्याच्या अगदी जवळ वाकलो, त्याला ऐकू जाईल याची खात्री झाल्यावर सांगितलं की, तुमच्या तोंडातून ती कृत्रिम श्वसन देण्यासाठीची नळी काढण्यासाठी मी आलोय. मी ती ओढून काढली, तेव्हा त्यानं दोन वेळा थोडंसं ठसकल्यासारखं केलं, डोळे थोडे किलकिले करून पाहिलं आणि मग मिटून घेतले. त्याचं श्वसन जड होऊ लागलं आणि मग सरतेशेवटी थांबलं. मी माझा स्टेथॉस्कोप त्याच्या छातीवर ठेवला आणि त्याच्या हृदयाचे ठोके मंद होताना ऐकले.

आता... जेव्हा जवळपास एका दशकानंतर मी लॅझरॉफची कथा प्रथम सांगितली, तेव्हा त्याचा निर्णय किती चुकीचा होता याची मला जास्त खंत वाटली नाही, तर त्यापेक्षा त्याला इतर गोष्टींची पूर्ण कल्पना देणं आम्ही कसं टाळलं, याची जास्त

खंत वाटली. विभिन्न उपचारांचे विशिष्ट धोके सांगणं आम्हाला खरं तर फारसं अवघड नव्हतं; पण आम्ही त्याच्या आजाराच्या वास्तवतेला कधी स्पर्शच केला नाही. त्याचा कर्करोगतज्ज्ञ, रेडिएशन उपचारतज्ज्ञ, शल्यतज्ज्ञ आणि इतर डॉक्टरही त्याला या एका त्रासासाठी अनेक महिन्यांपासून उपचार घेत असताना पाहतच होते, तो दुरुस्त होऊ शकत नाही, याची त्यांना जाण होती; पण त्याच्या आजाराच्या स्थितीविषयीच्या वास्तवतेबद्दल किंवा आमच्या जास्तीतजास्त क्षमतेबद्दल आम्ही कधीही चर्चा केली नाही. तो आयुष्याच्या शेवटच्या घटका मोजत असतानाही त्याचं काय होऊ शकतं, याविषयी कुणीही काही म्हटलं नाही. तो एका भ्रमाच्या मागे होता आणि आम्हीही तेच करत होतो. खरं तर शरीरभर पसरलेल्या कर्करोगामुळे झालेल्या अर्धांगवायूनं तो रुग्णालयात पडून होता. अगदी काही आठवड्यांपूर्वी तो जसं जगत होता, तसं पुन्हा जगण्याची शक्यताही पूर्णपणे नव्हती; पण हे मान्य करणं आणि त्या सत्याशी हातमिळवणी करण्यासाठी त्याला मदत करणं हे जणू आमच्या क्षमतांच्या बाहेरचं होतं. आम्ही त्याला ना त्या गोष्टीची पोच दिली, ना आराम दिला, ना त्याला मार्गदर्शन केलं. तो घेऊ शकेल, अशी भलतीच उपचाराची पद्धत आमच्याजवळ होती. जणू काही त्यातून खूप काही चांगलं निष्पन्न होणार होतं.

खरं तर या शारीरिक यातना देणाऱ्या नव्या पद्धतीमुळे, जी आम्ही लॅझरॉफवर अक्षरश: लादली होती; त्यामुळे आम्ही इव्हान इलिचच्या त्या गेल्या एकोणिसाव्या शतकातील डॉक्टरांपेक्षा जरा जास्तच वाईट वागलो, हे मात्र खरं! आता एवढी गोष्ट तुम्हाला विचार करायला लावायला पुरेशी आहे की, नेमकं आदिम कोण?

आधुनिक वैज्ञानिक क्षमतांमुळे मानवाच्या आयुष्यामध्ये खूपच बदल झाले आहेत. इतिहासामध्ये माणूस जगला, त्यापेक्षा माणसं आता बराच काळ आणि चांगल्या अवस्थेत जगू लागली आहेत; पण वैज्ञानिक संशोधनानं वार्धक्य आणि मृत्यू यांच्या प्रक्रियेमध्ये काही मूलभूत परिवर्तन केलं आहे, ही गोष्ट आरोग्याची काळजी घेणाऱ्या व्यावसायिकांकडून हाताळली जाते. आणि आम्ही या वैद्यकीय विश्वामध्ये या गोष्टीसाठी अगदी धोक्याची सूचना वाटावी इतके बेसावध असतो, हे सिद्ध केलं आहे.

हे वास्तव अगदी मोठ्या प्रमाणामध्ये लपवलं जातं; त्यामुळे आयुष्याची अखेर ही लोकांच्या फारशा परिचयाची होत नाही. अगदी अलीकडचं उदाहरण सांगायचं झालं, तर १९४५ पर्यंत घरीच मृत्यू होत, १९८० च्या दरम्यान १७ टक्क्यांपर्यंत होत असत. अशा प्रकारे जी माणसं घरीच मरायची, ती अगदी रुग्णालयात नेण्यापूर्वीच तातडीनं जायची - हृदयविकाराच्या झटक्यानं म्हणा, अचानक मस्तिष्काघात झाल्यानं म्हणा किंवा जीवघेण्या आघातानं म्हणा – किंवा अशा एकांतस्थळी किंवा

दूरवर असायची की, तिथं मदत पोहोचणंही शक्य नसायचं. फक्त अमेरिकाभरच नाही; तर जिथं जिथं औद्योगिकीकरण झालंय, त्या संपूर्ण विश्वात वार्धक्याचा आणि मृत्यूचा हा अनुभव जणू रुग्णालयात आणि शुश्रूषागृहात पाठवला गेलाय.

जेव्हा मी डॉक्टर झालो, मी रुग्णालयाच्या या दरवाजांना ओलांडून पलीकडे गेलो आणि जरी मी डॉक्टरच असलेल्या माता-पित्यांच्या सहवासामध्ये मोठा झालो, तरी मी पाहिलेली प्रत्येक गोष्ट म्हणजे माझ्यासाठी नवा अनुभव होता. तत्पूर्वी मी कुणालाही असं मरताना पाहिलं नव्हतं आणि जेव्हा मी अनुभव घेतला, तेव्हा एक धक्का बसला. त्या घटनेमुळे मी माझ्या स्वतःच्या मर्त्यतेविषयी विचार केला म्हणून धक्का बसला नव्हता. जेव्हा मी माझ्या वयाचीच माणसं मरताना पाहिली, तेव्हाही ही कल्पना माझ्या डोक्यात आली नाही. माझ्या अंगावर त्या वेळी पांढरा झगा होता; त्यांच्या अंगावर रुग्णालयाचे कपडे होते. मी अगदी दुसऱ्या बाजूनंही तसं चित्र कधी डोळ्यांसमोर आणलं नाही. तथापि, मी त्यांच्या जागी माझ्या कुटुंबातील व्यक्तींना पाहू शकत होतो. माझ्या कुटुंबातील अनेकजण - माझी बायको, माझे आई-वडील आणि माझी मुलं - ही गंभीर आजारानं, अगदी जीवावर बेतणाऱ्या आजारानं ग्रस्त झालेली मी पाहिले होते. अगदी भयंकर अशा परिस्थितीमध्ये, औषधोपचारांनी त्यांना त्यातून ओढून आणलं होतं; त्यामुळेच माझ्यासाठी धक्कादायक बाब ही होती की, त्यातून काही माणसांना औषधोपचारही ओढून आणत नाहीत. अर्थात सैद्धान्तिकदृष्ट्या माझा रुग्ण मरू शकतो, हे मला माहीत होतं; पण प्रत्यक्ष प्रत्येक क्षण हा निव्वळ ढवळाढवळ करण्याचा वाटत होता, जणू काही आम्ही पाळत असलेले नियम मोडले जात होते. मला माहीत नाही की, या कोणत्या खेळाबद्दल मी विचार करीत होतो; पण त्यामध्ये आम्ही नेहमीच जिंकायचो.

मरणकळा आणि मृत्यू यांची प्रत्येक नव्या डॉक्टरसोबत आणि परिचारिकेसोबत रुजवात होतेच. पहिल्यांदा कुणी रडतंही. काही मौन होतात. काही गंभीरपणे दखल घेतात. जेव्हा मी पहिल्यांदा मृत्यू पाहिला, तेव्हा माझ्याकडे इतक्या नजरा होत्या की, मी रडूही शकत नव्हतो; पण मी त्याविषयी स्वप्नं पाहिली. मला वारंवार अशी दुःस्वप्नं पडली की, माझ्याच घरामध्ये माझ्या रुग्णांची प्रेतं मला दिसायची - अगदी माझ्या बिछान्यामध्ये.

'तो इथं कसा काय आला?' मी धास्तावून विचार करायचो.

मला माहीत होतं की, कोणाच्याही लक्षात येण्याच्या आत मी जर ते प्रेत रुग्णालयात पोहोचवू शकलो नाही, तर मी मोठ्या संकटात सापडू शकतो, कदाचित गुन्हा केल्याच्याही! मी पुन्हा ते माझ्या कारमध्ये उचलून नेण्याचा प्रयत्न करायचो; पण ते फारच जड असायचं किंवा जणू काही काळं तेल त्या धडामध्ये गच्च भरलंय आणि त्यातून फक्त रक्त पाझरतंय, असं वाटायचं किंवा मी ते प्रेत

घेऊन कसाबसा रुग्णालयात पोहोचायचो, त्या चाकाच्या पलंगावर ठेवायचो आणि ढकलत एकामागोमाग एका दालनातून घेऊन जायचो, मला त्या माणसाला नेमकं कुठं ठेवलं होतं, ती खोली खूप शोध घेऊनही सापडायचीच नाही. "एऽऽ" कोणीतरी ओरडायचं आणि माझ्यामागे पळत यायचं. घामेजलेला आणि अक्षरश: छाती धडधडत असताना बायकोच्या शेजारी झोपलेला मी अंधारातच ओरडत उठायचो. मला असं वाटायचं की, आपण ही माणसं मारली. मी अपयशी ठरलोय.

मृत्यू... अर्थातच अपयश नाही. मृत्यू नैसर्गिक आहे. मृत्यू हा शत्रू असू शकतो; पण प्रत्येक गोष्टीसाठी तो एक नैसर्गिक असा क्रम आहे. ही सत्यं अशीच अमूर्तपणे मला ज्ञात आहेत; पण त्यांची साकार स्वरूपं मला ज्ञात नाहीत - जी केवळ प्रत्येकासाठीच सत्यं असणार नाही; तर माझ्यासमोर असणाऱ्या त्या माणसासाठीही सत्य असणार आहे, ज्या माणसासाठी मी जबाबदार होतो.

दिवंगत शल्यतज्ज्ञ शेर्विन न्यूलॅन्ड यांनी त्यांच्या 'हाऊ टु डाय?' या दर्जेदार पुस्तकामध्ये विषाद व्यक्त केला आहे, 'आपल्या पूर्वीच्या पिढ्यांकडून निसर्गाच्या अंतिम विजयाची आवश्यकता अपेक्षित होती आणि स्वीकृतही होती. डॉक्टरमंडळी ही पराजयाची चिन्हं ओळखण्यासाठी आनंदानं तयार व्हायची आणि नाकारण्यासाठी उगाच उद्दामही व्हायची नाहीत.' पण जेव्हा या तंत्रज्ञानाच्या भयंकर युद्धसाहित्याची कुमक वापरण्याचं कौशल्य घेऊन मी एकविसाव्या शतकाकडे घोडदौड करतो, तेव्हा मीच विचार करतो की, यापेक्षा कमी उद्दाम असणं तरी अजून कोणतं?

आपण केलेल्या कामाचं समाधान मिळावं म्हणून तुम्ही डॉक्टर बनता आणि आपण सक्षम आहोत, हे समाधान मिळवण्याच्या ध्येयामध्ये त्याचं रूपांतर होतं. एखादा जुना, मोडका पेटारा पुन्हा जसाच्या तसा दुरुस्त करण्याचं समाधान एखाद्या सुताराला मिळतं किंवा एखाद्या ढ विद्यार्थ्याला 'अणू म्हणजे काय' असा एकदम बुद्धीत काहीतरी विलक्षण बदल घडवून आणणारा परिचय यशस्वीपणे करून देण्याचा विज्ञानशिक्षकाला जो अनुभव येतो, तसं काहीतरी हे खोलवर मिळणारं समाधान असतं. यातलं बरंचसं समाधान हे आपण इतरांसाठी उपयुक्त असण्याच्या भावनेतून मिळतं; पण आपण तांत्रिकदृष्ट्या कुशल आणि अवघड, गुंतागुंतीचे प्रश्न सोडवण्यास सक्षम आहोत यातूनही मिळतं. तुमची सक्षमता तुम्हाला परिचयाची सुरक्षित अशी एक संवेदना मिळवून देते. बहुधा त्यामुळेच, जेव्हा एखाद्या डॉक्टरकडे असा रुग्ण येतो, ज्याचे प्रश्न तो सोडवू शकत नाही; तेव्हा त्या भावनेनं तो डॉक्टर घाबरतो.

आपण ज्या दिवशी जन्मलो, त्याच दिवसापासून आपण सारे वयस्कर होत आहोत, या आयुष्यातल्या शोकांतिकेपासून काही सुटका नाही. हे वास्तव समजून घेण्याचा आणि ते स्वीकारण्याचा एक दिवस कदाचित येतोच. माझ्या मृत आणि

मरणाच्या दाढेत असणाऱ्या रुग्णांनी मला पुन्हा स्वप्नांत कधी घाबरवलं नाही; पण याचा अर्थ असाही नाही की, ज्या गोष्टी मी कधीच सुधारू शकणार नाही, त्यांच्याशी जुळवून घेणं मला जमलंय. मी अशा व्यवसायामध्ये आहे, तो हे प्रश्न सोडवण्याच्या सक्षमतेमुळेच यशस्वी झालाय. जर रुग्णाचा प्रश्न सोडवण्याजोगा असेल तर काय करायचं, हे आम्हाला लगेच कळतं; पण जर नसेल तर? तर वास्तव हे आहे की, या प्रश्नाला आमच्याकडे पुरेसं उत्तर नाही, हे अतिशय त्रासदायक आहे आणि त्यामुळे अतिशय कठोर होत जाणं, अमानवीपण आणि अतिशय त्रास होणं, हे आहेच.

मर्त्यतेला वैद्यकीय क्षेत्रात केवळ 'एक अनुभव' बनवण्याचा हा प्रयोग गेल्या काही दशकांतलाच आहे. अगदी ताजा आहे आणि तो अयशस्वी होत आहे, याला स्पष्ट पुरावा आहे.

मर्त्यतेविषयी आधुनिक अनुभवाचं हे पुस्तक आहे - जीव जो वार्धक्याला पोहोचतो आणि मरतो, ही गोष्ट कशी वाटते, औषधोपचारांनी अनुभव कसा बदलला आहे आणि जिथं आपल्या परिमिततेशी सामना करण्याच्या कल्पनांना चुकीचं वास्तव कसं पाहायला मिळालं... तिथं नेमका अनुभव कसा बदलला नाही – याविषयीचं हे पुस्तक आहे. शल्यविशारद म्हणून एक दशक पार करताना आणि मी स्वत:ही मध्यमवयीन झाल्यानं माझ्या असं लक्षात येतं आहे की, मी किंवा माझे रुग्ण यांपैकी कुणालाच सद्यकालीन स्थिती सहन होण्यासारखी नाही; पण माझ्या हेही लक्षात आलं आहे की, जी काय उत्तरं असू शकतील ती सारी अपुरी आहेत, किंवा एखाद-दुसरं पुरेसं आहे का, याविषयी साशंकताच आहे. माझ्यापाशी लेखकाचा आणि वैज्ञानिकाचा विश्वास आहे; तथापि, पडदा मागे सारून आणि जरा जवळून निरखून पाहून नेमकं काय संभ्रमात पाडणारं आहे किंवा आश्चर्यकारक आहे किंवा विचलित करणारं आहे, याचा अनुभव एखादा माणूस घेऊ शकतो.

वयोमानानुसार होणाऱ्या किंवा अगदीच असाध्य अशा आजारांमध्ये मदत करतील असं वाटणारी औषधं लोकांना सहसा अपयशी कसं करतात, हे पाहण्यासाठी वाया घालवण्यास तुमच्याजवळ पुरेसा वेळ नाही. आपल्या आयुष्याच्या मावळतीचे दिवस हे अशा उपचारांवर खर्च होतात, जे काहीतरी फायदा होण्याच्या एका रुपेरी संधीसाठी आपल्या मेंदूंना संभ्रमात टाकतात आणि आपल्या शरीरांना विकल करतात. ते दिवस एखाद्या संस्थेत... म्हणजे एखाद्या उपचारगृहात आणि अतिदक्षता विभागांमध्ये व्यतीत होतात... जिथं कठोर, अनामिक कंटाळवाण्या बाबी आपल्याला आयुष्यातल्या काही वैशिष्ट्यपूर्ण गोष्टींपासून तोडून टाकतात. वाढत्या वयाच्या आणि मरण्याच्या अनुभवाचं प्रामाणिक परीक्षण करण्याच्या आपल्या नाराजीनं उपद्रव वाढला आहे, जो आपण लोकांवर लादतो आणि त्यांना अत्यंत गरजेची

असलेली प्राथमिक सुरक्षितताही नाकारतो. माणसं त्यांच्या अंतकाळाकडे जाताना सर्व मार्गांनी यशस्वीपणे कशी जगू शकतात; याच्या सुसंगत दृष्टिकोनाचा अभाव असल्यामुळेच आपणच औषधांच्या, तंत्रज्ञानाच्या गरजेकडून आणि अपरिचितांकडून आपल्या नशिबांना नियंत्रणात ठेवण्याची अनुमती देतो.

नेमकं काय झालं आहे, हे समजण्याच्या आशेपोटीच मी हे पुस्तक लिहिलं आहे. 'मर्त्यता' हा विषय कदाचित धोकेबाजही असू शकतो. एका डॉक्टरानंच वार्धक्य आणि मृत्यूच्या अटळतेविषयी लिहिलेल्या या माहितीमुळे काहीजणांसाठी ही धोक्याची घंटाही होऊ शकते. अनेकांसाठी असं बोलणं म्हणजे...मग ते कितीही काळजीपूर्वक आखूनरेखून असलं तरीही...एखाद्या समाजाची दूरदृष्टी वाढवतं, जी त्या समाजातील आजारी आणि वार्धक्याकडे जाणाऱ्यांच्या त्यागास तयार होते; पण जर आजारी आणि वयस्क - जे आपल्या जीवनचक्राची पाषाणहृदयता स्वीकारण्याच्या आपल्या नकाराचे बळी असतात - ते आधीच टाकले गेले असतील? आणि जर आपल्या अगदी दृष्टीसमोरच सर्वांनी ओळखावेत असे अजून चांगले मार्ग असतील, तर मग?

स्वतंत्र अस्तित्व

मोठं होत असताना मला कधीही गंभीर आजाराला किंवा वार्धक्याच्या त्रासाला पाहावं लागलं नाही. माझे आई-वडील, दोघेही डॉक्टर : अतिशय तंदुरुस्त आणि निरोगी होते. ते दोघेही भारतातून आले होते. अथेन्समधल्या ओहिओ या लहानशा गावी ते मला आणि माझ्या बहिणीला घेऊन आले होते; त्यामुळे माझे आजी-आजोबा फार दूर होते. गावामध्ये फक्त एकच जराशी वयस्कर व्यक्ती माझ्या रोजच पाहण्यात येई, ती म्हणजे मी माध्यमिक शाळेत असताना मला पियानोचे धडे द्यायला येणाऱ्या बाई. नंतर त्या आजारी पडल्या आणि त्यांना जावं लागलं, पण त्या नेमक्या कुठे गेल्या आणि त्यांचं नेमकं काय झालं, याचा काही विचार माझ्या मनातही आला नाही. आधुनिक काळातील वार्धक्याचा अनुभव हा माझ्या जाणिवेपासून दूर राहिला होता.

तथापि, महाविद्यालयात असताना माझ्या वसतिगृहात राहणाऱ्या एका मुलीसोबत मी डेटिंग सुरू केलं होतं, जिचं नाव होतं कॅथलीन. १९८५ मध्ये, व्हर्जिनियातील ॲलेक्झांड्रियामधील तिच्या घरी एका ख्रिसमसच्या भेटीला मी तिची आजी ॲलिस हॉबसनला भेटलो, जी तेव्हा सत्याहत्तर वर्षांची होती. ती मला तेव्हा अतिशय तरतरीत आणि स्वतंत्र मनोवृत्तीची वाटली. तिनं कधीही तिचं वय लपवण्याचा प्रयत्न केला नव्हता. तिचे पांढरे स्वच्छ न रंगवलेले केस चांगल्यापैकी विंचरलेले आणि बेट्टी डेव्हिसप्रमाणे एका बाजूनं वळवलेले होते. वयोमानाप्रमाणे तिच्या हातावर ठिपके पडले होते आणि तिची त्वचा सुरकुतलेली होती. तिनं अतिशय साधं, परीटघटीचं पोलकं घातलं होतं आणि साधेसे कपडे केले होते; हलकीशी लिपस्टिक आणि उंच टाचेच्या चपला, इतरांना कदाचित त्या एक सल्ला देण्यासाठीचा विषयही वाटला असावा.

बऱ्याच वर्षांनंतर... मी सरतेशेवटी कॅथलीनशी लग्न केल्यानंतर... मला कळलं, ॲलिस ही पेनसिल्वानियाच्या एका खेड्यात वाढली होती, जे फुलांसाठी

आणि मशरुमच्या शेतीसाठी प्रसिद्ध होतं. तिचे वडील काही एकरांवर ग्रीन हाउसेसमध्ये...कार्नेशन्स, झेंडू आणि डेलियासारख्या फुलांची शेती करायचे. ॲलिस आणि तिची भावंडं ही त्यांच्या कुटुंबातील महाविद्यालयात शिकणारी पहिलीवहिली पोरं. डेलव्हेरच्या विश्वविद्यालयात ॲलिसची भेट रिचमंड हॉबसनशी झाली, जो एक सिव्हिल इंजिनियरिंगचा विद्यार्थी होता. पदवी पूर्ण झाल्यावर दोघांनी लग्न केलं. सुरुवातीच्या काही वर्षांमध्ये ॲलिस आणि रिच दोघेही त्यांच्या कामानिमित्त फिरतीवरच राहिले. त्यांना दोन मुलं झाली, जिम... माझा भावी सासरा आणि नंतर च्यूक. रिचला सैन्याच्या भूदल पथकामध्ये अभियंता म्हणून कामावर घेतलं गेलं आणि तो लवकरच मोठी धरणं आणि पुलांच्या बांधकामांचा तज्ज्ञ बनला. एका दशकानंतर त्याला सैन्याच्या पथकाच्या मुख्य अभियंता या पदावर बढती देऊन वॉशिंग्टन डीसीबाहेर पाठवण्यात आलं, जिथं तो नोकरीची उर्वरित वर्षं राहिला. तो आणि ॲलिस मग अर्लिंटनला स्थायिक झाले. त्यांनी एक कार विकत घेतली, दूरदूरपर्यंत फिरले आणि थोडाफार पैसाही साठवला. एक बऱ्यापैकी मोठं घर घेण्याचीही क्षमता त्यांच्यामध्ये होती आणि कुठलंही कर्ज न काढता त्यांच्या बुद्धिमान मुलांना महाविद्यालयात पाठवण्याची क्षमताही त्यांच्यात होती.

नंतर सिॲटलला व्यावसायिक कामानिमित्त गेला असताना रिचला अचानक हृदयविकाराचा तीव्र झटका आला. त्याला खरं तर तत्पूर्वीपासून हृदयशूळाचा त्रास होताच आणि अधूनमधून छातीत येणाऱ्या वेदनांच्या कळांपासून सुटका होण्यासाठी तो नायट्रोलिसरिनच्या गोळ्या घेतच असे, पण ते १९६५ साल होतं आणि हृदयविकारात आपण फार काही करू शकतो, असं तेव्हा डॉक्टरांनाही वाटत नव्हतं. ॲलिस तिथं पोहोचण्यापूर्वीच रिच रुग्णालयात मरण पावला. त्या वेळी तो फक्त साठ वर्षांचा होता. ॲलिस होती फक्त छप्पन वर्षांची.

सैन्याच्या त्या अभियांत्रिकी विभागाकडून मिळणाऱ्या निवृत्ती वेतनाच्या आधारे ती तिचं अर्लिंटनचं घर सांभाळण्यास समर्थ होती. जेव्हा मी तिला भेटलो, ती ग्रीन कॅसल रोडवरच्या तिच्या स्वत:च्या घरामध्ये जवळपास पंचवीस वर्षांपासून राहत होती. माझे सासूसासरे... जिम आणि नॅन, दोघेही जवळच राहत होते; पण ॲलिस अगदी स्वतंत्रपणे राहत होती. ती तिच्या बगिच्यामध्ये स्वत: गवत कापायची आणि नळ वगैरेंच्या जोडण्याही छानपैकी करायची. तिच्या पॉली नावाच्या मैत्रिणीसोबत जिमखान्यातही जायची. तिला शिवणकाम, विणकाम आवडायचं; कपडे, रुमाल शिवायला आवडायचं आणि कुटुंबातील सर्वांच्या पायमोज्यांचं नक्षीकाम करायलाही आवडायचं, अगदी बटणाचं नाक असलेला सॅन्ता आणि त्यावर त्यांची नावंही विणायला आवडायची. तिनं आपला एक गट बनवला होता, ज्यानं सादरीकरणं बघण्यासाठी 'केनेडी सेंटर फॉर परफॉर्मिंग आर्ट्स'च सभासदत्वच घेतलं होतं. ती

डॅशबोर्डपुढलं दिसावं म्हणून खाली एक उशी घेऊन भलीमोठी व्ही-एट शेव्हरलेट इम्पाला चालवायची. ती कुटुंबाला भेटण्यासाठी, मित्रांना चकरा मारण्यासाठी आणि तिच्यापेक्षाही वाईट परिस्थिती असणाऱ्यांना जेवण पोहोचवण्यासाठी सारखी धावाधाव करायची.

काळ जसा सरत गेला, तसं हे विचारणंच खरं तर कठीण होत गेलं की, ती हे सगळं कशी पार पाडू शकेल? ती तशी ठेंगणी आणि किरकोळ स्त्री होती, फार तर पाच फूट उंच. जेव्हा कुणी तिला काही मदतीसाठी हाक मारली, तेव्हा ती त्याच्या पाठीशी उभी राहिली, तरी जाणाऱ्या प्रत्येक वर्षासोबत ती उंची आणि क्षमताही गमावत गेली. मी जेव्हा तिच्या नातीसोबत लग्न केलं, ॲलिस खूश झाली आणि मला जवळ घेतलं आणि 'या लग्नानं मला आनंद झालाय' हे सांगितलं; पण ती संधिवातानं इतकी बेजार झाली होती की, माझ्यासोबत नाचू शकली नाही आणि अद्यापही स्वतःचं सगळं व्यवस्थितपणे सांभाळून ती तिच्या घरात राहते.

जेव्हा माझे वडील तिला भेटले, ती एकटी राहते हे ऐकून ते आश्चर्यचकित झाले होते. ते मूत्रविकारतज्ज्ञ होते; त्यामुळे त्यांनी अनेक वयस्क रुग्ण पाहिले होते, आणि ते एकटे राहतात, ही गोष्ट त्यांना नेहमीच त्रास देत असे. त्यांनी या दृष्टिकोनातून या गोष्टीकडे पाहिले की, जरी रुग्णांना खरोखरच खूप गंभीरपणे गरज नसली तरीही त्यांना केव्हाही अशी गरज पडू शकते आणि भारतातून आल्यानं त्यांना असं वाटे की, वयस्कर मंडळींना सामावून घेणं, त्यांना सोबत करणं आणि त्यांची काळजी घेणं ही कुटुंबाचीच जबाबदारी आहे. रुग्णांच्या प्रशिक्षणासाठी १९६३ मध्ये न्यू यॉर्क शहरात आल्यापासून माझ्या वडिलांनी अमेरिकन संस्कृतीतील प्रत्येक बाब अगदी नैतिकदृष्ट्या स्वीकारली होती. त्यांनी शाकाहार पूर्णपणे सोडला होता आणि डेटिंग करणं सुरू केलं होतं. त्यांना एक मैत्रीण मिळाली होती, जी भारतातल्याच एका भागातून तिथं बालरोग विभागात प्रशिक्षणासाठी आली होती. तिथं ते अजिबात त्यांच्या मातृभाषेत बोलत नव्हते. जेव्हा माझ्या आजोबांनी लग्न जमवून देण्याची वाटही न पाहता वडिलांनी मैत्रिणीशी लग्न केलं होतं, तेव्हा सगळं कुटुंब हादरून गेलं होतं. ते स्थानिक रोटरी क्लबचे अध्यक्ष झाले, टेनिसला प्रेरणा देणारे झाले आणि तसेच मित्रमंडळींमध्ये चावट विनोद करण्यातही प्रसिद्ध झाले. त्यांच्या आयुष्यातील अभिमानास्पद दिवसांपैकी एक म्हणजे ४ जुलै, १९७६ : देशाचा दोनशेवा वर्धापनदिन... त्या दिवशी अथेन्स काउंटी फेअरमध्ये उभं राहून जयजयकार करणाऱ्या शेकडो लोकांसमोर त्यांना अमेरिकन नागरिक बनवण्यात आलं... डुकरांच्या लिलावांच्या आणि पडझड होणाऱ्या डर्बीच्या गोंधळामध्ये हे पार पडलं; पण एक गोष्ट मात्र ते कधीच करू शकले नाहीत, ती म्हणजे आपण आपल्या घरातील वयस्क आणि अशक्तांना कसं वागवावं... त्यांना त्यांच्या आयुष्यात एकटंच सोडावं

की अनामिक अशा सुखसोयींमध्ये त्यांना एकांतवासामध्ये ठेवावं, जिथं त्यांच्या आयुष्यातले शेवटचे क्षण ते परिचारिका आणि डॉक्टरांच्या सहवासात घालवतील, ज्यांची नावंही त्यांना माहीत नव्हती. ते ज्या जगात वाढले, त्यापेक्षा वेगळं असं काहीही घडू शकलं नाही.

माझ्या वडिलांचे वडील हे अगदी पारंपरिक असे वयस्क गृहस्थ होते, म्हणजे पाश्चिमात्य दृष्टिकोनातून साधे आणि निरागस असे दिसायचे. सीताराम गवांदे हे मुंबईपासून जवळपास तीनशे मैलांवर असलेल्या उटी या छोट्या गावातील शेतकरी, जिथं आमच्या पूर्वजांनी अनेक शतकांपासून शेती पिकवलीय. मला माझ्या आई-वडलांसोबत आणि बहिणीसोबत त्यांना भेटल्याचं आठवतं. ही तेव्हाचीच गोष्ट आहे, जेव्हा मी ॲलिसला भेटलो होतो; तेव्हा आजोबा जवळपास शंभर वर्षांपेक्षा जास्त वयाचे होते. तेव्हा मला माहीत असलेले सगळ्यात वयस्कर गृहस्थ तेच होते. ते हातात काठी घेऊन चालायचे; गव्हाच्या पिकाच्या काडीला बाक असावा, असे वाकलेले होते. त्यांना कमी ऐकू येण्याचा त्रास एवढा होता की, लोक रबराची एक नळी घेऊन त्यांच्या कानात ओरडायचे. ते अतिशय अशक्त झाले होते आणि बऱ्याच वेळा त्यांना खाली बसले की उठण्यासाठी कुणाची तरी मदत लागायची.

पण ते अतिशय प्रतिष्ठित आणि सन्माननीय असे गृहस्थ होते. घट्ट बांधलेला पांढरास्वच्छ फेटा, तपकिरी रंगाचा कोट आणि जुन्या वळणाचा जाड काचेचा एक चश्मा. कोणत्याही वेळी ते माणसांनी वेढलेले असायचे आणि कुटुंबीयांचा त्यांना पाठिंबा असायचा... आणि त्यामुळे केवळ वयामुळेच नाही, तर या गोष्टीमुळे त्यांना सतत मान असायचा. कुठल्याही महत्त्वाच्या गोष्टीसाठी त्यांच्याशी संपर्क केला जायचा... मग ते लग्न असो, जमिनीची भांडणं असो, व्यवसायातील निर्णय असोत.. आणि कुटुंबामध्ये सर्वांत मोठा मान त्यांनी प्राप्त केला होता. जेव्हा आम्ही जेवायला बसायचो, तेव्हा त्यांना पहिल्यांदा वाढून द्यायचो. जेव्हा तरुण माणसं घरात यायची, तेव्हा ती वाकायची आणि नम्रपणे त्यांच्या पायांना स्पर्श करायची.

अमेरिकेमध्ये त्यांना नक्कीच एखाद्या शुश्रूषागृहामध्ये ठेवण्यात आलं असतं. एखाद्या माणसाच्या कार्यक्षमतेनुरूप वैद्यकीय व्यावसायिकांनी एक औपचारिक वर्गीकरणच करून ठेवलं आहे. जर कुणाची मदत न घेता तुम्ही शौचास जाणं, जेवणं, कपडे घालणं, स्नान, केस विंचरणं, अंथरुणातून उठणं, खुर्चीतून उठणं आणि चालणं... या आठ 'दैनिक जगण्यातील क्रिया'... करू शकत नसाल, तर तुम्ही तुमच्या प्राथमिक भौतिक हालचालींच्या स्वातंत्र्याची क्षमता गमावली आहे. जर तुम्ही स्वतंत्रपणे दुकानात जाऊन खरेदी करू शकत नसाल, तुमचं अन्न शिजवू शकत नसाल, तुमचं घरकाम करू शकत नसाल, तुमचे कपडे धुवू शकत नसाल,

तुमचं औषधपाणी करू शकत नसाल, फोन करू शकत नसाल, स्वतंत्रपणे फिरू शकत नसाल आणि तुमची आर्थिक घडी राखू शकत नसाल... याचाच अर्थ तुम्ही तुमच्या 'दैनिक जगण्यातील स्वतंत्रपणे करण्याच्या आठ क्रिया' करू शकण्यास असमर्थ आहात.... तर तुमचं स्वत:चं आयुष्य सुरक्षितपणे जगण्याची क्षमता तुम्ही गमावली आहे.

माझे आजोबा मोठ्या मुश्किलीनं यापैकी काही कामं स्वतंत्रपणे करू शकत होते आणि काही अवघड कामांपैकी एखादं-दुसरं; पण भारतामध्ये या गोष्टीला भयंकर असं काही महत्त्व नाही. त्यांच्या या स्थितीनं कुटुंबामध्ये कधी या कठीण परिस्थितीवर एखादी बैठक झाली नाही, त्यांचं काय करायचं यावर अस्वस्थ करणारी चर्चाही कधी झाली नाही; याचा अर्थ स्पष्ट होता की, सारं कुटुंब या गोष्टीवर ठाम होतं की, माझे आजोबा त्यांच्या इच्छेप्रमाणे जगू शकतात. माझे एक काका आणि त्यांचे कुटुंबीय त्यांच्यासोबत असायचे आणि सोबत असणाऱ्या मुलांच्या, नातवांच्या, भाच्यांच्या आणि पुतण्यांच्या घोळक्यामुळे त्यांना कधी आधाराची कमतरता पडली नाही.

या व्यवस्थेनं त्यांना खरं तर ही जीवनपद्धती अंगीकारण्यास परवानगी दिली होती, जी आधुनिक समाजामध्ये काही मोजक्याच वयस्क लोकांच्या वाट्याला येऊ शकते. कुटुंब हे सहजपणे घडवू शकलं. उदाहरणार्थ, त्यांच्यासाठी कोणीतरी आजोबांच्या पुढे येणं आणि आजोबांच्या शेताकडे लक्ष देणं, जे त्यांनी शून्यातून उभारलं होतं... खरंच, अक्षरश: काहीच नाहीपेक्षा भयंकर परिस्थितीतून उभारलं होतं. जेव्हा एका वर्षी हंगाम पूर्ण वाया गेला, तेव्हा आजोबांच्या वडिलांनी एका सावकाराकडे गहाण पडलेलं दोन एकर शेत आणि दोन वाळलेले बैल वगळता सारं काही गमावलं होतं. जेव्हा ते वारले, त्या कर्जासोबत त्यांनी त्यांचा मोठा तरुण मुलगा सीताराम मागे ठेवला होता. नुकतीच अठरा वर्षं पूर्ण झालेला आणि नवीनच लग्न झालेल्या सीतारामला झालेल्या करारनाम्यानुसार त्या कुटुंबाच्या दोन एकरांच्या तुकड्यांवर मोलमजुरीसाठी यावं लागलं. एका कठीण वेळी तर आजोबा आणि आजी यांना फक्त मीठभाकरी खाऊनच दिवस काढावे लागले होते. उपासमारीनं ते अगदी मरायला टेकले होते; पण ते फक्त प्रार्थना करत होते आणि नांगरावर उभे होते आणि त्यांच्या प्रार्थनेला उत्तर मिळालं. हंगाम भरभरून आला. त्यांना फक्त जेवणापुरतंच मिळालं असं नाही, तर त्यांचं कर्ज फेडण्यासाठीही पैसा मिळाला. पुढच्या काही वर्षांत, त्यांनी त्या दोन एकरांचाच जवळपास दोनशे एकर शेतीत विकास केला. त्या गावातील ते एक मोठे श्रीमंत जमीनदार बनले आणि स्वत:च सावकारही बनले. त्यांना तीन बायका होत्या; ते तिघींसोबतही राहत आणि त्यांना एकंदर तेरा अपत्यं झाली. आजोबांनी शिक्षणावर जोर दिला. तसंच कठीण परिश्रम,

काटकसरीपणा; स्वतःच्याच कष्टानं पैसा मिळवणं, शब्दाला जागणं आणि ते करताना इतरांनाही गृहीत धरणं या गोष्टींवर त्यांचा कटाक्ष होता. त्यांच्या संपूर्ण आयुष्यात ते सूर्य उगवण्यापूर्वीच उठले आणि रात्री उशिरा त्यांच्या संपूर्ण शेताची, प्रत्येक एकराची घोड्यावर बसून पाहणी केल्याशिवाय ते कधीही झोपले नाहीत. अगदी ते शंभरीच्या घरात गेले, तरीही त्यांनी या गोष्टी करण्याचा आग्रह सोडला नाही. माझ्या काकांना भीती वाटायची की, आजोबा पडतील... ते तसे अशक्त आणि वाकलेले होते... पण त्यांना हे माहीत होतं की, हे आजोबांसाठी महत्त्वाचं काम आहे. म्हणून आजोबांसाठी एक लहानसा घोडा आणला होता आणि त्यांच्यासोबत कुणीतरी आहे ना, याची खात्री काका करून घेत असत. आजोबा वारले, त्या वर्षापर्यंत त्यांनी शेतावरची आपली रपेट कायम ठेवली.

हेच जर आजोबा पश्चिमेकडच्या देशात राहिले असते, तर हे सगळं खुळचटासारखं दिसलं असतं. हे काही सुरक्षित नाही, असं डॉक्टर कदाचित म्हणाले असते. जर आजोबांनी आग्रह केला असता, नंतर पडले असते आणि कमरेचं हाड तुटलं म्हणून जर अतिदक्षता विभागामध्ये गेले असते, तर रुग्णालयानं त्यांना पुन्हा घरी परतू दिलं नसतं. त्यांनी शुश्रूषागृहातच राहावं, म्हणून आग्रह केला असता; पण आधुनिकतेचा स्पर्श होण्याआधीच्या माझ्या आजोबांच्या काळात, त्यांना कसं राहायला आवडेल ही त्यांची निवड होती आणि कुटुंबाचं काम एवढंच होतं की, ते म्हणतील तसं घडवून आणणं.

अखेर जवळपास एकशे दहाव्या वर्षी माझे आजोबा वारले. तेही एका बसमधून बाहेर पडताना त्यांचं डोकं आपटलं म्हणून तसं झालं. ते जवळच्या शहरामध्ये न्यायालयात काही कामकाज होतं, म्हणून निघाले होते...हे खरं तर तसंही वेडेपणाचं वाटतं... पण त्यांच्यासाठी ते अतिशय महत्त्वाचं काम होतं. ते उतरत असतानाच बस पुढे निघाली आणि जरी त्यांच्यासोबत कुटुंबातील माणसं होती, तरीही ते पडले. शक्यता आहे, त्यांना सबड्यूरल हिमॅटोमा झाला असावा... म्हणजे कवटीतच रक्तस्राव झाला असावा. माझ्या काकांनी त्यांना घरी आणलं आणि पुढच्या दोन दिवसांतच ते गेले. त्यांना त्यांच्या इच्छेप्रमाणे जगायला मिळालं आणि तेही शेवटच्या क्षणीही त्यांचे कुटुंबीय भोवताली असताना जगायला मिळालं.

मानवाच्या बहुतांश इतिहासासाठी, काही मोजकी माणसं जी खरोखरंच वार्धक्य येईपर्यंत जगली, त्यांच्यासाठी सीताराम गवांदेंचा अनुभव हा एक उत्तम नमुना होता... आदर्श होता. अनेक पिढ्यांच्या कुटुंबपद्धतीमध्ये वृद्धांची काळजी घेतली जात होती, सहसा एकाच छताखाली राहणाऱ्या तीन पिढ्यांकडून घेतली जात होती. अगदी जेव्हा अणुविज्ञानाच्या काळातील कुटुंबाकडून मोठं कुटुंब बाद केलं गेलं, जे उत्तर युरोपमधल्या कित्येक देशांकडून तसं कायमच केलं गेलं; तेव्हाही वृद्धांना

त्यांच्या अशक्तपणाला तोंड देण्यासाठी सोडण्यात आलं नाही. स्वत:चं कुटुंब उभारण्याचं पुरेसं वय झालं की, मुलं घरातून निघून गेली; पण एक मूल सरतेशेवटी राहिलंच, सहसा सगळ्यात लहान मुलगी... विशेषत: आई-वडील जर वार्धक्यात असतील, तर नक्कीच! हे सगळं काही एमिली डिकिन्सनच्या बाबतीत घडलं होतं...एकोणिसाव्या शतकाच्या मध्यंतरात ती मॅसॅच्युएटसूमध्ये ॲमहर्स्ट इथं राहायची. तिच्या मोठ्या भावानं घर सोडलं, लग्न केलं आणि आपलं कुटुंब वेगळं केलं; पण ती आणि तिची लहान बहीण त्यांच्या आई-वडलांसोबत अगदी ते मरेपर्यंत राहिली. असं असताना एमिलीचे वडील एकाहत्तराव्या वर्षांपर्यंत जगले, ज्या वेळी ती स्वत: चाळिशीत होती आणि तिची आई त्यानंतर भरपूर जगली. ती आणि तिची बहीण यांनी त्यांचं संपूर्ण आयुष्य आई-वडलांच्या घरातच राहून घालवलं.

अमेरिकेमधील एमिली डिकिन्सनच्या आई-वडलांचं आयुष्य जसं भारतातल्या सीताराम गवांदेंच्या आयुष्यापेक्षा थोडंसं वेगळं भासत असलं, तरीही दोन्ही आयुष्यं ही अशा व्यवस्थेवर विसंबून होती, ज्यामध्ये वृद्धांच्या काळजी घेण्याच्या प्रश्नांवर सहजपणे तोडगा काढण्याचा फायदाच होत होता. शुश्रूषागृहामध्ये त्यासाठी जागा राखीव ठेवण्याची किंवा चाकाच्या टेबलावर जेवण आणून देण्याची गरजच त्यात नव्हती. यामध्ये एक समजच होता की, पालकांना त्यांच्या घरातच राहायला मिळालं पाहिजे, तेही त्यांनी वाढवलेल्या एक किंवा अनेक मुलांच्या सहकार्यानं त्यांना जगता आलं पाहिजे. समकालीन समाजामध्ये, अगदी विरोधाभासामध्ये, वार्धक्य आणि विकलता यांना असं सगळ्यांनी मिळून सांभाळण्यापासून, अनेक पिढ्यांच्या जबाबदाऱ्यांतून बाहेर काढून एखाद्या खासगी व्यवस्थेमध्ये ठेवण्यात आलं आहे... बऱ्याचदा अगदी एकटेपणानं किंवा डॉक्टरांच्या मदतीनं आणि संस्थांच्या मदतीनं ठेवण्यात आलं आहे. हे असं कसं घडलं? आपण सीताराम गवांदेंच्या आयुष्यापासून ॲलिस हॉबसनच्या आयुष्यापर्यंत कसे गेलो आहोत?

एक उत्तर असं आहे की, ते वार्धक्यच स्वत: बदललं आहे. पूर्वी असं म्हातारपणापर्यंत जगणं दुर्मीळ होतं आणि जी माणसं जगली, त्यांनी काही विशिष्ट कामं केली; म्हणजे परंपरेचा, ज्ञानाचा आणि इतिहासाचा सांभाळ करणं वगैरे. त्यांना त्यांची प्रतिष्ठा आणि घराण्याचा प्रमुख असण्याचा अधिकार सांभाळणं, ही कामं मरेपर्यंत करावीच लागली. अनेक समाजांमध्ये वयस्कांनी फक्त निमूटपणे कामं करण्याची आणि आदराची आज्ञाच सोडली असं नाही, तर काही पवित्र विधींचं नेतृत्वही केलं आणि राजकीय प्रभावही कमावला. वाढत्या वयासाठी खूपच आदर वाढला; तसं लोकांनी ते आहेत त्यापेक्षा ते जास्त वयस्कर आहेत, याचं ढोंगही केलं म्हणजे वय सांगतानाही तरुण म्हणून नाकारलं. लोक नेहमीच त्यांचं वय नेमकं किती, याविषयी खोटारडेपणानं वागले. या घटनेला जनगणनेचा अभ्यास करणाऱ्यांनी

'वयाचा ढिग लावणं, वय लपवणं' असं नाव दिलेलं असून जनगणनेमध्ये असणाऱ्या सर्वांमध्ये सुसूत्रता राखण्यासाठी ही अवघड संख्यात्मक विसंगती युक्तीनं सोडवली आहे. त्यांच्या असंही लक्षात आलं की, अठराव्या शतकामध्ये अमेरिकेत आणि युरोपात आपल्या खोटारडेपणाची दिशा बदलली. उलट आता मात्र लोक जनगणना करणाऱ्यांना नेहमीच त्यांचं वय कमी करून सांगतात. मागच्या काही जनगणनांचा अभ्यास हे रहस्य सांगतो की, त्या वेळी ते वय वाढवून सांगायचे. वाढलेल्या वयाचा मान त्या वेळी काहीतरी वेगळा होता, ज्यानं प्रत्येकजण प्रभावित झाला होता.

पण वय म्हणजे काही फार दुर्मीळ अशी बघायला मिळणारी बाब नाही. अमेरिकेत १७९० मध्ये, ज्यांची वयं पासष्ट किंवा त्यापेक्षा थोडी जास्त होती, त्यांनी लोकसंख्येचा फक्त २ टक्के भाग व्यापला होता; आज तोच १४ टक्के आहे. जर्मनी, इटली आणि जपानमध्ये हीच संख्या २० टक्क्यांपर्यंत आहे. चीन हा देश आता पृथ्वीतलावरचा प्रथम क्रमांकाचा देश आहे, ज्यामध्ये १०० दशलक्ष लोक हे वयस्करच आहेत.

एके काळी ज्ञान आणि शहाणपणाच्या बाबतीत जी मजबूत पकड वयस्क लोकांची होती, तीसुद्धा आता नष्ट झाली आहे. संवादासाठी जे तंत्रज्ञान आता विकसित झालं आहे... म्हणजे स्वत: लिहिण्यापासून ते थेट इंटरनेट आणि त्याहीपलीकडे गेलं आहे... त्यालाच धन्यवाद! नव्या तंत्रज्ञानानंही नवे व्यवसाय निर्माण केले आहेत आणि त्यासाठी नव्या तज्ज्ञांची गरज पडते, जे पुढे जुन्या अनुभवाला आणि त्या विशिष्ट काळापुरत्या घेतल्या गेलेल्या हंगामी निर्णयांना जुनाट ठरवतात. एके काळी आपण जगाचं विश्लेषण करण्यासाठी त्या जुनाट कालमापनाकडे वळलो असतो. आता आपण गुगल बघतो आणि आपल्याला जर संगणकासंबंधी काही प्रश्न निर्माण झाला, तर आपण तरुणांना विचारतो.

कदाचित त्या सगळ्या गोष्टींपेक्षाही महत्त्वाचं म्हणजे वाढलेल्या आयुर्मानानं तरुण आणि वयस्क यांच्या नात्यामध्ये एक प्रकारची उभारी आणली आहे. पारंपरिक पद्धतीमध्ये दीर्घकाळ जगणाऱ्या पालकांनीच आयुष्यात आवश्यक अशा स्थिरतेचा एक स्रोत, सल्ला आणि तरुण कुटुंबीयांना सुरक्षेच्या मार्गाकडे जाण्यासाठी आर्थिक सुरक्षाही प्रदान केली होती आणि मृत्यूपर्यंत सगळी संपत्ती त्यांच्याच हाती ठेवण्याची जमीनदारांची वृत्ती असल्यामुळे जे मूल आपल्या पालकांची काळजी घेण्यासाठी स्वत:चं सारं काही पणाला लावत असे, त्याची 'सगळं घरदार माझ्या नावे असावं,' अशी अपेक्षा असे किंवा जे मूल घराबाहेर राहिलं, त्याच्यापेक्षा जरा जास्त मिळावं, अशी तरी अपेक्षा असे; पण जेव्हा पालकच दीर्घकाळपर्यंत जगत असत तेव्हा ताण वाढत असे. तरुणांसाठी तर पारंपरिक कुटुंब व्यवस्था ही सुरक्षेचा स्रोत कमी आणि

आपली संपत्ती, वित्तव्यवस्था आणि ते कसे राहू शकतील, अशा काही महत्त्वाच्या निर्णयांवर नियंत्रण कसं मिळवायचं, या संघर्षाचीच जास्त कारण बनली.

आणि खरोखरच, माझ्या आजोबांच्या म्हणजे सीताराम गवांदेंच्या घरामध्ये दोन पिढ्यांमधील तणाव हा कधीही आला नाही. तुम्ही जरासा विचार करू शकता की, माझ्या काकांना तेव्हा कसं वाटत असेल, जेव्हा त्यांचे वडील हे शंभरीकडे गेले आणि ते स्वत:ही वार्धक्याकडे गेले, तरीही पारंपरिक जमिनीचा वाटा आणि आर्थिक स्वतंत्रता मिळावी म्हणून ते केवळ वाटच पाहत होते. जमीन आणि पैशांच्या बाबतीत वृद्ध आणि त्यांची प्रौढ मुलं यांच्यामध्ये होणाऱ्या कडवट संघर्षाच्या अनेक गोष्टींची मला माहिती आहे. माझ्या आजोबांच्या शेवटच्या वर्षांमध्ये त्यांच्यात आणि माझ्या एका काकांमध्ये... ज्यांच्यासोबत आजोबा राहत होते... रागारागात झालेलं भांडण मला माहीत आहे. त्यामागं असणारं मूळ कारण काय हे अस्पष्टच होतं : कदाचित माझ्या काकांनी माझ्या आजोबांना न विचारता व्यवसायाचा एखादा निर्णय घेतला असावा; कदाचित माझ्या आजोबांना कुठे तरी बाहेर जायचं असावं आणि त्यांच्यासोबत जाण्यास कुणीही तयार नसावं किंवा त्यांना खिडकी उघडी ठेवून झोपायला आवडत असावं आणि बाकीच्यांना ती बंद करून झोपायला आवडत असावं. जे काय कारण असेल ते. वाद इतका वाढला की, त्याची परिणती सीताराम यांच्या पार मध्यरात्रीच घर सोडण्यात झाली किंवा बाहेर निघून जाण्यात झाली. ते काही मैलांवर कसे तरी आपल्या एका नातेवाइकाच्या घरी निघून गेले आणि त्यांनी सुमारे दोन महिने परतण्यास चक्क नकार दिला.

जागतिक आर्थिक विकासानं तरुणांसाठी असणाऱ्या संधींमध्ये खूप बदल घडवून आणला. सगळ्या राष्ट्रांची समृद्धी ही त्यातील कुटुंबांच्या अपेक्षांच्या बेड्या राजीखुशीनं तोडण्यावर आणि स्वत:च्याच मार्गानं जाण्यावर अवलंबून राहते... तेही त्यांना हवी तिथं नोकरी मिळण्यासाठी, त्यांना हवं ते काम करण्यासाठी; त्यांची इच्छा असेल, त्या व्यक्तीशी लग्न करण्यासाठी स्वत:च्याच मार्गानं जाण्यावर हे अवलंबून आहे. म्हणून माझ्या वडिलांनी शोधलेला तो स्वत:चा मार्ग होता : उटी ते अथेन्स, ओहिओ. त्यांनी पहिल्यांदा नागपूर विद्यापीठात शिकण्यासाठी गाव सोडलं आणि अमेरिकेमधल्या व्यावसायिक संधीसाठी दुसऱ्यांदा सोडलं. ज्यांनी जसं यश मिळवलं, त्यांनी जमेल तेवढी भरगच्च रक्कम गावाकडे पाठवली-आपल्या वडिलांसाठी आणि भावंडांसाठी नवी घरं बांधण्यासाठी, स्वच्छ पाण्याच्या सोयीसाठी आणि गावामध्ये फोन घेण्यासाठी व जेव्हा पावसाळा फार चांगला नसेल, तेव्हा सुगीच्या दिवसांत पिकांची खात्री व्हावी म्हणून पाण्याच्या व्यवस्थेसाठी हे पैसे दिले. त्यांनी एक ग्रामीण महाविद्यालयही बांधलं, ज्याला आपल्या आईचं नाव दिलं; पण त्यांनी कुठली गोष्ट करण्यास नकार दिला नाही आणि ते परतही येत नव्हते.

अमेरिका ज्याप्रमाणे वयस्कांना वागणूक देते, ते पाहून माझे वडील जरी विचलित झाले होते; तरीही अगदी पारंपरिक म्हातारपण जे माझ्या आजोबांनी जपलं होतं, ते केवळ माझ्या वडिलांच्या भावांनी त्यांच्याप्रमाणे घर सोडलं नव्हतं म्हणूनच शक्य झालं होतं. आम्हीही भूतकाळाच्या आठवणींनी असा विचार करतो की, आम्हालाही आमचे आजोबा जगले, तसंच म्हातारपण हवं आहे; पण आम्हाला ते तसं मिळत नाही, याचं खरं कारण सरतेशेवटी आम्हालाच खरोखर तसं नको आहे. ऐतिहासिक सत्य अगदी स्पष्ट आहे : लोकांना त्या आयुष्यापासून दूर जाण्याची जशी उपलब्धता आणि संधी मिळाली, ते गेले.

एक लक्षात घेण्यासारखी बाब अशी की, इतक्या काळामध्ये असं काही दिसून आलं नाही की, वयस्कर मंडळींना मुलांना असं जाताना पाहून फार वाईट वाटलं. इतिहासकारांच्या असं लक्षात आलं की, औद्योगिक युगातील या वयस्कांना काही आर्थिक झळ बसली नाही आणि त्यांच्या आहे त्या स्थितीमध्ये सोडून देण्यात आलं, याचं त्यांना दु:खही नव्हतं. त्याऐवजी वाढत्या आर्थिक काटकसरीमध्ये संपत्तीच्या मालकीच्या पद्धतीमध्ये परिवर्तन झालं. जशी मुलं संधी शोधण्यासाठी बाहेर निघून गेली, त्यांचे पालक जे भरपूर आयुष्य जगले; ते आपल्या जमिनी दुसऱ्यांना भाड्यानं देऊ शकले किंवा पुढच्या पिढीच्या स्वाधीन करत बसण्यापेक्षा विकून टाकू शकले. वाढतं उत्पन्न आणि नंतर मिळणारं निवृत्ती वेतन हे जास्तीतजास्त माणसांना त्यांचा संचय आणि संपत्ती वाढवण्यास सक्षम करू शकलं, त्यांच्या वार्धक्यातील आयुष्यात आर्थिक नियंत्रणाचं व्यवस्थापन करण्याची अनुमती देऊ लागलं आणि अगदीच मरण येईपर्यंत किंवा विकलता येईपर्यंत काम करण्याच्या गरजेपासून त्यांची मुक्तता करू शकलं. 'निवृत्ती' या शब्दाची बौद्धिक संकल्पना अशी आकाराला येऊ लागली.

जगण्याची अपेक्षा, जी १९०० मध्ये वयाच्या पन्नाशीखाली होती; ती आता १९३० नंतर पोषक आहार, आरोग्यविषयक कल्पना आणि वैद्यकीय सुरक्षा यांनी नियंत्रण मिळवल्यानं जवळपास साठ वर्षांपेक्षाही जास्त वाढलेली आहे. अठराव्या शतकाच्या मध्यंतरामध्ये एका कुटुंबात सरासरी सात मुलं असायची, ती संख्या घसरून १९०० नंतर तीनवर आली. आईला शेवटचं मूल होण्याचं सरासरी वयही घसरलं... जे जवळपास रजोनिवृत्तीचा काळ असायचं, ते आता तीस किंवा त्यापेक्षा कमी झालं. त्याचा एक परिणाम म्हणून मोठ्या प्रमाणामध्ये माणसं त्यांची मुलं प्रौढावस्थेत पोहोचताना पाहू लागली. विसाव्या शतकाच्या शेवटच्या काळात तर एक स्त्री ही तिचं शेवटचं मूल एकविसाव्या वर्षात जात असताना फार फार तर पन्नाशीची दिसू लागली, जी गेल्या शतकामध्ये जवळपास साठीची होती. पालकांना आणि त्यांच्या मुलांना वार्धक्याची चिंता वाटावी, या वयापर्यंत पोहोचण्यापूर्वी

पालकांच्या हातामध्ये बरीच वर्षं शिल्लक राहू लागली... म्हणजे जवळपास एखादं दशक किंवा बऱ्याचदा जास्तही.

झालं काय की, त्यांनी आहे ते फक्त चालू ठेवलं... म्हणजे त्यांच्या मुलांप्रमाणे जगणं स्वीकारलं. मिळालेल्या संधीमुळे दोघांनीही म्हणजे आई-वडलांनी आणि मुलांनीही वेगळे होण्याकडे 'स्वातंत्र्य' या दृष्टिकोनातून पाहिलं. जेव्हा केव्हा वयस्कांकडे आर्थिक पाठबळ होतं, त्यांनी समाजशास्त्रज्ञ म्हणतात त्याप्रमाणे 'दुरूनच सलगी' निवडली. याउलट, अमेरिकेमध्ये विसाव्या शतकाच्या सुरुवातीला साठ वर्षं वयावरची जवळपास ६० टक्के माणसं त्यांच्या मुलांसोबत राहायची, १९६० नंतर हे गुणोत्तर घसरून २५ टक्क्यांवर आलं. १९७५ नंतर हेच जवळपास १५ टक्क्यांपेक्षा खाली गेलं. ही पद्धती जगभर सगळीकडे दिसून येते. युरोपियनांपैकी वयाच्या ऐंशीनंतर आपल्या मुलांसोबत फक्त १० टक्के लोक राहतात आणि जवळपास अर्ध आयुष्य अगदी जोडीदाराविना एकटं काढतात. आशियामध्ये, जिथं वृद्धांना असं एकटं जगण्यासाठी सोडणं, ही बाब परंपरेनं अगदीच शरमेची मानली गेलीय... जी पद्धत माझ्या वडिलांनी पाहिली... तिथं अशीच आमूलाग्र परिवर्तनं दिसत आहेत. चीन, जपान आणि कोरियामध्ये राष्ट्रीय आकडेवारी हेच दाखवतेय की, वयस्कांचं एकटं राहणं वरचेवर वाढत चाललंय.

प्रचंड प्रगतीचं हे चिन्ह आहे. वयस्कांच्या पसंतीची संख्या वाढत आहे. ॲरिझोनामधला बांधकाम व्यावसायिक डेल वेब्ब यानं एक शब्दच प्रचलित केला, तो म्हणजे 'निवृत्त समाज'. १९६० मध्ये जेव्हा त्यानं सनसिटीची निर्मिती केली... फोनिक्समधील राहण्याची एक वस्ती, ज्यामध्ये अगदी पहिल्यापासून शेवटच्या घरापर्यंत सगळे निवृत्तच होते. अनेक व्यावसायिकांचा असा ठाम विश्वास आहे की, वयस्कांना इतर पिढ्यांसोबत जास्त संपर्क असावा, याची गरज वाटत असते. वेब्बनी मात्र याला ठाम नकार दिला. त्याचा असा ठाम विश्वास आहे की, लोकांना त्यांच्या आयुष्यातला अंतिम काळ हा त्यांच्या आजोबांनी जसा घालवला, तसा घालवायला अजिबात आवडत नाही... म्हणजे कुटुंबाच्या पावलाखाली. त्यानं सनसिटीची निर्मिती ती माणसं यांच्या आयुष्यातला शेवटचा काळ... ज्याला तो म्हणायचा 'त्यांच्या आयुष्यातील फुरसतीची वर्षं'... कसा घालवू शकतात, अशी एक पर्यायी दृष्टी ठेवूनच केली. तिथं एक गोल्फचं मैदान होतं, एक शॉपिंग आर्केड आणि एक मनोरंजनाचं ठिकाण आणि तिथं मनोरंजनात्मक सक्रिय निवृत्त आयुष्य कसं जगायचं, याची माहितीच मिळायची आणि ज्यांना आपल्यासोबत जेवावं, असं वाटत असेल, अशांसाठी सोबत जेवणाची व्यवस्थाही होती. वेब्बची ही दूरदृष्टी फारच गाजली आणि युरोप, अमेरिकेमध्ये आणि अगदी आशियामध्येही निवृत्त समाजाचं अस्तित्व हे सामान्यांप्रमाणे झालं.

अशा ठिकाणी जाण्यामध्ये ज्यांना अजिबात रस नाही, त्यांच्यासाठी... म्हणजे उदाहरणार्थ ॲलिस हॉबसन, त्यांनी स्वत:च्याच घरात राहणं, त्यांना हवं तसं अगदी स्वतंत्रपणे जगणं ही बाब स्वीकारार्ह आणि सहजसाध्य झाली. सरतेशेवटी काहीतरी साजरं करण्यासारखंच आहे. इतिहासामध्ये खात्री न देता येण्याजोगा कुठलाच बरा काळ हा जुना होत नाही. पिढ्यापिढ्यांतील सामर्थ्यांमधील सीमारेषा या पुन्हा चर्चिल्या गेल्या आहेत आणि कधीतरी त्यावर विश्वास ठेवला जावा, अशा कुठल्याही मार्गानं नाही. वयस्क मंडळींनी कधीही त्यांची प्रतिष्ठा गमावली नाही आणि अनेक गोष्टींमध्ये सहभाग घेत त्यावर नियंत्रण मिळवलं होतं. आधुनिकीकरण हे वृद्धांना कधीही अवनत करू शकलं नाही. त्यानं कुटुंबाला अवनत केलं. त्यानं लोकांना... म्हणजे तरुणांना आणि वृद्धांनाही... स्वातंत्र्यानं आणि नियंत्रणानं जगण्याचा एक मार्ग दिला, ज्यामध्ये इतर पिढ्यांवर आपला बोजा कमी आहे, अशा स्वातंत्र्याचा भाव आहे. वयस्कांविषयीचा आदरभाव कदाचित गेला असेल; पण तो तरुणांना प्राप्त झालेल्या आदरभावामुळे किंवा सन्मानामुळे गेला, असं मात्र नाही. तर तो स्वतंत्र आत्मभावामुळे गेला आहे.

एक प्रश्न मात्र या जगण्याच्या पद्धतीमध्ये शिल्लक राहतो. स्वतंत्रतेविषयीचा आपला गौरव हा या वास्तवाची अजिबात दखल घेत नाही की, आयुष्यात काय होऊ शकते : म्हणजे लगेच किंवा पुढे केव्हातरी, स्वतंत्रता ही केवळ अशक्य होईल. गंभीर आजार किंवा विकलांगता येईल. ती तर सूर्यास्ताइतकीच अपरिहार्य आहे आणि म्हणून एक नवा प्रश्न उपस्थित होतो : जर स्वतंत्रता हीच महत्त्वाची बाब आहे जिच्यासाठी आपण जगत आहोत आणि समजा, तीच आपण जास्त काळ राखू शकत नसू, तर मग आपण काय करावं?

१९९२ मध्ये, ॲलिसनं वयाची चौऱ्यांशी वर्षं ओलांडली. ती उत्तम आरोग्य बाळगून होती. तिला दातांची कवळी बसवून घ्यावी लागली आणि दोन्ही डोळ्यांतील मोतीबिंदू काढावे लागले, इतकाच बदल करावा लागला. बस्स. तिला कुठलाही मोठा आजार नव्हता किंवा रुग्णालयामध्ये ठेवावंही लागलं नाही. ती अजूनही तिच्या मैत्रिणीसोबत, पॉलीसोबत जिमला जात असे आणि तिची स्वत:ची खरेदी करत असे, तिच्या स्वत:च्या घराची उत्तम निगा ठेवत असे. जिम आणि नॅन यांनी तिला राहण्यासाठी त्यांच्या घराच्या तळमजल्याचं रूपांतर चांगल्या सदनिकेमध्ये करून देण्याची तयारीही दाखवली. त्यांच्या म्हणण्याप्रमाणे तिला कदाचित तिथं वावरणं जास्त सोपं गेलं असतं. तिनं ते काही ऐकलं नाही. तिच्या स्वत:च्या घराशिवाय कुठे राहण्याची तिची इच्छाच नव्हती.

पण गोष्टी झपाट्यानं बदलू लागल्या. एका मोठ्या सुट्टीमध्ये कुटुंबासोबत असताना, ॲलिस काही जेवणासाठी आली नाही. ती एका भलत्याच खोलीमध्ये

सापडली. सगळेजण कुठे आहेत, हे ती शोधत होती. यापूर्वी ती अशी संभ्रमात असलेली आम्हाला कधीच दिसली नाही. त्यानंतर काही दिवस तरी सगळ्या कुटुंबानं तिच्यावर अगदी कटाक्ष ठेवला, पण तोपर्यंत तर काहीही घडलं नाही. आम्ही त्या गोष्टीवर पडदा टाकला.

केव्हा तरी एका दुपारी नॅन ॲलिसला भेटायला तिच्या घरी गेली, तेव्हा तिच्या पायांवर काळेनिळे ओरखडे पडलेले तिला दिसले. पडली होतीस की काय?

''नाही.'' ॲलिस सुरुवातीला ठामपणे म्हणाली; पण मग तिनं कबूल करून टाकलं की, तळमजल्यावर जाणाऱ्या लाकडी पायऱ्यांवरून उतरताना तिनं एक कोलांटी घेतली. ''फक्त घसरले, बाकी काहीही नाही.'' तिनं ठामपणे सांगितलं. हे असं तर कुणाच्याही बाबतीत होऊ शकत होतं. ती पुढच्या वेळी जरा जास्त काळजीपूर्वक काम करणार होती.

तथापि, लवकरच ती बऱ्याचदा पडली. हाडे वगैरे काही मोडली नाहीत; पण कुटुंबाला काळजी वाटली. त्यामुळे आताचं कुटुंब जे करेल, तेवढं निश्चितच जिमनं केलं. तिला डॉक्टरांकडे नेलं.

डॉक्टरांनी काही तपासण्या उरकल्या. तिची हाडे पोकळ झाली असल्याचं त्यांच्या लक्षात आलं आणि त्यांनी कॅल्शियम घेण्याचा सल्ला दिला. मग त्यानं तिच्या औषधोपचारामध्ये काही बदल केले आणि औषधोपचारांची नवी चिठ्ठी तिच्या हाती दिली; पण सत्य हे होतं की, नेमकं काय करायचं, हे त्याला निश्चितपणे माहीत नव्हतं. सोडवणूक करता यावी, अशा निश्चित प्रश्नांवर आम्ही त्याला काही आणत नव्हतो. ॲलिस अस्वस्थ होती. तिची स्मृती कमी कमी होत चालली होती. प्रश्न तर वाढतच होते. आता तिची स्वतंत्रता फार काळ राहू देणं शक्य नव्हतं; पण त्याच्याजवळ त्यावर ना उत्तर होतं, ना दिशा होती, ना काही मार्गदर्शन होतं. पुढे काय होण्याची शक्यता वाटते, हेही तो सांगू शकला नाही.

सगळं असं विखुरतं...

औषधं आणि सामाजिक आरोग्य या दोन्ही गोष्टींनी आपल्या जीवनकक्षाच बदलवून टाकल्या आहेत. आपल्या आधुनिक इतिहासामध्येही सर्वांसाठीच मृत्यू ही अतिशय सर्वसाधारण, कधीही घडू शकणारी शक्यता होती. मग तुम्ही पाच वर्षांचे आहात की पन्नास वर्षांचे या गोष्टीला काहीही महत्त्व नव्हतं. प्रत्येक दिवस म्हणजे

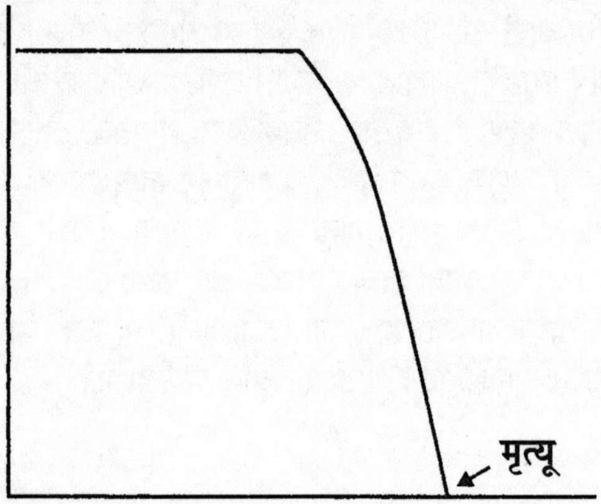

टाकलेल्या फाशांचं घरंगळत जाणं होतं. एखाद्या माणसाच्या आरोग्याची अगदी विशिष्ट दिशा तुम्ही आलेखात रेखाटली, तर ती अशी असती :

आयुष्य आणि आरोग्य हे दोन्हीही हातात हात घालून सरळ जातात, मग जगात कुठलाच प्रश्न उपस्थित होऊ शकत नाही. नंतर आजारपण येतं आणि सापळ्याचं दार पडावं, त्याप्रमाणे हा आधार कोसळतो... हेच माझ्या आजीच्या बाबतीत गोपिकाबाई गवांदेच्या बाबतीत घडलं. अत्यंत घातक अशा मलेरियानं गाठलं नाही, तोपर्यंत आजी अगदी ठणठणीत होती, तीस वर्षांचीही नव्हती किंवा

रिच हॉबसनप्रमाणे, जो व्यवसायानिमित्त दौऱ्यावर होता आणि मग त्याला हृदयविकाराचा तीव्र झटका आला आणि लगेच तो गेलाही, त्याच्यासारखीही नव्हती.

गेल्या काही वर्षांत, वैद्यकीय विज्ञानातील प्रगतीसोबतच हा आरोग्याचा आधार उशिरात उशिरा कोसळणं सुरू झालं. स्वच्छतेचं आगमन आणि इतर सामाजिक आरोग्याचे परिमाण यांनी साथीच्या आजारांनी मरण्याचं प्रमाण सरळसरळ घटवलं... विशेषत: बालवयातील, आणि वैद्यकीय उपचारांच्या सुधारणांनी बालमृत्यू आणि अपघातांनी होणारं मृत्यूचं प्रमाण नाट्यमयरित्या घटवलं आहे. विसाव्या शतकाच्या मध्यंतरामध्ये औद्योगिकीकरण झालेल्या देशांतील तिसाव्या वर्षाच्या आत मृत्यू येणाऱ्यांची संख्या शंभरात फक्त चार एवढीच राहिली. आणि गेल्या काही दशकांमध्ये हृदयविकाराचे झटके, श्वासाचे गंभीर आजार, अर्धांगवायू किंवा काही प्रौढांसाठी अगदी जीवघेणे ठरणारे आजार यामुळे होणारे मृत्यू रोखण्यास औषधोपचारांमध्ये मार्ग सापडला आहे. संभाव्यता म्हणून अर्थातच आपण कशानं तरी मरतोच; पण तरीही, औषधानं अनेक आजारांच्या जीवघेण्या क्षणांना जरा पुढे ढकललं आहे. असाध्य अशा कर्करोगांनी ग्रासलेले रुग्ण... उदाहरणार्थ... त्यांचं ते निदान झाल्यानंतरही बराच काळ अगदी सामान्यांप्रमाणे आयुष्य व्यतीत करतात. ते उपचार घेतात. सारी लक्षणं आटोक्यात राहतात. ते त्यांचं दैनंदिन जीवन जगतात. त्यांना आपण आजारी आहोत, असंही वाटत नाही; पण तो आजार, जेव्हा त्याचा पसरण्याचा वेग मंद झालेला असतो, हळुवारपणे सतत वाढतच असतो, रात्री लढणारं सैन्य जसं सीमेवर लढतं तसं. संभाव्यता अशी की, ते स्वत:लाच जाणून घेतं.. फुफ्फुसात जातं किंवा मेंदूमध्ये किंवा मणक्यांमध्ये घुसतं; जसं जोसेफ लॅझरॉफच्या बाबतीत झालं. तिथून मात्र घसरण भूतकाळाच्या तुलनेनं अगदी वेगानंच होत असते. मृत्यू तसा मागून निवांत येतो, पण त्या जगण्याची कक्षा मात्र तीच राहते. काही महिन्यांमध्ये किंवा आठवड्यांमध्ये शरीर हतबल होतं; त्यामुळेच हे निदान अनेक वर्षांपासून झालेलं असलं, तरीही मृत्यू हा अद्यापही असाच अनपेक्षितपणे येऊ शकतो. जो रस्ता आतापर्यंत एकदम सरळ आणि वळण नसलेला वाटत होता, तो नाहीसा होऊ शकतो आणि तो कुणा एकाला एका वेगवान आणि उताराच्या रस्त्यावर घसरत ठेवतो.

तथापि, बऱ्याच जुनाट आजारांमध्ये हा अचानक ढासळण्याचा प्रकार आता बदलला आहे, म्हणजे उदाहरणार्थ एम्फायसेमासारखा वायुस्फिती आजार, यकृताचा विकार आणि हृदयविकार. केवळ वाईट स्थितीकडे ढासळण्याचे क्षण नुसते पुढे ढकलण्याऐवजी आमचे उपचार त्याची ही घसरण ओढून तोपर्यंत वर आणते, जोपर्यंत त्याचा आलेख काढल्यास एखाद्या सुळक्याप्रमाणे दिसणार नाही आणि एखाद्या पर्वताच्या बाजूच्या चढउताराच्या रस्त्याप्रमाणे दिसेल, अशा स्थितीपर्यंत ओढून आणते.

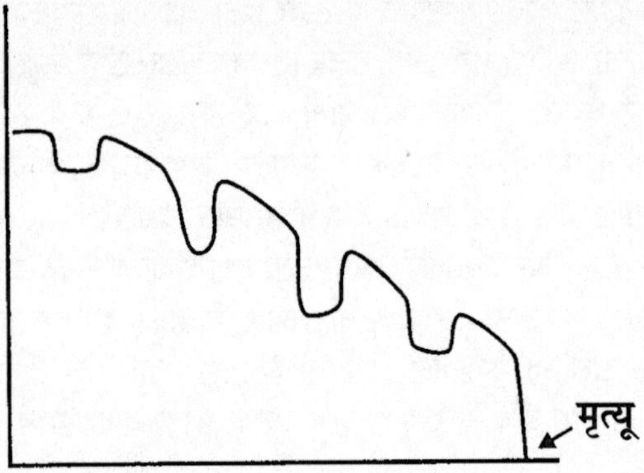

रस्त्यांमध्ये खड्डे असू शकतात, पण दुरुस्त केलेल्या जमिनीचे लांब लांब जोडही असू शकतात : कदाचित आपण नुकसान थांबवू शकत नाही; पण मृत्यूला मात्र आपण निश्चितच थोपवू शकतो. आपल्याकडे औषधी आहेत, रसायनं आहेत, शस्त्रक्रिया आहेत; लोकांना उपचारार्थ ठेवण्यासाठी अतिदक्षता विभागही आहेत. ते रुग्णालयात घाबरलेल्या स्थितीमध्ये प्रवेशतात आणि बऱ्याचदा आम्ही जे काय करतो, तेही त्यांना अजूनच बिघडवणारं दिसू शकतं; पण जेव्हा ते शेवटचा श्वास घेऊ लागले आहेत, अशी स्थिती दिसून येते, ते सहकार्य करतात. मग आम्ही ते रुग्णालय त्यांच्यासाठी जणू घर बनवण्याचा प्रयत्न करतो... जरी ते अशक्त आणि अर्धजागृतावस्थेत असले तरीही! ते कधीही त्यांच्या पूर्वापार स्थितीत पोहोचत नाहीत. जसे आजार बळावत जातात आणि अवयव निकामी होण्याची स्थिती अत्यंत वाईट होते, अशा वेळी रुग्ण एखाद्या साध्या, लहानशा त्रासालाही तोंड देण्यास असमर्थ ठरतो. साधी सर्दीही जीवघेणी ठरते. अंतिम प्रवास हा तसा अद्यापही खाली ढासळणाराच असतो आणि त्या क्षणापर्यंत असतो, जिथं आता दुरुस्त होणं केवळ अशक्य होतं.

या जीवनकक्षेतील जगणं जे वैद्यकीय क्षेत्रातील प्रगतीनं जरी अनेक लोकांसाठी सुकर केलं, तेही या दोन मार्गांचाच अवलंब करतात. याउलट आपल्यापैकी अनेकजण पूर्णपणे आयुष्य जगतात आणि वयोमानानुसार मरतात. वृद्धत्व हे काही निदान नाही. मृत्यूच्या प्रमाणपत्रावर लिहिण्यासाठी एखादं शेवटचं कारण समीप असतंच... श्वसनसंस्था बंद पडणं, हृदयविकाराचा झटका येणं वगैरे. पण सत्य असं की, कुठलाही एखादा आजार असा विकोपाला जात नाही; आजार हा एखाद्याच्या शरीरातील संस्थांचा चुराडा करत असतो आणि औषधं त्याचं व्यवस्थापन

करत असतात आणि जोड देण्याचं काम करतात. आम्ही रक्तदाब कमी करतो, अस्थिसुषिरता हाडांचं ठिसूळ होणं भरून काढू शकतो, आजाराला नियंत्रणात ठेवतो, एखादी गोष्ट ताळ्यावर आणतो; सांधे, झडपा, दट्टे बदलून देतो आणि हळुवारपणे बंद पडेपर्यंत मध्यवर्ती क्रियासंस्थांवर लक्ष ठेवू शकतो. आयुष्याची

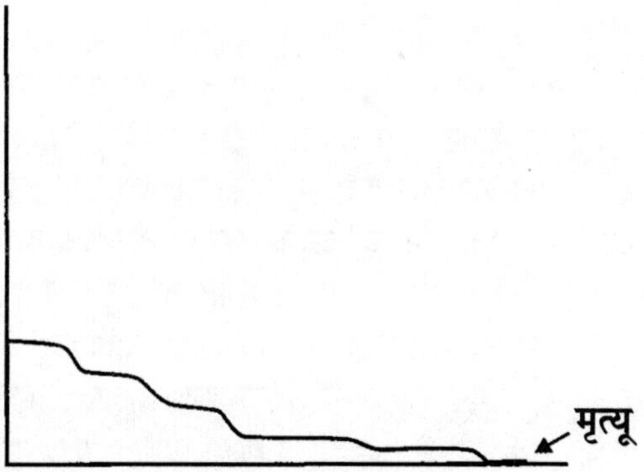

वक्ररेषा ही लांबट, हळुवारपणे क्षीण होत जाते.

औषधांची प्रगती आणि सामाजिक आरोग्य यांच्याकडे एक अविश्वसनीय असं वरदान आहे... लोकांनी खूप काळापर्यंत निरोगी, पूर्वीपेक्षा खूप काही फलदायी असं आयुष्य जगलं पाहिजे. अद्यापही या दुरुस्त केलेल्या मार्गांनी प्रवास करताना आपण असं उतारावरून जगणं म्हणजे एका विचित्र गोंधळासह ओढूनताणून घेतल्याप्रमाणे समजतो. आपल्याला मदतीची गरज भासते, तीही नेहमी बराच काळ आणि त्यामुळे आपल्याला एका नव्या सामान्य आणि अपेक्षित स्थितीच्या संबंधांपेक्षा ती जरा जास्त कमजोर वाटते. आपण नेहमीच कंटाळा येईपर्यंत मॅरेथॉनमध्ये धावणाऱ्या कुणा एका सत्याण्णव वर्षांच्या माणसाची कथा सांगत असतो, जणू काही ही गोष्ट म्हणजे केवळ जीवशास्त्रीय संधीच्या चमत्काराची बाब नाही, तर सर्वांसाठी एक सकारण अपेक्षाच असते. नंतर जेव्हा आपली शरीरं या कल्पनेपर्यंत जगण्यास असमर्थ ठरतात, तेव्हा आपल्यामध्ये कशी का होईना, पण जिच्यासाठी क्षमा मागावी अशीच ही गोष्ट आहे, असं आपल्याला उगाच वाटतं.

आपल्यापैकी जी माणसं अगदी औषधांवरच आहेत, ज्यांना त्याचा उपयोग होत नाही; अशा रुग्णांना आपण नेहमी ज्यात काही रस उरला नाही, अशा ढासळत जाणाऱ्या अवस्थेचेच समजतो. हे तोपर्यंत चालतं, जोपर्यंत त्याच्याकडे किंवा

तिच्याकडे आपण निश्चित करू शकू असं विशिष्ट दुखणं असत नाही. एका दृष्टिकोनातून आधुनिक औषधांनी आपल्याला दोन क्रांती दिलेल्या आहेत : आपण आपल्या आयुष्याच्या एका जीवशास्त्रीय अशा परिवर्तनातून गेलेले आहोत आणि आपण त्याचा कसा कसा विचार करतो, या सांस्कृतिक परिवर्तनातून गेलेलो आहोत.

वाढत जाणाऱ्या वयाची कथा म्हणजे आपल्याच अवयवांची कथा आहे. दातांचा विचार करा. मानवी शरीरामध्ये सगळ्यांत कठीण पदार्थ कोणता असेल, तर तो दातांवरचं पांढरं आवरण असलेलं इनॅमल. असं असूनही वयोमानाप्रमाणे ते निघून जातं; त्याच्याखालच्या मऊ, गडद अशा थराला उघडं पाडतं. दरम्यान, या लगद्याला आणि दातांच्या मुळाला होणारा रक्तस्राव संकोचतो आणि लाळेचा स्रावही कमी होतो; हिरड्या सुजायला लागतात आणि दातांपासून दूर होतात, मुळं उघडी पाडतात आणि ताणून स्वतःच्या अस्तित्वावरच घाला घालतात, विशेषत: खालच्या दातांच्या बाबतीत हे घडतं. तज्ज्ञ सांगतात की, एखाद्या दाताच्या तपासणीवरूनही कुणा एकाच्या आयुष्यातील पाच वर्षं ते सांगू शकतात... अर्थात त्या माणसानं तपासणीसाठी दात शिल्लक ठेवले असतील तर...!

जर दातांची अगदी बारीकसारीक काळजी घेतली गेली तर दातांचा ऱ्हास टळू शकतो; पण वाढतं वय हे मात्र त्याच्या क्रमानं पुढे सरकतं. संधिवात, कंपवात, आणि लहानसहान झटक्यांमुळे दात घासण्यात आणि स्वच्छ करण्यात अडचणी येतात आणि वयोमानाप्रमाणे दातांच्या संवेदना वाहून नेणारे चेतातंतू क्षीण झाल्यानं आपल्या दातांमध्ये खळगे झालेले आहेत आणि हिरड्यांनाही काहीतरी झालंय, हे अगदी त्रासदायक होईपर्यंत लक्षातही येत नाही. सर्वसाधारण आयुष्य जगताना जबड्यांच्या स्नायुपेशी जवळपास त्यातील ४० टक्के आकार आणि वजनही गमावतात आणि खालच्या जबड्याचे स्नायू २० टक्के गमावतात, ते ठिसूळ होतात आणि क्षीण होत जातात. चर्वणाची क्षमता कमी होत जाते आणि माणसं मऊसर अन्नाकडे वळतात, जे सहसा वितंचन रासायनिक प्रक्रियेद्वारे विरजून रूपांतरण होऊ शकणारे कार्बोहायड्रेट म्हणजे शर्करा असते आणि ती दातांमध्ये खळगे करण्यास मदतच करते. औद्योगिकीकरण झालेल्या अमेरिकेतील शहरांमध्ये राहणाऱ्या माणसांमध्ये वयाच्या साठाव्या वर्षांपर्यंत सरासरीनं एक तृतीयांश दातांचा विनाश झालेला दिसून येतो. पंच्याऐंशीनंतर तर चाळीस टक्के लोकांच्या तोंडात दात नसतातच.

जशी आपली हाडे आणि दात मऊ होत जातात, आपलं उरलेलं शरीर मात्र कडक होत जातं. रक्तवाहिन्या, सांधे, मांसपेशी आणि हृदयातील झडपा आणि

अगदी फुप्फुसंही कॅल्शियमचा गाळ जमा करतात आणि कडक होत जातात. सूक्ष्मदर्शक यंत्राखाली शिरा आणि मऊ पेशी पाहिल्यास त्यामध्ये तुम्हाला हाडामध्ये दिसतं, तसंच कॅल्शियम दिसतं. शस्त्रक्रिया करताना तुम्ही जेव्हा वयस्कर लोकांच्या शरीरामध्ये पाहता, महाधमनी आणि इतर मोठ्या शिरा या बोटांनी चाचपून पाहिल्यास थोड्याशा कडकच लागतात. संशोधनानं असं लक्षात आलं आहे की, हाडांच्या घनतेचा ऱ्हास हा खरं तर कोलेस्टेरॉलच्या पातळीपेक्षा धमनीकाठिन्याच्या अ‍ॅथेरोस्क्लेरोटिक आजारांचा निश्चित असा सूचकच असतो. आपण जसं वयस्क होतो, तसं जणू आपल्या हाडाच्या सांगाड्यातून कॅल्शियम शोषलं जातं आणि आपल्या पेशींमध्ये जमा होतं.

मग आपल्या अरुंद आणि कडक झालेल्या रक्तवाहिन्यांमधून वाहणाऱ्या रक्ताचं प्रमाण सारखंच राहण्यासाठी हृदयाला जरा जास्त दाब द्यावा लागतो. त्याचा परिणाम म्हणून आपल्यामधील अर्ध्या लोकांमध्ये वयाची साठी पार करता करता रक्तदाबाचा विकार सुरू होतो. ते रक्त सारखं पुढे जाण्यासाठी आतील रक्ताच्या दाबावर दाब देऊन हृदयाला काम करावं लागत असल्यामुळे हृदय अतिशय जाड आवरणाचं बनत जातं आणि जेव्हा जास्त परिश्रमाची गरज पडते, तेव्हा प्रतिसाद देण्यास ते सक्षम राहत नाही. म्हणूनच वयाच्या तिसाव्या वर्षापासून हृदयाची अत्युच्च कार्यक्षमता कमी होत जाते. माणसं हळूहळू फार धावण्यास असमर्थ ठरतात किंवा जेवढ्या वेगानं पूर्वी धावत होते, तसं धावू शकत नाहीत किंवा धापा टाकल्याशिवाय त्यांना पायऱ्या चढून विमानातही जाता येत नाही.

हृदयाचे स्नायू जसे जाड होत जातात, इतर ठिकाणचे स्नायू पातळ होत जातात. वयाच्या चाळिसाव्या वर्षी मांसपेशींचं वजन आणि क्षमता कमी होण्याचा त्रास सहसा सुरू होतो. वयाच्या ऐंशीव्या वर्षी जवळपास त्याच्या पूर्वीच्या मांसाच्या वजनाच्या पाऊण टक्का वजन कमी झालेलं असतं.

ही सारी प्रक्रिया तुम्ही अगदी तुमच्या हातामध्येही होत असलेली पाहू शकता : हाताचं जवळपास ४० टक्के वजन हे थिनार स्नायूमध्ये असतं. जर तुम्ही एखाद्या वृद्धाचा तळहात, अंगठ्याचा स्नायू काळजीपूर्वक पाहिला; तर तुमच्या लक्षात येईल की, अंगठ्याच्या बुडाचा भाग हा फुगलेला नसून पसरट असतो. साध्या क्ष किरण तपासणीत तुम्हाला रोहिण्यांमध्ये कॅल्शिभवनाचे [कॅल्शिफिकेशन] ठिपके दिसून येतील आणि हाडांची पारदर्शिताही दिसून येईल, जिची घनता वर्षाला जवळपास एक टक्का या प्रमाणामध्ये वयाच्या पन्नासाव्या वर्षापासून घसरत चाललेली आहे. हातामध्ये जवळपास एकोणतीस जोड आहेत, त्यांपैकी जवळपास प्रत्येकच जोड या हाडे ठिसूळ होण्यामुळे ऱ्हासाला लागतो आणि ही गोष्ट त्या जोडाचा वरचा भाग खडबडीत आणि झिजलेला बनवते. जोडांमधील अंतर कमी होतं. तुम्हाला हाड

हाडाला लागलेलं दिसेल. त्या व्यक्तीला जोडाभोवती सूज जाणवते, मनगटाच्या हालचालींची मर्यादा कमी होते, पकड क्षीण होते आणि वेदना होतात. हाताला जवळपास अठ्ठेचाळीस वेगवेगळ्या नावांच्या चेतातंतूंच्या शाखा आहेत. बोटांच्या मऊ तळव्यातील त्वचीय यांत्रिकग्राहीचा [क्युटेनियस मेकॅनोरिसेप्टर्सचा] ऱ्हास स्पर्शाची जाणीव नाहीशी करतो. प्रेरक चेतापेशींचा [मोटार न्यूरॉन्सचा] ऱ्हास हस्तकौशल्य कमी करतो. हस्ताक्षर खराब करतो. हाताचा वेग आणि कंप होण्याची संवेदना कमी करतो. एक चांगला मोबाईल फोन एका छोट्याशा बटनानं वापरणं आणि टच स्क्रिनचा म्हणजे केवळ स्पर्शानं हाताळायच्या दर्शनी भागाचा वापर; हे सगळं व्यवस्थित हाताळणं जमत नाही.

ही अगदी सामान्य बाब आहे. जरी या सगळ्या प्रक्रिया मंदावल्या... जेवण आणि शारीरिक हालचाली वेगळ्या असू शकतात... त्या थांबवल्या जाऊ शकत नाहीत. आपल्या फुप्फुसाची कार्यात्मक क्षमता कमी होत जाते. आपली पचनसंस्था मंदावते. आपल्या ग्रंथी कामं करणं बंद करतात. अगदीच काय पण मेंदूही आकसतो : वयाच्या तिसाव्या वर्षी मेंदू जवळपास तीन पौंड वजनाचा अवयव असतो, जो हाडाच्या कवटीमध्ये अगदी तंतोतंत बसलेला असतो; सत्तराव्या वर्षी, करड्या द्रव्याचा ऱ्हास हा त्याच कवटीमध्ये त्याच्या आजूबाजूला जवळपास एक इंचाची अतिरिक्त पोकळी शिल्लक ठेवतो आणि त्यामुळेच माझ्या आजोबांसारखी वयस्कर मंडळी डोक्याला हलकासा मार बसताच मेंदूच्या रक्तस्रावाला बळी पडतात... कारण मेंदू हा खुळखुळ्यासारखा आतमध्ये हलतच असतो. अगदी सुरुवातीलाच जो भाग आकसतो, तो साधारणपणे मेंदूचा समोरचा भाग... फ्रन्टल लोब, जो निर्णय घेतो आणि नियोजन करतो आणि त्यानंतर आकसतो तो हिप्पोकॅम्पस, जिथं स्मृतींचं नियोजन केलं जातं. त्याचा एक परिणाम म्हणून स्मृती आणि वेगवेगळ्या कल्पना जमवण्याची आणि पेलण्याची... वेगवेगळी कामं अंगावर घेण्याची... ही क्षमता मध्यमवयात जी टोकाची असते, ती हळूहळू कमी होत जाते. प्रक्रिया करण्याचा वेग चाळिशीच्या आतच हळूहळू कमी होत जातो [ज्यामुळेच बहुधा गणितज्ञ आणि भौतिकशास्त्रज्ञ हे त्यांच्या तरुण वयातच जास्त काम करतात]. पंच्याऐंशीव्या वर्षी, कार्यरत स्मृती आणि निर्णयक्षमता या दोन्ही गोष्टी इतक्या क्षीण होतात की, आपल्यापैकी जवळपास ४० टक्के लोकांना आपण 'स्मतिभ्रंश' म्हणतो, त्याचा त्रास होतो.

आपण म्हातारे का होतो, हा विषय जोरदारपणे चर्चा करण्याचा आहे. आपण वयस्कर का होतो; कारण वापरलेल्या शरीराची सरासरीनं झीज होत जाते, असा एक पारंपरिक दृष्टिकोन आहे. नवा दृष्टिकोन असं सांगतो की, वय होत जाणं ही अतिशय जुनी आणि अनुवंशदृष्ट्या नियोजित अशी बाब आहे. या दृष्टिकोनाचा

पाठपुरावा करणारे या गोष्टीकडे लक्ष वेधतात की, एकाच प्रजातीचे प्राणी असणं आणि वापरलेल्या शरीराची होत असलेली झीज स्पष्ट करणं, या दोन वेगळ्या आयुर्मानाच्या बाबी आहेत. कॅनडीयन हंसाचं आयुर्मान हे जवळपास २३.५ वर्षं इतकं आहे; तर राजहंस हा फक्त ६.३ वर्षं जगतो. कदाचित प्राणी हे वनस्पतीप्रमाणे असावेत, त्यांचं आयुष्य किती लांबट असणार, हे आतूनच ठरत असावं. काही प्रजातीचे बांबू... उदाहरणच द्यायचं झालं तर... अगदी दाटीनं उभे राहतात, जवळपास शंभर वर्षं वाढतात, एकाच वेळी सगळ्यांना फुलं येतात आणि नंतर सगळे मरून जातात.

सजीवाला हळूहळू झिजवण्यापेक्षा सरळ त्यांचं कार्यच बंद करण्याच्या कल्पनेला गेल्या काही वर्षांत चांगलं पाठबळ मिळत आहे. आता एका नव्या प्रसिद्ध कृमीवर संशोधन करणाऱ्या सी. इलिगनस् या संशोधकाला (गोल कृमीवर काम करणाऱ्या संशोधनाला एका दशकामध्ये दुसऱ्यांदा नोबेल पुरस्कार दिला गेलाय) त्यातील एक जनुक बदलून एक नवा कृमी तयार करण्यात यश मिळालं आहे, जो मूळ कृमीपेक्षा जवळपास दुप्पट जगतो आणि हळूहळू वयस्क होतो. शास्त्रज्ञांनी आता एका जनुकीय बदलावर संशोधन केलंय; ज्यामुळे फळांवरच्या माशा, उंदीर आणि यीस्ट यांचं आयुर्मान वाढलंय.

हा शोध तर काहीच नाही, या शोधांपैकी एक पुरावा म्हणजे आपलं आयुष्य हे आतमध्येच नियोजित केलेलं असतं, याच्या विरुद्धच आहे. जरा आठवा की, आपल्या लाख वर्षांच्या अस्तित्वापैकी बऱ्याच काळामध्ये...गेल्या फार तर दोनशे वर्षांचा काळ वगळता... मानवाचं सरासरी आयुर्मान हे तीस वर्षं किंवा त्यापेक्षाही कमी आहे. [संशोधन असं सिद्ध करतं की, रोमन साम्राज्याचा सम्राट बनणं, हा साधारण अठ्ठावीस वर्षांच्या आयुर्मानाचा काळ गृहीत धरून आहे.] नैसर्गिक प्रवृत्ती ही वयस्कर न होताच मरण्याची आहे. खरंच, इतिहासामध्ये डोकावून पाहता असं दिसून येतं की, आयुष्याच्या प्रत्येक वयामध्ये मृत्यू हा एक धोका स्वीकारणंच आहे आणि त्याचा खरोखरच वार्धक्याशी प्रामाणिकपणे काहीही संबंध नाही. मॉन्टेननं लिहिल्याप्रमाणे... ज्यानं सोळाव्या शतकाच्या शेवटच्या भागातील आयुष्य पाहिलं आहे... तो लिहितो, 'वयोमानानुसार मरणं ही बाब एक दुर्मीळ, क्वचित सापडणारी आणि अलौकिक अशा मृत्यूची आहे आणि बरेचसे मृत्यू असे नैसर्गिक नसतातच : हे अगदी अंतिम आणि सर्वोच्च असे मरण आहे.' म्हणून जगभरात आज आपलं सरासरी आयुर्मान हे बहुतांशी ऐंशी वर्षांची सीमारेषा ओलांडून पुढे जात आहे, आपण आधीच थोडेसे विलक्षण आहोत; त्यामुळे ठरलेल्या काळापेक्षा अजूनही जास्त काळ व्यवस्थित जगत आहोत. जेव्हा आपण म्हातारपण अभ्यासतो, तेव्हा आपण जे समजून घेण्याचा प्रयत्न करतो, ते हेच की एखाद्या अनैसर्गिक प्रक्रियेप्रमाणेच

सगळं काही नैसर्गिक नाही.

आनुवंशिकतेचा दीर्घ आयुर्मानावर फार थोडा परिणाम होतो, हे लक्षात येतं. जेम्स वॉपेल जो रोस्टाक, जर्मनी येथील 'मॅक्स प्लॅन्क इन्स्टिट्यूट फॉर डेमोग्राफिक रिसर्च'मध्ये काम करतो. तो असं मत नोंदवतो की, सरासरीनं विचार करता तुम्ही किती जगणार आहात, हे तुमच्या आई-वडलांच्या आयुर्मानावरून फक्त ३ टक्केच सांगता येतं; पण त्या अगदी उलट तुम्ही किती उंच होणार, हे तुमच्या आई-वडलांच्या उंचीवरून जवळपास ९० टक्के सांगता येतं. अगदी जनुकीयदृष्ट्या एकसमान असलेल्या जुळ्यांमध्येही आयुर्मानामध्ये बरीच तफावत आढळते : त्यांच्यातला फरक हा जवळपास पंधरा वर्षांपेक्षा जास्त आढळू शकतो.

आपण जेवढी कल्पना करतो, त्यापेक्षाही जर आपली जनुकं कमी माहिती देत असतील; तर आपली पारंपरिक शैलीची 'शरीर वापरलं म्हणून झिजलं' ही प्रतिकृती तरी आपल्याला आहे त्यापेक्षा जास्त माहिती देऊ शकेल. लिओनिड गॅव्हरीलॉव्ह, या शिकागो विश्वविद्यालयातील संशोधकानं असं म्हटलंय की, जशा गुंतागुंतीच्या प्रणाली बंद पडतात, तसा माणूसही बंद पडतो : न ठरवता आणि अगदी हळुवारपणे. जसं अभियंत्यांनी अगदी बऱ्याच काळापासून ओळखलं आहे की, साधी उपकरणं ही जुनाट होत नाहीत. ती अगदी विश्वासार्हतेनं तोपर्यंत काम करत राहतात, जोपर्यंत एखादा अवघड असा त्याचा भाग बंद पडत नाही आणि तो भाग बंद पडला की, सगळी यंत्रणा एका क्षणामध्ये मृत्यू आल्याप्रमाणे बंद पडते. उदाहरणार्थ, किल्लीचं खेळणं हे अतिशय सहजपणे तोपर्यंत काम करतं, जोपर्यंत त्यातलं दातेरी चक्र [म्हणजे गिअर] खराब होत नाही किंवा तऱ्या [म्हणजे स्प्रिंग] तुटत नाही आणि मग त्यानंतर ते पूर्णपणे काम बंद करतं; पण गुंतागुंतीची यंत्रणा... उदाहरणार्थ, ऊर्जानिर्मिती संयंत्र त्यामध्ये अनेक अतिशय गुंतागुंतीचे आणि मजबुतीच्या दृष्टीनं पाहता काहीसे ठिसूळ असे भाग असूनही चालू राहावं लागतं आणि काम करावंच लागतं. अभियंत्यांनी म्हणूनच अशा यंत्रांची रचना ही विविध आणि अनावश्यक अशा थरांमध्ये साकारलेली असते : तेही त्याला आधार देणारी पहिली यंत्रणा आणि त्या यंत्रणेला आधार देणारी दुसरी यंत्रणा वगैरे. ही आधार देणारी यंत्रणा कदाचित पहिल्या घटकांसारखी तेवढी सक्षम नसतेही; पण काही तूटफूट झालेली असतानाही ती यंत्रणा चालू राहण्यासाठी आधार देते. गॅव्हरीलॉव्ह म्हणतो की, आपल्या जनुकांमध्ये जी प्रमाणकं विकसित झालेली आहेत, ती तशीच आहेत जसा माणूस काम करतो. आपल्याकडे एक जास्तीचं वृक्कं आहे, एक जास्तीचं फुप्फुस आहे, एक जास्तीची जननग्रंथी आहे, जास्तीचे दात आहेत. आपल्या पेशीतील डीएनए हे रोजच्या अवस्थांमधून जाताना नेहमीच विनाश पावतं; पण आपल्या पेशीमध्ये बऱ्याच डीएनए दुरुस्तीच्या प्रणाली असतात. जर मूलभूत डीएनए

कायमची विनाश पावली; तर त्याच्या अगदी जवळची, त्याच्यासारखी असणारी दुसरी प्रतिकृती असतेच आणि जर ती पेशीच मृत पावली, तर दुसरी पेशी तिची जागा भरून काढते.

तथापि, जर संकीर्ण प्रणालीमध्ये वारंवार अशा चुका वाढू लागल्या आणि अशी वेळ आली की, एखादा जास्तीचा दोष ही सगळीच कामं कमी करण्यास कारण होऊ शकतो, तर ती अवस्था विकलतेकडे नेणारी असते. अशा गोष्टी ऊर्जानिर्मिती संयंत्र, गाड्या आणि मोठ्या संघटनांमध्ये होतात आणि या गोष्टी सरतेशेवटी आपल्यातही होतात - एक तर खूप सांधे म्हणजे जोड खराब होतात, खूप अशा रोहिण्यांमध्ये कॅल्सिभवन होते. त्याला कुठला आधार नसतो. आपण क्षीण होत जातो, जीर्ण होत जातो आणि तोपर्यंत होत जातो, ज्यापेक्षा अजून क्षीण होणं शक्य नसतं.

हे सगळं आपल्याला भेदरवून टाकणाऱ्या मालिकांच्या मार्गानं होतं. उदाहरणार्थ, केस करडे होतात, कारण अगदी साधं आहे - आपण केसांना रंग देणाऱ्या पेशींना तयार करणं बंद करतो. डोक्याच्या त्वचेमध्ये या रंग देणाऱ्या पेशींचं नैसर्गिक आयुष्य तसं फारच कमी असतं. हे सगळं त्या मूलपेशीवर अवलंबून असतं, जी त्या स्तरांखाली असून तिथून सरकते आणि त्यांना बाजूला हटवते. तथापि, अगदी हळुवारपणे या मूलपेशींचा साठा वापरला जातो. वयाच्या पन्नासाव्या वर्षी त्याचा परिणाम म्हणून सरासरीनं अर्ध्या माणसांचे केस पांढरे झालेले असतात.

त्वचेच्या पेशीमध्ये कार्य करणारी यंत्रणा ही अनावश्यक पदार्थ हळुवारपणे तोडते आणि चोथा एकत्र येऊन त्याची एक बारीकशी, पिवळट तपकिरी गुठळी बनते, जिला लिपोफसिन म्हणतात. वयोमानपरत्वे त्याचे ठिपके त्वचेवर आपण पाहतो. जेव्हा हे लिपोफसिन घामाच्या ग्रंथीमध्ये जमा होते, तेव्हा घर्मग्रंथी काम करू शकत नाहीत, आपण उतारवयामध्ये उन्हाचा तडाखा आणि उन्हाच्या थकव्याला का संवेदनशील असतो, याचं विश्लेषण यावरून मिळतं.

डोळे काही वेगळ्याच कारणांमुळे जातात. डोळ्यांची भिंगं स्फटिकी प्रथिनांपासून बनलेली असतात, जे अतिशय टिकणारे असतात : पण ते रासायनिकरित्या बदलतात आणि तेही अशा पद्धतीनं की, तो त्यातील लवचीकपणा कालमानाप्रमाणे बदलत जातो... म्हणून बहुतांश लोकांमध्ये वयाच्या चाळिसाव्या वर्षी दूरदृष्टीतासारखा दोष दिसून येतो. ही प्रक्रिया हळुवारपणे भिंगाला पिवळं करत जाते. अगदीच मोतीबिंदू नसला तरी [भिंगावर येणारा पांढुरकेपणा हा वयानुसार, अतिनीलकिरणांशी सतत संपर्क, कोलेस्टेरॉलची वाढ, मधुमेह आणि सिगारेट ओढण्यामुळे होतो] दृष्टिपटलावर एकूण प्रकाश हा साठाव्या वर्षी अगदी निरोगी असतानाही विसाव्या वर्षीच्या एक तृतीयांशच असतो.

मी फेलिक्स सिल्व्हरस्टोनशी बोललो, जो न्यू यॉर्कमधल्या पार्कर इन्स्टिट्यूटमध्ये जवळपास पंचवीस वर्षं एक वरिष्ठ वार्धक्यतज्ज्ञ होता आणि ज्यानं वाढत्या वयावर जवळपास शंभर संशोधन प्रबंध लिहिलेले आहेत. त्यानं मला सांगितलं, "एखाद-दुसऱ्या नाही, सर्वच पेशींच्या प्रक्रिया या वयस्क व्हायला लागतात." आपली शरीरं लिपोफसिन आणि प्राणवायुविरहित झालेला मूलभूत कचरा गोळा करतात, डीएनएचं उत्परिवर्तन होतं आणि सूक्ष्म पेशींमध्ये अनेक अडथळे निर्माण होतात. ही सारी प्रक्रिया अतिशय सावकाश आणि निर्दयपणे चालू असते.

मी सिल्व्हरस्टोनला विचारलं, "मग वार्धक्यतज्ज्ञांनी या वयस्कर होण्याच्या प्रक्रियेसाठी काही पुनरुत्पादनाचा वेगळा असा मार्ग शोधला आहे का?"

"नाही ", त्यानं सांगितलं, "आमच्याच ठिकऱ्या उडतात."

हे म्हणजे तसं... किमान सांगण्यापुरतं तरी... लोकांना आवाहन करण्यासाठीचं माहितीपत्रक नाही. लोकांना अर्थातच त्यांच्या म्हातारपणावरच्या, जराजर्जरतेवरच्या विषयांची चर्चा टाळणं आवडतं. वाढत्या वयावर प्रचंड खपाची किमान डझनभर पुस्तकं तरी बाजारामध्ये आहेत; पण त्यांची नावं साधारण अशी आहेत... यंगर नेक्स्ट इयर, द फाउंटन ऑफ एज, एजलेस किंवा माझे आवडते... द सेक्सी इयर्स. अजूनही वास्तवापासून आपले डोळे दूरच राहावेत, असंच सारं आहे. आपण या धारणेपासून आपल्याला दूर ठेवतो की, आपल्याला एका समाजाप्रमाणे करायचं आहे आणि आपण स्वत:ला अशा सुसंधींपासून दूर ठेवतो, ज्या आपल्या भल्यासाठी वार्धक्याकडे जाण्याचा आपला वैयक्तिक अनुभव बदलण्यासाठीच आहेत.

वैद्यकीय क्षेत्रातील शोधांनी जसं आपलं आयुर्मान वाढवलं आहे, त्याची परिणती म्हणून आपण जगण्याचं चौकोनीकरण केलं, असं म्हणता येईल. मानवी इतिहासाच्या बहुतांश भागामध्ये समाजाची लोकसंख्या ही एक पिरॅमिड तयार करते : त्याचा मोठा भाग तरुणांनी बनतो... जो पाया असतो... आणि टप्प्याटप्प्यानं वयस्क मित्रमंडळी हे त्या पिरॅमिडच्या निमुळत्या भागाचं प्रतिनिधित्व करतात. १९५० मध्ये अमेरिकेच्या लोकसंख्येच्या जवळपास ११ टक्के भाग हा पाच वर्षांपेक्षा कमी वयाच्या मुलांनी व्यापला होता, पंचेचाळीस ते एकोणपन्नास वयाच्या प्रौढांनी ६ टक्के भाग घेतला होता आणि १ टक्का लोकसंख्या ही ऐंशी वर्षं वयाच्या वर होती. आज आपल्याकडे पाच वर्षं वयाच्या मुलांइतकेच पन्नास वर्षांचे प्रौढही आहेत. येत्या तीस वर्षांमध्ये, ऐंशी वर्षांच्या वर बरीच माणसं असतील, जशी पाच वर्षांपेक्षा कमी असतील. सगळ्या औद्योगिकीकरण झालेल्या देशांमध्ये हीच रीत आता रूढ झालेली दिसून येते.

काही मोजके समाज या नव्या लोकसंख्याशास्त्राच्या कचाट्यात सापडले

आहेत. आपण निवृत्तीचं वय पासष्ट वर्षं या संकल्पनेला कवटाळून बसतो... जेव्हा पासष्ट वर्षांवरची मंडळी लोकसंख्येच्या अतिशय कमी प्रमाणामध्ये असतात, तेव्हा ही संकल्पना अगदी सयुक्तिक अशी आहे; पण वरचेवर ती असमर्थनीय होतेय कारण ती संख्या आता जवळपास २० टक्क्यांपर्यंत होत आहे. एका मोठ्या नैराश्यातून लोक इतर वेळी ठेवतात, त्यापेक्षा आता स्वत:च्या वार्धक्यासाठी म्हणून बचतीमध्ये फारच कमी रक्कम टाकत आहेत. फार वृद्ध असलेल्या लोकांपैकी जवळपास निम्मी मंडळी आता त्यांच्या जोडीदाराशिवाय जगत आहेत आणि आता आपल्याला पहिल्यापेक्षा फारच कमी मुलं आहेत, तरीही अद्याप आपण नैतिकदृष्ट्या यावर अजिबात विचार केलेला नाही की, आपण उरलेलं आयुष्य कसं घालवणार आहोत?

या काळजीसोबतच आणखी फारच कमी ओळखू आलेली बाब म्हणजे औषधानं त्या बदलाचं आकलन होणं फारच संथ केलंय किंवा त्या ज्ञानाचा उपयोग करणंही फार संथ केलंय; जे ज्ञान म्हातारपण जरा बरं जाण्यासाठी काय करता येईल, या गोष्टीला जबाबदार असतं. जरी वयस्क लोकसंख्या वेगानं वाढत चाललीय, तरी प्रशिक्षित आणि मान्यताप्राप्त अशा वार्धक्यतज्ज्ञांची संख्या वैद्यकीय व्यावसायिकांमध्ये फारच कमी झालीय, म्हणजे अमेरिकेमध्ये तर १९९६ ते २०१० च्या दरम्यान ती २५ टक्क्यांनी घटली आहे. प्रौढांच्या प्राथमिक सुरक्षेच्या औषधांचं प्रशिक्षण कार्यशाळेतील उपयोजन अक्षरश: कोसळलं आहे; याउलट प्लास्टिक सर्जरी आणि क्ष किरण विभागाचं उपयोजन अगदी नोंद करावी इतक्या भरगच्च संख्येत आहे. काही भाग पाहता, हे सारं पैशांच्या प्रमाणात मोजलं जातं... वयस्क आणि प्रौढांच्या प्राथमिक सुरक्षेतून मिळणारं उत्पन्न अतिशय कमी असतं आणि दुसरा भाग बघता, हे आपण मान्य करू किंवा ना करू; पण बऱ्याच डॉक्टरांना उगाच वृद्धांवर उपचार करून त्यांची काळजी घेत बसणं आवडत नाही.

"व्यवसायामध्ये अगदी मुख्य प्रवाहामध्ये असणारे डॉक्टर 'वार्धक्यतज्ज्ञ' या विषयापासून दूर झाले आहेत आणि त्यामुळेच उगाच जुनाट म्हाताऱ्यांवर काम करत बसायला त्यांच्याकडे तो विभागच नाही." फेलिक्स सिल्व्हरस्टोन, जो वार्धक्यतज्ज्ञ आहे, त्यानं मला विश्लेषण करून सांगितलं, "हा म्हातारा बहिरा आहे. या म्हाताऱ्याला कमी दिसतं. या म्हाताऱ्याची स्मृतीही बऱ्याच अंशी कमी आहे. या म्हाताऱ्यासोबत राहताना तुम्हालाही तुमचा वेग कमी करावा लागतो, कारण तुम्ही जे काय बोलता किंवा विचारता हे तो पुन:पुन्हा विचारतो आणि या वयस्क व्यक्तीला कुठली मुख्य अशी एखादी तक्रार नसते... तर या म्हाताऱ्याला किमान पंधरा तरी वेगवेगळ्या तक्रारी असतात. आता तुम्ही या जगामध्ये अशा सगळ्या गोष्टींना कसं काय तोंड देणार आहात? तुम्ही हतबल होता. शिवाय, त्यांपैकी अनेक गोष्टी या

त्याला वयाच्या पन्नाशीपासून किंवा त्यापेक्षाही जुन्या असतात. त्याच्या पन्नाशीपासून असलेल्या कुठल्याही गोष्टीला तुम्ही दुरुस्त करू शकणार नसता. त्याला रक्तदाबाचा विकार असतो. त्याला मधुमेह असतो. त्याला संधिवातही असतो. या अशा कुठल्याच गोष्टीची काळजी घेण्यात काहीही विशेष नसते.''

तथापि, त्यातही एक कौशल्य आहेच, म्हणजे तज्ज्ञ व्यावसायिकांचा एक विकसित भाग! एखादा त्यांच्या या साऱ्या तक्रारी कदाचित दूर नाही करू शकणार; पण त्या त्रासाचं व्यवस्थापन तर करू शकतो. मलाही हे तेव्हा कळलं, जेव्हा मी माझ्या रुग्णालयाच्या वार्धक्य विभागात गेलो आणि तिथले डॉक्टर नेमकं काय करतात, हे पाहिलं. हे काम करणारे तज्ज्ञ त्यात कसे समरस असतात आणि ते आपल्या सगळ्यांसाठी किती गरजेचं आहे, हे तेव्हा कळलं.

वृद्धांसाठी असणारे दवाखाने... किंवा माझं स्वतःचं रुग्णालय, म्हणजे सेंटर फॉर ओल्डर ॲडल्ट हेल्थ [हे रुग्णालय जरी ऐंशी वर्षांच्या किंवा त्यापेक्षा जास्त वयाच्या रुग्णांसाठी सुरू केलंय, तरी रुग्णांची त्याकडे बघण्याची दृष्टी वार्धक्य विभाग किंवा वयस्कांचा विभाग अशीच आहे]... हे माझ्या शल्यक्रिया विभागाच्या एक मजलाच खाली आहे. मी त्याच्या बाजूनं गेल्या कित्येक वर्षांपासून चालत येत असतो आणि मी क्षणभरही त्याच्यासाठी विचार केल्याचं मला कधी आठवत नाही. एके दिवशी सकाळी मी जेव्हा खाली जात होतो, तेव्हा मी तिथल्या रुग्णांची परवानगी घेऊन तिथल्या मुख्य वार्धक्य तज्ज्ञासोबत, ज्यूर्गन ब्लदाऊसोबत काही रुग्ण पाहण्यासाठी बसलो.

''आज काय होतंय म्हणून आलात?'' डॉक्टरांनी जीन गॅव्रिलसला विचारलं, ती त्यांची सकाळची पहिलीच रुग्ण होती. ती जवळपास पंचाऐंशी वर्षांची होती. छोटे छोटे कापलेले कुरळे पांढरे केस, काचेचा अंडाकृती चश्मा, फिक्या जांभळ्या रंगाचा व्यवस्थित स्कर्ट आणि एक गोड हास्य. छोटीशी पण अतिशय दणकट दिसत होती. ती सरळ चालत आली होती. तिची पर्स आणि तिचा कोट हाताभोवती दिसत होता, तिची मुलगी तिच्या मागेमागे येत होती. तिचे जांभळ्या रंगांचे बूट वगळता तिला कोणत्याही आधाराची गरज वाटत नव्हती. तिनं सांगितलं की, ''माझ्या डॉक्टरांनी मला डॉक्टरांकडे जा असं सांगितलं म्हणून मी आले.''

''काही विशेष गोष्टीसाठी पाठवलंय का?'' अशी डॉक्टरांनी विचारणा केली.

तिचं उत्तर 'हो' आणि 'नाही' असं दोन्हीही वाटत होतं. पहिली गोष्ट तिनं सांगितली; ती म्हणजे तिला कंबरदुखीचा त्रास आहे, जो अनेक महिन्यांपासून जाणवतोय, ज्याच्यामुळे तिच्या पायांतही चमक येते आणि तिला त्यामुळे अंथरुणातून किंवा खुर्चीतून उठणं अवघड जातं. तिला संधिवाताचा भयंकर त्रास होता आणि तिनं

तिचं बोट आम्हाला दाखवल्यानंतर दिसलं की, ते बुडाशी सुजलेलं होतं आणि पुढे मात्र वाकडं झालेलं दिसत होतं, ज्याला 'स्वॅन नेक डिफॉर्मिटी' म्हणजे हंसाच्या मानेप्रमाणं वाकडं असण्याचं व्यंग म्हणतात. जवळपास एका दशकापूर्वीच तिनं तिच्या गुडघ्यांची हाडे बदलून घेतली होती. तिला उच्च रक्तदाबाचा विकार होता, "मी तणावमुक्त आहे..." ब्लदाऊच्या हाती तिची औषधाची चिठ्ठी देण्यापूर्वी ती म्हणाली. तिच्या डोळ्यांत काचबिंदू झालेला दिसत होता आणि दर चार महिन्यांनंतर तपासणी करण्याची गरज होती. मला कधीही लघवीचा त्रास होत नव्हता, असं तिनं सांगितलं; पण नंतर मी पॅड घेणं सुरू केलंय, हे तिनं मान्य करून टाकलं. तिनं लहान आतड्याला झालेल्या कर्करोगासाठी शस्त्रक्रियाही करून घेतली होती आणि सांगायचं झालं, तर तिच्या फुप्फुसामध्ये आता एक छोटीशी गाठ दिसून आली होती, जी क्ष किरणांनी तपासल्यावर असं सांगण्यात आलं होतं की, ती पुढेमागे घातक ठरू शकत होती, त्यासाठी तिचा थोडासा तुकडा काढून त्याची तपासणी करणं गरजेचं आहे.

ब्लदाऊनं तिला तिच्या आयुष्याविषयी विचारलं आणि त्यामुळे मला माझ्या सासरी ॲलिसची पहिली भेट झाल्यावर ती जगलेल्या आयुष्याची जी माहिती झाली होती, त्याची आठवण झाली. गॅब्रिलसननं सांगितलं की, 'मी एकटीच राहते.' सोबत यॉर्कशायर कुत्रा होता. ती बोस्टनमधल्या वेस्ट रॉक्सबरी भागामध्ये एक कुटुंब राहील, अशा एका छोट्या घरात एकटीच राहत होती. तेवीस वर्षांपूर्वीच तिचा नवरा फुप्फुसाच्या कर्करोगानं मरण पावला होता. ती गाडी चालवत नव्हती. तिला एक मुलगा होता, जो तिच्याच भागामध्ये राहायचा; तिच्यासाठी आठवड्यातून एकदा सगळा बाजारहाट करायचा आणि रोजच ती कशी आहे, हे बघायला यायचा... "फक्त मी जिवंत आहे की नाही, हे बघायला येतो." तिनं विनोद केला.

तिचा दुसरा मुलगा आणि दोन मुली दूर कुठेतरी राहायच्या; पण शक्य तेवढी मदत करायच्या. नाही तरी ती स्वत:ची अगदी उत्तम काळजी घ्यायची. ती तिचा स्वत:चा स्वयंपाक करायची, घर स्वच्छ ठेवायची. ती तिची औषधं आणि त्याची बिलंही भरायची.

"माझी स्वत:ची अशी एक पद्धत आहे," ती म्हणाली.

तिचं शिक्षण हायस्कूलपर्यंत झालं होतं आणि दुसऱ्या विश्वयुद्धामध्ये ती चार्ल्सटाउन नेव्ही यार्डमध्ये मनोरंजनाचं काम करायची. बोस्टनमधल्या गावठाणामध्ये जॉर्डन मार्श डिपार्टमेंट स्टोअरमध्येही तिनं काम केलं होतं; पण ते फार पूर्वी केलं होतं. आता ती घरीच होती; सोबत तिचं अंगण, तो भयंकर कुत्रा आणि जेव्हा भेटीला येईल, तेव्हा कुटुंबही असे.

डॉक्टरांनी तिला तिच्या दिवसभराच्या कामकाजाविषयी जरा विस्तृत विचारलं.

रोज सकाळी पाच ते सहाच्या दरम्यान उठते, असं तिनं सांगितलं... यापेक्षा जास्त झोपेची गरज आहे, असं तिला वाटत नसे. तिच्या पाठीच्या दुखण्यानं परवानगी दिली की, ती अंथरुणातून बाहेर पडत असे, मग शॉवर घेत असे आणि मग कपडे करत असे. खालच्या मजल्यावर येऊन ती तिची औषधं घेत असे, मग कुत्र्याला खाऊ घाले आणि नाश्ता घेई. ब्लदाऊनं तिला, आज काय नाश्ता केला, हे विचारलं. तिनं धान्यापासून बनवलेला कुठलासा पदार्थ आणि केळी असं सांगितलं. तिला केळी आवडत नसत; पण तिला पोटॅशियम मिळण्यासाठी ते आवश्यक आहे, असं कुणीतरी सांगितल्याचं तिनं ऐकलं होतं, म्हणून तिला ते केळी खाणं थांबवण्याची भीती वाटायची. नाश्त्यानंतर ती अंगणामध्ये तिच्या कुत्र्याला फिरवण्यासाठी घेऊन जायची. मग रोजची कामधामं करायची, म्हणजे कपडे धुणं, स्वच्छता आणि इतर काही. सकाळ संपता संपता ती 'द प्राइज इज राइट' बघण्यासाठी थोडा वेळ काढायची. दुपारच्या जेवणाला एक सँडविच आणि संत्र्याचा रस घ्यायची. जर हवामान चांगलं असेल तर ती दुपारी अंगणातच बसायची. तिला बागेत कामं करायला आवडायचं, पण तिच्याच्यानं ते व्हायचं नाही. दुपार जरा कंटाळवाणी जायची. मग ती अजून काही घरकाम काढायची किंवा थोडीशी झोप काढायची किंवा कुणाशी फोनवर बोलायची. अखेर ती रात्रीच्या स्वयंपाकाला लागायची... एखादं सॅलड आणि उकडलेला बटाटा किंवा फेटलेलं अंडं. रात्री ती रेड सॉक्स किंवा पॅट्रियॉट किंवा कॉलेज बास्केटबॉल पाहायची... तिला खेळात फारच रस होता. मध्यरात्रीपर्यंत ती झोपायची.

ब्लदाऊनं तिला चेकअप टेबलवर झोपायला सांगितलं. तिनं वर चढण्यासाठी बरीच धडपड केली, चढताना तिचा तोल जात होता; डॉक्टरांनी आधारासाठी तिचा खांदा धरला. त्यानं तिचा रक्तदाब मोजला, तो अगदी सामान्य होता. त्यानं तिच्या डोळ्यांची, कानांची आणि आऽ करायला लावून तोंडाचीही तपासणी केली. त्यानं स्टेथॉस्कोपनं तिच्या फुफ्फुसाच्या आणि हृदयाच्या आवाजाची काळजीपूर्वक तपासणी केली. तिच्या हातांची तपासणी करता करता तो हळुवारपणे खाली बसला. तिची सगळी नखं अगदी व्यवस्थित कापलेली होती.

"नखं कोण कापून देतं?" त्यानं विचारलं.

"मीच..." गॅव्रिलस म्हणाली.

मी प्रयत्नपूर्वक विचार करत होतो की, या भेटीतून असं काय मोठं सिद्ध झालं? तिच्या वयाच्या मानानं ती अतिशय उत्तम शारीरिक अवस्थेमध्ये होती; पण तरीही तिनं वाढता संधिवात आणि लघवीचा त्रास ते थेट लहान आतड्याचा कर्करोग इथपर्यंत सगळ्या गोष्टींना तोंड दिलंच होतं. त्यावरून माझ्या असं लक्षात आलं की, फक्त पंचेचाळीस मिनिटांच्या भेटीमध्ये ब्लदाऊनं सुरुवातीपासून सगळं तपासून

अगदी सगळ्या मोठ्या प्रभावी अशा धोकादायक आजारावर [म्हणजे संभाव्य घातक कर्करोग] किंवा तिला जो सगळ्यात त्रासदायक [पाठदुखी] आहे, त्यावर तातडीनं येणं अत्यंत गरजेचं आहे. त्यानं कुठल्या एका प्रश्नावर अगदी सगळं काही विचारलं नाही. त्याऐवजी त्यानं तिचे पाय पाहून तपासणी संपवली.

"ते खरंच गरजेचं आहे का?" त्यानं जेव्हा तिला बूट आणि मोजे काढायला सांगितलं, तेव्हा विचारलं.

"होय." तो म्हणाला. ती गेल्यावर त्यानं मला सांगितलं, "तुम्ही रुग्णांचे पाय तपासणं गरजेचं आहे." त्यानं बो वगैरे लावलेल्या एका माणसाचं वर्णन केलं, जो त्याच्या पायांची तपासणी करेपर्यंत अतिशय स्वच्छ, टापटिपीचा आणि तंदुरुस्त वाटत होता : तो पायांना स्पर्श करण्यासाठी वाकूही शकत नसे आणि कित्येक आठवड्यांपासून त्यानं त्याकडे लक्षही दिलं नव्हतं, त्या माणसाचं पायांकडे दुर्लक्ष आहे आणि ते अतिशय घातक आहे, हे सूचित करत होते.

गॅव्रिलसला तिचे बूट काढायला भरपूर त्रास झाला आणि तिचं ते धडपडणं पाहून ब्लदाऊ तिच्या मदतीसाठी पुढे सरसावला. जेव्हा त्यानं तिचे मोजेही काढले, तेव्हा तिचे पाय एकेक करून हातात घेतले. अगदी इंच न इंच तपासले... तळवा, बोटे, बोटांमधली जागा, वगैरे. मग त्यानं पुन्हा तिला मोजे आणि बूट घालायला मदत केली आणि तिला आणि तिच्या मुलीला त्याची बिलं वगैरे दिली.

ती अतिशय चांगलं लक्ष देत होती, त्यानं सांगितलं. ती बुद्धीनं अतिशय तल्लख आणि शरीरानं मजबूत होती. तिच्याजवळ जे काही आहे, तेच गमावण्याची तिला भीती वाटत होती. तिला ज्या एका गोष्टीची भीती वाटत होती, ती फुफ्फुसातल्या गाठीची किंवा पाठदुखीची नव्हतीच. ती होती पडण्याची. प्रत्येक वर्षी ३,५०,००० अमेरिकन पडतात आणि त्यांचं कमरेचं हाड मोडतं. त्यांच्यापैकी ४० टक्के शुश्रूषागृहामध्ये पडून राहतात आणि २० टक्के आयुष्यात पुन्हा कधीही चालूही शकत नाहीत. असं पडण्यामागे असणारी तीन महत्त्वाची प्राथमिक कारणं म्हणजे संतुलन चांगलं नसणं, दिवसातून चारपेक्षा जास्त प्रकारची औषधं घेणं आणि मांसपेशीतील विकलता. वयस्कर माणसांच्या बाबतीत ही तीन धोकादायक कारणं वगळता दरवर्षी पडण्याची शक्यता १२ टक्के जास्त असते. ज्यांमध्ये ही तीन कारणं धोकादायक असतात, त्यांच्या बाबतीत १०० टक्के जास्त शक्यता असते. गॅव्रिलसकडे त्यांपैकी दोन कारणं होतीच. तिचं संतुलन तसं चांगलं नव्हतंच. तरी तिला चालण्यासाठी वॉकरची गरज नव्हती. त्यानं ती आली, तेव्हाच तिच्या फेंगड्या पायांनी चालत येण्याची नोंद घेतली होती. तिचे पाय सुजलेले होते. तिच्या पायांच्या बोटांची नखं काढलेली नव्हती. बोटांमध्ये बारीकसारीक जखमा होत्या. तिच्या पायांच्या टाचांना गोलसर घट्टे पडले होते.

तिला दिवसभरातून पाच औषधं घ्यावी लागत. अर्थात प्रत्येक औषध तिच्यासाठी महत्त्वाचं आणि फायद्याचंच होतं; पण सगळ्यांचा मिळून एक दुष्परिणाम म्हणून कदाचित चक्कर येऊ शकत होती. भरीत भर म्हणजे रक्तदाब नियंत्रित ठेवण्याच्या एका औषधामध्ये लघवी साफ होण्याचंही औषध होतंच आणि ती फार कमी पाणी पिते हे दिसून येत होतं; त्यामुळेही शरीरातील पाण्याचं प्रमाण कमी होणं आणि जास्त चक्कर येणं, हे होऊ शकत होतं. ब्लदाऊनं जेव्हा तिची जीभ तपासली तेव्हा ती हाडाप्रमाणे कोरडी-रखरखीत असल्याचं दिसून येत होतं.

विशेषत्वानं तिच्या मांसपेशीमध्ये कुठलाही अशक्तपणा जाणवत नव्हता आणि ही बाब चांगली होती. ती जेव्हा खुर्चीमधून उठली, तेव्हा त्याच्या लक्षात आलं की, तिनं उठण्यासाठी आधार देण्यासाठी हाताचा वापर केला नाही. ती सरळ उठली... ही मांसपेशीतील क्षमता उत्तम राखल्याचीच खूण होती. तिनं जे दिवसभराचं विस्तृत वर्णन केलं होतं, त्यावरून तरी ती तिची क्षमता व्यवस्थित राखण्यासाठी चांगल्या उष्मांकाचं अन्न घेत नव्हती, हे दिसून येत होतं. ब्लदाऊनं 'तुझ्या वजनामध्ये काही फरक पडला का,' अशी विचारपूस केली तेव्हा तिनं कबूल केलं होतं की, गेल्या सहा महिन्यांमध्ये तिच्या वजनामध्ये जवळपास सात पौंडांची घट झाली होती.

'कुठल्याही डॉक्टरांचं महत्त्वाचं काम म्हणजे... चांगल्या गुणवत्तेच्या जगण्याला मदत करणं', हे ब्लदाऊनं मला सांगितलं ...ज्यावरून त्याला या दोन गोष्टी सिद्ध करायच्या होत्या : आजारानं जे काही नुकसान होतं, त्यापासून मुक्तता मिळणं आणि जगात चांगलं कामकाज करण्यासाठी, कृतिशील राहण्यासाठी पुरेशी ऊर्जा मिळणं. बरेचसे डॉक्टर फक्त आजारांवर उपचार करतात आणि बाकीचं सगळं काही आपोआप भरून येईल, असा विश्वास ठेवतात आणि हे जर होत नसेल तर... रुग्ण जर अशक्त होत चालला असेल आणि शुश्रूषागृहाच्या दिशेनं त्याची वाटचाल होत असेल तर ...असो, हा काही वैद्यकीय क्षेत्राचा प्रश्न नाही, हो की नाही?

असं असलं, तरी वार्धक्यतज्ज्ञासाठी हा वैद्यकीय उपचाराचाच भाग आहे. माणसं त्यांच्या शरीराला आणि त्यांच्या मनाला वयस्कर होण्यापासून थांबवू शकत नाहीत, पण त्याचं सहज व्यवस्थापन कसं होईल आणि त्यातील काही वाईट परिणाम टाळता येतील, यासाठी मार्ग मात्र आहे. म्हणून ब्लदाऊनं गॅब्रिलसला पेडियाट्रिस्टकडे म्हणजे पायांवर उपचार करणाऱ्यांकडे पाठवलं, ज्याच्याकडे किमान चार आठवड्यांतून एकदा आपल्या पायांची उत्तम निगा राखण्यासाठी तिनं जावं, असं त्याचं मत होतं. त्यानं तिची औषधं पाहिलीच नाहीत, जी तो बंदच करू शकत होता; पण त्यातल्या त्यात त्यानं रक्तदाबासोबतचं लघवी साफ होणारं औषध मात्र बंद केलं, जे तिच्या शरीरातील पाण्याचं प्रमाण कमी करू शकत होतं. त्यानं तिला

दिवसातून अजून एकदा नाश्ता घेण्याचा सल्ला दिला. कमी ऊर्जा देणारे आणि कमी कोलेस्टेरॉलचे पदार्थही ती घराबाहेर जाऊन खाऊ शकत होती आणि कुणी कुटुंबातील किंवा मित्र कंपनीपैकी सोबत असल्यास त्यालाही घेण्याचा सल्ला दिला. "एकट्यानं जेवणं हे काही फार उत्साह वाढवणारं नसतं." तो म्हणाला आणि त्यानं तिला पुन्हा एकवार तीन महिन्यांनंतर बोलावलं, ते हे पाहण्यासाठी की त्याचं नियोजन बरोबर आहे की नाही.

एका वर्षानंतर, मी स्वत: ग्रॅविलसला आणि तिच्या मुलीला पाहिलं. तिनं शहाऐंशीवं वर्ष ओलांडलं होतं. ती व्यवस्थित खातपीत होती आणि एखाद-दुसरं पौंड वजन वाढलंही होतं. ती अजूनही आरामशीर आणि तिच्या स्वत:च्या घरामध्ये स्वतंत्रपणे जगतेय आणि मुख्य म्हणजे एकदाही पडली नाही.

मी ज्यूर्गन ब्लदाऊ किंवा जीन ग्रॅविलसला भेटलो, त्याच्या बऱ्याच आधीपासून ॲलिसचं पडणं सुरू झालं होतं आणि ज्या काही गोष्टी घडण्याची शक्यता वाटत होती, त्याच सुरू झाल्या होत्या. मी काय किंवा घरातलं दुसरं कुणी काय, कुणालाच तिचं पडणं म्हणजे एक मोठी धोक्याची घंटा आहे, असं वाटलं नव्हतं किंवा असा एखादा लहानसा बदलही कदाचित तसाच काही काळ राहू शकतो, तिच्या स्वतंत्रतेवर आणि तिच्या जगण्यावर परिणाम घडवू शकतो, असं वाटलं नव्हतं. कदाचित तिच्या डॉक्टरांच्याही हे कधीच लक्षात आलं नाही; त्यामुळे या गोष्टी तशाच गंभीर होत गेल्या.

पुढची घटना घडली ती पडण्याची नव्हती, तर कार अपघाताची होती. तिची शेव्ही इम्पाला तिच्या घरासमोरच्या रस्त्यातून काढून ती समोरचा हमरस्ता अगदी नियंत्रणाबाहेर ओलांडून गेली आणि तिच्या शेजारच्या घराच्या कुंपणावर लावलेल्या झुडपांवर जाऊन आदळेपर्यंत ती थांबलीच नाही. कुटुंबाचं असं मत होतं की, तिनं ब्रेकऐवजी ॲक्सिलरेटरवर पाय दाबून ठेवला होता. ॲलिसचं असं म्हणणं होतं की, ॲक्सिलरेटर घट्ट बसलं होतं. तिचं असं मत होतं की, 'मी एक चांगली चालक आहे आणि कुणी जर हा दोष माझ्या वयाचा आहे, असं म्हणत असेल तर मी या कल्पनेला उडवून लावेन.'

शरीर द्राक्षाच्या वेलीप्रमाणे वाकलं. दिवसेंदिवस हे बदल लक्षात न येण्यासारखे असू शकतात. तुम्ही ते स्वीकरता. मग काहीतरी घडतं, जे सरतेशेवटी स्पष्ट करतं की, गोष्टी त्याच राहिलेल्या नाहीत. पडण्यानं हे केलं नाहीये. कारच्या अपघातानं हे केलं नाहीये. उलट तो एक घोटाळा होता, ज्यामुळे हे घडलं होतं.

कार अपघातानंतर लगेच काही दिवसांनी ॲलिसनं दोन माणसांना अंगण आणि झाडांची कामं करण्यासाठी मजुरीवर काम करण्यास बोलावलं. त्यांनी योग्य त्या

भावात सगळं काम करण्याचं कबूल केलं; पण तिच्याकडे एका वेगळ्या अपेक्षेनं पाहिलं. जेव्हा त्यांनी काम पूर्ण केलं, ते तिला म्हणाले की, ती त्यांचं जवळपास एक हजार डॉलर्स देणं लागते. ती नाराज झाली. ती अतिशय काळजीपूर्वक वागणारी होती आणि पैशांचे व्यवहार अतिशय काळजीपूर्वक करणाऱ्यांपैकी होती; पण ते चिडले आणि तिला धमकावू लागले आणि सरतेशेवटी तिनं चेक लिहून दिला. तिला धक्का बसला होता; पण ती गोंधळलीही होती आणि त्यामुळे तिनं कुणालाही त्याविषयी काही सांगितलं नाही. हा गोंधळ आपण लपवू शकू, असं तिला वाटलं. एक-दोन दिवसांनंतर, ते जरा सायंकाळ सरता सरता आले आणि तिला अजून पैसे मागू लागले. तिनं त्यांच्यासोबत बराच वाद घातला; पण शेवटी त्यांनी पुन्हा एकदा तिच्याकडून चेक घेतलाच. आता सगळी मिळून रक्कम गेली होती जवळपास सात हजार डॉलर्सवर. तरीही तिनं पुन्हा कुणाला काहीही सांगितलं नाही. तथापि, तिच्या शेजाऱ्यांनी तिच्या घराच्या पायऱ्यावर मोठमोठ्यानं बोलण्याचा आवाज ऐकला होता आणि त्यांनी पोलिसांशी संपर्क साधला.

ती माणसं गेली आणि पोलीस आलेच. एका पोलिसानं ॲलिसची जबानी लिहून घेतली आणि पुढे तपास करण्याचं आश्वासन दिलं. अजूनही नेमकं काय घडलं, हे पोलिसांना सांगण्याची तिची इच्छा नव्हती; पण हा त्रासदायक प्रकार आहे, हे तिला माहीत होतं आणि शेवटी तिनं माझ्या सासऱ्यांना जिमला सारं काही सांगितलं.

त्यानं त्या शेजाऱ्यांशी चर्चा केली, ज्यांनी पोलिसात तक्रार केली होती. त्यांनी त्या वेळी तिची काळजी वाटत होती, हेही सांगितलं. तिनं आता एकटं राहणं जरा अवघडच जाणार होतं. ही एक घटना होती आणि तिची इम्पाला झुडपाला धडकली ही दुसरी होती. अजून एक गोष्ट त्यांच्या लक्षात आली, ती म्हणजे साध्या साध्या गोष्टी सांभाळणं म्हणजे पार कचरा टाकण्यापासून ते नियंत्रण ठेवण्यापर्यंत तिला किती कठीण जातंय.

पोलिसांनी त्या घोटाळा करणाऱ्या दोन कलाकारांना पकडून आणलं आणि मोठ्या लूटमारीच्या अपराधाखाली जेरबंद केलं. त्या माणसांवर गुन्हा सिद्ध झाला आणि त्यांना कैदेत ठेवण्यात आलं, जी बाब ॲलिससाठी समाधान देणारी होती; पण या सगळ्या घटना घडत असताना आणि तिचं असं सहज कुठल्याही गोष्टीला बळी पडणं चालूच असताना, आयुष्य उरलेलं असताना आणि त्यात रेंगाळणं चालू असतानाही त्याऐवजी तिच्याजवळ जे काही तिला आपलंसं वाटणारं होतं, ते तिला मागे ठेवावं लागत होतं.

ते लुटारू पकडले गेल्यानंतर काही दिवसांनी लगेच जिमनं असा सल्ला दिला की, त्यानं आणि ॲलिसनं कुठेतरी वृद्धाश्रम शोधण्यास जावं. हे फक्त त्यांना काय

आवडतं आणि काय नाही, हे पाहण्यासाठी आहे, असं तो म्हणाला; पण याची चांगली सोय कुठे आहे, हे त्यांना दोघांनाही माहीत होतं.

वरचेवर क्षीण होत जाणं, हे आपलं प्रारब्ध शिल्लक ठेवतं; मरण केव्हातरी येईलच; पण आपल्यापैकी प्रत्येकामध्ये असणारी आधार देणारी यंत्रणा जोपर्यंत कोसळून पडत नाही, तोपर्यंतच वैद्यकीय शुश्रूषा परिणाम करू शकते, मग भलेही मार्ग निसरड्या उताराचा आणि घाईचा असो किंवा जरा जास्त संथ गतीचा, जो तुमच्या आयुष्यात जे घडतं, त्याप्रमाणे तुमच्या क्षमतांची जरा जास्त दिवस जपणूक करणारा असतो. वैद्यकीय क्षेत्रात काम करणारे आमच्यापैकी बरेचजण यावर विचारही करत नाहीत. आम्ही व्यक्तिगत त्रासावर, विशिष्ट विषयांवर बोलण्यामध्ये प्रवीण असतो : लहान आतड्याचा कर्करोग, उच्च रक्तदाब, संधिवातानं ग्रस्त गुडघे वगैरे. आम्हाला एखादा आजार दाखवा, मग आम्ही त्यासंबंधात काहीतरी करू शकतो; पण उच्च रक्तदाबानं ग्रस्त, गुडघे दुखणारी आणि इतरही बारीकसारीक आजार असणारी एखादी वयस्क स्त्री द्या... ज्याचा ती आनंद घेतेय, तोच तिच्या हातून सुटण्याचा धोका असणारी एखादी वृद्धा द्या... मग त्या वेळी आम्हाला मोठ्या मुश्किलीनं हे कळतं की, काय करावं आणि नेहमी अशा वेळी गोष्टी जास्तच बिघडतच जातात.

बऱ्याच वर्षांपूर्वी मिनेसोटा विद्यापीठाच्या काही संशोधकांनी सत्तरी पार केलेल्या ५६८ स्त्री-पुरुषांचा शोध घेतला, जे स्वतंत्र राहत होते; पण त्यांच्या आरोग्याच्या जुनाट त्रासामुळे, काही नव्या आजारांमुळे किंवा बोधात्मक बदलांमुळे ते विकलांग बनण्याची शक्यता होती. त्यांच्या अनुमतीनं त्या संशोधकांनी अगदी ढोबळमानानं अर्ध्याजणांना वार्धक्यतज्ज्ञ असणाऱ्या डॉक्टर आणि परिचारिकेच्या एका गटाकडे सोपवलं, जो गट वृद्धांचं समायोजन करण्याचं विज्ञान आणि कला यासाठी अगदी समर्पित होता. इतरांना त्यांच्या नेहमीच्या डॉक्टरांकडे जाण्यास सांगण्यात आलं, जो त्यांच्या सगळ्या धोक्याच्या पातळ्या जाणून होता. अठरा महिन्यांमध्ये दोन्ही गटांतील १० टक्के रुग्ण दगावले; पण जे रुग्ण वार्धक्यतज्ज्ञांकडे जात होते, त्यांच्यापैकी जवळपास एक चतुर्थांश कमी विकलांग होते आणि नैराश्य येण्याचं प्रमाणही त्यांच्यात इतरांपेक्षा निम्मं होतं. त्यांना घरी आरोग्यसेवेची गरज भासावी, याचं प्रमाणंही ४० टक्के कमी होतं.

हे निकाल धक्कादायक होते. जर उद्या शास्त्रज्ञांनी एका उपकरणाचा शोध लावला... समजा, त्याला 'ॲटोमॅटिक डिफ्रेलर'... म्हणजे थकवा घालवणारं स्वयंचलित यंत्र... त्यानं जरी तुमचं आयुष्य वाढवलं नाही तरी चालेल; पण फक्त तुम्हाला शुश्रूषागृहात तुमचा शेवट व्हायला आवडेल की घरीच त्रास सहन करत शेवट आवडेल, एवढं जरी ते निश्चित करून देऊ शकलं ना, तरी तुम्ही ते

मिळवण्यासाठी प्रचंड गोंधळ घालाल. तुम्ही या गोष्टीची चिंता करणारच नाही की, डॉक्टरांना तुमची छाती उघडायची आहे आणि तुमच्या हृदयामध्ये काहीतरी वस्तू घालायची आहे. तुम्ही ती गुलाबी फित लावलेले एक उमेदवार असाल, ज्यांना वयाच्या पंचाहत्तराव्या वर्षांनंतर तो सन्मान मिळतोच. काँग्रेसही मोठमोठ्यानं घोषणा देत मागणी करत असेल की, पंचेचाळीस वर्षांच्या व्यक्तीला ते यंत्र का बरं बसवून मिळत नाही? वैद्यकीय शिक्षण घेणारे विद्यार्थी तर असा थकवा घालवू शकणारा तज्ज्ञ बनण्यासाठी भरधाव वेगानं शर्यतीत उतरले असतील आणि वॉल स्ट्रीट तर कदाचित ओरडून ओरडून कंपनीच्या स्टॉकच्या किमतीच्या बोली बोलेल.

त्या गटातील सर्व शास्त्रज्ञ फक्त वार्धक्यतज्ज्ञ होते. ही वार्धक्यतज्ज्ञांची तुकडी काही फुप्फुसाचा तुकडा काढून त्याचं परीक्षण करत नव्हती किंवा पाठीची शस्त्रक्रिया करत नव्हती किंवा मी म्हणालो तसं 'ॲटोमॅटिक डिफ्रेलर'ही बसवणार नव्हती. त्यांनी केलं, ते फक्त औषधोपचाराचं सुलभीकरण. त्यांनी हे पाहिलं की, संधिवात नियंत्रणात आलाय. पायांच्या बोटांची नखं निश्चितपणे व्यवस्थित कापलेली आहेत आणि आहारही चौरस आहे. वृद्धांना वेगळं ठेवल्यावर काळजी घ्यावी लागणार हे समजून घेऊन एका समाजसेवकाला नियुक्त करून याकडे लक्ष दिलं की, रुग्णाचं घर सुरक्षित आहे.

या अशा प्रकारच्या कामाचं आपण कसं कौतुक करायला हवं? चॅड बोल्ट, वार्धक्यतज्ज्ञ : जो मिनेसोटा विद्यापीठाच्या या अभ्यासकेंद्राचा प्रमुख संशोधक होता, तो तुम्हाला सांगेल. काही महिन्यांनंतर त्यानं जिथं विशेष वार्धक्याची काळजी घेतली जाते, तिथं लोकांचं जगणं किती सुरक्षित आहे, याचं विश्लेषण देणारा आपला निकाल जाहीर केला. तर विद्यापीठानं वार्धक्यावर काम करणारा तो विभागच बंद करून टाकला.

'विद्यापीठानं जाहीर केलं की, ते आर्थिक नुकसान सहन करू शकत नाही', बोल्ट बाल्टीमोरवरून बोलत होता, जिथं तो 'जॉन हॉपकिन्स ब्लूमरिंग स्कूल ऑफ पब्लिक हेल्थ या संस्थेत काम करण्यासाठी निघून गेला होता. बोल्टच्या अभ्यासानुसार, सरासरीनं रुग्णालयामध्ये वृद्धांच्या सेवेसाठी प्रति व्यक्तीमागे लागणारा, त्यांच्या बचतीपेक्षा जास्तीचा लागणारा खर्च १३५० डॉलर्स आहे आणि वयस्कांना आरोग्यविमा देणारी कंपनी मेडिकेअर, ती एवढ्या मोठ्या रकमेसाठी त्यांना विमा संरक्षण देऊ शकत नाही. ही सरळ फसवणूक आहे. असं कुणीही ओरडून म्हणणार नाही की, २५००० डॉलर्सचा पेसमेकर किंवा एक कोरोनरी आर्टरीचा स्टेन्ट हा विमा देणाऱ्या कंपनीसाठी पैसा वाचवतो. ते फक्त लोकांनी कदाचित चांगलं करावं म्हणून असतं. दरम्यान, मिनेसोटा विद्यापीठातील या संशोधन सिद्ध करणाऱ्या वीसजणांच्या गटाला नव्या नोकरीच्या शोधात फिरावं लागलं. देशातील [अमेरिकेतील] वार्धक्य

विभाग चालवणाऱ्या वैद्यकीय केंद्रांची संख्या रोडावत चालली आहे किंवा ते बंद होत आहेत. बोल्टच्या अनेक सहकाऱ्यांनी त्यांच्या वार्धक्यविषयक प्रशिक्षणाचा चुकूनही कुठे उल्लेख केला नाही, न जाणो त्यांच्याकडे कदाचित खूपसे वयस्क रुग्ण येतील, अशी भीती त्यांना वाटत होती. ''ते आर्थिकदृष्ट्या सांभाळणं खूपच अवघड होऊन बसले आहे.'' बोल्ट म्हणाला.

पण वार्धक्य विभागाची ही भयाण अर्थव्यवस्था एका गहन वास्तवाचं एकमेव चिन्ह आहे : लोकांनी आपल्या प्राथमिकतेमध्ये एका साध्या बदलाला स्वीकारलं नाही. आपल्या सर्वांना नवी वैद्यकीय उपकरणं आवडतात आणि आपण मागणी करतो की, विमा कंपन्यांनी खात्री द्यावी की, ते त्याचा खर्च देतील. आपल्याला असेच डॉक्टर हवे आहेत, जे या साऱ्या गोष्टी जुळवून देतील; पण वार्धक्यतज्ज्ञ? वार्धक्यतज्ज्ञांसाठी कोण आवाज उठवणार? वार्धक्यतज्ज्ञ काय करतो... म्हातारपणात आपल्या आजारपणाला थोडा उशीचा आधार देतो, बदलत्या हवामानात आपली क्षमता सांभाळतो... हे दोन्हीही अवघड आणि अनाकर्षक मर्यादित आहे. त्यासाठी शरीराकडे आणि त्याच्या बदलांकडे लक्ष देणं गरजेचं आहे आणि त्यासाठी आपल्यापैकी प्रत्येकानंच आपल्या आयुष्यात अनिश्चित काय आहे, आपल्याला ज्याला तोंड द्यावं लागणारं, असं उताराला लागणारं, आयुष्यातून घसरवणारं काय आहे यावर चिंतन करणं गरजेचं आहे; जेणेकरून त्याला पुन्हा थोडासा आकार देण्यासाठी थोडासा बदल घडवता येईल. आपण वाढणाऱ्या वयाशिवाय असू, ही सद्यकल्पना जेव्हा सत्य होईल; तेव्हा वार्धक्यतज्ज्ञांची अस्वस्थ करणारी मागणी कदाचित ही असेल की, आमचं अस्तित्वच नाही, हे आम्ही मान्य करून टाकावं.

फेलिक्स सिल्व्हरस्टोनच्या बाबतीत सांगायचं झालं, तर वाढत्या वयाचं व्यवस्थापन आणि दुःखदायक, धक्कादायक वास्तव हेच त्याच्या आयुष्यभरासाठीचं काम होतं. तो जवळपास पाच दशकं वार्धक्य विभागाचा राष्ट्रीय नेता होता; पण मी जेव्हा त्याला भेटलो, तेव्हा तो स्वत:ही जवळपास सत्त्याऐंशी वर्षांचा झाला होता. त्यालाही त्याचं मन आणि शरीर थकत चालल्याचं जाणवत असावं आणि जे काय अभ्यासण्यासाठी त्यानं त्याच्या आयुष्यातील कालखंड खर्च केला होता, ते वार्धक्यही त्याच्यापासून फार दूर नव्हतं.

फेलिक्सजवळ स्वत:चं नशीब नक्कीच होतं. त्याला कधीही काम थांबवावं लागलं नाही, अगदी त्याच्या वयाच्या साठाव्या वर्षी त्याला हृदयविकाराचा झटका आल्यानंतर त्याचं अर्धं हृदय कामातून गेलं, तेव्हाही नाही आणि वयाच्या एकोणऐंशीव्या वर्षी त्याला त्याच्या हृदयाच्या धडधडीनं थांबवलं, तेव्हाही नाही.

''एका सायंकाळी घरी बसलेलो असताना, मी माझ्या धडधडीच्या बाबतीत

एकदम सजग झालो.'' त्यानं मला सांगितलं, ''मी वाचत बसलो होतो आणि काही मिनिटांनंतर मला श्वास घ्यायला त्रास होऊ लागला. दुसऱ्याच क्षणी माझ्या छातीमध्ये मला जड झाल्यासारखं जाणवू लागलं. मी माझी नाडी मोजली आणि ती चक्क दोनशे भरली.''

हा बहुधा असा पहिलाच माणूस आहे, ज्यानं छातीत वेदना होत असताना स्वत:च्या नाडीचे ठोके मोजण्याची सुसंधी घेतली.

''मी आणि माझ्या बायकोनं थोडीशी चर्चा केली की, ॲम्ब्युलन्स बोलवायची की नाही. मग ठरवलं, बोलवायची.''

जेव्हा फेलिक्स रुग्णालयात पोहोचला, तेव्हा डॉक्टरांना त्याचं हृदय पुन्हा जागेवर आणण्यासाठी विजेचे झटके द्यावे लागले. त्याला व्हेन्ट्रिक्युलर टॅकिकार्डिया [हृदयाची प्रचंड धडधड होण्याचा आजार] होता आणि एक स्वयंचलित डिफिब्रिलेटर त्याच्या छातीत बसवण्यात आलं. काही आठवड्यांनंतर त्याला पुन्हा बरं वाटलं आणि डॉक्टरांनी त्याला त्याचं काम पूर्ववत करण्याची परवानगी दिली. हृदयविकाराचा झटका, पित्ताशयावरची शस्त्रक्रिया आणि तो संधिवात ज्यानं त्याच्या पियानोवादनावर मर्यादा घातली होती वगैरे गोष्टींना तोंड दिल्यानंतरही तो त्याच्या वैद्यकीय व्यवसायामध्ये काम करत राहिला. त्याच्या वाढत्या वयानुसार मज्जारज्जूतील दबावामुळे मणका पिचला होता, त्याच्या शस्त्रक्रियेनंतर त्याच्या पाच फूट सात इंच उंचीमध्ये पूर्ण तीन इंचांची घट झाली होती आणि त्याला ऐकूही कमी येत होतं, तरीही तो व्यवसाय करत राहिला.

''मी इलेक्ट्रॉनिक स्टेथॉस्कोपची बटणं दाबतो...'' तो म्हणाला, ''ते तसं फार कटकटीचं आहे; पण चांगलंही आहे.''

सरतेशेवटी, वयाच्या ब्याऐंशीव्या वर्षी त्याला निवृत्त व्हावं लागलं. तो त्याच्या आरोग्याचा प्रश्न नव्हता; त्याच्या बायकोच्या : बेलाच्या आरोग्याचा होता. साठ वर्षांपासून ते त्यांचं वैवाहिक आयुष्य भोगत होते. ब्रुकलिनमध्ये किंज काउंटी हॉस्पिटलमध्ये तो आंतरविद्याकाल पूर्ण करत असताना त्याला बेला भेटली, जी तिथं आहारतज्ज्ञ होती. फ्लॅटबुशमध्ये असताना त्यांना दोन मुलं झाली. मुलांनी जेव्हा घर सोडलं, तेव्हा बेलानं तिची अध्यापनाची पदवी घेतली आणि अध्ययनामध्ये जरा दुर्बल असणाऱ्या, क्षमता कमी असणाऱ्या मुलांमध्ये ती काम करू लागली. तथापि, सत्तराव्या वर्षी दृष्टिपटलाच्या आजारानं तिची दृष्टी अधू झाली आणि तिनं काम करणं थांबवलं. एका दशकानंतर ती जवळपास पूर्णपणे आंधळी झाली. तिला एकटं घरी सोडणं मग फेलिक्सच्यानं काही झालं नाही आणि २००१मध्ये त्यानं आपला वैद्यकीय व्यवसाय बंद केला. ऑर्केड कोव्हला म्हणजे मॅसॅच्यूसेटस्‌मधल्या कॅन्टॉनमधली वृद्धांसाठीची बोस्टनबाहेर असणारी वस्ती होती; पण ती मुलांच्या जवळही होती,

तिथं ते राहायला गेले.

"मी बदल सहन करू शकेन, असं मला काही वाटलं नव्हतं." फेलिक्स म्हणाला. त्यानं त्याच्या रुग्णांच्या बाबतीत तरी वयामध्ये होणारं अवस्थांतर चांगलंच अनुभवलं होतं. शेवटचा रुग्ण तपासणं, सगळं घर आवरणं, हे सगळं करताना आपण बहुधा मरणार असंच त्याला वाटत होतं. "मी घरासोबतच माझं जीवनही बाजूला सारत होतो." त्यानं आठवून सांगितलं, "फार भयंकर होतं ते!"

आम्ही ऑर्केड कोव्हच्या मुख्य स्वागतकक्षाच्या बाजूला असलेल्या वाचनालयात बसलो होतो. तिथं रंगीबेरंगी चित्र काढलेल्या एका खिडकीतून प्रकाश जणू आत पाझरत होता, भिंतीवर रसपूर्ण चित्रं काढण्यात आली होती, पांढऱ्या गादीच्या उंची खुर्च्या तिथं होत्या. ते अतिशय सुंदर असं हॉटेल होतं. फक्त एकच होतं, तिथं सत्तर वर्षांपेक्षा कमी वयाचं कुणीही नव्हतं. फेलिक्स आणि बेलाकडे दोन बेडरूमची एक सदनिका होती, जिच्याभोवती मस्त झाडी होती, शिवाय भरपूर मोकळी जागाही. बैठकीच्या खोलीमध्ये फेलिक्सनं एक मोठा पियानो ठेवला होता आणि त्याच्या जवळच्या टेबलावर वैद्यकीय क्षेत्रातील मासिकांचा एक मोठा गठ्ठा पडला होता... ज्यांची तो अजूनही वर्गणी भरीत होता... "माझ्या आत्म्याच्या समाधानासाठी..." तो म्हणाला. आतमध्ये दोघांच्या झोपण्याच्या स्वतंत्र खोल्या होत्या. त्यासोबतच घराकडे लक्ष देणारा कुणी होता, चादरी वगैरे बदलायला कुणी यायचा आणि सायंकाळचं जेवणही मिळायचं. जेव्हा त्यांना गरज पडेल, तेव्हा कुणाला मदतीला घेणंही जमू शकत होतं. तिघांचं तयार जेवण मिळे, शिवाय प्रत्येक दिवशी वैयक्तिक काळजी घेणारा तासभर येई.

ही काही सर्वसामान्य निवृत्तांची वस्ती नव्हती; पण तरी सरासरी खर्च प्रत्येक वर्षाला ३२००० डॉलर्स इतका होता. प्रवेश फी विशेषत्वानं ६०००० ते १२०००० डॉलर्स इतकी होती. दरम्यान, ऐंशी किंवा त्यापेक्षा वयस्कर असणाऱ्या लोकांचं मध्यम उत्पन्न मात्र फक्त १५००० डॉलर्स एवढंच होतं. अर्ध्यापेक्षा जास्त वयस्कर मंडळी ही दीर्घकालपर्यंत शुश्रूषासेवा देणाऱ्या ठिकाणी राहतात, ज्या संस्था पूर्णपणे त्यांच्या पैशांवरच चालतात आणि मग त्यांना सरकारी मदतीसाठी जावं लागतं... सामाजिक कल्याण विभाग... म्हणजे सगळं काही परवडण्यासाठी. सरासरीनं बहुतांश सगळीच अमेरिकन मंडळी त्यांच्या वार्धक्यातील एक किंवा त्यापेक्षा जास्त वर्षं विकलांग म्हणून घालवतात आणि शुश्रूषागृहातच घालवतात [स्वतंत्र राहण्याच्या खर्चापेक्षा पाचपट पैसे खर्च करून], हीच ती अखेरची मुक्कामाची जागा होती, जी फेलिक्स वाटेल ते करून टाळायला तयार होता.

एक वार्धक्यतज्ज्ञ म्हणून तो त्यानं अनुभवलेले सारे बदल अगदी वस्तुनिष्ठपणे लिहिण्यास तयार होता. त्यानं असं सांगितलं आहे की, त्याची त्वचा शुष्क झाली.

त्याची गंध घेण्याची क्षमताही कमी झाली. रात्रीच्या वेळी बघण्याची त्याची दृष्टी कमी झाली आणि तो लवकरच थकू लागला; पण त्यानं शक्य तेवढे उपचारही केले. त्यानं कोरड्या त्वचेवर पडणाऱ्या चिरांसाठी लोशन वापरलं; उष्णतेपासून स्वत:चं रक्षण केलं; आठवड्यातून तीन वेळा तो व्यायामाच्या सायकलवर व्यायाम घेऊ लागला, वर्षातून दोन वेळा दंतवैद्यांकडे जाऊ लागला.

मेंदूत घडणाऱ्या बदलांच्या बाबतीत तो जरा जास्तच सजग होता. ''मी जसा पूर्वी विचार करत असे, तसा मी आता करू शकत नाही.'' तो म्हणाला, ''न्यू यॉर्क टाइम्स फक्त अर्ध्या तासामध्ये मी वाचत असे. आता त्यालाच मला दीड तास लागतो.'' तरीही त्याला पूर्वी अर्ध्या तासामध्ये जेवढं आकलन होत असे, तेवढंच होईल, याची खात्री त्याला देत येत नसे आणि त्याची स्मृती त्याला त्रास देऊ लागली. ''जर मी पुन्हा त्यावर नजर टाकली आणि मी काय काय वाचलं, हे पाहण्याचा प्रयत्न केला; तर मी हे वाचलेलं आहे हे माझ्या लक्षात येतं; पण कधीकधी नेमकं काय वाचलं होतं, हे काही लक्षात येत नाही.'' तो म्हणाला. ''हे सगळं थोड्या काळापुरती नोंद घेण्यासारखं आहे. आतमध्ये जाणं आणि ते तसंच स्मरणात राहणं, अवघड जातंय.''

मग त्यानं त्याच्या रुग्णांना जी तंत्रं शिकवली होती, त्यातील एक वापरण्याचं ठरवलं. ''सगळं काही अजाणतेपणी करण्यापेक्षा मी काय करतोय, यावरच सारं लक्ष केंद्रित करण्याचा प्रयत्न करतो.'' तो म्हणाला, ''कृतीतील स्वयंचलितता मी काही गमावलेली नाही; पण मी उपयोग करतो, त्या पद्धतीवर मात्र मी विसंबून राहू शकत नाही. उदाहरणार्थ, कपडे घालणं चालू असताना मी दुसऱ्या एखाद्या गोष्टीवर विचार करू शकत नाही; पण त्याचवेळी सगळे कपडे अगदी यथास्थित केले आहेत, याची खात्रीही देता येत नाही.'' त्याच्या हे लक्षात आलं होतं की, प्रत्येक वेळी अगदी सहेतूक, त्याच गोष्टीकडे लक्ष देत राहण्याचा प्रयत्न करणं तितकंसं उपयोगी ठरत नाही आणि तो कधीकधी मला गप्पा मारताना तीच तीच गोष्ट पुन:पुन्हा सांगायचा. त्याच्या मनामध्ये त्याच्या विचारांच्या रेषा सरावलेल्या, रुळलेल्या खाचांमध्ये अडकलेल्या असत आणि त्यानं कितीही कष्टानं त्यांना नव्या मार्गावर ठेवण्याचा प्रयत्न केला, तरीही कधीकधी त्या विरोध करत. फेलिक्सचं ज्ञान... एक वार्धक्यतज्ज्ञ म्हणून त्याला त्याचं वय उताराला लागलंय, हे ओळखण्यासाठी दबाव टाके; पण ते स्वीकारणं त्याला तितकंसं सोपं जात नसे.

''कधीकधी मी प्रचंड उदास होतो.'' तो म्हणाला, ''मला वाटतं, मला वारंवार औदासिन्याचे झटके येत आहेत. ते मला विकल करण्यास तेवढे पुरेसे नाहीत, पण...'' तो नेमका शब्द आठवण्यापुरता थांबला, ''ते अस्वस्थ करणारे मात्र आहेत.''

या साऱ्या मर्यादा ध्यानात ठेवूनही त्याला प्रेरणा देणारी गोष्ट कोणती असेल,

तर त्याच्याकडे उद्दिष्ट होतं. ते तेच उद्दिष्ट आहे, ज्यानं त्याला वैद्यकीय व्यवसायामध्ये ठेवलं : किमान जे त्याच्याभोवती असतात, त्यांच्यासाठी तरी सेवेचा एक भाग बनून त्यामध्येच ठेवलं. तिथल्या आरोग्य आणि शुश्रूषांच्या सेवेमध्ये अधिक चांगली गुणवत्ता यावी म्हणून जी समिती स्थापन झाली होती, त्याला मदत सुरू करण्याच्या काही महिने आधीच तो ऑर्केड कोव्हमध्ये राहण्यास आला होता. निवृत्त डॉक्टरांसाठी त्यानं मासिक वाचण्याचा एक गट सुरू केला होता. त्यानं एका तरुण वार्धक्यतज्ज्ञ असणाऱ्या मुलीला तिच्या पहिल्या स्वतंत्रपणे करण्याच्या संशोधनात्मक अभ्यासालाही मार्गदर्शन केलं... विषय होता, 'अ सर्व्हे ऑफ द रेसिडेन्ट्स ॲटिट्यूड टूवर्डस् डू नॉट रिससिटेट ऑर्डर.'

महत्त्वाचं म्हणजे त्याला त्याची मुलं आणि नातवंडं यांच्याविषयी जबाबदारी वाटत होती... आणि त्यापेक्षा जास्त बेलाची. तिचं अंधत्व आणि स्मृतीचा त्रास या गोष्टींनी तिला फारच परावलंबी बनवलं होतं. त्याच्याशिवाय ती अशी शुश्रूषागृहामध्ये राहूच शकली नसती. तो तिला कपडे घालण्यास मदत करायचा आणि तिची औषधं वेळेवर द्यायचा. तो तिच्यासाठी नाश्ता, जेवणही बनवायचा. तिला सोबत फिरायला न्यायचा आणि वेळच्या वेळी डॉक्टरांकडे न्यायचा. ''ती माझ्या आयुष्यातलं एकमेव उद्दिष्ट बनलं आहे.'' तो म्हणाला.

त्याचं हे नेहमी सारं करणं मात्र बेलाला फारसं आवडत नसे.

''आमचे वाद सतत सुरूच असतात... आम्ही एकमेकांसाठी उपलब्ध आहोत, हीच फार मोठी बाब आहे.'' फेलिक्स म्हणाला, ''पण आम्ही लगेच वाद मिटवूनही टाकतो.''

ही जबाबदारी म्हणजे फार मोठं ओझं आहे, असं त्याला कधीही वाटलं नाही. त्याच्या स्वत:च्या आयुष्यातील जबाबदाऱ्या कमी झाल्यावर, बेलाकडे लक्ष देण्याची त्याची क्षमता हा त्याचा स्वत:ला सिद्ध करण्याचा एक मोठा मार्ग झाला होता.

''मी एक चांगली काळजी घेणारा माणूस आहे.'' तो म्हणाला, ''आणि हे करताना मला आनंद होतो.'' आणि या भूमिकेनं त्याची या गोष्टीविषयीची संवेदनशीलता वाढवली की, त्यानं स्वत:च्या क्षमतेमध्ये होणाऱ्या बदलासही जागरूक राहणं गरजेचं आहे; जर तो त्याच्या स्वत:च्या मर्यादांविषयी प्रामाणिक नसेल, तर तो तिच्यासाठीही काही फारसा उपयोगी नाही.

एका सायंकाळी फेलिक्सनं मला जेवणासाठी आमंत्रित केलं. जेवणाची व्यवस्था असलेलं ते दालन अतिशय औपचारिक, एखाद्या उपाहारगृहाप्रमाणे होतं. तिथं जागा आधीच राखून ठेवण्यात आली होती, जागेवर जेवण आणून दिलं जाणार होतं आणि शिष्टाचाराचा एक भाग म्हणून जाकिट घालणं आवश्यक होतं. मी माझा रुग्णालयाचा पांढरा कोट घातला होता आणि तिथं बसण्यासाठी म्हणून मॅंटेदीमधून

एक नेव्ही ब्लेझर मागवला होता. फेलिक्स तपकिरी रंगाचा सूट आणि काळसर रंगाचा ऑक्सफोर्ड शर्ट घालून बेलाचा हात हातात घेऊन आला. तिनंही गुडघ्यापर्यंत निळ्या फुलांच्या कपड्यांचा पेहराव केला होता, जो त्यानंच तिच्या कपड्यातून निवडून तिला घालायला लावला असावा आणि तिला तो टेबलापर्यंत घेऊन आला. ती अतिशय प्रसन्न, गप्पिष्ट होती. तिचे डोळे अतिशय सुंदर होते; पण एकदा का ती बसली, त्यानंतर मात्र तिला तिच्यासमोर असलेली जेवणाची थाळीही दिसत नव्हती, स्वत:ला पदार्थही सापडत नव्हते. फेलिक्सनं तिच्यासाठी वाइल्ड राइस सूप, एक ऑम्लेट, मॅशड् पोटॅटो आणि मॅशड् कॉलिफ्लॉव्हर मागवली होती. 'मीठ नको', त्यानं वेटरला सूचना दिली; तिला उच्च रक्तदाबाचा त्रास होता. त्यानं स्वत:साठी सलमॉन आणि मॅशड् पोटॅटो मागवले. मी सूप आणि लंडन ब्रॉइल मागवलं.

जेव्हा जेवण आलं, तेव्हा फेलिक्सनं बेलाला तिच्या ताटातील वेगवेगळे पदार्थ कुठे कुठे सापडतील, हे घड्याळाच्या काट्याच्या दिशेनं सांगितलं. त्यानं तिच्या हातामध्ये जेवणाचे काटे दिले. मग तो स्वत:च्या जेवणाकडे वळला.

दोघेही अतिशय सावकाश चावून जेवत होते. प्रथम तिच्या घशात घास अडकला. ते ऑम्लेट होतं. तिच्या डोळ्यांतून पाणी वाहू लागलं. ती खोकू लागली. फेलिक्सनं तिचा पाण्याचा पेला तिच्या तोंडाजवळ नेला. तिनं एक घोट घेतला आणि ऑम्लेट यशस्वीपणे अन्ननलिकेतून खाली ढकललं.

"तुम्ही जसे वयस्कर होत जाता, तुमच्या मज्जारज्जूचा बाक हा तुमचं डोकं पुढे झुकवतो." त्यानं मला सांगितलं, "म्हणून जेव्हा तुम्ही सरळ समोर बघता तेव्हा दुसऱ्यांना मात्र ते तुम्ही वरच्या छताकडे बघता की काय असं वाटतं. तुम्ही जेव्हा वर बघत असता, तेव्हा गिळण्याचा प्रयत्न करा : तुम्हाला हा त्रास केव्हा तरी एकदा जेवताना होण्याचा संभव आहेच. उतारवयामध्ये हा त्रास होणं साहजिकच आहे. ऐका." माझ्या लक्षात आलं की, आता एखाद-दुसऱ्या मिनिटानंतर या उपाहारगृहामध्ये कुणाला तरी ठसका लागलेला मला ऐकू येणार आहे. मग फेलिक्स बेलाकडे वळला, "तू खाली पाहून व्यवस्थित जेवणं गरजेचं आहे." तो म्हणाला.

काही घास खाल्ल्यानंतर त्यालाच ठसका लागला. आत सलमॉन होता. तोही खोकू लागला. तो लाल झाला. सरतेशेवटी तो अडकलेला घास बाहेर येईपर्यंत खोकण्यापलीकडे दुसरा पर्याय नव्हता. पुन्हा श्वास घेण्यासाठी त्याला मिनिट लागलं.

"मी माझाच सल्ला पाळू शकलो नाही." तो म्हणाला.

फेलिक्स सिल्व्हरस्टोन हा त्याच्या अनेक वर्षांच्या क्षीणतेविरुद्ध काहीही तक्रार

न करता लढत होता. एकदाचं सत्त्याऐंशी वर्षांपर्यंत जगलेलं पाहायचं होतं. आता सगळ्यात मोठी लक्षणीय बाब त्यानं त्याच्या आयुष्यावर मिळवलेलं नियंत्रण ही होती. जेव्हा त्यानं एक वार्धक्यतज्ज्ञ म्हणून वैद्यकीय व्यवसाय सुरू केला, त्या वेळी ही गोष्ट नक्कीच कल्पना करण्याजोगी होती की, एक सत्त्याऐंशी वर्षांचा म्हातारा त्याच्या आरोग्याच्या अनेक प्रश्नांसहित आरामशीर स्वतंत्रपणे जगू शकतो, त्याच्या बायकोची काळजीही घेतो आणि त्याचवेळी संशोधनामध्येही मदत करतो.

तसा तो थोडासा भाग्यवानही होता. त्याच्या स्मृतीचा फार ऱ्हास वगैरे झाला असं काही नव्हतं; पण त्यानं आपलं म्हातारपणही अतिशय चांगल्या पद्धतीनं सांभाळलं होतं. त्याची उद्दिष्टंही अतिशय चांगली आणि नवी होती. आयुष्य हे अतिशय चांगलं... आपल्या वैद्यकीय क्षेत्रातील ज्ञानानुसार आणि शरीर ज्या मर्यादेपर्यंत हालचाल करण्यास अनुमती देईल... तेवढं चांगलं घालवायचं; त्यामुळे त्यानं बचत केली होती तसेच लवकर निवृत्तीही घेतली नव्हती आणि म्हणूनच त्याला आर्थिक त्रासही फार नव्हता. त्यानं त्याचे सामाजिक संबंध जपले होते आणि एकाकीपणा टाळला होता. तो त्याची हाडे, दात आणि वजन यांवर लक्ष ठेवून होता आणि त्यानं याची खात्री करून ठेवली होती की, त्याचं आयुष्य अगदी स्वतंत्रपणे जगता येईल यासाठी त्याला मदत करेल, असा वार्धक्याविषयी तज्ज्ञ असणारा डॉक्टर मिळू शकतो.

चॅड बोल्ट, या वार्धक्याविषयीच्या प्राध्यापकाला मी प्रश्न विचारला, ''वयस्कांच्या एकंदर संख्येसाठी शल्यतज्ज्ञ असणारे पुरेसे वार्धक्यतज्ज्ञ आहेत, याची खात्री होण्यासाठी काय करता येईल.''

''काहीही नाही.'' तो म्हणाला, ''फार उशीर झालाय. एक तर वार्धक्यतज्ज्ञ तयार करण्यासाठी बराच वेळ जातो आणि आधीच आमच्याकडे ते संख्येनं फार कमी आहेत. एका वर्षात तीनशेपेक्षा कमी वार्धक्यतज्ज्ञ अमेरिकेमध्ये प्रशिक्षण पूर्ण करतील; पण ते ज्यांच्या जागी काम पाहतील, त्या निवृत्त होणाऱ्या वार्धक्यतज्ज्ञांच्या संख्येपेक्षा ही संख्या फारच कमी आहे. पुढच्या दशकातील गरजांकडे प्रत्येकाला एकट्यालाच पाहावं लागणार आहे. वार्धक्य मनोविकारतज्ज्ञ, परिचारिका आणि सामाजिक कार्य करणारेही तितकेच गरजेचे आहेत आणि त्यांचाही पुरवठा तितकासा चांगला नाहीच. अमेरिका सोडून इतर देशांमध्ये ही परिस्थिती जरा वेगळी दिसून येते. काही देशांत तर याहीपेक्षा भयंकर आहे.''

तरीही बोल्टचा ठाम विश्वास आहे की, आपल्याकडे अजूनही वेगळी पावलं टाकण्यास वेळ आहे : तो सगळ्या वार्धक्यतज्ज्ञांना, प्रत्यक्ष साऱ्या वृद्धांना उपचारपद्धती पुरवत बसण्यापेक्षा इतर साऱ्या प्राथमिक आरोग्याकडे लक्ष देणाऱ्या

डॉक्टरांना आणि परिचारिकांना प्रशिक्षण देण्यास तयार करू शकतो. अगदीच सांगायचं झालं, तर वैद्यकीय क्षेत्रातील ९७ टक्के विद्यार्थी 'वार्धक्य' या विषयावरचं प्रशिक्षण घेतच नाहीत आणि देशानं वार्धक्यतज्ज्ञ डॉक्टरांना, रुग्णांना केवळ सेवा पुरवण्यापेक्षा शिकवण्यासाठी पैसा द्यावा, यासाठी काही कडक उपाययोजना करणं गरजेचं आहे; पण जर इच्छाशक्ती असेल तर... बोल्ट असे म्हणतो की, प्रत्येक वैद्यकीय महाविद्यालयात, परिचारिका प्रशिक्षण केंद्रामध्ये, समाजसेवेचं प्रशिक्षण देणाऱ्या केंद्रामध्ये आणि आंतर-उपचार प्रशिक्षण कार्यक्रमामध्येही एका दशकात अशा प्रकारचं प्रशिक्षण करणं केवळ शक्य आहे.

"आपण काहीतरी करण्यासाठीच आलेलो आहोत." तो म्हणाला, "वृद्ध लोकांसाठी आयुष्य देणं हे मला वाटतं, आजच्या जगण्यापेक्षा केव्हाही चांगलं असू शकतं."

"मी अजूनही उत्तम प्रकारे गाडी चालवू शकतो." फेलिक्स सिल्व्हरस्टोन मला आमचं सोबत जेवण झाल्यावर म्हणाला, "मी एक चांगला चालकही आहे."

बेलाची संपलेली औषधं आणण्यासाठी त्याला तिथून काही मैलांवर असलेल्या स्टाउटनला जायचं होतं; मी त्याला सोबत येऊ का, विचारलं. त्याच्याकडे दहा वर्षं जुनी झालेली टोयोटा कॅम्रे गाडी होती, ज्यामध्ये स्वयंचलित पारेषण यंत्रणा बसवली होती आणि मीटरवर ३९००० मैल प्रवास केल्याची नोंद दिसत होती. ती आतून-बाहेरून नवी कोरी दिसत होती. त्यानं त्या लहानशा पार्किंगच्या जागेत गाडी हळूच मागे आणली आणि वेगानं बाहेर काढली. त्याचे हात काही थरथर कापत नव्हते. अमावास्येनंतरच्या सायंकाळी संधिप्रकाशात कॅन्टॉनच्या रस्त्यांवरून गाडी घेताना त्यानं लाल दिव्याच्या अगदी जवळ आणून गाडी थांबवली. त्याला जेव्हा जायचं तेव्हा योग्य ती खूण केली आणि न अडखळता छानपैकी वळणही घेतलं.

मी तर... आता कबूलच करून टाकतो; पण तेव्हा कुठल्यातरी दुर्घटनेची तयारीच करून ठेवली होती. वयस्कर किंवा पंचाऐंशी वर्षांच्या एखाद्या चालकासोबत होणाऱ्या कार अपघाताच्या दुर्घटनेचा धोका हा तरुणानं केलेल्या कार अपघाताच्या धोक्यापेक्षा जवळपास तिप्पट जास्त होता. फार वयस्कर चालक मंडळी किमान मोठ्या रस्त्यावर तरी धोकादायकच असतात. मी ॲलिसनं केलेल्या अपघातावर विचार केला आणि मनात आलं, ती किती नशीबवान होती की, त्या वेळी शेजाऱ्याच्या अंगणामध्ये लहान मूल नव्हतं. काही महिने आधी लॉस एंजेलिसमध्ये जॉर्ज वेल्लर गाडी चालवत असताना ॲक्सिलरेटर आणि ब्रेक या दोन्हीमध्ये संभ्रमात पडला आणि त्याची ब्यूक गाडी सांता मोनिकामधल्या शेतकरी बाजारातल्या गर्दीत सरळ दुकानामध्ये घुसली आणि तो अक्षरश: नरभक्षक ठरला. दहा माणसं

जागीच गेली, साठपेक्षा जास्त जखमी झाली. त्या वेळी तो शहाऐंशी वर्षांचा होता.

पण फेलिक्सनं कुठलाच गोंधळ केला नाही. आमच्या प्रवासामध्ये एका ठिकाणी अतिशय खराब अशा रस्त्यावर आमची दिशा अक्षरश: सरळ येणाऱ्या वाहतुकीशी जोडली गेली होती. फेलिक्सनं सफाईनं रस्ता बदलला आणि आमची गाडी योग्य त्या वेगाच्या मार्गावर आणली. हे सांगता येत नव्हतं की, किती वेळा त्यानं त्याची गाडी चालवण्याची क्षमता सिद्ध केली. एखाद्या दिवशी ती वेळ येईल, जेव्हा तो नक्कीच चावी ठेवून देईल.

त्या क्षणी जरी तो काळजीमध्ये नसला, तरी रस्त्यावर गाडी चालवताना मात्र आनंदित होता. १३८ व्या मार्गावर त्यानं गाडी घातली, तेव्हा मात्र वाहतूक तुरळक झाली होती. त्यानं त्याची कॅम्रे ४५ मैल प्रति तास या वेगानं आणली. त्यानं त्याच्याकडची खिडकी उघडली आणि त्याच्या हाताचं कोपर तिथं ठेवलं. हवा अतिशय स्वच्छ आणि थंड होती आणि रस्त्यावर होणारा चाकांचा आवाज आम्ही ऐकत होतो.

"रात्र खूप छान आहे, हो ना?" त्यानं विचारलं.

पराधीनता

वयस्कर माणसं ज्याची त्यांना भीती वाटते असं मला सांगत असतात, ते म्हणजे काही मरण नाही. ते म्हणजे जगताना थोडं थोडं मरणं; म्हणजे त्यांचं ऐकणं कमी होणं, त्यांची स्मृती, त्यांचे मित्र हे सारे त्यांच्या जगण्यातून जात असताना होतं. जसं फेलिक्सनं मला सांगितलं, ''म्हातारपण म्हणजे सातत्यानं काहीतरी हरवत जाण्याची मालिका.'' फिलिप रोथ त्याच्या 'एव्हरीमॅन' या कादंबरीमध्ये अतिशय कडवटपणे म्हणतो, 'म्हातारपण म्हणजे एक युद्ध नाही; म्हातारपण म्हणजे एक कत्तल.'

नशीब आणि चोखंदळपणाच्या साहाय्यानं... म्हणजे चांगलं जेवणं, योग्य व्यायाम, आपला रक्तदाब नियंत्रणामध्ये ठेवणं, जेव्हा आपल्याला गरज असेल तेव्हा वैद्यकीय मदत घेणं... लोक बराच काळ चांगलं जगू शकतात आणि सारं व्यवस्थित ठेवू शकतात; पण सरतेशेवटी सारा ऱ्हास हा अशा बिंदूवर येऊन थांबतो, जिथं आपण आपल्याला शारीरिकदृष्ट्या किंवा मानसिकदृष्ट्या कसं व्यवस्थित ठेवतो, यापेक्षाही जगण्याची दैनिक गरज ही जास्त मोठी ठरते. आपल्यातून काही मोजके जसे दुःखातून सुटून मृत्यू पावतील, तसेच आपल्यापैकी अनेकजण त्यांच्या आयुष्यातील महत्त्वाचा काळ हा खूप कमी झालेला आणि स्वतंत्रपणे जगताना अतिशय थकव्याचा असा व्यतीत करतील.

आपल्याला संभाव्य परिणामाचा विचार करण्यास अजिबात आवडत नाही. या गोष्टीचा एक परिणाम म्हणून की काय, आपल्यापैकी अनेकजण त्यासाठी अजिबात तयार नसतात. एक साधा दृष्टिक्षेप टाकण्याऐवजी आपण या प्रश्नाकडे फारच क्वचित वेळा अगदी गंभीरपणे लक्ष देतो की, जेव्हा आपल्याला मदतीची गरज भासेल, तेव्हा आपण आपलं आयुष्य कसं घालवणार आहोत आणि जेव्हा लक्ष देतो, तेव्हा खरं तर त्याविषयी काही करावं म्हटलं तर बराच उशीर झालेला असतो.

आम्ही जेव्हा या चौकात आलो, तेव्हा हाडांच्या डॉक्टरांनी सांगितलेले बूट जे टाकायचे होते; ते त्याचे नव्हते, ते बेलाचे होते. वर्ष जसं सरत गेलं, तसं तिच्या

त्रासामध्ये होणारी वाढ मी पाहिलेली आहे. फेलिक्स जवळपास त्याच्या वयाच्या नव्वदाव्या वर्षापर्यंत अगदी आश्चर्यकारकरित्या तसाच चांगली तब्येत टिकवून राहिला. त्याला कुठलाच शारीरिक म्हणावा असा त्रास नव्हता आणि त्यानं त्याचं आठवड्याचं व्यायामाचं सत्रही तसंच ठेवलं. त्यानं धार्मिक शिक्षण घेणाऱ्या विद्यार्थ्यांना 'वार्धक्य' या विषयासंबंधी शिकवणं सुरूच ठेवलं आणि ऑर्केड कोव्हच्या आरोग्य मंडळावरही तो काम करत राहिला. त्यानं गाडी चालवणंही बंद केलं नाही; पण बेला थकत चालली होती. तिची दृष्टी पूर्णपणे गेली. तिला ऐकू येणंही अतिशय कमी झालं. तिची स्मृतीही अतिशय क्षीण झाली. पुढे जेव्हा आम्ही सोबत जेवण घेतलं तेव्हा मी तिच्या पलीकडेच बसलेलो आहे, याची तिला बऱ्याच वेळा आठवण करून द्यावी लागली.

तिला आणि फेलिक्सला त्यांचा जो काय शारीरिक ऱ्हास झाला, याचं दुःख वाटत होतंच; पण अजूनही जे काय बरं आहे, त्याचा आनंद होता. जरी मी तिथं होतो, हे लक्षात ठेवणं तिच्याच्यानं शक्य नव्हतं किंवा इतरांनाही ती फारसं व्यवस्थित ओळखत नव्हती, तरीही तिनं सगळ्यांसोबत राहण्याचा, गप्पांचा आणि बाहेर फिरण्याचा आनंद घेतला. जास्तीतजास्त काळ ती आणि फेलिक्स यांच्यामध्येच त्यांच्या खासगी, अनेक दशकांच्या गप्पा रंगायच्या; ज्या संपायच्याच नाहीत. तिची काळजी घेण्यात त्याला काही जगण्याचा हेतू सापडला आणि ती तिथं अजूनही त्याच्यासोबत आहे, यामध्ये तिला जगण्याचा हेतू सापडला. एकमेकांची उपस्थितीही त्या दोघांना आनंद देत होती. तो तिचे कपडे करून देई, स्नानास मदत करी, जेवणास मदत करी. ते जेव्हा चालत असत, हातात हात घेऊन जात असत. रात्री एकमेकांच्या कुशीत झोपत, उठत आणि झोपी जाईपर्यंत एकमेकांच्या शेजारी शेजारी असत. 'ते क्षण आमच्या आयुष्यातील अतिशय आनंदाचे होते,' असं फेलिक्स म्हणाला. त्याला असं वाटे की, ते एकमेकांना चांगलं ओळखू शकले आणि एकमेकांवर प्रेमही करू शकले, म्हणजे सत्तर वर्षं ते एकमेकांच्या जवळ राहिले, त्यापेक्षाही जास्त प्रेम ते करू शकले.

तथापि, एके दिवशी त्यांना एक असा अनुभव आला की, त्यांची आयुष्यं किती क्षणभंगूर झालेली आहेत, हे त्यानं सिद्ध केलं. बेलाला सर्दी झाली, तिच्या कानामध्ये त्यामुळे द्रवही जमा झाला. तिच्या कानाचा पडदा फाटला आणि ती पूर्णपणे बहिरी झाली. त्यांच्यामध्ये धागा जुळवून आणणारी ती एकमेव गोष्ट होती. तिच्या अंधत्वामुळे, स्मृतीच्या दगा देण्यामुळे आणि हे असं बहिरं होणं यामुळे तिच्याशी कुठल्याही प्रकारचा संवाद साधणं फेलिक्ससाठी अशक्य झालं. त्यानं तिच्या हातावर बोटांनी अक्षरं काढून प्रयत्न केला; पण तिला काही ते समजलं नाही. अगदी सोप्या सोप्या गोष्टीही... उदाहरणार्थ, तिचे कपडे बदलून देणं वगैरे... हे

तिच्यासाठी दु:स्वप्नासारखं अवघड बनलं. संवेदनशीलतेची पार्श्वभूमी हरवल्यानं तिला दिवसाचा वेळ समजण्याचा मार्ग बंद झाला. तिच्या मनातील घोटाळे वाढले, संभ्रम होऊ लागला, चिडचिड होऊ लागली. तो तिची नेमकी काळजी घेऊ शकेना. तणाव आणि निद्रानाश यांमुळे तो थकू लागला.

नेमकं काय करावं, हे त्याला कळेना; पण अशा स्थितीसाठीही एक व्यवस्था आहे. तिथं राहणाऱ्या लोकांनी त्याला अशा वेळी चांगलं काम करणाऱ्या एखाद्या शुश्रूषागृहात तिला हलवण्याचा सल्ला दिला. त्याला हा विचारही सहन झाला नाही. 'नाही,' असं म्हणत त्यानं नकार दिला. तिनं त्याच्याजवळ घरी राहणंच त्याला गरजेचं वाटत होतं.

पण या गोष्टीची अगदी जबरदस्ती होण्याच्या आतच त्यांना थोडीशी उसंत मिळाली. या दिव्यातून दोन-अडीच आठवडे गेल्यावर बेलाच्या उजव्या कानाचा पडदा थोडासा सुधारला आणि जरी तिच्या डाव्या कानाचं ऐकणं अगदी पूर्णपणे बंद झालं होतं, तरी उजव्या कानानं मात्र थोडंसं ऐकू येणं सुरू झालं.

''आमचं संवाद साधणं अतिशय अवघड झालंय.'' फेलिक्स म्हणाला, ''पण किमान ते थोडंसं शक्य तरी आहे.''

मी त्याला विचारलं, ''जर पुन्हा तिच्या उजव्या कानाचं ऐकू येणं बंद झालं किंवा इतर काही अनर्थ घडला, तर तू काय करशील?'' तर तो म्हणाला, ''मला काहीही सांगता येणार नाही. मला याचीच भीती वाटते की, जर तिची काळजी घेणं माझ्यासाठी इतकं अवघड होऊन बसलं तर काय होईल? मी फार पुढचा विचार न करण्याचा प्रयत्न करतो. मी पुढच्या वर्षाचा विचार करत नाही. ते फार निराश करणारं आहे. मी फक्त पुढच्या आठवड्यांचा विचार करतो.''

सगळ्या जगभर लोक जवळपास असाच विचार करतात आणि ही बाब समजण्यासारखी आहे; पण त्याचा कायमच उलटा परिणाम दिसून येतो. ते ज्या आपत्तीला घाबरतात, तीच आकस्मिकपणे समोर येते. ते जेव्हा सोबत फिरत होते तेव्हा अचानक बेला पडली. नेमकं काय झालं, त्याला सांगता आलंच नाही. ते अतिशय हळुवारपणे चालत होते. जमीन छान सपाट होती. तिचा हात त्याच्या हातात होता. ती अचानक खाली असलेल्या वाळूच्या ढिगात पडली आणि तिच्या दोन्ही पायांच्या पोटरीची हाडं मोडली... म्हणजे गुडघा आणि घोटा यांच्यामधलं मोठं हाड जे पातळ आणि समोरून दिसतं, तेच मोडलं. अतिदक्षता विभागाच्या डॉक्टरांना तिच्या दोन्ही पायांना थेट गुडघ्यापर्यंत बांधून ठेवावं लागलं. फेलिक्सला ज्याची भीती वाटत होती, तेच झालं. आता तिच्या गरजा या त्यानं मदत करण्यापलीकडच्या जास्तीच्या होत्या. बेलाला आता शुश्रूषागृहातच राहणं गरजेचं होऊन बसलं, जिथं तिला घड्याळाच्या काट्यावर देखभाल मिळू शकत होती आणि काळजी घेणाऱ्या परिचारिकाही होत्या.

तुमच्या मनात असा विचार आला असेल की, हा बेला आणि फेलिक्स या दोघांनाही थोडा विसावा ठरला असेल, म्हणजे शारीरिक शुश्रूषेचा सगळ्या प्रकारचा भार त्यांच्याकडून काढून घेतल्यानं जरा हलकं झालं असेल; पण अनुभव मात्र त्यापेक्षाही जास्त अवघड होता. एका दृष्टीनं पाहता काम करणारे सगळे कर्मचारी हे सरळसरळ व्यावसायिकच होते. फेलिक्सला जे अनेक दिवसांपासून कष्टदायक काम करावं लागायचं, ते त्यांनी आपल्याकडे घेतलं... म्हणजे स्नान घालणं, संडासला नेऊन आणणं, कपडे बदलून देणं आणि एका विकलांग बनलेल्या व्यक्तीच्या ज्या काही दैनंदिन गरजा असतात, त्या साऱ्या त्यांनी स्वतःकडे घेतल्या. त्यांनी त्याला त्याचा वेळ कसा घालवायचा, म्हणजे बेलासोबत घालवायचा की एकट्यानं घालवायचा, यासाठी मोकळं केलं; पण या साऱ्या कर्मचाऱ्यांच्या श्रमांचा विचार करता, फेलिक्स आणि बेला यांना त्यांचं सोबत असणं म्हणजे केवळ छळवादच वाटायचा. काहीजण बेलाला व्यक्तीपेक्षा रुग्णच जास्त समजायचे. उदाहरणार्थ, तिला तिचे केस एका विशिष्ट पद्धतीनंच विंचरलेले आवडायचे; पण कुणीही तिला विचारायचं नाही किंवा त्याकडे लक्षही द्यायचं नाही. फेलिक्स तिच्या रोजच्या जेवणातील पदार्थ अशा पद्धतीनं कापायचा की, तिला काहीही त्रास न होता ते गिळणं अतिशय सोपं जायचं, तिला कोणत्या पद्धतीनं बसवलं म्हणजे तिला जास्तीतजास्त आराम मिळेल, तिला कोणत्या पद्धतीनं कपडे करायला आवडतं याचा विचार त्यानं केला होता; पण त्यानं कितीही वेळा कर्मचाऱ्यांना ते सांगण्याचा प्रयत्न केला, तरीही त्यांच्यापैकी बरेचजण त्याकडे लक्षही देत नसत. कधीकधी वैतागून तो सगळं सोडून देत असे आणि त्यांनी पूर्वी जसं केलं होतं, तसं तो करून द्यायचा, त्यातून वाद होत असत आणि चिडचिड होई.

"आम्ही एकमेकांच्या कामामध्ये अडथळा होत होतो." फेलिक्स म्हणाला.

त्याला ही पण काळजी असे की, अपरिचयाचं वातावरण बेलाला गोंधळात टाकू लागेल. काही दिवसांनंतर तिला पुन्हा घरी घेऊन येण्याचं त्यानं ठरवलं. तिच्यासोबत कसं वागायला हवं, हे त्यानं अगदी ठामपणे निश्चित केलं होतं.

त्यांच्या सदनिका फक्त एखादा मजला एकमेकांपासून दूर होत्या; पण त्यामुळे केवढंतरी अंतर निर्माण झालं होतं; त्यामुळेच की काय एवढं कठीण होत होतं. दिवसाचे चोवीस तास त्या परिचारिका आणि मदत भाड्यानं ठेवण्याचं फेलिक्सनं बंद केलं आणि उरलेले सहा आठवडे जोपर्यंत तिच्या पायांवरचं प्लास्टर निघणार नव्हतं, तोपर्यंतच काम त्याला थकवणारंही होतं. तरीही त्याला मोकळं वाटत होतं. त्याला आणि बेलाला आपण जगण्यावर पुन्हा नियंत्रण मिळवलं, असं वाटलं. ती तिच्या स्वतःच्या जागेमध्ये, स्वतःच्या अंथरुणावर, तो तिच्या शेजारी असताना राहणार होती आणि ही गोष्ट त्याच्यासाठीही फार मोठी होती. कारण तिच्या

पायांवरचं ते प्लास्टर निघाल्यावर तिनं पुन्हा चालायला सुरुवात केल्यानंतर चारच दिवसांनी ती गेली.

ते दुपारचं जेवण घेण्यासाठी बसले होते. ती त्याच्याकडे वळून म्हणाली, ''मला बरं वाटत नाहीये.'' आणि एकदम बेशुद्ध झाली. एका ॲम्ब्युलन्सनं तिला जवळच्या रुग्णालयात नेण्यात आलं. तिथल्या डॉक्टरांनी हळूहळू काम करावं, अशी त्याची इच्छा नव्हती. म्हणून त्यानं त्यांना जाऊ दिलं आणि स्वत:ची कार घेऊन मागून गेला. तो तिथे पोहोचल्यानंतर काही क्षणांतच ती गेली.

जेव्हा मी त्याला तीन महिन्यांनंतर भेटलो, तो अद्यापही विषण्ण वाटत होता.

''मला असं वाटतंय, जणू माझ्या शरीराचा एक अवयव गळून पडला आहे. मला असं वाटतंय की, माझा जणू तुकडा पाडण्यात आला आहे.'' त्यानं मला सांगितलं. त्याचा आवाज विदीर्ण झाला, त्याच्या डोळ्यांच्या कडा लाल झाल्या. त्यातल्या त्यात त्याला एक दिलासा हा होता की, तिला फार त्रास झाला नाही, तिला शेवटचे काही आठवडे का होईना त्या शुश्रूषागृहात संवेदना हरवलेल्या स्थितीत राहण्याऐवजी एकमेकांच्या प्रेमाच्या उबेत, घरात राहायला मिळालं.

ॲलिस हॉबसनच्या मनातही घर सोडून राहण्याविषयी जवळपास अशीच भीती होती. ती एकमेव अशी जागा होती, जिथं तिला तिच्या आयुष्यावर तिचीच मालकी आहे आणि हक्क आहे, असं वाटत होतं; पण त्या माणसांनी तिला तसा त्रास दिल्यानंतरच्या प्रसंगानंतर, हे अगदी सिद्धच झालं होतं की, तिनं असं एकटं राहणं आता फारसं सुरक्षित नव्हतं. माझ्या सासऱ्यांनी तिच्यासाठी अनेक मोठ्या वृद्धाश्रमांना भेटी दिल्या. ''तिनं या गोष्टींकडे फारसं लक्ष दिलं नाही.'' जिम म्हणाले, पण अखेर तिनंच जुळवून घेतलं. तिला असं ठामपणे सांगण्यात आलं होतं की, अशी जागा शोधण्यात येईल, जिथं तिला राहणं आवडेल आणि तिची तब्येतही सुधारेल; पण असं होणार नव्हतं. त्यानंतर मी त्याचे दुष्परिणाम पाहिले, मग हळूहळू ती कारणं माझ्या लक्षात येऊ लागली जिच्यामुळे... आणि तीच कारणं आहेत, जिच्यामुळे आपली परावलंबी आणि विकलांगांसाठी जी व्यवस्था आहे, तिच्याविषयी प्रश्न उपस्थित होतात.

जिमनं अशी एक जागा पाहिली, जी कुटुंबीयांसाठी अगदी सहज गाडीनं जाण्यासारखी होती आणि तिला तिचं घर विकून मिळालेल्या पैशांमध्ये परवडेल अशा भाड्यामध्येही होती. त्यालाही अशी व्यवस्था हवी होती, जिथं सातत्यानं काळजी घेतली जाणार होती... म्हणजे आर्केड कोव्हसारखी, जिथं मी फेलिक्स आणि बेलाला भेटलो होतो... जिथं स्वतंत्र राहण्यासाठी सदनिका होत्या आणि तळमजल्यावर चोवीस तास सतत शुश्रूषा मिळण्याची व्यवस्था होती, जिची तिला

एखाद्या दिवशी नक्कीच गरज पडणार होती. या अशा सोयींसाठी त्यांनी अनेक ठिकाणी भेटी दिल्या होत्या, त्यातल्या त्यात जवळची आणि सहज जाण्याजोगी, काही नफ्यासाठी आणि काही नफा-तोटा नसताना चालवण्यात येणारी होती.

अंतिमत: ॲलिसनं जी जागा निवडली, ती वयस्क लोकांच्या राहण्याची व्यवस्था केलेली एक सदनिका होती, जिला मी लाँगवुड हाउस म्हणेन, जी इपिस्कॉपल चर्चच्या मदतीनं ना नफा तत्त्वावर उभी केलेली एक व्यवस्था होती. तिच्या चर्चच्या मैत्रिणींपैकी काही तिथंच राहायच्या. जिमच्या घरापासून गाडी चालवत जायचं म्हणजे फार फार तर दहा मिनिटांचा रस्ता होता. कर्मचारी मंडळी फार काळजीपूर्वक कामं करणारी आणि पोषणाकडे लक्ष देणारी होती. ॲलिस आणि कुटुंबीयांसाठी ही गोष्ट फारच महत्त्वाची होती.

"इतर बहुतेक सगळी मंडळी नुसती व्यावसायिक होती.'' जिम म्हणाला.

१९९२ च्या शिशिरामध्ये ती तिथं राहायला गेली. मी अपेक्षा केली होती, त्यापेक्षाही तिची ती एक बेडरूमची स्वतंत्र सदनिका फारच प्रशस्त होती. संपूर्ण उपकरणांसहित एक स्वयंपाकघर होतं, जेवणासाठी पुरेशी जागा आणि भरपूर प्रकाश. माझ्या सासूनं म्हणजे नॅननं भिंतींना चांगला तजेलदार रंग दिलाय की नाही याची खात्री केली होती आणि ॲलिसनं पूर्वी वापरलेलं फर्निचर आणि चित्रं वगैरे तिथं लावण्यासाठी एका सजावट करणाऱ्यालाही नेमलं होतं.

"म्हणजे जेव्हा तुम्ही आत फिराल आणि तुमच्या साऱ्या वस्तू आहे, तशा जागेवर बघाल... तुमच्या साऱ्या वस्तू स्वयंपाकघरात बघून तुम्हाला काहीतरी परिचयाचं वाटेल...'' नॅन म्हणाली.

पण ॲलिस तिकडं राहायला गेल्यावर जेव्हा काही आठवड्यांनंतर मी तिला पाहिलं, ती फार आनंदी वाटली नाही किंवा तिथं रमली, असंही वाटलं नाही. तक्रार करण्यास काही जागा नव्हती, ती रागानं किंवा दु:खानं किंवा कडवटपणे काहीही बोलली नाही; पण तिनं कधीही न पाहिलेल्या या वाटेवर ती फार बुजली होती. ती तिच्यासारखीच राहिली; पण तिच्या डोळ्यांमागचा प्रकाश मात्र कमी होत गेला.

प्रथमत: मला वाटलं की, तिची कार गेली आणि ती एकटी फिरू लागली, तेव्हाच व्हायला हवं होतं. ती जेव्हा लाँगवुड हाउसला राहायला गेली, तिनं तिची शेव्ही इम्पाला सोबत नेली होती आणि कार चालवणं सुरूच ठेवायचं, तिनं मनात पक्कं ठरवलं होतं; पण सुरुवातीच्या तिच्या काही दिवसांमध्ये जेव्हा ती तिची कार घेऊन कुठे तरी चक्कर मारायला निघाली, तर तिची कार जिथं लावली होती तिथं नव्हतीच. तिनं पोलिसांना बोलावलं आणि कार चोरीला गेल्याची तक्रार नोंदवली. एक अधिकारी आला, त्यानं सारं वर्णन लिहून घेतलं आणि तपास करण्याचं वचन दिलं. काही दिवसांनंतर जिम आला आणि पुढच्या कुठल्यातरी मोठ्या अन्नपदार्थांची

विक्री करणाऱ्या दुकानासमोर त्यानं कार पाहिली, ती तीच असल्याची अटकळ त्यानं बांधली. ती तिथं होती. तिला संभ्रम झाला होता आणि नेमकी पार्किंगची जागा कोणती हे लक्षात न आल्यानं तिनंच तिथं लावली होती. शरमिंदी होऊन तिनं कार चालवणं बंद केलं आणि एके दिवशी तिची कार पुन्हा हरवली आणि तसंच तिला एकदा घरच सापडलं नाही.

पण प्रत्यक्षात तिच्यामध्ये काहीतरी हरवल्याची आणि दु:खाची भावना दिसून येत होती. तिच्या घरी स्वयंपाकघर होतं; पण तिनं स्वयंपाक करणं बंद केलं. ती लाँगवुड डायनिंग रूममध्येच तिचं जेवण इतरांसोबत घेत असे; पण फार कमी जेवत असे; त्यामुळे वजन कमी झालं आणि सोबतची मंडळी तिला काही फारशी आवडल्याचं दिसत नव्हतं. तिथं सगळे मिळून काही कार्यक्रम आयोजित करायचे, तेही ती टाळायची. अगदी पूर्वी तिनं ज्यांचा आनंद घेतला, त्या गोष्टीही म्हणजे चर्चेसाठी तिनं जोडलेलं मंडळ, एक पुस्तक वाचकांचा गट, जिम आणि फिटनेसचा वर्ग, केनेडी सेंटरच्या सहली वगैरे. तिथल्या संस्थेनं या गोष्टीचीही अनुमती दिली होती की, तुम्हाला जे काय उपलब्ध करून दिलं जातंय, ते न आवडल्यास तुम्ही स्वत:ही काही नियोजित करू शकता; पण ती तिच्या मतावर ठाम राहिली. आम्हाला असं वाटलं की, तिला नैराश्य आलंय. जिम आणि नॅन यांनी तिला एका डॉक्टरांकडे नेलं, ज्यानं तिला औषधं लिहून दिली. त्याचा काहीही उपयोग झाला नाही. खरं तर तिनं सोडलेलं स्वत:चं ग्रीनकॅसल रोडवरचं तिचं घर आणि आताचं लाँगवुड हाउसवरचं घर या दोन घरांमधल्या सात मैल प्रवासामध्ये तिचं आयुष्य अगदी मूलत: बदललं होतं, जे तिला नको होतं; पण ती काहीही करू शकत नव्हती.

ही अशी दु:खी होण्याची जी कल्पना आहे, तीही लाँगवुड हाउससारख्या आरामशीर जागेमध्ये... ती एके काळी अगदी हास्यास्पद अशी समजली गेली असती. १९१३ मध्ये, कोलंबिया विद्यापीठातून पदवी घेतलेला एक तरुण मेबेल नस्स्यू यानं ग्रीनविच गावामध्ये शेजारी शेजारी राहणाऱ्या शंभर वयस्क मंडळींवर एक अभ्यासपूर्ण निष्कर्ष काढला, ज्यामध्ये पासष्ट स्त्रिया होत्या आणि पस्तीस पुरुष होते. या शतकामध्ये निवृत्ती वेतन आणि सामाजिक सुरक्षा या गोष्टींचा विचार सुरू होण्यापूर्वी सगळेच जवळपास गरीब होते. फक्त सत्तावीसजण स्वत:ला मदत करू शकत होते... बचतीवर जगणं, कुणाला स्वत:च्या घरात भाड्यानं ठेवणं किंवा काहीतरी वेगळाच व्यवसाय करणं म्हणजे वर्तमानपत्र वाटणं, घरं स्वच्छ करून देणं, छत्र्या दुरुस्त करणं वगैरे. त्यातील बरेचजण आजारी होते किंवा काम करण्याची क्षमता नाही इतके थकलेले होते.

उदाहरणार्थ, एक स्त्री जिला नर्स्यू 'मिसेस सी' असं म्हणायचा, ती साठ वर्षांची विधवा होती, जिला फक्त घरगुती कामाला एक व्यक्ती हवी होती, तेही फक्त एका खोलीत स्टोव्हवर काम करून देईल एवढं परवडण्यासारखी हवी होती. आजारपणानं तिची कामाची क्षमता आताशा संपवली होती; तथापि, व्हेरिकॉज व्हेनच्या दुखण्यानं तिच्या पायांवर आजकाल प्रचंड सूज येत होती, ज्यामुळे तिला अंथरुणाला खिळवून ठेवलं होतं. मिस एस ही अगदी असाधारण अशी आजारी होती आणि बहात्तर वर्षांच्या मधुमेही भावासोबत होती, जो याच शतकामध्ये इन्शुलिनच्या शोधापूर्वी फारच वेगानं अपंग झाला आणि इतका थकला की, त्या आजारानं त्याचा प्राण घेतला. मि. एम हा सदुसष्ट वर्षांचा आयरिश होता, एके काळी डॉकयॉर्डवर मालाची चढउतार करायचा; तो अर्धांगवायूच्या झटक्यानं विकलांग झाला होता. त्यांच्यापैकी बरेचजण हे केवळ अशक्त बनले होते, त्यावरून नर्स्यूनं असा निष्कर्ष काढला होता की, ते स्वत:चं व्यवस्थित न करता येण्याइतके वयस्क झालेले होते.

कुटुंब अशा लोकांना स्वीकारत नसेल, तर अशा लोकांजवळ एक तर नैतिकदृष्ट्या तरी अनाथाश्रमात राहणं किंवा जिथं दानधर्मावर जगतात, तिथं राहणं अपरिहार्य होऊन बसतं. युरोपात आणि अमेरिकेमध्येही अशा अनेक संस्था गेल्या शतकात होत्या. जर तुम्ही वयस्क झालात आणि तुम्हाला मदतीची गरज असेल आणि जर तुम्हाला स्वत:चं मूल नाही किंवा स्वतंत्रपणे जगण्याइतकी संपत्ती नाही; तर अशा गरिबांसाठीचा अनाथाश्रम हा आसरा मिळण्याचा एकमेव आधार होता. हे अनाथाश्रम असेच उदास, किळसवाणे आणि जिथं तुम्हाला बंदिवासामध्ये ठेवलं आहे, असं वाटावं असे आणि त्या वेळी त्याचं नावच असं होतं. ते तिथं सगळ्या प्रकारच्या गरिबांना भरती करत असत... म्हणजे वयस्क कंगाल माणसं, कमनशिबी, देश सोडून आलेले, तरुण दारुडे, मनोरुग्ण... आणि त्याचं काम होतं 'आत' आलेल्या माणसांना त्यांच्या अर्वाच्य आणि नैतिकतेसमोर प्रश्न उभे राहावे, अशा पापकर्मासाठी कामाला लावणं. तेथील पर्यवेक्षक हे सहसा गरीब वृद्धांना नेमून दिलेल्या कामाच्या बाबतीत थोडेसे दयाळूपणे वागवत असत; पण तेही इतरांप्रमाणेच तिथं आलेले असत. नवरा-बायकोला वेगवेगळं ठेवलं जाई. मूलभूत शारीरिक गरजांकडे दुर्लक्ष केलं जात असे. एकंदर गलिच्छ आणि मोडकळीला आलेलं असं वातावरण असे.

१९१२ मध्ये इलिनॉइस स्टेट चॅरिटी कमिशनचा अहवाल सांगतो की, देशातील असा गरिबांसाठीचा एक अनाथाश्रम हा खरं तर प्राण्यांना राहण्यासाठीही उचित नव्हे. माणसांच्या वयाचं किंवा त्यांच्या गरजांचं कुठलंच वर्गीकरण न करता दहा बाय बाराच्या एका खोलीमध्ये सरळ सरळ ढेकूण झालेल्या खाटांमध्ये स्त्री-

पुरुष दाटीवाटीनं राहत होते. 'तिथून उंदीर पळत होते... अन्नावर माशा घोंघावत होत्या... तिथं अंघोळीसाठी बाथटब्ज तर नव्हतेच.' १९०९ मध्ये व्हर्जिनियाच्या अहवालानुसार वृद्ध निष्काळजीपणामुळे मरत आहेत, त्यांना पुरेशी पोषणद्रव्यं मिळत नाहीत आणि काळजी घेतली जात नाही, अनियंत्रित संसर्गामुळे क्षयाची बाधा होत आहे, असं स्पष्ट सांगण्यात आलं. विकलांग वृद्धांची काळजी घेण्यासाठी मिळणारे निधी पुरेसे नव्हतेच.

एका घटनेमध्ये अहवालात लिहिलेलं आहे की, एका अधीक्षकानं एका अशा स्त्रीला पाहिलं, जिला व्यवस्थित चालताही येत नव्हतं आणि कुठल्याही कर्मचाऱ्याचं तिच्याकडे लक्ष नव्हतं आणि तिला जवळपास अठ्ठावीस पौंडांचा एक गोळा आणि साखळी उचलून नेण्यास सांगण्यात आलं होतं.

अशा प्रकारच्या संस्थांची एकंदर माहिती मिळाल्यानंतर वार्धक्याविषयी अजून दुसऱ्या कशानंही भीती वाटली नसावी. असं असूनही १९२० आणि १९३० मध्ये जेव्हा ॲलिस आणि रिचमंड हॉबसन दोघेही तरुण होते, तेव्हा गरिबांसाठी बांधलेल्या धर्मशाळांपैकी दोन तृतीयांशमध्ये वयस्कर लोकच होते. सोन्याचा मुलामा दिलेल्या आयुष्याच्या सुबत्तेनं या स्थितीविषयी एकच गोंधळ निर्माण केला. त्यानंतर आलेल्या नैराश्यानं देशभरामध्ये एक बचाव मोहीम सुरू केली. वयस्क मध्यमवर्गीय लोक ज्यांनी काम करून त्यांच्या आयुष्याची पुंजी जमवली होती, त्यांची लूटच झाली होती. १९३५ मध्ये सामाजिक सुरक्षेच्या कार्यासाठी 'संयुक्त राष्ट्र' ही राष्ट्रीय स्तरावर निवृत्तिवेतन योजना हवी म्हणून युरोपशी जोडली गेली. अचानक विधवांचं भविष्य सुरक्षित झालं आणि निवृत्ती जी फक्त श्रीमंतांच्या आयुष्याची खरी परिणती होती, ती मोठ्या प्रमाणात घडणारी सर्वसाधारण अशी बाब ठरली.

दरम्यान, औद्योगिकीकरण झालेल्या जगाच्या स्मृतीतून या गरिबांच्या धर्मशाळा निघून गेल्या; पण त्या दुसरीकडे चालू राहिल्या. विकसनशील राष्ट्रांमध्ये तर ती सर्वसाधारण बाब झाली, कारण आर्थिक भरभराट वयस्कांची गरिबी आणि दुर्लक्ष या दोन गोष्टींपासून संरक्षण करण्यासाठी संपत्ती मिळवण्याऐवजी मोठी कुटुंबं मोडकळीलाच आणत आहे. माझ्या असं लक्षात आलं आहे की, भारतामध्ये तर अशा प्रकारच्या स्थळांकडे कायम दुर्लक्ष केलं जातं; पण अशातच मी दिल्लीला भेट दिली, तेव्हा मात्र मला काही उदाहरणं सापडली. त्यांचं अस्तित्व असंच गावाबाहेर होतं... किंवा त्या जुन्या अहवालाप्रमाणे होतं.

उदाहरणच द्यायचं झालं, तर 'गुरू विश्राम वृद्धाश्रम' हा गरिबांसाठी चालवला जाणारा वृद्धाश्रम दक्षिण दिल्लीच्या एका टोकाला झोपडपट्टीमध्ये चालवला जातो, जिथं सांडपाणी अगदी रस्त्यावर खुलं वाहतं आणि हाडकुळी कुत्री तिथं उकिरडे हुंगताना दिसतात. त्या घराचं एका गोदामामध्ये रूपांतर करण्यात आलं आहे... एक

मोठी खोली ज्यामध्ये वयस्क लोकांचे अगणित पलंग टाकलेले आणि जमिनीवर टाकलेल्या चटया या अक्षरश: जणू काही मोठमोठी पोस्टाची तिकिटं असावीत, अशा एकमेकांपासून दूर ओढून बसवल्या होत्या. कुणी जी. पी. भगत चालक होता, चाळिशीचा दिसत होता, अगदी सफाचट आणि तद्दन व्यावसायिक वाटत होता, त्याच्याजवळ एक मोबाईल होता, जो दर दोन मिनिटांनी वाजायचा. त्यानं असं सांगितलं की, देवानंच त्याला आठ वर्षांपूर्वी हे काम करण्यास आणि दानधर्मावरच सगळा उदरनिर्वाह करण्यास सांगितलं आहे. त्याच्याकडे एखादा पलंग रिकामा आहे, असं दिसल्यावर तर त्यानं कुणालाही कधीही परत पाठवलं नाही, असं त्याचं म्हणणं होतं. तिथं राहणाऱ्या लोकांपैकी अर्धेअधिक तर असे होते की, त्यांना जणू बिल भरणं होणार नाही म्हणूनच इतर अनाथाश्रमांनी आणि रुग्णालयांनी इथं त्यांचे पैसे भरून आणून सोडलं होतं. उरलेले कुठेतरी रस्त्यावर किंवा बागेमध्ये कुणा स्वयंसेवकाला किंवा पोलिसांना सापडले होते. सगळेजण जवळपास अशक्तपणा आणि गरिबी यांनी ग्रासलेलेच होते.

मी जेव्हा तिथं भेट दिली, तेव्हा जवळपास शंभर माणसं तिथं होती. त्यातील वयानं जरा लहान म्हणजे साठीचे होते आणि म्हातारे म्हणजे पार शंभरी पार केलेलेच होते. त्यांच्यापैकी जे पाहिल्या मजल्यावर होते, त्यांच्या गरजा अगदी माफक होत्या. त्यांच्यामध्ये मी एका शीख गृहस्थाला पाहिलं, जो अगदी अवघडल्यासारखा जमिनीवर रांगत होता, पाय मुडपून तो एखादा बेडूक हळुवार चालावा, त्याप्रमाणे हातापायांवर रांगत होता. त्यानं असं सांगितलं की, 'नवी दिल्लीच्या एका उच्चभ्रू वस्तीमध्ये माझं एक इलेक्ट्रिकल्सचं दुकान होतं. माझी मुलगी अकाउंटंट बनली आणि मुलगा सॉफ्टवेअर इंजिनियर बनला. दोन वर्षांपूर्वी मला काहीतरी झालं... माझ्या छातीत दुखलं आणि त्यानंतर पक्षाघाताचे अनेक झटके आले. मी अडीच वर्षं रुग्णालयात काढली, तीही अर्धांगवायूच्या अवस्थेत काढली. रुग्णालयाचं बिल खूप झालं. माझ्या कुटुंबानं मला भेटणं कमी केलं. सरतेशेवटी रुग्णालयानं मला इथं आणून सोडलं.' भगतनं सांगितलं की, मी पोलिसांच्या मदतीनं माझ्या कुटुंबीयांना निरोपही पाठवला की, माझी घरी येण्याची खूप इच्छा आहे; पण त्यांनी त्याला ओळखण्यास नकार दिला.

छोट्याशा जिन्याच्या वर दुसरा मजला होता, जिथं विस्मृतीचे आणि इतर आत्यंतिक विकलांगतेनं ग्रासलेले रुग्ण ठेवण्यात आले होते. एका भिंतीजवळ एक म्हातारा उभं राहून पार त्याच्या पोटापासून आवाज काढत बेसूरपणे गात होता. त्याच्याच पलीकडे डोळ्यांमध्ये पांढरा मोतीबिंदू पडलेली एक म्हातारी स्वत:शीच काहीतरी बडबडत बसली होती. बरेचसे कर्मचारी तिथंच त्या लोकांमध्ये राहून त्यांची कामं उरकत होते, म्हणजे त्यांना जेवू घालणं किंवा शक्य तेवढं त्यांना स्वच्छ

ठेवण्याचा प्रयत्न करत होते. तिथं गोंधळ आणि लघवीचा वास अगदी कोंदटून भरला होता. मी तिथं राहणाऱ्या एक-दोनजणांशी माझ्या दुभाषाच्या मदतीनं संवाद साधण्याचा प्रयत्न केला; पण ते इतके गोंधळलेले होते की, योग्य उत्तर देणं केवळ अशक्य होतं. जवळच एक आंधळी आणि बहिरी बाई एका चटईवर मोठमोठ्यानं ओरडत तेच तेच शब्द उच्चारत पडली होती. ती काय म्हणतेय, हे मी माझ्या दुभाषाला विचारलं. दुभाषानं मान हलवली... तिच्या शब्दांना काही अर्थ नव्हता... मग ती खालच्या मजल्यावर चाचपडत गेली. तेवढंही तिच्यासाठी खूप काही होतं. मी त्या क्षणापर्यंत तरी अनुभवलेल्या अनेक गोष्टींमध्ये नरकाचं दर्शन जवळपास तेच होतं.

"ही माणसं त्यांच्या आयुष्याच्या अखेरच्या प्रवासामध्ये आहेत..." भगत त्या साऱ्या शरीरांवरून दृष्टी फिरवत म्हणाला, "पण त्यांना खरोखरच हव्या असणाऱ्या सुविधा मी काही त्यांना पुरवू शकत नाही."

ॲलिसच्या आयुष्यातल्या या काळखंडात औद्योगिकीकरण झालेल्या आधुनिक जगातील वयस्कांच्या मनातून नशिबाची अशा प्रकारची भीती केव्हाच गेली होती. समृद्धता इतकी वाढली होती की, शुश्रूषागृहांकडून चौरस आहाराची, व्यावसायिक वैद्यकीय सेवेची, शारीरिक हालचालींच्या व्यायामाची आणि करमणुकीचीही अपेक्षा केली जात होती. त्यांनी लाखोंच्या अशक्तपणावर आणि वार्धक्यावर थोडी मात केली आणि योग्य तेवढी काळजी व सुरक्षाही घेतली तीही अशी की, अनेक गरीब धर्मशाळांमध्ये त्याची कल्पनाही केली जाऊ शकत नव्हती. अद्यापही बरेचसे वृद्धाश्रम हे भयप्रद, ओसाड आणि आपल्या आयुष्यातील अखेरचा काळ न घालवता येण्याइतके किळसवाणे असतात. आपल्याला अजून बऱ्याच गोष्टी करण्याची गरज आणि इच्छाशक्तीही हवी आहे.

लाँगवुड हाउसमध्ये वरकरणी तिथं राहण्यासाठी आवश्यक तेवढ्या सगळ्या सुविधा दिसत होत्या. सगळ्या अद्ययावत सुखसोयी होत्या, ज्यामध्ये सुरक्षा आणि तब्येतीची काळजी घेण्याला अगदी प्राधान्य होतं. ॲलिसची राहती सदनिका तिच्या जुन्या घराप्रमाणेच एक सुरक्षित आणि सहज आवरता येण्यासारखीही होती. तिथली व्यवस्था तिच्या मुलांना आणि कुटुंबीयांनाही अतिशय समाधान देणारी आणि आश्वासित करणारी होती; पण ॲलिससाठी तसं नव्हतं. तिथं जे काही आहे, त्याचा उपयोग ती काही करू शकली नाही किंवा त्याचा स्वीकारही केला नाही. तिथल्या कर्मचाऱ्यांनी किंवा आपल्या घरच्यांनी तिच्यासाठी काहीही का केलेलं असेना, तिचं दुःख मात्र वाढतच राहिलं.

मी तिला त्याबद्दल विचारलंही; पण नेमक्या कोणत्या गोष्टी तिला दुःख

देतात, हे काही तिला सांगता आलं नाही; पण एक तक्रार मात्र ती नेहमी करायची, जी मी तिथल्या शुश्रूषा करणाऱ्या सेवकाकडून ऐकली, ती म्हणजे : 'सरतेशेवटी हे काही घर नाहीच.' ॲलिससाठी लाँगवुडची ती सदनिका म्हणजे घराचा नुसता भ्रम होता. आणि खरोखरच माणसाला घरासारखंच वाटणारं घर मिळणं म्हणजे ते जणू मासळीला पाणी जसं आवश्यक असतं, तसं गरजेचं होऊन बसतं.

काही वर्षांपूर्वी मी हॅरी ट्रुमनविषयी ऐकलं, जो मार्च १९८० मध्ये त्र्याऐंशी वर्षांचा होता आणि त्यानं ज्वालामुखीच्या वाफा निघत असताना आणि त्याचं गरजणं चालू असताना वॉशिंग्टनमधल्या ऑलिम्पियाजवळच्या सेंट हेलन पर्वताच्या पायथ्याशी असलेल्या त्याच्या घरातून बाहेर येण्यास चक्क नकार दिला. पहिल्या विश्वयुद्धातील एक वैमानिक आणि बंदीच्या कालखंडातील चोरटा व्यापारी असलेल्या या माणसाचं जवळपास अर्धशतकापेक्षा जास्त काळापासून स्पिरीट सरोवरावर स्वत:चं घर होतं. पाच वर्षांपूर्वी त्याची पत्नी वारल्यानं तो विधुर झाला. तेव्हापासून टेकडीच्या पायथ्याशी चव्वेचाळीस एकरांवर असणारं ते घर फक्त त्याचं आणि त्याच्या सोळा मांजरींचं होतं. तीन वर्षांपूर्वी घराच्या छपरावर जमलेला बर्फ खोऱ्यानं काढून फेकता फेकता तो पडला आणि त्याचा पाय मोडला. या त्याच्या वयामध्ये तशा ठिकाणी स्वत: काम केल्याबद्दल डॉक्टरांनी त्याला 'तू मूर्ख आहेस' असं स्पष्ट सुनावलं होतं.

"तूच मूर्ख आहेस..." ट्रुमननं त्याला फटकारलं, "मी फक्त ऐंशी वर्षांचा आहे आणि ऐंशीव्या वर्षी मला माझ्या मनाप्रमाणे विचार करण्याचा आणि मला जे वाटेल, ते करण्याचा हक्क आहेच."

ज्वालामुखी जसा गर्जू लागला, तसे तेथील सुरक्षा अधिकाऱ्यांनी जवळपास राहणाऱ्या प्रत्येकाला तिथून निघून जाण्यास सांगितलं; पण ट्रुमन मात्र कुठेही जायला तयार नव्हता. जवळपास दोन महिने तो ज्वालामुखी धुमसला. सुरक्षा अधिकाऱ्यांनी त्याच्याभोवतीची जवळपास दहा मैलापर्यंतची निर्मनुष्य जागा सुरक्षेच्या कारणास्तव वाढवली. ट्रुमन मात्र हट्टानं तेथेच राहिला. त्यानं शास्त्रज्ञांवर विश्वास ठेवला नाही, त्यांच्या अनिश्चित आणि कधीकधी विवादास्पद अहवालांवर, निष्कर्षांवरही विश्वास ठेवला नाही. त्याला भीती ही होती की, त्याचं घर लोकांकडून लुटलं जाईल किंवा त्याची नासधूस होईल, जशी स्पिरीट सरोवराजवळच्या घरांमध्ये झालीही आणि अजिबात इतर गोष्टींकडे लक्ष न देता तो राहिला, हे घर म्हणजे त्याचं आयुष्य होतं.

"जर ही सगळी जागा तशी जाणारच आहे, तर माझीही त्याच्यासोबत जाण्याची इच्छा आहे." तो म्हणाला.

"कोणत्याही कारणामुळे जर मला ते गमवावं लागलं, तर त्यामुळे मी एका

आठवड्याच्या आत आत्महत्या करेन.'' त्याच्या त्या सरळ सरळ आणि उद्धटपणे बोलण्याच्या पद्धतीनं त्यानं वार्ताहरांना आकर्षित करून घेतलं. त्याच्या डोक्यावर हिरव्या रंगाची जॉन डीयरची कॅप होती आणि हातात बॉर्बन आणि कोकचा एक मोठा ग्लास होता. किमान त्याच्या भल्यासाठी तरी त्याला ताब्यात घ्यावं की काय, असा स्थानिक पोलीस विचार करत होते, पण तसं न करण्याचा निर्णय त्यांनी घेतला. ट्रुमनचं वय आणि त्यामुळे जी बदनामी झाली असती, त्याला तोंड द्यावं लागलं असतं. ते जेव्हा जायचे, तेव्हा प्रत्येक वेळी त्याला बाहेर येण्यास मदत करण्यास तयार असायचे. तो अगदी ठामपणे नकार द्यायचा. त्यानं त्याच्या मित्राला सांगितलं, ''जर मी उद्या मरणार असेन तरीही चालेल, मी फार छान जगलोय. जे करणं शक्य होतं, तेवढं सारं काही मी केलंय आणि जेव्हा काही करण्याची इच्छा झाली, तेव्हा तेव्हा मी हवं ते केलंय.''

१८ मे १९८० रोजी सकाळी ८ वाजून ४० मिनिटांनी तो जणू अणुबॉम्बसारखा शक्तिशाली स्फोट झाला. लाव्हा रसाच्या त्या प्रचंड प्रवाहाखाली सारं सरोवर गाडलं गेलं; सोबत ट्रुमन, त्याच्या मांजरी आणि त्याचं घरंही गाडलं गेलं. त्या घटनेनंतर तो एक मोठं उदाहरण बनला... एक वृद्ध जो त्याच्याच घरात राहिला, त्याच्या आयुष्यातल्या सगळ्या संधींचा त्यानं उपयोग केला आणि शतकामध्ये तो त्याच्या मर्जीप्रमाणेच आयुष्य जगला आणि जेव्हा साऱ्या शक्यता त्याच्यासमोर होत्या, तेव्हा तो नाहीसा झाला. आजूबाजूला राहणाऱ्या लोकांनी त्या शहराच्या अगदी प्रवेशद्वाराशीच त्याचं स्मारक उभं केलं आणि आर्ट कार्नेनं त्याची भूमिका साकारलेला एक चित्रपटही निघाला.

ॲलिस काही ज्वालामुखीला तोंड देत नव्हती; पण तिला मात्र आपण तोंड देत आहोत, असंच बहुधा वाटत असावं. ग्रीनकॅसल रस्त्यावरचं घर सोडणं म्हणजे तिला तिचं अनेक दशकांपासून उभारलेलं आयुष्य सोडणं आहे, असंच वाटत होतं. तिच्या जुन्या घरातील सुखसोयी अगदी तंतोतंत बनवलेल्या पण तिला वापरण्यास अतिशय कठीण होत्या; त्यापेक्षा लाँगवुड हाउसनं दिल्या होत्या, त्या सुखसोयी अतिशय सुरक्षित आणि जास्त सुनियोजित होत्या. तिच्या सदनिकेत राहण्याला भलेही स्वतंत्र जगणं असं म्हटलं जात असेल; पण त्यामध्ये नियोजन आणि देखरेख या दोन्ही गोष्टींशी तिला जी तडजोड करावी लागत होती, ती तिथं व्यवस्थित होती. मदतनीस तिच्या जेवणाकडे लक्ष देत होते. परिचारिका तिच्या आरोग्याकडे लक्ष देत होत्या. तिचा वाढता ताठपणा वरचेवर कमी होतोय, हे त्यांच्या लक्षात आलं आणि त्यांनी तिला वॉकर वापरण्याचा सल्ला दिला. ॲलिसच्या मुलांसाठी ही बाब थोडीशी दिलासा देणारी होती; पण तिला स्वतःला असं लहान मुलांसारखं वागवलं जाणं आणि तसं नियंत्रणामध्ये ठेवलं जाणं अजिबातच आवडलं नव्हतं आणि केवळ

तिच्या आयुष्यात सगळं वेळेवर नियमितपणे होणं एवढंच काय ते वाढलं होतं. जेव्हा तिथल्या कर्मचाऱ्यांच्या हे लक्षात आलं की, तिच्या औषधांचे डोस घेण्यात ती चुकत आहे. त्यांनी तिला सांगितलं की, जोपर्यंत ती तिची औषधं तिथल्या परिचारिकेकडे ठेवत नाही आणि त्यांच्या राहण्याच्या ठिकाणी दिवसातून दोन वेळा औषधं घेण्यासाठी खाली उतरून येत नाही, तिला तिच्या राहण्याच्या स्वतंत्र जागेपासून नर्सच्या राहण्याच्या जागेपर्यंत चालावंच लागेल. जिम आणि नॅन यांनी ॲलिसला मदत करण्यासाठी मेरी नावाची, अर्धवेळ काम करणारी मदतनीस ठेवली होती; ती तिला काही काळ सोबतही करायची आणि तिच्या बदलीचे दिवस दूर ढकलायची. तिलाही मेरी आवडायची; पण तासन् तास तिचं असं सदनिकेभोवती फिरत राहणं, अगदी लहानसहान गोष्टी करतानाही ती सोबत असणं, ही गोष्ट ॲलिसला फारच नैराश्य देणारी होऊ लागली.

किमान ॲलिसला तरी बहुधा असंच वाटत असावं की, तिनं परग्रहांवरच्या लोकांच्या अशा प्रदेशांमध्ये प्रवेश केला आहे की, जिथून तिला कधीही परतण्याची परवानगी ते देणार नाहीत. सीमेवर पहारा देणारे अगदी मैत्रीपूर्ण आणि उत्साही आहेत. त्यांनी तिला तिची अगदी उत्तम काळजी घेतली जाईल एवढं ते स्थळ चांगलं आहे म्हणून खात्रीलायक सांगितलं आहे; पण तिलाच तिची काळजी घेण्यासाठी कुणी हवं असं वाटत नाही; तिला तिचं आयुष्य स्वत:च्या पद्धतीनं जगायचं आहे आणि ते सीमेवरचे जे कुणी अगदी उत्साही आणि मैत्रीपूर्ण पहारेकरी आहेत, त्यांनी तिच्या सगळ्या किल्ल्या आणि तिचं पारपत्रही घेतलं आहे. तिच्या घरावरही तिचं नियंत्रण नाहीय.

लोक हॅरी ट्रुमनकडे एक आदर्श म्हणून पाहतात. त्या स्पिरीट सरोवराजवळ राहणाऱ्या हॅरी ट्रुमनसाठी एखादं लाँगवुड हाउस कधीही तयार झालं नाही आणि व्हर्जिनियातील अर्लिन्गटनच्या ॲलिस हॉबसनलाही तिच्यासाठी असं काही व्हावं, असं वाटलं नाही.

अगदी वयोवृद्ध लोक एक तर अगदी ज्वालामुखीसोबत गेले किंवा त्यांच्या स्वत:च्या आयुष्यावर संपूर्णपणे दुसऱ्याचं नियंत्रण राहिलं, हे दोनच पर्याय असलेल्या एका विश्वामध्ये आपण कसे येऊन पोहोचलो? काय झालं, हे आपल्याला नेमकं समजण्यासाठी गरिबांसाठीच्या धर्मशाळांच्या जागेवर आपण आजचे वृद्धाश्रम कसे आणले, हे समजून घेणं गरजेचं आहे... आणि ती एक वैद्यकीय कथा बनते. त्या अशक्त वयस्कांना ते ज्या जुन्या किळसवाण्या जागेत जगले, त्यापेक्षा जरा बरं आयुष्य द्यायचं, या हेतूपलीकडे कुठलाही मोठा हेतू ठेवून आपली वृद्धांसाठीची घरं विकसित झाली नाहीत. आपण कधीही आजूबाजूला पाहिलं नाही आणि स्वत:लाही

म्हटलं नाही, 'तुला माहीत आहे का की, ही माणसं आयुष्यातल्या त्या काळात जगत आहेत, ज्या काळामध्ये त्यांना स्वत:ला कसं सावरावं, हेही माहीत नाही आणि त्यामुळे त्याचं व्यवस्थापन करण्यासाठीच आपल्याला एक मार्ग शोधायचा आहे.' नाही, त्याऐवजी आपण हेच म्हणालो की, 'हा सगळा वैद्यकीय उपचाराचा भाग दिसतो. या लोकांना रुग्णालयातच ठेवू या. डॉक्टरच काय ते व्यवस्थित करू शकतील.' कमी-अधिक प्रमाणामध्ये अगदी योगायोगानं का होईना, आपली आधुनिक शुश्रूषागृहं ही या विचारातूनच निर्माण झालेली आहेत.

विसाव्या शतकाच्या मध्यंतरामध्ये औषधोपचार हा अतिशय वेगानं आणि ऐतिहासिक अशा परिवर्तनातून जात होता. त्यापूर्वी तुम्ही जर गंभीर आजारी झालात, तर डॉक्टर तुम्हाला तुमच्याच घरातील बिछान्यात विश्रांती घ्यायला लावत. रुग्णालयाचं काम तेव्हा सहसा अगदीच गंभीर वेळी स्वत:कडे ठेवून उपचार करण्यापुरतं होतं. लेविस थॉमससारख्या एका मोठ्या डॉक्टरनं आणि लेखकानं जे अनुभवलं, ते त्यानं त्याच्या १९३७ मध्ये बोस्टन सिटी रुग्णालयातील आंतरविद्याकाळाच्या वर्णनामध्ये लिहिलंय, 'जर रुग्णालयामध्ये बिछान्यावर पडून असणं, या गोष्टीमुळे काही थोडाफार फरक पडत असेल; तर तो बहुतांश फरक हा तिथला उबदारपणा, निवारा व अन्न आणि तत्पर, मैत्रीपूर्ण पद्धतीनं घेतलेली काळजी आणि हे सारं पुरवणाऱ्या परिचारिकांची कशाशीही तुलना न होणारी कौशल्यं या गोष्टींमुळे पडतो. तुम्ही जिवंत राहणार की नाही, हे तुमच्या आजाराच्या स्वाभाविक इतिहासावर अवलंबलेलं असतं. औषधांमुळे थोडाफार फरक पडतो किंवा काहीही पडत नाही.'

दुसऱ्या महायुद्धानंतर हे दृश्य अगदी आमूलाग्र बदललं. सल्फा, पेनिसिलिन आणि इतर अनेक प्रतिजैविकं संसर्गाच्या उपचारांसाठी उपलब्ध झाली. रक्तदाबावर नियंत्रण ठेवणारी आणि असंतुलित संप्रेरकांवर उपचार करण्यासाठी औषधं शोधण्यात आली. अगदी हृदयावरील शस्त्रक्रियेपासून ते कृत्रिम श्वसन ते थेट मूत्रपिंडाच्या प्रतिरोपणापर्यंत सगळ्या क्षेत्रांमध्ये मारलेली मुसंडी अगदी सहज गोष्ट ठरली. डॉक्टर हीरो बनले आणि रुग्णालयं ही आजारपण आणि नैराश्याच्या प्रतीकाकडून प्रवास करत अगदी विरुद्ध अशी आशा आणि उपचारांची केंद्रं बनली.

पण समाज तेवढ्या वेगानं रुग्णालयं उभारू शकला नाही. १९४६ मध्ये अमेरिकेमध्ये काँग्रेसनं हिल-बर्टन कायदा संमत केला, ज्यानं रुग्णालयांच्या उभारणीसाठी बराच मोठा सरकारी निधी पुरवला. दोन दशकांनंतर त्या योजनेअंतर्गत देशामध्ये नऊ हजारांपेक्षा जास्त नव्या उपचार सुविधा निर्माण केल्या. बहुतांश लोकांना पहिल्यांदाच रुग्णालयं जवळच उपलब्ध झाली आणि हे औद्योगिकीकरण झालेल्या जगामध्ये प्रथमच सत्यात उतरलं.

या परिवर्तनाचं प्रमाण मात्र 'केवळ अशक्य ते अगदी भरपूर' असंच आहे.

आपल्या बहुतांश प्रजातींच्या अस्तित्वाचा विचार करता माणसं स्वत:च्या प्रजातींवर आणि तेही त्यांच्या शरीराच्या भोगावर मूलभूतपणे अवलंबून राहिली. तसंच निसर्ग, संधी, कुटुंबव्यवस्था आणि धर्म यांवर विसंबून राहिली. जो तुम्ही वापरू शकता, तो औषधोपचार हे दुसरं एक हत्यार राहिलं आणि निव्वळ उपचाराचा एक विधी राहिला किंवा एक कौटुंबिक उपचार म्हणून आणि फारसा परिणामकारकही नाही; पण औषधं जशी प्रभावी बनली, आधुनिक उपचारपद्धतीनं एक वेगळंच कल्पनाविश्व उभं केलं. ही एक अशी जागा होती, जिथं तुम्ही 'मला बरं करा' असं म्हणत जाऊ शकत होता. तुम्ही तुमच्या आयुष्याचा प्रत्येक भाग तपासून डॉक्टरांकडे आणि परिचारिकांकडे सुपूर्द करत होता : तुम्ही कोणते कपडे घालता, तुम्ही काय खाता, तुमच्या शरीरामध्ये काय काय होत गेलं आणि केव्हा? प्रत्येक वेळी ते फार आनंददायक होतं, अशातला भाग नाही; पण निर्माण होत चाललेल्या प्रश्नांचा एकंदर वाढत चाललेला विस्तार बघता, त्यानं अपूर्व असा निष्कर्ष हाती दिला. जंतूंचा संसर्ग कसा काढून टाकायचा, कर्करोगांच्या गाठी कशा काढायच्या, तुटलेली हाडे कशी जोडायची; हे रुग्णालयं शिकली. हर्नियाचा नेमका उपचार, हृदयातील झडपा आणि आमाशयातील रक्तस्रावी व्रण यांची दुरुस्ती करणं त्यांना जमलं. लोकांसाठी ही जागा म्हणजे एक सर्वसामान्य स्थळ झालं, जिथं ते त्यांच्या शारीरिक त्रासांसह सहज जाऊ शकतात, अगदी वयस्कही!

दरम्यान, विमा नियोजन करणाऱ्यांनी अशी निवृत्तिवेतन योजना आणली, जी गरिबांच्या धर्मशाळांचा शेवट करू शकेल; पण तरीही प्रश्न काही सुटले नाहीत. अमेरिकेमध्ये सामाजिक सुरक्षा कायदा १९३५ च्या मसुद्यानंतरच्या काही वर्षांमध्ये गरिबांच्या धर्मशाळेतील अनेक वयस्क मंडळींनी ती सोडण्यास नकार दिला. राज्य सरकारनं त्यांच्याकडे जाऊन जाणून घेण्याचा प्रयत्नही केला; पण लक्षात आलं की, ते शक्य नाही. वृद्ध मंडळी त्या गरिबांच्याच धर्मशाळेमध्ये त्यांच्या अंतिम काळात थांबली कारण ते जवळपास सगळेच, त्यांच्याजवळ घरासाठी देण्यास पैसा नाही म्हणून थांबले होते, असं नव्हतं. ते तिथंच राहात होते कारण ते इतके अशक्त, आजारी, क्षीण, वृद्ध आणि विकलांग अवस्थेत होते की, ते स्वत:चीही फारशी काळजी घेऊ शकत नव्हते आणि दुसरीकडे कुठे मदतीसाठी जाण्याचीही सोय नव्हती. निवृत्तिवेतनानं वयस्कांना त्यांच्या निवृत्त आयुष्यामध्ये शक्य तेवढ्या गोष्टींचा स्वतंत्रपणे नियोजन करण्याच्या अनुमतीचा मार्ग दिला; पण निवृत्तिवेतनानं मर्त्य आयुष्यातील कमजोर, अंतिम टप्प्यांसाठी कुठलीही योजना पुरवली नाही.

रुग्णालयांनी उसळी घेतली; ती अशा विकलांग, कमजोर व्यक्तींना ठेवण्यासाठी तुलनात्मकरीत्या अतिशय चांगली स्थळं बनली. त्याची परिणती म्हणून तेच झालं, शेवटी गरिबांसाठीच्या धर्मशाळा ओस पडल्या. १९५० पर्यंत एका मागोमाग या

धर्मशाळा बंद झाल्या. ज्यांचं वर्गीकरण कफल्लक, दरिद्री असं करण्यात आलं होतं. त्यांची जबाबदारी सामाजिक कल्याण विभागाकडे सोपवण्यात आली आणि आजारी, अपंगांना रुग्णालयामध्ये ठेवण्यात आलं; पण जुनाट आजारांमधील आणि अतिवार्धक्यातील अशक्तपणा रुग्णालयांना काही दूर करता आला नाही आणि ती रुग्णालयं अशा रुग्णांनी भरलेली राहू लागली, ज्यांना कुठे जाण्यासाठी घर नव्हतं. रुग्णालयांनी शासनाकडे मदतीची मागणी केली आणि १९५४ मध्ये कायदेपंडितांनी त्यांना या अशा आजारातून तंदुरुस्त होण्यासाठी बराच काळ लागू शकणाऱ्या रुग्णांसाठी तिथंच राहण्यासाठी एक स्वतंत्र विभाग उभारता यावा म्हणून निधी उपलब्ध करून दिला. ही आधुनिक शुश्रूषागृहांची सुरुवातच होती. ते विभाग वार्धक्यातील लोकांना, त्यांच्या विषण्णतेला आणि विकलांगतेला मदत करण्यासाठी कधीही तयार करण्यात आले नव्हते. ते रुग्णालयातील पलंग रिकामे करण्यासाठी तयार करण्यात आले होते... ज्यामुळे त्यांना 'शुश्रूषागृहं म्हणण्यात येत होतं.

आधुनिक समाज वृद्धांशी कसा वागला, त्याची ही सतत आढळणारी रीत आहे. आपण ज्या व्यवस्था निर्माण केल्या आहेत, त्या बहुतांशी इतर प्रश्न सोडवण्यासाठी निर्माण केल्या आहेत. एका विद्वानानं म्हटल्याप्रमाणे, शुश्रूषागृहांचा इतिहास वयस्कांच्या दृष्टिकोनातून मांडणं म्हणजे 'अमेरिकेतील पश्चिम देशांची सुरुवात जणू त्या हटवादींच्या दृष्टिकोनातून सांगण्यासारखं आहे; ते तिथं निश्चितपणे होते आणि त्या काळातील घटना या निश्चितपणे त्या हटवाद्यांसाठी कठीणच होत्या; पण त्या वेळी त्यांच्याकडे क्वचितच कुणीतरी लक्ष देत होतं.'

महत्त्वाची गोष्ट डाचते ती ही की, अमेरिकेच्या शुश्रूषागृहांमध्ये झालेले विकास जवळपास निरुद्देश आहेत. मेडिकेअर, अपंगांसाठी आणि विकलांगांसाठी असणारी अमेरिकेची आरोग्य विमाप्रणाली जेव्हा १९६५ मध्ये मंजूर झाली, तेव्हा कायद्यानं असं स्पष्ट करण्यात आलं की, ती फक्त अशाच देखभालीसाठी आणि उपचारांसाठी पैसा देऊ शकते, ज्या सुविधांमध्ये मूलभूत आरोग्य आणि सुरक्षिततेची गुणवत्ता आहे. काही विशिष्ट रुग्णालयं, विशेषत: जी दक्षिणेमध्ये आहेत, त्यांना ही गुणवत्ता मिळू शकली नाही. ज्यांनी मेडिकेअर कार्ड काढलं, अशा वृद्ध रुग्णांना स्थानिक रुग्णालयं सोडून दुसरीकडेच वळवलं जाऊन त्याचा फटका आपल्याला बसतो की काय, अशी भीती विमा प्रतिनिधींना वाटली. म्हणून हेल्थ इन्शुरन्स ब्युरोनं 'लक्षणीय संमती'ची संकल्पना मांडली... जर रुग्णालय गुणवत्तेच्या अगदी जवळजवळ असेल आणि सुधारण्याचं त्याचं उद्दिष्ट असेल, तर ते मान्य केलं जाईल. कुठलाही कायदेशीर आधार नसताना उभारल्या गेलेल्या आराखड्यांचा हा वर्ग होता, मग जरी विशेष नुकसान न होता प्रश्न सुटलेला होता, तरी नैतिकदृष्ट्या ही सारी रुग्णालयं वाढली होती; पण ब्युरोच्या नियमानं अशा शुश्रूषागृहांची सुरुवात झाली, ज्यांपैकी

मोजक्या काहींना अगदी कनिष्ठ दर्जा मिळाला, म्हणजे एकच परिचारिका कामावर आहे किंवा एक अग्निशामक उपकरण आहे. त्यांच्यापैकी हजारो ठासून सांगत होते की, त्यांना 'लक्षणीय संमती' देण्यात आली आहे आणि अगणित शुश्रूषागृहांचं पेव फुटलं... १९७० च्या जवळपास त्यांच्यापैकी तेरा हजार बांधली गेली... आणि मग दुर्लक्ष होणं आणि चुकीच्या उपचारांचा अहवाल आला. त्या वर्षी ओहियोतील मॅरीएट्टामध्ये, जो माझ्या स्वत:च्या शहरापासून जवळचा भाग आहे, तिथं एक शुश्रूषागृह आगीच्या तडाख्यात सापडलं आणि तिथं असलेले बत्तीसजण दगावले. बाल्टिमोअरमध्ये एका शुश्रूषागृहामध्ये साल्मोनेलाच्या साथीचे [म्हणजे टॉयफॉइड, विषमज्वराचे] जवळपास छत्तीस रुग्ण असल्याचा दावा होता.

काळाप्रमाणे नियम जरा कडक केले गेले. आरोग्य आणि सुरक्षिततेच्या प्रश्नांना सरतेशेवटी सगळ्यांसमोर मांडण्यात आलं. त्यानंतर शुश्रूषागृहं काही आगीच्या तडाख्यात सापडली नाहीत; पण मूलभूत प्रश्न तसाच राहिला - ही जागा जिथं आपल्यापैकी निम्मेजण आपल्या आयुष्यातील एखादं किंवा जास्त वर्षं घालवतात, ती जागा आपल्यासाठी बनवली गेलेली नाहीच का?

१९९३च्या उत्तरार्धातल्या एका सकाळी ॲलिस तिच्या सदनिकेमध्ये एकटीच असताना पडली. बऱ्याच तासांनंतर जेव्हा नॅननं तिला फोन केला, तरी तिनं काहीही प्रतिसाद दिला नाही; तेव्हा तिनं जिमला काय झालं, ते पाहण्यासाठी पाठवलं, तोपर्यंत ती पडलेली कुणाच्या लक्षातही आली नाही. त्याला बैठकीच्या खोलीमधल्या कोचाशेजारी ॲलिस पडलेली दिसली, जवळपास बेशुद्धावस्थेतच होती. रुग्णालयामध्ये डॉक्टरांनी तिला सलाईन दिलं, विविध तपासण्यांच्या तसेच क्ष किरण तपासणीच्या मालिका पार पाडल्या. त्यांना हाड वगैरे मोडलेलं किंवा डोक्याला मार बसलेला काही आढळला नाही. सारं काही ठाकठीक होतं; पण एक साधारण अशक्तपणा वगळता तिच्या पडण्याचं दुसरं कुठलंही कारण त्यांनाही सापडलं नाही.

जेव्हा ती पुन्हा लॉंगवुड हाउसमध्ये परतली, तिला तिथल्या प्रशिक्षित शुश्रूषेमध्ये राहण्यासाठी प्रोत्साहन देण्यात आलं. तिनं तेवढ्याच जोरात विरोध केला. तिला जाण्याची इच्छाही नव्हती. मेरीनंच तिच्यासोबत राहण्याचे तास वाढवून घेतले; पण थोड्याच दिवसांत ॲलिस पुन्हा एकवार पडल्याचा निरोप जिमला आला. ते पडणं अतिशय घातक होतं, असं सांगण्यात आलं. तिला ॲम्ब्युलन्समधून एका रुग्णालयात नेण्यात आलं. जिम तिथं पोहोचण्यापूर्वीच तिला शस्त्रक्रियेसाठी नेण्यात आलं होतं. क्ष किरण तपासणीमध्ये तिच्या कमरेचं हाड मोडलं असल्याचं दिसत होतं... तिच्या मांडीच्या हाडाचा वरचा भागही काचेचा असल्याप्रमाणे तुटला होता. अस्थिशल्यविशारदानं दोन मोठे लोखंडी स्क्रू घालून हाड पुन्हा जोडलं.

या वेळी ती लाँगवुड हाउसमध्ये एका चाकाच्या खुर्चीवर बसून परतली आणि तिच्या रोजच्या सगळ्या दैनंदिन कामकाजांसाठी... संडासला जाण्यासाठी, स्नानासाठी, कपडे बदलण्यासाठी तिला मदतीची गरज होती. कुशल अशा कर्मचाऱ्यांच्या शुश्रूषागृहामध्ये जाण्यापलीकडे ॲलिससमोर कुठलाच पर्याय शिल्लक नव्हता. व्यायामासारखे काही भौतिक उपचार केल्यानंतर ती पुन्हा कदाचित चालायला शिकेल आणि पुन्हा आपल्या सदनिकेमध्ये राहायला जाऊ शकेल, अशी आशा आहे, असं त्यांनीच तिला समजावलं; पण तिचं तसं काही झालं नाही. तेव्हापासून ती कायम चाकाच्या खुर्चीवर आणि शुश्रूषागृहातील आयुष्याच्या काटेकोरपणातच राहिली.

ॲलिसचा सगळा खासगीपणा आणि स्वत:च्या जगण्यावरचं नियंत्रण गेलं होतं. जवळपास सगळा वेळ ती रुग्णालयाच्या पोशाखामध्येच असायची. ते तिला सांगतील तेव्हा ती उठायची, स्नान करायची आणि जेव्हा म्हणतील तेव्हा कपडे बदलून घ्यायची, जेव्हा ते सांगायचे तेव्हा गपचूप जेवायची. त्यांनी तिला ज्यांच्यासोबत राहायला सांगितलं, त्यांच्यासोबत राहिली. सतत बदलणाऱ्या सोबत्यांची एक मालिकाच तिथं होती, तिच्या माहितीत होते त्याप्रमाणे काही निवडले गेले नाहीत आणि सगळ्यांना जवळपास आकलनाच्या क्षमतेचा त्रास होताच, म्हणजे नेमकं काय तेच लक्षात येत नसे. काही तर अगदी मौन होते. एकानं तिला रात्रभर जागत ठेवलं. तिला आपल्याला कैदेत टाकल्यासारखं वाटलं, जणू ती म्हातारी झाल्याचा गुन्हा केला म्हणून कारागृहात डांबलं होतं.

इर्विंग गॉफमन नावाच्या समाजशास्त्रज्ञानं अर्ध शतकापूर्वीच त्याच्या एका पुस्तकात, 'असयलम'मध्ये, तुरुंग आणि शुश्रूषागृहं यांतील साम्य लिहून ठेवलं आहे. शुश्रूषागृहं म्हणजे सैन्याचे प्रशिक्षण वर्ग, अनाथ मुलांची वसतिगृहं आणि मनोरुग्णालयं यांच्यासारख्या 'परिपूर्ण शिक्षण देणाऱ्या शाळां'प्रमाणे होती... जी भल्यामोठ्या समाजापासून अगदी दूर ठेवली जातात. 'आधुनिक समाजातील एक मूलभूत सामाजिक व्यवस्था ही आहे की, कुणी एक व्यक्ती झोपू शकते, खेळू शकते आणि वेगवेगळ्या ठिकाणी कामं करू शकते; तेही विभिन्न सहकाऱ्यांसोबत, विभिन्न अधिकाऱ्यांच्या हाताखाली आणि तेही संपूर्ण तर्कशुद्ध किंवा आखीवरेखीव योजनेशिवाय करू शकते.' पण विरोधाभासानं असं म्हणता येईल की, सगळ्या संस्थांनी आपल्या आयुष्याच्या जगण्याच्या परिघाला एका विशिष्ट पद्धतीनं मोडून काढलंय, ज्याची त्यानं यादीच दिलीय :

प्रथम आपल्या आयुष्याचे सर्व आयाम एकाच ठिकाणी नेले जातात आणि त्याच एकमेव अधिकाराखाली नेले जातात. दुसरी गोष्ट, त्या व्यक्तीच्या दैनंदिन कृतीची प्रत्येक अवस्था तिथल्या एका मोठ्या तुकडीच्या तत्पर गटाकडून

पार पाडली जाते, ज्यांच्यापैकी प्रत्येकजण वेगळ्या पद्धतीनं सारे सोपस्कार करतो आणि सगळ्यांना सोबतच ते काम पूर्ण करायचं असतं. तिसरी बाब, दिवसाच्या साऱ्या कृतींच्या सगळ्या अवस्था या अगदी कसोशीनं वेळापत्रकामध्ये बसवलेल्या असतात. त्यातील पहिलं काम अगदी पूर्वनियोजित वेळेप्रमाणे पुढच्या कामाच्या वेळी संपतं. सगळ्या कामांचा अनुक्रम अगदी सुस्पष्ट आणि औपचारिक अशा नियमांनी आणि अधिकाऱ्यांच्या एका मंडळाकडून लादला जातो. शेवटी, त्या संस्थेची अधिकृत उद्दिष्टं पूर्ण करण्यासाठी अशा वेगवेगळ्या, वेगवान कृतींना एका सहेतूक आखलेल्या आराखड्यामध्ये ती पार पाडण्यासाठी एकत्र आणलं जातं.

शुश्रूषागृहामध्ये संस्थेचं सर्वसंमत उद्दिष्ट हे रुग्णाची काळजी घेणं आहे; पण काळजी घेण्याची कल्पना; जी हळूहळू विकसित झाली आहे, तिचा ॲलिस ज्याला जगणं म्हणत होती, त्या जगण्याशी अर्थाअर्थी काहीही संबंध नव्हता. मी एकदा एकोणनव्वद वर्षांच्या एका वृद्धेला भेटलो, जिनं स्वेच्छेनं बोस्टनच्या शुश्रूषागृहामध्ये स्वत:ची तपासणी केली होती. सहसा मुलं अशा गोष्टीसाठी पुढे ढकलत असतात; पण या केसमध्ये हे करणारी ती एकटीच होती. तिला हृदयविकाराचा त्रास होता, विकलांग करणारा संधिवात होता आणि अगणित वेळा पडल्यानंतर तिला तिच्या फ्लोरिडामधल्या डेलरे किनारपट्टीवरच्या स्वत:च्या मालकीच्या सदनिकेमध्ये राहण्याची संधी मिळण्याची शक्यता फारच कमी होती. "एका आठवड्यामध्ये मी दोन वेळा पडले आणि मी माझ्या मुलीला आता सांगितलं आहे की, मी आता त्या घरात फार राहणार नाही." ती म्हणाली.

मुलीनं तिच्यासाठी सगळ्या सुविधा मिळवल्या. तिथं भाडंही बऱ्यापैकी होतं आणि कर्मचारीवर्ग चांगला होता शिवाय तिची मुलगीही जवळच राहत होती. मी तिला भेटण्यापूर्वी महिन्यापूर्वी ती तिथं गेली होती. आपण एका सुरक्षित जागेत आहोत, म्हणून ती फारच आनंदी असल्याचं तिनं मला सांगितलं... जर एखादं सुसज्ज शुश्रुषागृह ज्या कारणांसाठी बांधलं जातं, त्याची पूर्तता तिथे होत असेल, तर ते सुरक्षित असतं; पण ती दुर्दैवानं दु:खी होती.

त्रास हाच होता की, तिनं आयुष्याकडून सुरक्षेपेक्षा जास्त गोष्टींची अपेक्षा केली होती.

"मी जे करायला हवं ते मी करू शकत नाही, हे मला माहीत आहे." ती म्हणाली, "पण हे सगळं काही अगदी रुग्णालयात असल्याप्रमाणे वाटतं, घरच्याप्रमाणे नाही."

हे तर जवळपास वैश्विक सत्य आहे. शुश्रूषागृहांचा प्राधान्यक्रम असतो, तो अंथरुणावर सतत झोपून होणारे व्रण टाळणं आणि तिथंच राहणाऱ्याचं वजन नियंत्रणात ठेवणं... जे महत्त्वाचं वैद्यकीय उद्दिष्टच असतं, त्याची खात्री करणं; पण त्या गोष्टींना अर्थ असतो आणि शेवटही नसतोच. ज्या स्त्रीनं आपली स्वत:ची हवेशीर सदनिका, स्वत: व्यवस्थित राखली होती; ती तिनं एका लहानशा, रुग्णालयातल्या खोलीप्रमाणे असणाऱ्या जिथं सोबतीला अपरिचित सोबतीण आहे, अशा एका कोंदट खोलीसाठी सोडली होती. त्यांनी तिला दिलेल्या एका छोट्याशा कपाटामध्ये आणि मांडणीमध्ये तिला तिच्या मालकीच्या साऱ्या वस्तू गुंडाळून ठेवाव्या लागत होत्या. महत्त्वाची बाब म्हणजे तिनं केव्हा झोपायला जायचं, जागं व्हायचं, कपडे केव्हा करायचे आणि केव्हा खायचं या साऱ्या गोष्टी आता त्या संस्थेनं ठरवलेल्या काटेकोर वेळापत्रकाचा विषय होता. तिला तिचं स्वत:चं थोडंफार फर्निचरही घेता येत नव्हतं किंवा जेवणापूर्वी छानसं कॉकटेलही घेता येत नव्हतं, कारण ते तिच्यासाठी सुरक्षित नव्हतं.

आपण आपल्या आयुष्यात बऱ्याच काही गोष्टी करू शकतो, असं तिला वाटत होतं. ''मी सतत इतरांसाठी मदतशील राहावं, म्हणजे तसं वागावं.'' ती म्हणाली. ती तिचे स्वत:चे दागिने स्वत: करत असे, वाचनालयात स्वयंसेवकाचं काम करत असे. आता तिचे उपक्रम होते पत्ते खेळणं, डिव्हीडीवरचे चित्रपट आणि इतर अनेक प्रकारचं तेवढ्या गटापुरतं निरुपयोगी, निष्क्रिय मनोरंजन. ज्या गोष्टींची तिला आठवण येत होती आणि उणीव भासत होती; त्या गोष्टी म्हणजे मैत्री, एकांत आणि तिच्या दिवसासाठी एखादं निश्चित असं ध्येय, हे तिनंच मला सांगितलं. शुश्रूषागृहं ही पार उपेक्षितांच्या आगीत सापडलेल्या गोदामांपासून आलेली आहेत, जी त्यांनी वापरली होती; पण आपण एका श्रद्धेला बळी पडलो आहोत की, एकदा का तुम्ही तुमची शारीरिक क्षमता गमावली की, मग ते किमती आयुष्य आणि स्वातंत्र्य पुन्हा काही शक्य नसतं.

तथापि, ही वयस्क मंडळी काही पूर्णपणे बळी पडली नाहीत. अनेकजण विरोध करतात. प्रत्येक शुश्रूषागृहामध्ये आणि त्याला जोडून असलेल्या राहण्याच्या व्यवस्थेमध्ये संघर्ष होतो, तो फक्त प्राधान्य कशाला द्यायचं याला आणि त्या मूल्यांसाठी; ज्यासाठी लोक जगतात. ॲलिसप्रमाणे काहीजण असहकाराच्या साहाय्यानं विरोध करत असतात... ठरलेल्या कृतींना आणि औषधोपचारांना नकार देत विरोध करत असतात. आपण त्यांना दुराग्रही, हट्टी असंही म्हणू शकतो. हा वयस्कांसाठी हमखास वापरला जाणारा शब्द आहे. शुश्रूषागृहाबाहेर आपण स्तुतीचा दर्जा व्यक्त करण्यासाठी कायम विशेषण वापरत असतो. आपल्याला चिकाटी आवडते, कधीकधी तो तापटपणाचा मार्गही आवडतो, ज्या

मार्गावर या जगातील हॅरी ट्रुमन स्वतःला ठामपणे उभे करतात; पण दुसऱ्या बाजूनं पाहता, आपण जेव्हा एखाद्या व्यक्तीला दुराग्रही म्हणतो, तेव्हा आपण जरा कमी प्रशंसेच्या दृष्टीनं म्हणत असतो. आजारी जे 'संघर्ष करणारे' असतात आणि जे 'प्रतिष्ठा आणि आत्मसन्मान' प्रकट करत असतात, ते शुश्रूषागृहातील कर्मचाऱ्यांना आवडतात आणि ते त्यांचा तोपर्यंतच स्वीकार करतात, जोपर्यंत कर्मचाऱ्यांच्या काम करण्याच्या प्राथमिकतेच्या आड हे गुणधर्म येत नाही. त्यानंतर मात्र ते 'दुराग्रही' ठरतात.

तुम्ही जरा तिथल्या कामं करणाऱ्या कर्मचाऱ्यांशी बोला, तुम्हाला रोजच्या कुरबुरीची माहिती ऐकायला मिळेल. एक स्त्री दर पाच मिनिटांनी बाथरूमला जाण्यासाठी मदतीसाठी हाक मारायची, तेव्हा त्यांनी तिला एका वेळापत्रकामध्ये बसवलं, दर दोन तासांनी एकदा बाथरूमला नेऊन आणायचं, जे त्यांच्या प्रत्येक चकरेला शक्य व्हायचं; पण ती त्या वेळापत्रकाप्रमाणे काही जायची नाही, त्याऐवजी त्या चकरेनंतर दहा मिनिटांनी अंथरूण ओलं करायची. मग त्यांनी तिच्यासाठी डायपर वापरलं. दुसऱ्या एका आजारी गृहस्थानं त्याचं वॉकर वापरणं चक्क नाकारलं आणि त्याच्यासाठी अजिबात योग्य नसलेली गोष्ट तो करू लागला... कुणाची मदत न घेता फिरू लागला. तर तिसरा एकजण गुपचूप सिगारेट आणि दारू मिळवायचा.

अन्न हे शेकडो वर्षांच्या युद्धाचा विषय आहे. अतिशय गंभीर असा पार्किन्सन्स [म्हणजे कंपवात] आजार झालेली कुणी एक स्त्री तिच्या मऊसर कुस्करलेल्या जेवणाचं बंधन मोडण्याचा प्रयत्न करते, तेही इतरांच्या अन्नातील काहीतरी चोरून; जे तिच्या घशामध्ये अडकू शकतं. एक अल्झायमर [मेंदूनं आपली कार्यक्षमता हळुवारपणे गमावणं] झालेला गृहस्थ सगळे नियम मोडून त्याचा नाश्ता खोलीमध्येच साठवून ठेवतो. एखादा मधुमेह झालेला गृहस्थ साखर घातलेली बिस्किटं आणि पुडिंग खातो, त्याचं लक्ष्य असलेल्या त्याच्या रक्तातील साखरेच्या पातळीला जाऊन ते धडका मारतं. फक्त एक बिस्किट खाल्ल्यानं तुम्ही बंडखोरी करू शकता, हे कुणाला कसं कळेल? काही भयंकर ठिकाणी तर या प्रसाराला नियंत्रणात ठेवण्यासाठी म्हणजे जोपर्यंत तुम्ही बांधले जात नाही किंवा तुमच्या त्या खुर्चीमध्ये जेरबंद होत नाही किंवा एखाद्या मनाला नियंत्रणात ठेवणाऱ्या रसायनानं नमवले जात नाही, तोपर्यंत अक्षरशः युद्धच होतं. जरा चांगल्या ठिकाणी त्या कर्मचाऱ्यांपैकी कुणी एखादा विनोद करतो, दुखावलेली बोटं हलवतो आणि मग तुमचा लपवून ठेवलेला बिस्किटांचा साठा हळूच घेऊन जातो. यापैकी बहुतांश असं होतच नाही की, कुणीतरी तुमच्याजवळ बसतं आणि आयुष्य जगणं म्हणजे तुमच्या मते नेमकं काय, कोणत्या निकषावर

वगैरे समजून घेण्याचा प्रयत्न करतं; तुम्हाला एकट्यानं असं घर बनवायला मदत करतं, जिथं जगणं शक्य होईल.

हा एका समाजाचा आनुषंगिक असा परिणाम आहे, जो मानवी जीवनचक्राच्या शेवटच्या अवस्थेला त्याविषयी अजिबात न विचार करण्याचा प्रयत्न करत तोंड देतो. आपण समाजीय उद्दिष्टांचे संदेश देणाऱ्या संस्थांपाशी येऊन थांबतो - रुग्णालयातील खाटा रिकाम्या करण्यापासून ते कुटुंबाच्या हातातील ओझं स्वीकारण्यापर्यंत ते थेट वृद्धांमधील गरिबीला तोंड देण्यापर्यंत - पण त्या गोष्टींना कधीच उद्दिष्ट केलं जात नाही, ज्या गोष्टी त्यात राहणाऱ्या लोकांसाठी काही विशेष असतात : जेव्हा आपण अशक्त आणि दुर्बल असतो आणि आता स्वत:चीही काळजी घेऊ शकत नाही, तेव्हा जगणं मौल्यवान बनवणारं आयुष्य कसं बनवावं?

एके दिवशी जेव्हा जिम ॲलिसला भेटला, तेव्हा ती त्याच्या कानामध्ये काहीतरी पुटपुटली. तो १९९४ चा हिवाळा होता, तिच्या कमरेचं हाड मोडून तसेच त्या अतिशय तज्ज्ञांच्या शुश्रूषागृहात येऊन नुकतेच काही आठवडे झाले होते आणि लाँगवुड हाउसला राहायला येऊन तिला दोन वर्षं झाली होती. त्यानं तिला त्या चाकाच्या खुर्चीवर बसवून त्या इमारतीभोवती फिरण्यासाठी जरा तिच्या खोलीबाहेर आणलं होतं. तिथं एका ओसरीमध्ये त्यांनी जरा निवांत जागा पाहिली आणि तिथं थोडावेळ ते थांबले होते. ते अतिशय शांत स्वभावाचे होते आणि लोकांची ये-जा बघत, तिथंच दोघेही शांतपणे बसले होते. तेव्हा खुर्चीत बसल्याबसल्या अचानक ती त्याच्यापुढे वाकली. ती फक्त दोनच शब्द पुटपुटली.

"मी तयार आहे." ती म्हणाली.

त्यानं तिच्याकडे पाहिलं. तिनंही त्याच्याकडे पाहिलं आणि त्याला उमगलं. ती आता मृत्यूचं स्वागत करायला तयार झाली आहे.

"ठीक आहे, मॉम." जिम म्हणाला.

ती गोष्ट त्याला दु:खी करून गेली. त्यासाठी नेमकं काय करावं, याचीही माहिती त्याला नव्हती; पण त्यानंतर काही दिवसांनीच त्या दोघांनी 'पुन्हा शुद्धीवर आणू नका' या आशयाची एक लेखी सूचना त्या शुश्रूषागृहाच्या नोंदीवर ठेवण्यासाठी तयार केली. जर तिचं हृदय किंवा श्वासोच्छ्वास थांबला, तर ते आता तिला मृत्यूपासून वाचवण्यासाठी काही करू शकणार नव्हते. ते तिच्या छातीवर दाब देऊन पाहणार नव्हते किंवा विजेचा सौम्य झटका देणार नव्हते किंवा कृत्रिम श्वासासाठी तिच्या घशात नळीही घालणार नव्हते. तर ते तिला शांतपणे जाऊ देणार होते.

महिना उलटला. तिनं वाट पाहिली आणि तग धरून राहिली. एप्रिल महिन्यातील एका रात्री तिच्या पोटामध्ये दुखणं सुरू झालं. तिनं ते थोडक्यात तिथल्या परिचारिकेला सांगितलं आणि मग पुढे काहीही न सांगण्याचं ठरवून ठेवलं. नंतर तिनं रक्ताची उलटी केली. तिनं कुणालाही सूचना केली नाही. तिनं साधं परिचारिकेला बोलावण्याचं बटनही दाबलं नाही किंवा तिच्या खोलीतल्या दुसऱ्या स्त्रीलाही काही सांगितलं नाही. ती शांतपणे अंथरुणावर पडून राहिली. दुसऱ्या दिवशी सकाळी तिच्या मजल्यावरच्या सगळ्या निवासी रुग्णांना उठवण्यासाठी मदतनीस आले, तेव्हा त्यांच्या लक्षात आलं की, ती गेली.

साहाय्य

तुम्ही असा विचार करत असाल की, लोकांनी कदाचित बंड केले असेल. तुम्ही असाही विचार केला असेल की, आम्ही भर मैदानामध्ये ही शुश्रूषागृहं जाळून टाकली असतील; पण जरी असं वाटलं असेल तरी नाही, आम्ही असं काही केलं नाही; कारण आमच्या असं लक्षात आलं की, ज्या वेळी आम्ही इतके अशक्त आणि दुर्बल होतो की सारं काही कुणाच्या तरी मदतीशिवाय करणं अजिबात शक्य होत नाही, त्या वेळी यापेक्षा अजून काहीतरी चांगलं केलं जाऊ शकतं, या गोष्टीवर विश्वास ठेवणं जवळजवळ अशक्यच आहे. आमच्या मनात त्याविषयी कुठली कल्पनाही नाही.

अशा महत्त्वाच्या बाबतीत, कुटुंब हा एक प्राथमिक असा पर्याय शिल्लक राहतो. शुश्रूषागृह टाळण्याच्या तुमच्या निवडीचा संबंध सरळसरळ तुम्हाला किती मुलं आहेत या गोष्टीशी येतो आणि जे काय तुटपुंजं संशोधन झालेलं आहे, त्यानुसार कमीतकमी एक मुलगी असणं, ही बाब तुम्हाला मिळू शकणाऱ्या एकंदर मदतीत निर्णायक ठरते; पण आपलं जास्त काळ जगणं म्हणजे दुहेरी उत्पन्नाचा स्रोत असणाऱ्या कुटुंबावर जास्त अवलंबून राहणं, असाच सरळसरळ अर्थ होतो; ज्याचे वेदनादायक आणि दुःखदायक असे परिणाम त्यांच्यावर दिसून येतात, जे त्या कुटुंबात असतात.

लॉउ सॅन्डर्स हा जवळपास अठ्ठ्याऐंशी वर्षांचा झाला होता, जेव्हा तो आणि त्याची मुलगी शेली या दोघांनाही त्यांच्या भविष्याविषयीच्या एका कठीण निर्णयाला सामोरं जावं लागलं. त्या क्षणापर्यंत त्यानं सगळं काही व्यवस्थित नियोजन केलं होतं. थोडाफार निखळ आनंद आणि कुटुंब व मित्रांचा सहवास यापलीकडे त्यानं आयुष्याकडून फार मोठी अपेक्षाही केली नव्हती. युक्रेनहून स्थलांतरित होऊन आलेल्या, रशियन भाषेत बोलणाऱ्या ज्यू माणसाचा मुलगा असलेला हा गृहस्थ बोस्टनजवळच्या कामगार वर्ग असलेल्या डॉर्चेस्टरमध्ये वाढला. दुसऱ्या जागतिक

महायुद्धामध्ये त्यानं दक्षिण पॅसिफिकमध्ये वायूसेनेमध्ये नोकरीही केली आणि परतल्यानंतर त्यानं लग्न केलं आणि लॉरेन्समध्ये स्थायिक झाला, जे बोस्टनबाहेरचं औद्योगिक शहर होतं. तो आणि त्याची बायको रुथ यांना एक मुलगा आणि एक मुलगी होती आणि तो मेव्हण्यासोबत विविध उपकरणांच्या व्यवसायामध्ये गेला. एका चांगल्या वस्तीमध्ये, आजूबाजूला चांगले शेजारी असलेल्या ठिकाणी तीन बेडरूम्स असलेलं घर कुटुंबासाठी घेण्याइतका आणि मुलांना महाविद्यालयीन शिक्षण देण्याइतका लॉउ समर्थ होता. आयुष्यातल्या साऱ्या संघर्षाला त्यानं आणि त्याच्या पत्नीनं मिळून तोंड दिलं. त्यांच्या मुलाला अमली पदार्थ सेवनाचा, दारूचा आणि पैसे उधळण्याचा अतिशय वाईट असा नाद होता, शिवाय बायपोलर डिसऑर्डर [द्विध्रुवीय विकृती - एक मानसशास्त्रीय आजार] असल्याचंही सिद्ध झालं. वयाच्या चाळिसाव्या वर्षी त्यानं आत्महत्या केली. त्यांचा विविध उपकरणांचा व्यवसाय जो अनेक वर्षं अगदी जोरात चालू होता, तोही अनेक दुकानं स्पर्धेत आल्यानं रसातळाला गेला. वयाच्या पन्नासाव्या वर्षी पुन्हा एकवार सारं नव्यानं सुरू करावं लागणार, हे लॉउच्या लक्षात आलं. असं असताना, त्याचं वय झालेलं असूनही, अनुभव नसताना आणि महाविद्यालयीन शिक्षणही नसताना त्याला रेथियॉनला इलेक्ट्रॉनिक टेक्निशियन या पदावर काम करण्याची नवी संधी मिळाली आणि त्याच्या कारकिर्दीची उरलेली सारी वर्षं त्यानं तिथंच घालवली. तो वयाच्या सदुसष्टाव्या वर्षी निवृत्त झाला, दोन वर्षं जास्तीचं काम केल्यामुळे त्याला रेथियॉनच्या निवृत्तिवेतनामध्ये ३ टक्के जास्त वाढ मिळाली.

दरम्यान, रुथचे आरोग्याचे प्रश्न निर्माण झाले. आयुष्यभर धूम्रपान केल्यानं तिचं फुप्फुसाच्या कर्करोगाचं निदान करण्यात आलं, तिनं त्या आजारासोबत दिवस काढले आणि धूम्रपानही तसंच चालू ठेवलं [जे लॉउला कधीच कळलं नाही. लॉउच्या निवृत्तीनंतर तीन वर्षांनी तिला पक्षाघाताचा झटका आला, त्यातून ती कधीही सावरली नाही. ती वरचेवर त्याच्यावर जास्तच अवलंबून राहू लागली... किमान हिंडण्या-फिरण्यासाठी, बाजारहाट करण्यासाठी, घर व्यवस्थित ठेवण्यासाठी, जवळपास प्रत्येक गोष्टीसाठी. मग तिच्या काखेमध्ये एक गोळा वाढला, त्याची बायोप्सी केल्यावर [म्हणजे तुकडा कापून तपासणी केल्यावर] तो मेटॅस्टॅटिक कॅन्सर म्हणजे विक्षेपी अर्थात पसरणारा कर्करोग असल्याचं उघड झालं. ऑक्टोबर १९९४ मध्ये ती वयाच्या त्र्याहत्तराव्या वर्षी वारली. लॉउ त्या वेळी शहात्तर वर्षांचा होता, तो विधुर झाला.

शेलीला त्याची काळजी वाटत असे. रुथशिवाय तो कसं काय राहणार, हे तिला काही कळत नव्हतं. तथापि, रुथच्या तब्येतीच्या घसरणीच्या काळामध्ये तिची काळजी घेण्यामुळे स्वत:ला कसं सांभाळावं, हे त्याला अगदी निश्चितपणे कळलं

होतं आणि जरी तो शोकाकूल झाला, तरी हळूहळू त्याच्या हे लक्षात आलं की, तो स्वावलंबी असल्यानं फारसं काही बिघडत नाही. पुढच्या दशकामध्ये तो एक आनंदी, समाधानी आयुष्य जगला. त्याची दैनंदिनी अगदी साधी होती. तो रोज सकाळी उठायचा, स्वत:साठी नाश्ता बनवायचा आणि वर्तमानपत्रं वाचायचा. मग फिरायला जायचा - दिवसासाठी लागणारा किराणा, भाजीपाला तिथल्या बाजारातून आणायचा आणि दुपारचं जेवण बनवण्यासाठी घरी परत यायचा. मग दुपारनंतर तो शहरातल्या वाचनालयामध्ये जायचा. ते अतिशय सुंदर, भरपूर प्रकाश असलेलं आणि शांत होतं आणि तिथं त्याच्या आवडीची मासिकं आणि वर्तमानपत्रं वाचण्यामध्ये सुमारे दोन तास घालवायचा किंवा रहस्यकथांमध्ये डुंबून जायचा. घरी परतल्यावर तो त्यानं आणलेली पुस्तकं वाचायचा किंवा एखादा सिनेमा बघायचा किंवा संगीत ऐकायचा. आठवड्यातून दोन वेळा तो रात्री त्याच्याच इमारतीमधील एका शेजाऱ्यासोबत निवांत क्रिबेज खेळायचा.

''माझ्या वडिलांनी अगदी छान मैत्री वाढवली होती.'' शेलीनं सांगितलं. ''ते कोणाशीही मैत्री करू शकायचे.''

लॉउच्या नव्या मित्रांमध्ये एक इराणी कारकून होता, तो शहरातल्या एका व्हिडिओ स्टोअरमध्ये काम करायचा, जिथं लॉउ कायमच जायचा. त्या कारकूनाचं नाव बॉब होतं, तो विशीचा होता. लॉउ एका लोखंडी नळ्यांच्या स्टुलावर बसे, जो त्याच्यासाठी तिथं बॉबनं गल्ल्याजवळ आणूनच ठेवला होता आणि मग दोघेही... एक तरुण इराणी आणि एक वयस्कर ज्यू... तासन् तास अगदी रंगून जात. ते इतके चांगले मित्र बनले होते की, ते दोघे एकदा सोबत लास वेगासलाही जाऊन आले होते. लॉउला कॅसिनोमध्ये जायला आवडायचं आणि मित्रांसोबत त्यानं तिथं बऱ्याच चकरा मारल्या होत्या.

पुढे २००३ मध्ये वयाच्या अठ्ठ्याऐंशीव्या वर्षी त्याला हृदयविकाराचा झटका आला. एका ॲम्ब्युलन्सनं त्याला वेगानं रुग्णालयात पोहोचवण्यात आलं आणि अगदी वेळेमध्ये त्याच्या तुंबलेल्या कोरोनरी आर्टरीमध्ये म्हणजे हृदयाला रक्तपुरवठा करणाऱ्या धमनीमध्ये मार्ग मोकळा करण्यासाठी एक स्टेन्ट टाकण्यात डॉक्टर यशस्वी झाले. हृदयविकार पुनर्वसन केंद्रामध्ये दोन आठवडे काढल्यानंतर जणू काहीही झालं नाही, असा तो नीट झाला. तथापि, तीन वर्षांनंतर तो पहिल्यांदा पडला... तिथून कधीही न संपणाऱ्या त्रासांची अशुभ सुरुवातच झाली. शेलीच्या लक्षात आलं की, त्याचा कंप वाढलाय आणि मग एका न्यूरोलॉजिस्टनं त्याला पार्किन्सन्सचा [कंपवात] विकार असल्याचं निदान केलं. औषधांनी सगळी चिन्हं नियंत्रणामध्ये आली; पण त्याला स्मृतीचाही त्रास होणं सुरू झालं. शेलीच्या लक्षात आलं की, जेव्हा तो एखादी लांबलचक गोष्ट सांगू लागे, तेव्हा मध्येच आपण

नेमकं काय सांगत आहोत, याचे धागेदोरे विसरून जात असे. इतर वेळीही तो नुकत्याच बोललेल्या गोष्टींबाबतीतही गोंधळात पडू लागला. मात्र, बहुतेक वेळा तो एकदम छान असायचा. अगदीच सांगायचं झालं तर अठ्ठ्याऐंशी वर्षं वयाच्या माणसांमध्ये अपवादात्मक चांगला वाटायचा. तो अजूनही गाडी चालवायचा. अजूनही क्रिबेजमध्ये इतरांवर मात करायचा; पण त्यानंतर मात्र दुसऱ्यांदा गंभीररीत्या पडला आणि त्यामुळे ती बाब त्याला घाबरवून गेली. अचानक त्याला जाणवलं की, जे काही बदल झाले, ते सगळे जमा होत होत वजन वाढलंय. त्यानं शेलीला हे पण सांगितलं, ''एखाद्या दिवशी मी पडेन/ आणि डोक्याला मार लागून, याची भीती वाटते. ते मरण मला घाबरवतंय असं नाही, तर एकट्यानंच कुठेतरी मरण्याची भीती वाटते.''

मग तिनं त्याला निवृत्तांसाठी असलेल्या घरामध्ये राहायला जाण्याविषयीचं त्याचं मत विचारलं. त्याला तिथं जाऊन राहण्याची अजिबात इच्छा नव्हती. अशा ठिकाणी मित्र राहिलेले त्यानं पाहिले होते.

''ते सगळे म्हाताऱ्या माणसांनी भरलेले असतात,'' तो म्हणाला. त्याला ज्या पद्धतीनं जगायचं होतं, तो हा मार्ग नव्हता. अशा ठिकाणी आपल्याला ठेवणार नाही, याचं त्यानं शेलीकडून वचनच घेतलं.

अद्यापही त्याला त्याचं सगळं काही करणं जमत नव्हतंच. त्याच्यासाठी एकमेव पर्याय राहिला होता, तो म्हणजे तिच्यासमवेत आणि तिच्या कुटुंबासमवेत राहण्याचा. मग शेलीनंही त्याच्यासाठी तेच करण्याची तयारी केली.

मी तिला आणि तिच्या नवऱ्याला - टॉमला विचारलं, ''तुम्हाला कसं वाटलं?'' ''छान!'' ते दोघेही म्हणाले. ''ते असं एकटं, स्वतंत्रपणे जास्त काळ राहिलेले मला काही बरं वाटत नव्हतं.'' शेली म्हणाला आणि टॉमनंही होकार भरला. लॉउला पुन्हा हृदयविकाराचा झटका आला. तो नव्वदीकडे जात होता. ते त्याच्यासाठी एवढंच करू शकत होते आणि त्यांनी ही गोष्ट मान्य केली की, ते तरी त्याची किती दिवस साथ करणार आहेत, सगळं असं असलं तरी?

टॉम आणि शेली बोस्टनजवळच्या एका निमशहरी भागामध्ये नॉर्थ रीडिंगमध्ये एका बऱ्यापैकी वसाहतीमध्ये राहत होते; पण अगदीच पूर्णपणे नाही. शेली स्वीय सहायक म्हणून एका ठिकाणी काम पाहत होती. एका वाईट घटनेनंतर टॉमनं जवळपास दीड वर्ष बेरोजगारीमध्ये घालवलं होतं. आता तो एका ट्रॅव्हल कंपनीत काहीतरी मिळवण्याच्या उद्देशानं काम करत होता. घरामध्ये असलेल्या दोन वयात येणाऱ्या मुलांमुळे लॉउसाठी खरोखरच वेगळी जागा नव्हती; पण शेली आणि टॉम यांनी बैठकीच्या खोलीचं रूपांतर एका बेडरूममध्ये केलं. एक छोटासा घडीचा पलंग, एक आरामखुर्ची, लॉउची कपडे

ठेवण्याची व्यवस्था आणि एक चपटा दूरचित्रवाणी संच. त्याचं उरलेलं सारं फर्निचर एक तर विकून टाकलं किंवा तसंच ठेवलं.

एकत्र राहण्यामध्ये तडजोड ही करावीच लागते. लवकरच प्रत्येकाच्या ते कारण लक्षात आलं, ज्यामुळे दोन पिढ्या एकमेकांपासून दूर राहतात. पालक आणि मूल यांनी आपापल्या भूमिका बदलल्या आणि लॉउला त्याच्या या राहत्या घराचा आता तो मालक नाही, ही गोष्ट काही आवडली नव्हती. त्याच्या अपेक्षापेक्षा जास्त एकटेपणा त्याला जाणवला. त्याच्या त्या निमशहरी आळीमध्ये त्याला त्या लांबट दिवसामध्ये कुणीही सोबतीला नव्हतं आणि जवळपास कुठे जायला जागाही नव्हती... ना वाचनालय होतं, ना व्हिडिओ स्टोअर होतं; ना एखादं सुपरमार्केट!

त्यानं थोडंसं ज्येष्ठ नागरिकांच्या दिवसाच्या कार्यक्रमामध्ये रमावं म्हणून शेलीनं थोडासा प्रयत्नही केला. ती त्यांच्या नाश्त्याच्या वेळी त्याला तिथे घेऊन गेली. त्याला ते अजिबातच आवडलं नाही. ते सगळे फॉक्सवूडसूला... जे बोस्टनपासून दोन तासांवरचं कॅसिनोचं शहर आहे... तिथं जातात, हे तिनं शोधून काढलं होतं. ते त्याला फारसं आवडत नव्हतं; पण तरीही तो जायला राजी झाला. तिलाच उत्साह वाटला. आता तरी तो मैत्री करेल, असं तिला वाटलं.

तिनं मला सांगितलं, ''मला असं वाटत होतं की, मी माझंच मूल बसमध्ये चढवतेय''...बहुधा त्याला हेच नेमकं आवडलं नसावं. ''मी हे पण लक्षात ठेवून सांगितलं, 'हाय, हे लॉउ आहेत. ही त्यांची पहिलीच वेळ आहे; त्यामुळे तुम्ही त्यांच्याशी चांगली मैत्री कराल, अशी आशा वाटते.'' तो परतल्यावर त्यानं कुणाशी मैत्री केली का, असं तिनं विचारलं. ''नाही.'' तो म्हणाला. तो फक्त स्वत:शीच खेळत बसला.

हळूहळू हे सारं स्वीकारण्याचे मार्ग त्याला सापडले. शेली आणि टॉमकडे एक चायनीज शर-पाई होती, तिचं नाव होतं बीजिंग; लॉउ आणि ती कुत्री चांगले मित्र बनले. ती रात्री त्याच्याच अंथरुणावर झोपायची आणि तो जेव्हा वाचन करायचा किंवा दूरचित्रवाणी पाहायचा, तेव्हा ती त्याच्या पायाशी बसून राहायची. तो तिला फिरायला सोबत घेऊन जायचा. जर ती त्याच्या पाठीशी बसली, तर तिला उठवण्यापेक्षा तो स्वयंपाकघरातून दुसरी खुर्ची घेऊन यायचा.

त्याला एक माणूसही मित्र म्हणून सापडला. तो प्रत्येक दिवशी दूधवाल्याला भेटायचा आणि ते मित्र बनले. तो दूधवालाही क्रिबेज खेळायचा आणि मग प्रत्येक सोमवारी दुपारच्या जेवणाच्या वेळी त्यानं येणं सुरू केलं. लॉउचा वेळ जावा म्हणून शेलीनं पगार देऊन डेव्ह नावाच्या एका तरुणाची निवड केली होती. डेव्हही लॉउसोबत वेळ घालवत असे. हा खरं तर नियोजनापूर्वीचा भेट घेण्याचा प्रकार होता जो नेहमीच वाया जातो; पण... एकदा का अंदाज आला... की, मग तो पूर्णपणे

यशस्वी होतो. लॉउ, डेव्हसोबतही क्रिबेज खेळत असे आणि तोही आठवड्यातून दोन वेळा तिथं मजा करण्यासाठी येऊ लागला.

लॉउ तिथं रमला आणि त्यानं अशी कल्पनाच करून घेतली की, त्याचे उरलेले सगळे दिवस बहुधा असेच जाणार आहेत; पण तो सगळी तडजोड करण्याचा प्रयत्न करत असतानाच शेली अशा अडचणीमध्ये सापडली, जी फारच महत्त्वाची होती. ती एक नोकरी करणारी स्त्री होती. घराकडे पाहायची, तिथल्या प्रशालेमध्ये शिकणाऱ्या मुलांची काळजी घ्यायची, त्यांनाही त्यांचा संघर्ष होताच आणि त्यानंतर तिला वार्धक्यानं घाबरून अशक्त आणि विषण्ण झालेले वडील होते, ज्यांची तिला काळजी घ्यावी लागायची. हे सारं मोठं ओझं होतं. उदाहरणार्थ, पडणं काही थांबलं नव्हतं. तो त्याच्या खोलीमध्ये असेल किंवा मोरीमध्ये असेल किंवा किचन टेबलाजवळून उठत असेल; जणू झाड पडल्याप्रमाणे त्याचे पाय अडखळून तो पडायचा. एका वर्षामध्ये तो चार वेळा तरी ॲम्ब्युलन्समधून अतिदक्षता विभागामध्ये गेला. डॉक्टरांनी त्यांची पार्किन्सन्सवरची औषधं थांबवली; कदाचित त्यामुळे होत असेल, असं वाटलं; पण त्यामुळे त्याचा कंप अजूनच वाढला साहजिकच त्याला पायावर उभं राहणं फारच कठीण होऊ लागलं. सरतेशेवटी, पोश्चरल हायपोटेन्शन असं त्याचं निदान करण्यात आलं... म्हणजे वार्धक्यातील एका आजाराची अशी अवस्था ज्यामध्ये बदलत्या शारीरिक अवस्थेमध्ये म्हणजे बसलेलं असताना उठून उभं राहताना मेंदूपर्यंत रक्तपुरवठा पोहोचू शकेल इतका रक्तदाब शरीर सातत्यानं सांभाळू शकत नाही. डॉक्टर त्यासाठी काय करू शकले, तर ते फक्त हेच की, त्यांनी शेलीला त्याची आधिक काळजी घेण्यास सांगितलं.

एका रात्री लॉउला काहीतरी भयंकर स्वप्नं पडल्याचं तिच्या लक्षात आलं. त्याला युद्धाचं स्वप्नं पडलं. तो कधीही सशस्त्र लढणारा सैनिक नव्हता; पण त्याला असं स्वप्नं पडलं की, शत्रू हातामध्ये तलवारी घेऊन त्याच्यावर हल्ला करत आहेत, त्याला भोसकत आहेत किंवा त्याचे हात ठेचून काढत आहेत. ते अतिशय भयंकर आणि घाबरवणारे होते. तो धडपडला, मोठ्यानं ओरडला आणि त्याच्या समोरच्या भिंतीवर धडकला. घराजवळ राहणाऱ्या कुटुंबीयांनीही त्याचा आरडाओरडा ऐकला : ''नो!'' ''तुम्हाला काय म्हणायचं आहे?'' ''दुष्टा''

''हे असं ओरडल्याचं आम्ही कधीही ऐकलं नाही.'' शेली म्हणाली. त्यानं अनेक रात्री कुटुंबाला जागतच ठेवलं.

शेलीवरची जबाबदारी अजूनच वाढली. नव्वदाव्या वर्षी लॉउचं शरीरावर अजिबातच नियंत्रण राहिलं नाही आणि स्वतःची स्वतः अंघोळ करण्याइतकंही कौशल्य हातात राहिलं नाही. ज्येष्ठ सेवा योजनेच्या सल्ल्यानुसार शेलीनं मोरीमध्ये, संडासामध्ये बसण्याच्या उंचीवर आणि शॉवरच्या खुर्चीजवळ धरण्यासाठी दांड्या

बसवल्या; पण तेवढ्या पुरेशा नव्हत्याच, म्हणून मग शेलीनं अंघोळ आणि इतर मदतीसाठी म्हणून एका पगारी सहायकाची नेमणूक केली; पण जेव्हा तो सहायक लॉउला मदत करायला तयार असे, तेव्हा लॉउला स्नान करायचंच नसे. त्याला रात्रीचं स्नान करायचं असे, ज्या वेळी शेलीचीच मदत घेणं भाग पडे. मग काय प्रत्येक दिवशी हे तिचं कामच होऊन बसलं.

जेव्हा तो पूर्णपणे ओला होत असे, तेव्हाही कपडे बदलताना हीच अडचण येई, त्याला प्रॉस्टेट ग्रंथीचाही [पुर:स्थ ग्रंथी] त्रास होताच आणि जरी मूत्रविकारतज्ज्ञानं त्याला त्यासाठी औषधं दिलेली असली, तरीही थेंब थेंब लघवी होण्याचा आणि ती तशीच अनवधानानं गळण्याचा आणि लघवीला गेल्यानंतर मात्र एकाच वेळी न होण्याचा त्रास होताच. अशा वेळी शेली त्यानं एकदाच वापरून फेकून देण्याच्या चड्ड्या वापराव्यात असा प्रयत्न करे, पण तो ऐकत नसे.

''त्या डायपर्स आहेत.'' तो म्हणे.

अशी लहान-मोठी जबाबदारी होतीच. इतर कुटुंबीयांसाठी तिनं बनवलेलं जेवण त्याला काही आवडत नसे. तो कधीही तक्रार करत नसे; पण फक्त जेवत नसे. मग तिनं त्याच्यासाठी वेगळं जेवण बनवणं सुरू केलं. त्याला कमी ऐकू येत असे आणि पार मेंदू वितळवून जावा एवढ्या मोठ्या आवाजामध्ये तो त्याच्या खोलीमध्ये टिव्ही लावत असे. ते त्याचं दार वाजवत; पण त्याला तेही आवडत नसे... कुत्रीही आत-बाहेर करू शकत नसे. शेली तर त्याचा गळा घोटायलाच तयार झाली होती. सरतेशेवटी तिला बिनतारी श्रवणयंत्रं मिळाली, ज्यांना 'टिव्ही इअर्स' म्हणतात. लॉउला त्याची चीड होती; पण तिनं त्याला वापरायलाच लावलं.

''ते जीवनरक्षक होते...'' शेली म्हणाली. आता ते तिचं आयुष्य वाचवणारे होते की त्याचं, नेमकं तिला काय म्हणायचं होतं, ते मला काही कळलं नाही.

आमच्या वैद्यकीय युगामध्ये एका थकलेल्या, वयस्कर माणसाची काळजी घेणं हे तंत्रज्ञान आणि देखभाल या गोष्टींच्या संमिश्रणाचं ओझं आहे. लॉउला असंख्य औषधं सुरू होती... ती जागच्या जागी ठेवणं आणि वेगवेगळी करणं आणि पुन्हा भरून ठेवणं खूप गरजेचं असे. त्यानं वेळोवेळी भेटी देण्यासाठीची एक विशेषतज्ज्ञांची तुकडीच होती... जवळपास आठवड्याला... आणि पुढे ते इतर लॅबोरेटरी टेस्ट, क्ष किरण तपासण्या आणि इतर तज्ज्ञांच्या भेटी सुचवत. त्याच्याजवळ तो पडताना सूचना देणारं एक विजेचं उपकरण होतं, जे महिन्याला तपासणं गरजेचं असे. आणि तिथं शेलीला अजिबातच मदत मिळणं शक्य नव्हतं. आजच्या काळजी घेणाऱ्या व्यक्तीवरील कामाचं ओझं गेल्या शतकात होतं, त्यापेक्षा बरंच वाढलं आहे.

शेलीला दिवसाच्या चोवीस तासांमध्ये दारावरचा पहारेकरी / शोफर / कार्यक्रम नियोजक / औषधी आणि तंत्रज्ञानामधील अडथळ्यांना दूर सारणारा तंत्रज्ञ, अजून

सांगायचं तर स्वयंपाकीण / मोलकरीण / सेवक एवढ्या भूमिका कराव्या लागायच्या, शिवाय पैसे कमवणं, हे वेगळंच! आरोग्याकडे लक्ष देणाऱ्यानं अगदी शेवटच्या क्षणी येणं रद्द करणं आणि डॉक्टरांच्या भेटीच्या वेळा बदलणं, हे तिच्या दिवसभराच्या कामाची धूळधाण उडवत असे आणि या प्रत्येक गोष्टीचा तिच्या घरातल्या भावभावनांवर तेवढाच उद्ध्वस्त करणारा परिणाम होई. एक रात्रभर जरी तिला तिच्या कुटुंबासोबत कुठे जायचं असेल, तर तिला एखादा माणूस लॉउसाठी पैसे मोजून आणावा लागायचा आणि एवढं करूनही एखादी लहानशी घटना सगळं ठरवलेलं उधळून लावत असे. एकदा ती, तिचा नवरा आणि मुलांसोबत कॅरीबियनच्या सुट्यांमध्ये तीन दिवस बाहेर गेली; पण परतण्यासाठी तिला तीन दिवस लागणार होते. लॉउला मात्र तीच हवी होती.

आपलं शहाणपण संपत चाललंय, याची तिला जाणीव झाली. तिला एक चांगली मुलगी बनायचं होतं. आपले वडील सुरक्षित राहावेत, असं तिला वाटत होतं आणि ते आनंदी आहेत, हे तिला पाहायचं होतं; पण तिला तिचं आयुष्यही तितकंच सुनियोजित हवं होतं. एके दिवशी तिनं नवऱ्याला विचारलं, ‘‘आपण त्यांची एखाद्या ठिकाणी व्यवस्था करू शकतो का?’’ खरं तर तिच्या मनात हा विचार येण्याचीच तिला शरम वाटत होती. हा तिच्या वडिलांना तिनं दिलेल्या शब्दाचा भंग होता.

टॉम काही निर्णय घेऊ शकला नाही. ‘‘तू ठरवू शकतेस.’’ त्यानं तिला सांगितलं, ‘‘अजून कितीसा वेळ आहे?’’

भरपूर, तो बदलला जाऊ शकत होता. ‘‘मी तिच्याविषयी असंवेदनशील बनत चाललो होतो.’’ टॉम तीन वर्षांपूर्वीचं आठवत म्हणाला. शेली मानसिकदृष्ट्या अशा ताणलेल्या स्थितीत होती की आत्ता तुटेल.

तिला एक मावस भाऊ होता, जो अशीच वृद्धांच्या शुश्रूषेची संघटना चालवायचा. त्यानं एका परिचारिकेला लॉउला भेटण्यासाठी आणि त्याच्याशी बोलण्यासाठी पाठवलं, म्हणजे जेणेकरून शेलीकडे तेवढा वाईटपणा येणार नाही. त्या परिचारिकेनं लॉउला सांगितलं की, ‘‘तुमच्या गरजा वाढत आहेत आणि तुम्हाला घरातून जेवढी मदत मिळते, त्यापेक्षा जास्त मदतीची आता गरज आहे. तुम्हाला दिवसभर असं एकटं एकटं कधीही वाटणार नाही.’’

त्यानं अगदी काकूळतीनं शेलीकडे पाहिलं आणि तो काय विचार करत आहे, हे तिला कळलं होतं.

‘‘ती सारं काम थांबवू शकत नव्हती का आणि त्याच्यासाठी थांबू शकत नव्हती का?’’ या प्रश्नानं तिच्या हृदयामध्ये अगदी खंजीर खुपसल्यासारखं झालं. तिनं त्या हृदयाचे तुकडे तुकडे केले आणि त्याला सांगितलं, ‘‘तुम्हाला हवी ती सुविधा मी

खरंच देऊ शकत नाही... भावनिकदृष्ट्या नाही आणि आर्थिकदृष्ट्याही नाही.'' नाखुशीनंच त्यानं तिला ती जागा कोणती, ते पाहायला नेण्यास सांगितलं. ते जणू असं वाटत होतं की, एकाचं वाढतं वय त्याला क्षीणतेकडे नेत होतं; त्यामुळे कुणालाही आनंदी राहणं अशक्य होतं.

त्यांनी ज्या जागेला भेट देण्याचं ठरवलं होतं, ती जागा म्हणजे शुश्रूषागृह नव्हतं; तर वृद्धांसाठी राहण्याची जागा होती, जिथं त्यांना मदत केली जायची. आज अशी मदत केली जाणारी, मिळू शकणारी जागा म्हणजे पूर्णपणे स्वतंत्र राहणं आणि शुश्रूषागृहातील आयुष्य यांच्यामधलं स्थानक मानलं जातं; पण जेव्हा केरेन ब्राउन विल्सननं... जी या संकल्पनेची सुरुवात करणाऱ्यांपैकी एक होती... १९८० मध्ये ओरेगॉनमध्ये वृद्धांसाठी असं मदतीसह राहायला घर बांधलं, तेव्हा ती असं एखादं स्थान निर्माण करण्याच्या प्रयत्नामध्ये होती, जे शुश्रूषागृहाची गरज पूर्णपणे नाहीशी करेल. तिला एक पर्यायी व्यवस्था उभी करायची होती, असं अर्ध्या रस्त्यामधलं स्थानक नाही. विल्सनचा तर दृढ विश्वास होता की, ती असं एखादं स्थान निर्माण करेल, जिथं लॉउ सॅन्डर्ससारखी माणसं अगदी स्वतंत्रपणे आणि स्वत:च्याच नियंत्रणाखाली राहू शकतील, मग भले शारीरिकदृष्ट्या ते कितीही का जखडलेले असेनात. तिनं असा विचार केला की, केवळ तुम्ही वयस्क आणि अशक्त आहात म्हणून तुम्हाला तुमचं आयुष्य मनोरुग्णालयाकडे सोपवावं लागू नये. तिच्या डोक्यामध्ये एक चांगलं आयुष्य सहजप्राप्य कसं बनवावं, यासाठी काही विशेष दृष्टिकोन होता आणि हा दृष्टिकोन त्याच अनुभवानं प्राप्त झाला होता. ...नाखुशीचं नैराश्य आणि वेदनामय जबाबदारी या अनुभवानं... ज्यामध्ये लॉउ आणि शेली दोघेही भरडले गेले होते.

पश्चिम व्हर्जिनियातील एका कोळसा खाणकामगाराची आणि धुणी-भांडी करणाऱ्या स्त्रीची पुस्तकी किडा असलेली मुलगी... ज्यांच्यापैकी कुणीही धड आठवी पास होऊन पुढे गेलं नव्हतं... विल्सन ही अतिशय जहाल होती. ती जेव्हा प्राथमिक शाळेमध्ये होती, तेव्हा तिचे वडील वारले. ती एकोणीस वर्षांची असताना तिची आई जेस्सी हिला अपंग बनवणारा अर्धांगवायूचा झटका आला. जेस्सी फक्त पंचावन्न वर्षांची होती. त्या अर्धांगवायूच्या झटक्यानं तिचं अर्धं शरीर कायमचंच लुळं पडलं. ती फार चालू शकत नव्हती, ना उभं राहू शकत होती. ती तिचा हातही उचलू शकत नव्हती. तिचं तोंडही वाकडं झालं होतं. तिचं बोलणं अडखळत होतं. जरी तिची बुद्धी आणि संवेदना यांना काहीही झालं नव्हतं, तरीही ती तिचं स्नानही करू शकत नसे किंवा स्वयंपाक करू शकत नसे, संडासला जाऊ शकत नसे अथवा तिचे स्वत:चे कपडे धुऊ शकत नसे... तिचं सगळं दुसऱ्याकडून करून घेण्याची

वेळ आली. तिला मदतीची गरज होती; पण विल्सन महाविद्यालयातील विद्यार्थिनी होती. तिचं कुठलंही उत्पन्न नव्हतं, एका छोट्या सदनिकेमध्ये ती तिच्या मैत्रिणीसोबत राहायची आणि आईची काळजी घेण्याशिवाय काहीही पर्याय नव्हता. तिला भावंडंही होती; पण ती जरा चांगल्या अवस्थेत होती. जस्सीसाठी दुसरंतिसरं काही नाही, फक्त शुश्रूषागृहातच जागा होती. विल्सननं तिच्या महाविद्यालयाच्या जवळच असणारं एक पाहिलं. ती जागा सुरक्षित आणि मैत्रीपूर्ण वातावरणामधील वाटत होती; पण जस्सीनं 'मला कधी घरी घेऊन जाणार?' हा प्रश्न मुलीला विचारणं कधीही सोडलं नाही.

"मला इथून बाहेर काढ." ती वारंवार तेच म्हणे.

विल्सनला वयस्कांच्या विम्याविषयी रस निर्माण झाला. तिनं जेव्हा पदवीपर्यंत शिक्षण पूर्ण केलं, तिला वॉशिंग्टन राज्यामध्ये ज्येष्ठांची सेवा करणाऱ्या एका विभागामध्ये नोकरी मिळाली. जसजशी वर्षं जात होती, जेस्सीला तिच्या मुलीच्या जवळपास कुठेतरी असणाऱ्या वेगवेगळ्या शुश्रूषागृहामध्ये हलवण्यात आलं. तिला त्या जागांपैकी एकही आवडली नव्हती. दरम्यान, विल्सनचा विवाह झाला आणि तिचा नवरा, जो एक समाजसेवक होता; त्यानं तिला तिचं शिक्षण पूर्ण करण्याविषयी प्रोत्साहन दिलं. ओरेगॉनमधल्या पोर्टलॅन्ड राज्य विद्यापीठात तिला 'वार्धक्यविकारशास्त्र' या विषयाचा अभ्यास करण्यासाठी पीएच.डी.ला प्रवेश देण्यात आला. तिनं तिच्या आईला म्हणजे जेस्सीला हे सांगितलं, ती वार्धक्य या विषयाचा अभ्यास करणार आहे; तेव्हा जेस्सीनं तिला असा एक प्रश्न विचारला, त्यामुळे विल्सनचं आयुष्यच बदललं, असं ती सांगते. प्रश्न होता, "तू माझ्यासारख्या लोकांना मदत करण्यासाठी का काही करत नाहीस?"

'आईचा दृष्टिकोन अगदी सरळसरळ होता.' विल्सननं त्यानंतर लिहिलं.

तिला एक छोटसं स्वयंपाकघर आणि अंघोळीच्या मोरीसह लहानशी जागा हवी होती. तिथं तिच्या सगळ्या आवडत्या गोष्टींसहित, तिच्या मांजरीसहित तिची अर्धवट पडलेली कामं, तिचं व्हिक्स वेपोरब, एक कॉफीचं भांडं आणि सिगारेट या सगळ्या गोष्टी हव्या होत्या. ज्या गोष्टी ती स्वत: अगदीच करू शकणार नाही; त्या गोष्टी करण्यासाठी, तिला मदत करण्यासाठी माणसं हवी होती. त्या काल्पनिक जागेला ती दाराला स्वत: कुलूप लावून जाऊ शकली पाहिजे, अशी व्यवस्था हवी होती, तिथली उष्णता ती नियंत्रणात ठेवू शकणं आवश्यक होतं आणि तिला स्वत:च्या काही टेबल-खुर्च्या वगैरे फर्निचर हवं होतं. कुणीही तिला तिथून उठवू शकणार नाही, तिच्या आवडत्या गोष्टी उचलून भलत्या ठिकाणी ठेवणार नाही किंवा तिचे कपडे खराब करणार नाही, अशी व्यवस्था तिला हवी होती. तिनं मागे केव्हा तरी जमवलेल्या वस्तू, तिची मासिकं आणि काही सदिच्छा भेटी यांचा तिचा संग्रह

कुणी फेकू शकणार नाही, असं हवं होतं; कारण सुरक्षा बाळगणारे ते सगळे धोकादायक असे आहेत. तिला हवा तेव्हा एकांत मिळायला हवा आणि कुणीही तिला तिचे कपडे बदलून देण्यासाठी येऊ नये, औषधं देण्यासाठी येऊ नये किंवा तिला नको त्या कार्यक्रमात सहभागी होण्याबद्दल आग्रह करू नये. मग ती पुन्हा जेस्सी बनेल, तीच जुनी जेस्सी; जी तिच्या स्वत:च्या सदनिकेत राहायची, अंथरुणावर खिळलेली जेस्सी नाही.

या सगळ्या गोष्टी आईनं सांगितल्यावर आपण काय करावं, हेच विल्सनला कळेना. तिच्या आईला बहुधा दोन्हीही गोष्टी हव्या होत्या, म्हणजे परवडण्याजोगं आणि ...ती ज्या ठिकाणी राहिली त्याच नियमानुसार... केवळ अशक्य होतं. विल्सनला शुश्रूषागृहातील कर्मचाऱ्यांविषयी फारच वाईट वाटलं, जो तिच्या आईची काळजी घेण्यासाठी खरं तर कष्ट घेत होता आणि केवळ ते त्यांच्याकडून ज्या कामाची अपेक्षा आहे, तेवढंच करत होते आणि आईला मात्र कर्मचारी यापेक्षा जास्त तिच्यासाठी काहीही करू शकत नाही, याचं वाईट वाटत होतं. पदवी महाविद्यालयामध्ये तिच्या आईचा अस्वस्थ करणारा प्रश्न तिला टोचणी देत होता. तिनं अजून अभ्यास केला आणि लक्ष केंद्रित केलं, तेव्हा तिचं असं ठाम मत झालं की, जेस्सीच्या दृष्टिकोनामध्ये जे आहे, त्या गोष्टी कुठलंही शुश्रूषागृह कधीच स्वीकारणार नाही. प्रत्येक संस्था या बारीकसारीक गोष्टी पाहून त्यांच्या तिथं राहणाऱ्या लोकांवर सहजपणे नियंत्रण ठेवता यावं म्हणून रचना करतात. वास्तव हेच की, हा सारा आराखडा हा त्यांच्याच फायद्यासाठी, त्यांच्या आरोग्याच्या आणि सुरक्षेच्या दृष्टिकोनातून बनवलेला होता... त्या गोष्टींमध्ये बदल करणं हे तसं अशक्य आणि केवळ प्रतिसादशून्य होतं. विल्सननं त्याऐवजी दुसऱ्या पर्यायाचा विचार टिपून ठेवायला सुरुवात केली, ज्यामध्ये वयस्क आणि अशक्त माणसं त्यांची काळजी घेण्याचं काम इतरांवर सोपवण्याऐवजी शक्य तेवढं स्वत:च्या बळावर करू शकतील.

तिच्या मनामध्ये शब्द ठसला होता तो 'घर'. घर ही अशी जागा असते, जिथं तुमच्या सर्व प्राथमिक गरजा अगदी सहज पूर्ण होऊ शकतात. तुम्ही तुमचा वेळ घरामध्ये कसा घालवायचा, हे निश्चित करू शकता. तुम्ही तुमच्या एकांतात कुणाला सहभागी करायचं, ते ठरवू शकता आणि तुमच्या मालकीच्या गोष्टींचं काय व्यवस्थापन करायचं ते ठरवू शकता. घराबाहेर हे तुम्ही करूच शकत नाही. हा स्वातंत्र्याचा अभावच लॉउ सॅन्डर्स आणि विल्सनची आई जेस्सीलाही भिववत होता.

विल्सन आणि तिचा नवरा दोघेही जेवणाच्या टेबलाजवळ बसले आणि वयस्क लोकांसाठी एका नव्या पद्धतीच्या घरांच्या रचनेचं ते रेखाटन करू लागले, अशी जागा जिच्यासाठी तिची आई अक्षरश: झुरत होती. मग त्यांनी अशी जागा बांधून

देणारा कुणी भेटेल का, ज्यायोगे ही कल्पना पूर्णपणे काम करते की नाही, हे तपासण्याचा प्रयत्न केला. त्यांनी निवृत्त लोकांच्या वस्त्या आणि बांधकाम करणारे व्यावसायिक यांच्या भेटी घेतल्या; पण कुणालाही त्यात रस नव्हता. सगळी कल्पना ही अव्यावहारिक आणि हास्यास्पद वाटत होती. तेव्हा या जोडप्यानं हे सारं स्वत:च्या बळावर उभं करण्याचं ठरवलं.

ते दोघेही अगदी भिन्न विषयाचे अभ्यासक होते, त्यांनी अशा प्रकारचं कुठलंही काम यापूर्वी केलं नव्हतं; पण ते प्रत्येक वेळी एक नवा टप्पा शिकले. हा सारा आराखडा अगदी विस्तृतपणे मांडण्यासाठी त्यांनी वास्तुविशारदासोबत चर्चा केली. त्यासाठी कर्ज मिळावं म्हणून अनेक बँकांशी चर्चाही केली. जेव्हा त्यांना त्यात यश मिळालं नाही, तेव्हा त्यांनी एक खासगी गुंतवणूकदार शोधला, ज्यानं त्यांना पाठिंबा दिला; पण जास्तीतजास्त मालकीहक्क सोडणं आणि अपयश आल्यास वैयक्तिक जबाबदारी स्वीकारण्याची तयारी असल्याचं कबूल करून घेतलं. त्यांनी करारावर सह्या केल्या. नंतर ओरेगॉन सरकारनं तर अशा वयस्कांच्या घराला परवानगी न देण्याविषयी धमकीच दिली, कारण असा आराखडा ज्यामध्ये विकलांगांचा समावेश होता, तो तिथं त्याआधीही होताच. विल्सननं एका सरकारी कार्यालयामध्ये जोपर्यंत तिला त्यातून सवलत मिळत नाही, तोपर्यंत बरेच दिवस घिरट्या घातल्या. अगदी अविश्वासार्हतेनं सांगायचं, तर तिनं आणि तिच्या नवऱ्यानं आलेल्या प्रत्येक अडथळ्याला पार केलं. आणि १९८३ मध्ये, 'पार्क प्लेस' नावाचं वयस्क लोकांना सहजपणे मदतीसह राहता येईल, असं एक केंद्र पोर्टलॅन्डमध्ये सुरू झालं.

सुरुवातीला 'पार्क प्लेस' हा प्रकल्प म्हणजे केवळ एक अभ्यासार्थ उभा केलेला प्रारंभिक प्रकल्प म्हणून गणला गेला. ११२ विभाग असलेला तो एक बांधकाम विकास प्रकल्प होता आणि तो जवळपास लगेच भरलाही. ही कल्पना तशी आकृष्ट करून घेणारीच होती कारण तशी मूलगामी होती. जरी त्यापैकी बरेचसे रहिवासी हे मोठ्या प्रमाणामध्ये विकलांग होते, तरीही कुणालाही तिथं रुग्ण म्हणून गणलं जात नव्हतं. ते अगदी साधे भाडेकरू होते आणि त्यांना तसंच वागवलंही जायचं. त्यांना एक स्वतंत्र सदनिका होती; जिच्यामध्ये स्नानासाठी एक मोरी, स्वयंपाकघर आणि दर्शनी दार... ज्याला बंद करण्यासाठी चांगलंसं कुलूप होतं [ज्याचा स्पर्शही ते कल्पनेपेक्षाही बरंच मजबूत आहे, हे दाखवून द्यायचा.] त्यांना त्यांचे पाळीव प्राणी ठेवण्यास परवानगी होती आणि त्यांच्या पसंतीचे गालिचे आणि टेबल-खुर्च्या वगैरे फर्निचर निवडण्याचं स्वातंत्र्य होतं. तापमानावर नियंत्रण, आपलं स्वत:चं अन्न, जे केव्हाही त्यांच्या घरून यायचं, त्यालाही परवानगी देण्यात आली होती. ती फक्त या सदनिकांमध्ये राहायला आलेली माणसं होती. विल्सन या गोष्टी सांगण्यावर सतत भर देत होती; पण मोठ्या प्रमाणामध्ये विकलांगता

असणाऱ्या काही ज्येष्ठांनाही अशा प्रकारची सुविधा देण्यात येत होती, जशी माझ्या आजोबांना त्यांच्या कुटुंबामध्ये सगळे भोवताली असताना पुरवली जात होती. अगदी जेवण, वैयक्तिक शुश्रूषा, औषधपाणी या मूलभूत गोष्टींचीही मदत होती. तिथं एक परिचारिका सतत बसलेली असे. रहिवाशांना दिवसा-रात्री काही तातडीचं असेल, तर तिची मदत मिळवण्याकरता केवळ एक बटण दाबणं पुरेसं होतं. चांगलं गुणवत्तेचं आयुष्य जगण्यासाठीही तिथं मदत होत होती... म्हणजे सोबतीला कुणी हवं असेल तर, बाह्य जगाशी संपर्क साधण्यासाठी आणि संबंध ठेवण्यासाठी, त्यांना ज्या महत्त्वाच्या वाटतात, अशा गोष्टी चालू ठेवण्यासाठीही मदत मिळतच होती.

इथं मिळणाऱ्या बहुतांश सेवा, या इतर शुश्रूषागृहामध्ये मिळणाऱ्या सेवांप्रमाणेच होत्या; पण इथं सेवा पुरवणाऱ्यांना हे माहीत होतं की, ते त्यासाठी दुसऱ्या कुणाच्या घरामध्ये प्रवेश करत आहेत आणि त्यामुळे त्यांच्यातील नातेसंबंध अगदी मूलभूतपणे बदलले. रहिवाशांचं त्या वेळापत्रकावर नियंत्रण राहिलं; तसंच पायाभूत नियम, त्यांनी जे काही केलं आणि जे त्यांना करण्याची इच्छा नव्हती, त्यावरही नियंत्रण राहिलं. जर त्यांना रात्रभर जागायचं असेल आणि दिवस झोपून काढायचा असेल, जर त्यांना एखादा मित्र किंवा कुणी मैत्रीण दिवसभर सोबतीला ठेवून घ्यायची असेल तर किंवा त्यांना अगदीच त्रास देणारं औषध एखाद्या वेळी घ्यायचं नसेल किंवा डॉक्टरांनी त्यांना अन्न अगदी कुसकरून, लगदा करूनच खायला सांगितलं असेल आणि गिळण्याचा त्रास असून आणि दात नसूनही त्यांना पिझ्झा आणि 'एम ॲन्ड एम्स' खायचं असेल, तर हरकत नाही; ते तसं करू शकत होते. आणि जर त्यांची स्मृती अगदीच इतकी क्षीण झालेली असेल की, ते फार व्यवस्थित निर्णय घेऊ शकत नाहीत, तर त्यांचं कुटुंब... किंवा ज्यांचं कुणाचं नाव तिथं दिलं गेलेलं आहे... तो अशा धोक्याच्या गोष्टींविषयी आणि ज्या स्वीकारल्या जाऊ शकतात, अशा निवडींविषयी चर्चा करण्यास मदत करू शकत होता. आधारित जीवन ही विल्सनची संकल्पना सर्वज्ञात झाली. तिचं उद्दिष्ट हेच होतं, अगदी कुणालाही आपल्याला आश्रित करण्यात आलेलं आहे, असं वाटू नये.

या संकल्पनेवर चारीबाजूंनी भडिमारही करण्यात आला. वृद्धांच्या संरक्षणाचं बऱ्याच काळापासून समर्थन करणाऱ्यांना हा आराखडा अतिशय धोकादायक वाटला. बंद दाराच्या मागे असणाऱ्या वृद्धांना हा सारा कर्मचारीवर्ग सुरक्षितपणे कसा काय सांभाळणार? शारीरिकदृष्ट्या विकलांग असणाऱ्या आणि विस्मृतीचे प्रश्न असणाऱ्या व्यक्तींना स्वयंपाकाचं साहित्य वापरण्याची, सुऱ्या वापरण्याची, अल्कोहोल आणि इतर अशाच वस्तू वापरण्याची परवानगी कशी काय दिली

जाते? त्यांनी पाळलेले प्राणी त्यांच्यासाठी सुरक्षित आहेत, याची कोण खात्री देणार होते? जमिनीवर टाकलेले गालिचे आरोग्यदृष्ट्या कसे स्वच्छ केले जाणार आणि मूत्राचा वास आणि बॅक्टेरिया यांपासून सुटका कशी होणार? तिथं राहणाऱ्या भाडेकरूंची तब्येत बिघडली आहे, हे तिथल्या कर्मचाऱ्यांना कसं कळणार?

प्रश्न कायदेशीर होते. जर कुणी नियमानं घराकडे लक्ष देणाऱ्यांना नाकारलं, सिगारेट ओढत राहिलं आणि कॅन्डीज खात राहिलं; ज्यामुळे त्याच्या मधुमेहामध्ये काही गुंतागुंत होऊन त्याला रुग्णालयात भरती व्हावं लागलं, तर या दुर्लक्षाचा तो बळी समजायचा की स्वातंत्र्याच्या आदिमतेचं एक उदाहरण? या दोन्हीमध्ये फरक दाखवणारी कुठलीही सीमारेषा नाही आणि विल्सन या प्रश्नाला साधं उत्तरही देत नव्हती. तिनं स्वत:ला आणि तिच्या कर्मचारीवृंदाला या भाडेकरूंच्या सुरक्षेच्या हमीसाठी एक नवी सुधारित पायवाट करण्यास जबाबदार धरलं होतं. त्याच वेळी अशी एक जागा भाडेकरूंना उपलब्ध करून देण्याचं तिचं जे तत्त्वज्ञान होतं, जिथं भाडेकरूंना त्यांच्या स्वत:च्या घरात मिळतं, तसं स्वातंत्र्य आणि एकांत मिळेल... जिथं सुरक्षितता किंवा संस्थेच्या सोयीच्या नावाखाली जो काही काटेकोरपणा लादला जातो, तो नाकारण्याचं स्वातंत्र्यही त्यांना मिळेल.

राज्य सरकारनं या प्रयोगावर अगदी काळजीपूर्वक लक्ष ठेवलं. जेव्हा पोर्टलॅन्डमध्येच दुसऱ्या एका ठिकाणी त्याची दुसरी शाखा विकसित करण्यात आली... ज्यामध्ये जवळपास १४२ जणांसाठी सदनिका होत्या आणि अगदीच भिकेला लागलेल्या वयस्क लोकांची क्षमता ही सरकारी मदतीवर ठेवण्यात आली होती... तेव्हा राज्य सरकारला अशा भाडेकरूंचं आरोग्य, बोधात्मक सक्षमता [जाणीव क्षमता], शारीरिक क्रिया आणि जगण्यातील समाधानासाठी एक नवा मार्ग करण्यासाठी विल्सन आणि तिचा नवरा या दोघांचीही गरज होती. १९८८ मध्ये लोकांसमोर निष्कर्ष ठेवण्यात आला. त्यांनी हे रहस्य खुलं केलं की, स्वातंत्र्यासाठी तिथल्या कुठल्याच रहिवाशानं आरोग्याशी खरोखरच तडजोड केलेली नव्हती. जगण्यासोबतच त्यांचं समाधानही वाढलं होतं आणि सोबतच त्यांचं आरोग्यही चांगल्या पद्धतीनं सांभाळलं गेलं होतं. त्यांच्या शारीरिक क्षमता आणि बोधात्मक कार्यक्षमतेमध्येही वाढ झालेली होती. नैराश्याच्या ज्या घटना घडत होत्या, त्यामध्ये घट झाली आणि जे सरकारच्या मदतीनं राहत होते, त्यांच्यासाठी होणारा खर्च हा शुश्रूषागृहामध्ये होऊ शकणाऱ्या संभाव्य खर्चापेक्षा जवळपास २० टक्क्यांनी कमी झाला होता. या कार्यपद्धतीला तसं बघायला गेलं, तर प्रचंड यश मिळालं.

विल्सनच्या कामाचा केंद्रबिंदू एक फसवं आणि सोपं कोडं सोडवणं हा

होता. ते म्हणजे : जेव्हा आपण वयस्कर आणि अशक्त होतो आणि आपली स्वतःचीही काळजी घेऊ शकत नाही, तेव्हा कोणती गोष्ट जगणं मौल्यवान करते? १९४३ मध्ये, अब्राहम मास्लो या मानसशास्त्रज्ञानं एक मोठा प्रभावी प्रबंध प्रकाशित केला : 'The Theory of Human Motivation' म्हणजे 'मानवी प्रेरणेचा एक सिद्धान्त', ज्यामध्ये मानवी गरजांच्या श्रेणीबद्धतेचं विश्लेषण दिलं होतं. ते सगळं कायमच पिरॅमिडच्या स्वरूपामध्ये रेखाटलं जातं. अगदी तळाशी आपल्या शारीरिक गरजा असतात [अन्न, पाणी आणि हवा] आणि सुरक्षितता [कायदा, सुव्यवस्था आणि स्थिरता]. त्यानंतरच्या स्तरावर असतात, त्या प्रेम आणि सहवासाच्या गरजा. त्यानंतरच्या स्तरावर असते, विकासाची इच्छा... वैयक्तिक ध्येयं प्राप्त करण्यासाठीच्या संधी, ज्ञानावरचं प्रभुत्व आणि कौशल्यं. आणि आपल्या कामगिरीसाठी लोकांनी आपल्याला ओळखावं आणि प्रतिष्ठा, आदर मिळावा ही इच्छा. सरतेशेवटी सर्वांत वरचं टोक असतं, ते त्या इच्छेसाठी ज्याला मास्लोनं म्हटलंय, आत्माविष्कार... म्हणजे स्वतःसाठी नैतिक आदर्श आणि सर्जनशीलतेच्या मार्गाचं अवलंबन करून आत्मपूर्ती करणं.

मास्लोनं असं प्रतिपादन केलं आहे की, सुरक्षा आणि जिवंत राहणं, या दोन गोष्टी आयुष्यातील अगदी प्राथमिक आणि मूलभूत उद्दिष्टं आहेत. अगदी जेव्हा आपल्यासमोरचे पर्याय आणि आपल्या क्षमता अगदी मर्यादित होतात, तेव्हाही या दोन बाबी कमी होत नाहीत. हे जर खरंच असेल, तर वृद्धाश्रमांच्या म्हणजे वार्धक्यासाठी बांधलेल्या घरांच्या बाबतीत सार्वजनिक ध्येयधोरण आणि इतर, यांचं आरोग्य आणि सुरक्षा यावर असलेलं केंद्रीकरण त्या उद्दिष्टांचा एक परिचय आणि प्रकटीकरणच होय. त्या प्रत्येकाच्या काही प्राथमिक गरजा आहेत, असं गृहीत धरलं गेलं आहे.

खरं तर वास्तव हे जास्त गुंतागुंतीचं आहे. लोक अगदी स्वेच्छेनं कशासाठी तरी स्वतःची सुरक्षा आणि आयुष्य वाहण्याची इच्छा व्यक्त करतात... म्हणजे कुटुंबासाठी, देशासाठी किंवा न्यायासाठी वगैरे आणि हे वयाकडे लक्ष न देणं आहे.

एवढंच काय, आयुष्यात अगदी आहे त्या स्थितीत राहण्याऐवजी पुढे घेऊन जाणाऱ्या ज्या प्रेरणा असतात, त्या काळाप्रमाणे बदलत जातात आणि त्याही अशा प्रकारे की, त्या मास्लोच्या या वैशिष्ट्यपूर्ण श्रेणीबद्धतेमध्ये बसतही नाहीत. तारुण्यावस्थेत मास्लो म्हणतात त्याप्रमाणेच लोकांना विकासाचं आणि आत्मपरिपूर्णतेचं आयुष्य हवं असतं. वाढतं वय हे पुढचा मार्ग उघडून देणारं असतं. आपण नवे अनुभव घेतो, जरा अजून सामाजिक संबंध आणि या जगावर आपल्या नावाचा शिक्का बसेल, असा एखादा मार्ग शोधतो. तथापि,

प्रौढत्वाच्या अर्ध्या भागामध्ये आपण पोहोचतो, सगळ्या प्राथमिकता अगदी सुस्पष्टपणे बदलतात. काहीतरी उच्च मिळवण्यासाठी आणि सामाजिक संबंध वाढविण्यासाठी जो वेळ आणि परिश्रम खर्च केले जातात; त्याचं प्रमाण जास्तीतजास्त लोक कमी करतात. ते संकोचतात. पर्याय सांगायचे, तर तरुण माणसं त्यांच्या भावंडांसोबत वेळ घालवण्याऐवजी नव्या व्यक्तींना भेटणं केव्हाही चांगलं, असं समजतात; वयस्क माणसं याच्या विरुद्ध मार्ग निवडतात. अभ्यासान्ती असं सिद्ध झालं आहे की, माणसं जसजशी वयस्कर होत जातात, तसतशी ती कमीतकमी लोकांशी संपर्क ठेवतात आणि त्यांचं कुटुंब आणि जुने मित्र यांच्या सहवासामध्ये वेळ कसा जाईल, यावर लक्ष केंद्रित करतात. ते काहीतरी करण्यापेक्षा नुसत्या असण्यावर म्हणजे अस्तित्वावरच जोर देतात आणि भविष्यापेक्षा वर्तमानावर भर देतात.

या परिवर्तनाला समजून घेणं, हे वार्धक्याला समजून घेण्यासाठी गरजेचं असतं. हे असं परिवर्तन का होतं, याविषयीचं विश्लेषण देणारे अनेक प्रकारचे सिद्धान्त आहेत. काहींनी असं प्रतिपादन केलं आहे की, आयुष्यात आलेल्या भल्यामोठ्या अनुभवानं प्राप्त झालेल्या शहाणपणावर ते प्रकाश टाकतं. काहींनी वयस्क होत चाललेल्या मेंदूच्या पेशीतील बदलामुळे होणारा बोधात्मक परिणाम असल्याचं सुचवलं आहे. तरीही काहीजणांचं म्हणणं आहे की, वर्तणुकीतील परिवर्तन हे वयस्कांवर लादलं जातं आणि खरं तर त्यांना जे अगदी हृदयाच्या कप्प्यामध्ये हवं असतं, त्यावर त्याचा काहीही परिणाम होत नाही. ते संकोचतात कारण फक्त शारीरिक आणि बोधात्मक स्तरावरची घसरण असते, जी त्यांना त्यांनी केव्हा तरी प्राप्त केलेली उद्दिष्टं प्राप्त करण्यास थोपवतात किंवा केवळ ते वयस्कर आहेत म्हणून इतर जग त्यांना थोपवते. त्यांच्याशी संघर्ष करण्यापेक्षा ते परिवर्तन स्वीकारतात... किंवा अगदी दुःखानं बाजूला ठेवण्यासाठी ते या गोष्टीला शरण जातात.

गेल्या काही दशकांमध्ये काही मोजक्या संशोधकांनी क्वचितच स्टॅनफोर्डची मानसशास्त्रज्ञ लॉरा कार्स्टेनसेनपेक्षा थोडं जास्त सर्जनात्मक किंवा महत्त्वाचं काम या मतांचं परीक्षण करून केलेलं आहे. तिच्या काही महत्त्वाच्या परिणाम व्यक्त करणाऱ्या अभ्यासांमध्ये ती आणि तिच्या गटानं जवळपास दोनशे लोकांच्या आयुष्यातील अनेक वर्षांच्या भावनिक अनुभवांच्या पाऊलखुणांचा अभ्यास केलेला आहे. हा विषय मोठ्या पार्श्वभूमीमध्ये आणि वयोगटांमध्ये विस्तारला होता. [त्यांनी या अभ्यासास प्रारंभ केला, तेव्हा ते जवळपास ऐंशी ते चौऱ्याण्णव वर्षांचे होते] अभ्यासाला प्रारंभ झाला तेव्हा आणि नंतर दर पाच वर्षांनी, त्यांना एक आठवडाभर जवळपास चोवीस तास त्याकडे लक्ष देण्यास सांगण्यात आलं

होतं. त्या आठवड्यामध्ये साधारणपणे चोवीस वेळा त्याची नोंद घेण्यात आली आणि त्यांना दिलेल्या यादीतील कोणकोणत्या भावना नेमक्या कोणत्या वेळेस अनुभवाला येतात, हे निवडण्यास सांगण्यात आलं होतं.

जर मास्लोची श्रेणी बरोबरच होती, तर आयुष्याचं संकोचन हे लोकांच्या परिपूर्णतेच्या मोठ्या स्रोतांच्या व्यस्त परिमाणासोबत आढळून येतं आणि तुम्ही लोकांकडून वाढत्या वयासोबतच दु:खी होण्याची अपेक्षा करता, असं म्हणता येईल; पण कार्स्टेनसेनच्या संशोधनामध्ये मात्र याच्या अगदी विरुद्ध बाबी सापडल्या. सगळे निकाल नि:संदिग्ध असे होते. अगदी दु:खी होत जाण्याऐवजी लोकांनी वाढत्या वयासोबत सकारात्मक भावना नोंदवल्या. ते अस्वस्थता, नैराश्य आणि संताप वगैरेंना फार कमी बळी पडले. अगदी निश्चित होण्यासाठी त्यांनी कसोट्यांचा आणि वेदनकारकतेच्या अधिक क्षणांचा अनुभव घेतला... तेव्हा सकारात्मक आणि नकारात्मक भावना एकत्र मिसळल्या गेल्या; पण सरतेशेवटी जगणं हे भावनिकदृष्ट्या जास्त समाधान देणारं आणि काळासोबतच स्थिर अनुभवाचं आहे, हे त्यांच्या लक्षात आलं, अगदी वार्धक्यानं त्यांच्या जगण्याचा संकोच केला असला तरीही..!

या निष्कर्षानं पुढचे प्रश्न उभे केले. वाढत्या वयासोबत काहीतरी प्राप्त करणं, ते जमवणं आणि मिळवणं याऐवजी जर आपण रोजच्या आनंदाचं आणि नातेसंबंधांचं रसग्रहण करत आनंद घेत बदलत जातो आणि हेच जर जास्त परिपूर्णतेचा अनुभव देणारं आहे असा अनुभव आपल्याला येतो, मग ते करण्यासाठी आपण इतका वेळ का वाया घालवतो? आपण वार्धक्यात पोहोचेपर्यंत वाट का पाहतो? साधारण दृष्टिकोन आहे तो असा की, हे पाठ शिकण्यास अतिशय कठीण आहेत. जगणं, हे एक प्रकारचं कौशल्य आहे. वार्धक्यातील शांती आणि शहाणपण हे काळासोबतच प्राप्त होतात.

कार्स्टेनसेन वेगवेगळ्या विश्लेषणांकडे आकर्षित झाली. जर गरजा आणि आकांक्षा यांमधील बदल यांना वाढत्या वयाशी काहीही देणं-घेणं नसेल तर? समजा, दृष्टिकोनामध्ये काही बदल घडवणंच गरजेचं आहे... या जगामध्ये तुमचा काळ किती सीमित आहे, याची तुमची वैयक्तिक जाणीव! वैज्ञानिक वर्तुळामध्ये या कल्पनेला थोडंसं विसंगत मानलं गेलं होतं; पण कार्स्टेनसेनकडे एखाद्याचा वैयक्तिक दृष्टिकोन हा कदाचित अगदी केंद्रस्थानी आणि महत्त्वाचा असतो... जवळून घेतलेल्या मृत्यूच्या एका अनुभवामुळे तिच्या आयुष्याकडे बघण्याचा तिचा दृष्टिकोन अगदी आमूलाग्र बदलून गेला... या गोष्टीवर विचार करण्यासाठी तिची स्वत:ची काही कारणं होती.

ते १९७४ साल होतं. तेव्हा ती एकवीस वर्षांची होती, घरामध्ये एक

छोटं बाळ आणि लग्न... जे खरंतर घटस्फोटाच्या मार्गाला लागलेलं होतं. प्रशालेपर्यंत झालेलं शिक्षण फक्त तिच्या हाती होतं आणि असं एक आयुष्य... किमान तिच्या बाबतीत तरी... ज्याविषयी पुढे चालून हेच एका भरभराटीच्या वैज्ञानिक कार्यक्षेत्रात घेऊन जाणार आहे, अशी कुणीही भविष्यवाणी केली नव्हती; पण एके रात्री तिनं तिचं मूल आपल्या आई-वडलांकडे सोपवलं आणि आपल्या एका मैत्रिणीकडे पार्टीला गेली. तिथं कार्यक्रमामध्ये हॉट ट्यूना बँड पाहिला. कार्यक्रमाहून परत येताना त्यांना एका वोल्कवॅगनच्या छोट्या बसमध्ये कोंबण्यात आलं आणि न्यू यॉर्कमधल्या रॉकस्टरच्या बाहेर कुठेतरी एका महामार्गावर दारू प्यालेल्या चालकानं बस एका बांधावर धडकवली.

कार्स्टेनसेन मोठ्या मुष्किलीनं बचावली. तिच्या डोक्याला एक गंभीर दुखापत झाली होती, आतमध्ये रक्तस्राव झाला होता, अनेक हाडे मोडली होती. अनेक महिने ती रुग्णालयामध्ये पडून होती. ''अगदी व्यंगचित्रासारखं दृश्य होतं, पाय हवेत बांधलेला होता.'' तिनं मला सांगितलं. ''पहिल्या तीन आठवड्यांनंतर माझ्याकडे विचार करायला भरपूर वेळ होता किंवा असंच म्हणता येईल, जेव्हा गोष्टी मला स्पर्श करून जात होत्या, मीही जागी होत होते आणि पुन्हा विचारात जायचे.''

''मला तेव्हा आपण आयुष्य गमावण्याच्या किती जवळ आलो होतो, याची पुरेशी जाणीव होण्याची संधी मिळाली आणि माझ्या बाबतीत जे काही झालं, त्याकडे मी वेगळ्या दृष्टिकोनातून पाहिलं. माझ्या आयुष्यात असलेल्या इतर लोकांच्या बाबतीत काय घडलं, हेही पाहिलं. मी एकवीस वर्षांची होते. त्यापूर्वी माझे विचार फक्त असेच होते : आयुष्यात पुढे जाऊन मी काय करणार आणि मी कशी काय यशस्वी होणार? मला अगदी योग्य जोडीदार मिळू शकणार का? असे अनेक प्रकारचे प्रश्न... मला वाटतं, ते वयाच्या एकविसाव्या वर्षाचे अगदी नमुनेदार असे प्रश्न असतात.

''अचानक घडलेल्या घटनेनं मला मध्येच कुठेतरी थांबवण्यात आलं होतं, असं ते सगळं होतं. जेव्हा माझ्यासाठी नेमकं महत्त्वाचं असं काय असू शकतं, याकडे मी लक्ष दिलं, तेव्हा वेगळ्याच गोष्टी घडल्या.''

तिच्या लगेच हे लक्षात आलं नाही की, तिचा हा नवा दृष्टिकोन वृद्धांमध्ये असणाऱ्या सर्वसाधारण दृष्टिकोनाशी कसा समांतर आहे; पण तिच्याच विभागामध्ये रुग्ण म्हणून ठेवण्यात आलेल्या चार वृद्ध स्त्रिया होत्या... ज्यांचे पायही असेच कमरेच्या हाडाच्या तुटण्यामुळे हवेत लटकत ठेवण्यात आले होते... आणि कार्स्टेनसेनला आपणही कुठेतरी त्यांच्याशी जोडलं गेल्याचं जाणवलं.

''आजूबाजूला वृद्ध लोकांनी वेढलेल्या जागेत मी तिथं पडलेली होते.'' ती

म्हणाली. ''मला त्यांना जाणून घ्यायचं होतं, त्यांच्या आयुष्यात काय घडतंय, हे मला पाहायचं होतं.'' तिच्या असंही लक्षात आलं की, त्यांना तिच्यापेक्षा वेगळं कसं वागवलं जातंय. ''डॉक्टर आणि थेरपिस्ट तिथं माझ्याजवळ यायचे आणि दिवसातील बराच वेळ तिथं माझ्यासोबत काही ना काही उपचार चालू ठेवायचे आणि सॅडी... जी माझ्या पुढच्या पलंगावर होती... तिच्याकडे एक नजर टाकायचे आणि म्हणायचे, 'चांगलं चालू ठेवायचं हं!' त्यातून मिळणारा संदेश हाच : या तरुण मुलीच्या आयुष्याबाबत सुधारणेच्या शक्यता आहेतच. त्यांच्या बाबतीत नाहीत.

''हा तो अनुभव होता, ज्यानं मला वयाचा अभ्यास करण्यास प्रवृत्त केलं.'' कार्स्टेनसेन म्हणाली; पण ते केव्हा होऊ शकेल, हे तिला माहीत नव्हतं. ''पण मी तेव्हा आयुष्यातल्या त्या क्षणी तरी स्टॅनफोर्डमध्ये प्राध्यापक बनेन, अशा मार्गावर नव्हतेच.'' तथापि, तिच्या वडिलांच्या हे लक्षात आलं की, तिला तिथं पडून राहणं किती कंटाळवाणं होतंय आणि एका स्थानिक महाविद्यालयामध्ये तिचं नाव नोंदवण्याची संधी त्यांनी साधली. ते प्रत्येक तासाला तिथं गेले, ते सारं रेकॉर्ड केलं आणि तिच्यासाठी कॅसेट घेऊन आले. तिनं तिच्या आयुष्यातलं पहिलंवहिलं महाविद्यालयीन शिक्षण असं एका रुग्णालयामध्ये पडून... स्त्रियांच्या अस्थिरोग विभागामध्ये घेतलं.

आता तिचा पहिला वर्ग कोणता होता विचाराल, तर सांगतो : 'मानसशास्त्राचा परिचय'. त्या विभागामध्ये पडल्या पडल्या तिच्या लक्षात आलं की, ती जे काय शिकत होती, त्याच इंद्रियगम्य घटनांमधून ती त्या वेळी जगत होती. अगदी सुरुवातीपासून ती या गोष्टींचा अनुभव घेऊ शकत होती की, तज्ज्ञांना कोणत्या गोष्टी अगदी बरोबर सांगता येतात आणि कोणत्या गोष्टीविषयी ते चुकत होते.

पंधरा वर्षांनंतर, जेव्हा ती एक विद्वान बनली होती... या अनुभवानं तिला एक गृहीतक तयार करण्यास मदत केली : आपल्याला आपला वेळ कसा घालवावा वाटतो; हे आपल्यासाठी आपण किती वेळ मिळवतो, यावर अवलंबून आहे. जेव्हा तुम्ही तरुण आणि निरोगी असता, तुम्ही अगदी अखंड जगत राहणार, मरणार नाहीच, असं तुम्हाला वाटतं. तुमच्या काही क्षमता गमावण्याची कुठलीही काळजी तुम्हाला वाटत नाही. लोक तुम्हाला सांगतात - 'जग हे तुमचं शिंपलं आहे.' 'आकाश ही तुमची मर्यादा आहे.' आणि अशाच अनेक गोष्टी सांगतात. आणि तुम्हाला अजून पुढे आत्मतृप्तीही मिळवावीशी वाटते... म्हणजे वर्षांची गुंतवणूक करण्यासाठी, उदाहरणार्थ, अजून उज्ज्वल भविष्यासाठी काही कौशल्यं आणि साधनं मिळवण्यात घालवायची असतात. तुम्ही स्वत:ला

ज्ञान आणि माहितीच्या एका मोठ्या प्रवाहाशी जोडले जाण्याची इच्छा करता. अगदी आईला लटकून जगण्यापेक्षा तुम्ही तुमच्या मित्रमंडळाचं आणि संबंधांचं जाळं वाढवता. जेव्हा काही दशकांमध्ये क्षितिजाचं मोजमाप केलं जातं, जे बहुधा मानवाच्या मर्यादेएवढंच असतं; त्या वेळी तुम्ही मास्लोच्या पिरॅमिडच्या अगदी वरच्या टोकाशी असणाऱ्या गोष्टी इच्छित असता... साध्यता, सर्जनशीलता आणि 'आत्माविष्कारा'चे इतर सारे गुण; पण जसंजसं तुमचं क्षितीज संकोचत जातं... जेव्हा तुम्ही पाहता की, तुमच्या समोरचा भविष्यकाळ हा सान्त आणि अनिश्चित आहे... तुमचं लक्ष आता 'इथं आणि आत्ता - या क्षणी' यावर केंद्रित होतं, रोज मिळणाऱ्या आनंदावर आणि तुमच्या जवळच्या लोकांवर केंद्रित होतं.

कार्स्टेनसेननं तिचं गृहीतक अनाकलनीय अशा शब्दांमध्ये मांडलं... 'सोशियोइमोशनल सिलेक्टिव्हिटी थेअरी... समाजभावना निवडकता सिद्धान्त.' हे सांगण्याचा साधा सोपा मार्ग म्हणजे हा एक यथादर्शन घडवणारा मार्ग होता. तिनं ही कल्पना सिद्ध करण्यासाठी प्रयोगांची शृंखलाच शोधून काढली. एकामध्ये, ती आणि तिच्या गटानं तेवीस ते सहासष्ट वयोगटांतील माणसांचा अभ्यास केला. त्यातील काही माणसं निरोगी होती; पण काही माणसं मात्र एचआयव्ही... म्हणजे एड्ससारख्या आजारानं ग्रस्त होती. त्यामध्ये काम करणाऱ्यांना प्रत्येकी काही कागदांचा गठ्ठा देण्यात आला होता, ज्यावर काही लोकांचं वर्णन देण्यात आलं होतं, ज्यामध्ये त्यांना माहीत असलेल्या गोष्टींचं वर्णन देण्यात आलं होतं; म्हणजे कुटुंबातील लोकांशी असलेले भावनिक संबंध ते त्यांनी वाचलेल्या एखाद्या लेखकाचं पुस्तक, अशी क्रमवारी लावण्यात आली होती आणि मग त्यांना त्या व्यक्तींसोबत अर्धा तास घालवल्यानंतर कसं वाटलं, यावर ते सगळे माहितीचे कागद लावण्यास सांगण्यात आलं होतं. सर्वसाधारणपणे जे रुग्ण अभ्यासक होते, त्यांनी त्या लोकांसोबत थोडा कमीच वेळ घालवला. ज्यांच्याशी ते भावनिकदृष्ट्या जवळ होते आणि त्यांना जी माणसं जास्त प्रमाणात नव्यानं माहिती पुरवत होती किंवा ज्यांच्याशी नवी मैत्री होऊ शकत होती, अशांसोबत त्यांनी जास्त वेळ खर्च केला. तथापि, आजाऱ्यांमध्ये वयातील फरक नाहीसा झाला. तरुणांची एड्सग्रस्त रुग्णांची निवड ही जवळजवळ वृद्धांच्या निवडीइतकीच राहिली.

कार्स्टेनसेननं तिच्या या सिद्धान्तातून पारदर्शी दृष्टिकोन ठेवून शोधण्याचा प्रयत्न केला. दुसऱ्या एका प्रयोगामध्ये तिनं आणि तिच्या गटानं ऐंशी ते त्र्याण्णव या वयोगटातील निरोगी लोकांचा अभ्यास केला. जेव्हा त्यांना विचारण्यात आलं की, अर्धा तास त्यांच्यासोबत घालवल्यावर कसं वाटलं, तेव्हा त्यांच्या

निवडीतील वयाचा फरक अगदी सुस्पष्ट होता; पण त्यांना फक्त एवढंच सांगण्यात आलं की, तेही पुढे सरकतच आहेत, तेव्हा वयाचा फरक नाहीसा झाला. वयस्कांनी जे केलं, तेच तरुणांनीही निवडलं. मग संशोधकांनी त्यांना अशी कल्पना करण्यास सांगितलं की, असं वैद्यकीय उपकरण बनवण्यात आलं आहे की, ज्याद्वारे त्यांच्या आयुष्यामध्ये वीस वर्षं जमा करण्यात आली आहेत. पुन्हा वयातील फरक नाहीसा झाला... पण या वेळी वयस्कांनी तेच केलं, जे तरुणांनी केलं होतं.

कुठल्याही सांस्कृतिक भेदाचं काहीही वैशिष्ट्य दिसून आलं नाही. हाँगकाँगच्या जमावामध्ये जे काही आढळलं, तेच अमेरिकेच्याही आढळलं. जे काही घडलं, तेच पाहण्याचा दृष्टिकोन होता. ते सगळं झाल्यावर, एका वर्षानंतर त्या गटानं हाँगकाँगचा अभ्यास संपवल्यावर अशी एक बातमी आली की, देशाचं राजकीय नियंत्रण चीनकडे जाण्याची शक्यता आहे. लोकांच्या मनामध्ये एक भयंकर अस्वस्थता पसरली की, त्यांचं आणि त्यांच्या कुटुंबीयांचं चीनच्या कायद्याखाली काय होईल? संशोधकांनी पुन्हा संधी साधली आणि पुन्हा एकवार सर्वेक्षण केलं. एक गोष्ट खात्रीनं त्यांच्या लक्षात आली की, लोकांनी त्यांचे सामाजिक संबंध जरा संकुचित केले; कारण तरुण आणि वयस्क मंडळी यांच्या उद्दिष्टामध्ये जो भेद होता, तो नाहीसा झाला होता. सारं काही हवाली केल्यानंतर, सारी अनिश्चितता संपल्यानंतर त्यांनी पुन्हा सर्वेक्षण केलं. पुन्हा वयातील फरक दिसून आला. अमेरिकेमध्ये ११ सप्टेंबरच्या हल्ल्यानंतर आणि सार्सच्या साथीच्या पसरण्याच्या मध्यंतरामध्ये त्यांनी पुन्हा एकवार सर्वेक्षण केलं. हा सार्स हाँगकाँगमध्ये २००३ च्या उन्हाळ्यामध्ये पसरला होता आणि एका आठवड्यामध्ये तीनशे लोक मरण पावले होते. प्रत्येक वेळी निकाल अगदी सुसंगत असाच होता. जेव्हा संशोधकांनी असं मांडलं की, 'आयुष्याची क्षणभंगुरता महत्त्वाची', तेव्हा रोजच्या आयुष्यात लोकांची उद्दिष्टं आणि प्रेरणा देणारे घटक पूर्णपणे बदलले. हाच खरा दृष्टिकोन होता, वय नाही; या माहितीला काहीतरी महत्त्व आहे.

टॉलस्टॉयनं हे ओळखलं होतं. इव्हान इलिचची प्रकृती जशी ढासळते आणि आता फार कमी वेळ उरला आहे, हे जेव्हा त्याच्या लक्षात येतं; तेव्हा त्याच्या महत्त्वाकांक्षा आणि त्याचा ताठा, स्वत:बद्दलचा पोकळ अहंभाव गळून पडतो. त्याला फक्त आराम आणि कुणाची तरी सोबत हवी असते; पण ते जवळपास कुणालाही कळत नाही... ना त्याच्या कुटुंबीयांना, त्याच्या मित्रांना किंवा त्या अतिशय सक्षम अशा डॉक्टरांच्या मोठ्या गटाला, ज्याला तपासण्यासाठी त्याची बायको पैसे मोजत होती. टॉलस्टॉयनं आयुष्याच्या क्षणभंगुरतेशी झगडण्याची ज्यांना इच्छा आहे आणि ज्यांची नाही, अशा लोकांमधील दृष्टिकोनातील फार

मोठी तफावत पाहिली. असं ज्ञान एकट्याजवळ असण्यातील विशिष्ट मनस्ताप काय, हे त्यानं ओळखलं होतं; पण त्यानं अजून दुसरंही काही पाहिलं होतं, जसं : जेव्हा मर्त्यतेच्या संवेदना आपल्या इच्छा-आकांक्षांना आज्ञा देतात, तेव्हा त्या आज्ञा पूर्ण करणं काही तितकंसं अशक्य नसतं. जरी इव्हान इलिचचे कुटुंबीय किंवा मित्रपरिवार किंवा डॉक्टर कुणीच त्याच्या गरजा समजून घेत नसतं, तरीही त्याचा नोकर जेरॅसिम मात्र ते करतो. जेरॅसिम पाहतो की, इव्हान इलिच हा एक अतिशय आजारी, भयग्रस्त आणि एकाकी असा माणूस आहे आणि ते पाहून त्याला त्याची दया येते. एखाद्या दिवशी अगदी जाणूनबुजून तो त्याच्या मालकाचं नशीबही वाटून घेऊ इच्छितो. जेव्हा सारेजण इव्हान इलिचला टाळण्याचा प्रयत्न करतात, जेरॅसिम त्याच्याशी गप्पा मारतो. जेव्हा इव्हान इलिचच्या हे लक्षात येतं की, त्याच्या गळून गेलेल्या पायातील साऱ्या वेदना कमी होण्याची एकमेव स्थिती म्हणजे तो पाय जेरॅसिमच्या खांद्यावर ठेवून पडणं, जेरॅसिम त्याला आराम मिळावा म्हणून रात्रभर त्या अवस्थेमध्ये बसून राहतो. त्याला त्याच्या या कामाचं काहीही वाटत नाही; अगदी त्याला इलिचला उचलावं लागतं, शौचास न्यावं लागतं आणि त्यानंतर त्याची सारी घाण स्वच्छ करावी लागते, तेव्हाही त्याला काहीही वाटत नाही. कुठल्याही प्रकारचा हिशेब किंवा फसवाफसवी न करता तो काळजी घेतो आणि इव्हान इलिचच्या इच्छा-आकांक्षा यापलीकडे तो कुठलंही ध्येय दाखवत नाही. हीच गोष्ट इव्हान इलिचच्या संपत चाललेल्या आयुष्यामध्ये काही फरक घडवते.

जेरॅसिमनं हे सगळं अगदी सहजपणं, स्वेच्छेनं, साधेपणानं आणि सुस्वभावानं केलं, जे इव्हान इलिचला जाणवलं. इतरांमधील आरोग्य, क्षमता आणि चैतन्य हे त्याच्यावर आघात करणारं आहे, असं त्याला वाटायचं; पण जेरॅसिमची सक्षमता आणि चैतन्य हे त्याला दुखावणारं नव्हतं, तर अगदी हळुवारपणे फुंकर घालणारं होतं.

अगदी साधी पण मोठी सेवा... मरणाऱ्या माणसाला रोज थोडा आराम मिळण्यासाठी, थोडीशी सोबत मिळण्यासाठी, त्याच्या अगदी आवाक्यातील उद्दिष्टांची पूर्ती होण्यासाठी... ही अशी गोष्ट आहे; जवळपास एका शतकानंतर अद्यापही तिचा अभावच आहे. ही तीच गोष्ट आहे, जिची ॲलिस हॉबसनला खरोखरच गरज होती; पण मिळू शकली नाही. आणि ही तीच गोष्ट आहे, जी जवळपास चार वर्षांच्या वाढत्या थकव्यानंतर लॉउ सॅन्डर्सच्या मुलीच्या लक्षात आली की, ती हे सारं काही करू शकणारच नाही; पण सहकार्याच्या जीवनपद्धतीच्या संकल्पनेनं केरेन ब्राउन विल्सननं ती जाणीवपूर्वक मदत तिच्या घरामध्ये उपलब्ध केली.

ही कल्पना सगळीकडे अगदी वेगानं पसरली. १९९० च्या दरम्यान विल्सनच्या या यशावर आधारित ओरेगॉननं तिच्याप्रमाणेच अनेक स्वतंत्र सदनिका असणाऱ्या इमारती बांधण्यास प्रेरणा देण्यासाठी हा प्रकल्प सुरू केला. विल्सन तिच्या नवऱ्यासोबत तिच्या या कामाच्या प्रतिकृती व्हाव्यात म्हणून झटत होती आणि इतरांना मदत करण्यासाठी धडपडत होती. त्यांना अगदी तयार बाजारपेठ मिळाली. लोकांनी त्या शुश्रूषागृहांमध्ये आपला शेवट टाळण्यासाठी अगदी मोठ्या रकमा देण्याचीही तयारी दाखवली आणि कित्येक राज्यांनी या गरीब वृद्धांना लागणाऱ्या खर्चाचा वाटा उचलण्याचीही तयारी दाखवली.

त्यानंतर थोड्याच काळानंतर, अजून काही ठिकाणी असं बांधकाम करण्यासाठी भागभांडवल उभारण्यासाठी विल्सन वॉल स्ट्रीटवर गेली. तिची कंपनी... असिस्टेड लिव्हिंग कन्सेप्टस्... ही सार्वजनिक झाली. इतरही अनेक कंपन्यांनी सनराईज, ॲट्रिया, स्टर्लिंग आणि कॅरिन्टन... वगैरे नावांनीही उसळी मारली आणि देशामध्ये सहकार्यानं जगण्याची वृद्धांची पद्धती वाढत गेली. २००० पर्यंत शंभराच्या आत कर्मचाऱ्यांची संख्या असलेली विल्सनची कंपनी तर जवळपास तीन हजारांपेक्षा जास्त कर्मचाऱ्यांची कंपनी झाली. जवळपास अठरा राज्यांमध्ये १८४ घरांचे प्रकल्प तिनं राबवले. २०१० पर्यंत शुश्रूषागृहामध्ये राहणाऱ्या लोकांच्या संख्येला असं सहकार्यानं राहणाऱ्या लोकांची संख्या ओलांडून गेली.

पण याच मार्गावर असताना काही यातना देणाऱ्या घटनाही घडल्या. ही सहकार्यातून जगण्याची संकल्पना इतकी प्रसिद्ध झाली की, जमिनींचा विकास करणाऱ्या बांधकाम व्यावसायिकांनी कुठल्याही गोष्टीला हे नाव देण्यास सुरुवात केली. ही कल्पना शुश्रूषागृहापासून ते थेट काही सेवांमध्ये पाणी घालून पातळ करून दाखवल्याप्रमाणे प्राणिसंग्रहालयामध्येही अगदी आमूलाग्र बदल घडवणारी म्हणून उपयोगात आणण्यात आली. विल्सननं काँग्रेससमोर हे सारं मांडलं आणि ही संकल्पना आता ज्या पद्धतीनं उत्क्रांत होतेय, त्याविषयी धोक्याची घंटा वाजवणारं भाषण तिनं केलं.

"नाव मिळवण्याच्या एका साध्या इच्छेनं, अचानकच सहकार्यानं राहण्याच्या योजना या शुश्रूषागृहांचे सजवलेले पंख बनल्या किंवा एक सोळा खाटांचं वसतिगृहही पैसा मोजणारी गिऱ्हाईकं आकर्षित करताना दिसू लागलं." तिनं सांगितलं. तथापि, तिचं स्थापनेचं सारं तत्त्वज्ञान पुढे नेण्यासाठी ती थोडंफार पुढे सरली, बाकीचे काही मात्र समर्पित असल्याप्रमाणे पुढे गेले.

सहकार्यानं राहणं, हे बहुतांशी स्वतंत्रपणे जगणं ते शुश्रूषागृहामध्ये जाऊन राहणं; या दोन्हींना जोडणाऱ्या रस्त्यावर राहण्यासारखं झालं होतं. 'सातत्यानं घेतली जाणारी काळजी' या एका सगळीकडे पसरत गेलेल्या कल्पनेचा तो भाग

झाला, जो अतिशय छान आणि तर्कशुद्ध वाटत होता; पण अशा चिरस्थायी टिकणाऱ्या अवस्थांना सांभाळणं म्हणजे बालवाडीच्या मुलांसारखं वृद्धांना सांभाळणं होतं; पण सुरक्षा आणि कायद्यानुसारचे खटले यांची वाटणारी काळजी मात्र अतिशय मर्यादित होती की, लोकांना त्यांच्या अशा सहकार्य मिळणाऱ्या सदनिकांमधून काय मिळतं? त्यांनी कोणत्या कामांमध्ये सहभाग घ्यावा याविषयीची अनिवार्यता कोणती? अतिशय कठीण अशी अवस्था कोणती? ज्या वेळी त्यांना तिथून सोडण्यात येऊन शुश्रूषागृहामध्येच ठेवण्यात येईल याविषयी कोणी काळजी करत नव्हतं. वैद्यकीय परिभाषा ज्यामध्ये सुरक्षितता आणि जगण्याला प्राधान्य आहे, हीसुद्धा दूरच सारण्यात येत होती. विल्सननं रागानं या गोष्टीकडे लक्ष वेधलं की, अगदी मुलांनाही वयस्कर लोकांपेक्षा जास्त काळजी घेण्याची मुभा दिली जाते. त्यांना किमान उड्या मारण्याची आणि जंगली व्यायामाची सवलत तरी दिली जाते.

२००३ मध्ये अशा सहकार्यानं राहण्याच्या अशा पंधरा हजार सुविधांचं सर्वेक्षण केल्यानंतर असं लक्षात आलं की, फक्त ११ टक्के ठिकाणीच फक्त अशा प्रकारचा खासगीपणा आणि त्या अशक्तांना त्यांच्या घरी राहत असल्याप्रमाणे पुरेशी सेवा पुरवली जाते. म्हणजे शुश्रूषागृहाला एक पर्याय म्हणून असं साहाय्य मिळवत जगण्याच्या या कल्पनेत सारं काही होतं, पण मृतावस्थेत! अगदी सांगायचंच झालं तर विल्सनच्या स्वत:च्या कंपनीच्या संचालक मंडळानं... त्यांनीही इतर कितीतरी कंपन्यांनी कमी कठीण असलेल्या आणि कमी मूल्य असलेल्या मार्गांचा अवलंब केल्याची नोंद घेतली होती... तिच्या गुणवत्ता आणि तत्त्वांविषयी प्रश्न विचारायला सुरुवात केली. तिला लहान इमारती बांधण्याची इच्छा होती, तेही छोट्या छोट्या गावांमध्ये जिथं वयस्क माणसांना शुश्रूषागृहाव्यतिरिक्त काहीही पर्याय नव्हता आणि कमी उत्पन्न गटांच्या केवळ वैद्यकीय उपचारांवर जगणाऱ्या वयस्कांसाठी तिला काही विभाग उभे करायचे होते; पण फायदा देणारं होतं ते मोठ्या इमारती बांधणं, तेही मोठ्या शहरांमध्ये आणि तेही कमी उत्पन्न गटाच्या ग्राहकांविना किंवा इतर अद्ययावत सुविधांशिवाय...! अशा साहाय्यानं राहण्याचा प्रकल्प तिनं तिच्या आईसारख्या लोकांसाठी, जेस्सीसाठी तयार केला होता; ज्यांनी जरा बरं आयुष्य जगावं आणि तेही थोडंसं फायद्याचं होऊ शकतं, हे तिनं दाखवून दिलं होतं; पण तिचं संचालक मंडळ आणि वॉल स्ट्रीट यांना अधिक फायदा मिळवण्यासाठीच नवे मार्ग चोखाळून पाहायचे होते. तिचा हा लढा जवळपास २००० पर्यंत असाच चालू होता, मग मात्र तिनं सरळ मुख्याधिकारीपद सोडून दिलं आणि तिनंच स्थापन केलेल्या कंपनीचे समभाग विकून टाकले.

त्या गोष्टीला आता जवळपास दहा वर्षं उलटली. केरेन विल्सन मध्यम वय ओलांडून पुढे गेली. काही दिवसांपूर्वी जेव्हा मी तिच्याशी बोललो; तेव्हा तिच्या वेड्यावाकड्या दातांचं हास्य, तिचे पडलेले खांदे, डोळ्यांवरचा चश्मा आणि तिचे पांढरे केस हे तिला जगभरामध्ये एखाद्या व्यवसाय सुरू करणाऱ्या एका क्रांतिकारी नव्या व्यावसायिकापेक्षाही पुस्तकामध्ये गढलेली एक आजी आहे, हेच दाखवत होते. वार्धक्यतज्ज्ञ म्हणून संभाषण चालू असताना जेव्हा प्रश्न संशोधनाकडे वळतात, तेव्हा ती खरोखरच उत्तेजित होते आणि जेव्हा ती बोलते, तेव्हा अतिशय काटेकोरपणे बोलते. असं असूनही शेवटी ती एक अशी व्यक्ती असल्याचं आढळून येतं, जी खरोखरच मोठ्या आणि वरकरणी अशक्य अशा प्रश्नांच्या कचाट्यात सापडलेली आहे, असं वाटतं. कंपनीनं तिला आणि तिच्या नवऱ्याला भरपूर श्रीमंत केलं आणि त्यांच्या संपत्तीच्या साहाय्यानं त्यांनी 'जेस्सी एफ रिचर्डसन फाउंडेशन'ही स्थापन केलं, जे तिच्या आईच्या नावावर आहे; तेही वयस्कांना सेवा मिळावी या हेतूनं कार्यरत राहावं म्हणून चालू आहे.

विल्सन आता तिचा बराचसा वेळ वेस्ट व्हर्जिनियासारख्या कोळसा उत्पादक राज्यात जिथं तिचा जन्म झाला होता; तिथं बून, मिंगो आणि मॅकडोवेलसारख्या भागात व्यतीत करतेय. पश्चिम व्हर्जिनियामध्ये देशातील इतर राज्यांपेक्षा जास्त वयस्कर आणि गरीब लोकसंख्या आहे. जगात इतर ठिकाणी आहे, त्याप्रमाणे ही अशी जागा आहे, जिथं तरुण चांगल्या संधींच्या शोधामध्ये बाहेर निघून गेले आहेत आणि म्हाताऱ्यांना इथंच सोडून दिलं आहे. ज्या अशाच खाचखळग्यांमध्ये ती वाढली, तिथं सामान्य माणसं दुर्लक्ष आणि कुठेतरी संस्थेत नेऊन टाकणं, या दोन्ही गोष्टींची निवड न करता कसे शांतपणे वयस्कर होऊ शकतील, यासाठी विल्सन अद्यापही प्रयत्न करत आहे. आपल्यासमोर असलेल्या अनेक प्रश्नांपैकी हा एक कायम असणारा प्रश्न आहे.

''मला अद्यापही असं साहाय्यकांच्या मदतीनं जगण्याची कल्पना आवडते, हे तुला सांगायचं आहे.'' ती म्हणाली आणि ती पुन्हा स्वत:शीच बडबडली : 'मला साहाय्यकांच्या मदतीनं जगणं आवडतं. त्यानं एक विश्वास आणि अपेक्षा निर्माण केल्या आहेत की, शुश्रूषागृहापेक्षा थोडं बरं अजून काहीतरी आहे आणि ते अजूनही तसंच चालू आहे. ज्यानं तयार केलं, त्या निर्मात्याला अगदी अपेक्षित असलेलं सारं काही यशस्वी झालेलं नाही. एका लहान मुलासारखं ते वाढतंय, अगदी अपेक्षित असलेल्या दिशेला नाही;' पण अजूनही विल्सन त्या गोष्टी सतत शोधतच असते, ज्यासाठी तिचे मूळ हेतू अद्यापही तसेच आहेत.

''जेव्हा असं एखादं काम उभं राहतं, तेव्हा मला आवडतं.'' ती म्हणाली.

ते तसंच असतं, जसं ते बऱ्याच ठिकाणी नसतं.

लॉउ सॅन्डर्ससाठी ते तसं नव्हतं. जेव्हा असं साहाय्यकांच्या मदतीनं राहण्याची व्यवस्था असलेलं ठिकाण शेलीला अगदी तिच्या घराजवळ सापडलं आणि तेही त्याच्या तुटपुंज्या पैशांमध्ये, तेव्हा तिला अगदी नशीबवान असल्यासारखं वाटलं. तिची गंगाजळी जवळपास संपली होती आणि इतर ठिकाणी अगदी हजारो डॉलर्सपेक्षा जास्त पैशांची अपेक्षा होती. लॉउसाठी शोधलेल्या त्या घराला काही सरकारी सबसिडी मिळत होती, ज्यामुळे ते अगदी सुकर होतं. अगदी छानपैकी पोर्च बांधलेला होता, तजेलदार रंग दिलेला होता, ओसरीमध्ये भरपूर प्रकाश होता, एक छानसं वाचनालय आणि परवडेल अशा दरातील सदनिका होती. ते अगदी तसं स्वागतशील आणि व्यावसायिकही वाटत होतं. शेलीला प्रथमदर्शनीच ते आवडलं; पण लॉउनं विरोध केला. त्यानं आजूबाजूला पाहिलं आणि एक पादचारी वगळता तिथं कुणीही नाही, हे पाहिलं.

"माझ्या दोन्ही पायांवर उभा असलेला बहुधा मी एकटाच असेन इथं. हे काही मला आवडलं नाही." तो म्हणाला. ते सरळ पुन्हा परत घरी गेले.

तथापि, त्यानंतर लगेच काही दिवसांनी तो पुन्हा एकवार पडला. तो खाली पार्किंगमध्ये अगदी अवघड जागेत गेला होता आणि फरसबंदीवर पडल्याने डोक्याला जबर दुखापत देणारा एक फटका बसला. काही वेळ तर तो जागाही नव्हता. तिथल्या एका रुग्णालयामध्ये त्याला देखरेखीखाली ठेवण्यात आलं. त्यानंतर सगळ्या गोष्टी बदलल्या असल्याचं त्यानं मान्य केलं. मग त्यानं शेलीला त्या साहाय्यक निवासी संस्थेत प्रतीक्षा यादीत नाव नोंदवण्यास सांगितलं. त्याच्या वयाच्या जवळपास ब्याण्णव्या वाढदिवसाच्या आधी ही यादी लागली. त्यांनीही असं सांगितलं, 'जर आता तुम्ही मिळालेली जागा स्वीकारली नसती, तर तुमचं नाव यादीमध्ये पुन्हा सर्वांत खाली गेलं असतं.' त्याला मदत देण्यात आली.

तिथं गेल्यानंतरही तो शेलीवर काही रागावला नाही; पण बहुधा तिला त्याचा राग समजूत काढायला सोपा आहे याचं भान एव्हाना आलं असावं. तो अतिशय उदास झाला होता आणि एका मुलीनं तर त्यावर काय करावं?

त्यापैकी काही प्रश्न शेलीनं सांगितले, म्हणजे तिला ते जाणवले. त्यातला महत्त्वाचा होता, झालेल्या बदलाशी जमवून घेणं. त्याच्या त्या वयामध्ये लॉउ काही बदलांशी दोन हात करत नव्हता; पण अजूनही काही आहे, असं तिला सतत जाणवायचं. लॉउ हरवल्यासारखा वाटायचा. त्याला तिथं चिटपाखरूही दिसायचं नाही आणि तिथं क्वचितच एखाद-दुसरा माणूस दिसायचा. तो सतत विचार करत असल्यासारखाच दिसायचा, माझ्यासारखा माणूस इथं या जागेमध्ये दिवसभर करतोय काय... दिवसभर मण्यांच्या माळा गुंफत, दुपारी चहा-केक

वगैरेंची सजावट करत आणि अत्यंत दुय्यम दर्जाच्या डॅनियल स्टीलच्या पुस्तकांच्या वाचनालयामध्ये करतोय काय? कुठे होतं त्याचं कुटुंब किंवा त्याचा पत्र घेऊन येणारा मित्र किंवा बीजिंग... त्याचा तो आवडता कुत्रा. त्याचं काहीही नव्हतं. शेलीनं त्या उपक्रम राबवणाऱ्या व्यवस्थापकाला विचारलं की, "जर तुम्ही काही थोडेसे उपक्रम राबवले, तर अजूनही बरेचजण येतील, कदाचित एखादा बुक क्लबही सुरू होऊ शकतो."

शेलीला एक महत्त्वाची गोष्ट त्रास देत होती ती अशी की, लॉउला त्याच्या आयुष्यात ज्या गोष्टींचं महत्त्व वाटत होतं आणि ज्या गोष्टी त्याच्यापासून हिरावून घेतल्या गेल्या होत्या, त्या गोष्टी जाणून घेण्याविषयी तिथल्या कर्मचारीवर्गाला काडीचाही रस नव्हता. याविषयी त्यांचं अज्ञानही त्यांना अजिबात जाणवत नव्हतं. ते जी काही सेवा देत होते, त्याला ते भलेही साहाय्य म्हणोत, पण कोणीही या गोष्टीचा विचारही करताना दिसत नव्हता की, त्यांचं काम हे अगदी खरोखर जगण्यामध्ये मदत करणं आहे... म्हणजे लॉउसाठी जी नाती आणि आनंदाच्या कल्पना आहेत, त्या तशाच कशा जपायच्या, यावर कुणी विचारही केला नव्हता. त्यांचं वागणं हे अगदीच दुष्टपणापेक्षा अनाकलनीय असा परिणाम दाखवायचं; पण जसं टॉलस्टॉयनं म्हटलं, तसं शेवटी तात्पर्यामध्ये काय फरक आहे?

लॉउ आणि शेलीनं एका तडजोडीची चर्चा केली. तिनं त्याला दर रविवार ते मंगळवारपर्यंत घरी आणायचं; त्यामुळे त्यालाही प्रत्येक आठवड्याला पुढच्या गोष्टींची वाट पाहण्यासाठी संधी मिळायची आणि तिलाही जरा बरं वाटायचं. किमान त्याला आठवड्यातून दोन दिवस तरी आनंदानं घालवायला मिळायचे.

मी विल्सनला विचारलं, "असं साहाय्यकांच्या मदतीनं राहण्याची व्यवस्था काही दिवसांतच का कोलमडते?" तिनं अनेक कारणं शोधली होती. सर्वप्रथम म्हणजे, अगदी प्रामाणिकपणे तिथं राहणाऱ्या लोकांना मदत करणं, हे 'नुसतं बोलण्यापेक्षा करणं अतिशय अवघड' असं आहे आणि ती सेवा पुरवण्याऱ्या कर्मचाऱ्याला नेमकं खरं काय हवं आहे, यावर विचार करायला लावणं त्याहून अवघड आहे. तिनं एखाद्या माणसाला कपडे बदलण्यामध्ये मदत करण्याविषयीचं उदाहरण दिलं. तसं पाहता, तुम्ही लोकांना ते स्वत:हून जे करू शकतात, ते करू द्यायलाच पाहिजे; त्यामुळे त्यांच्या क्षमतांना जोपासलं जातं आणि स्वावलंबी असण्याचा भावही सांभाळला जातो; पण... तिनं सांगितलं, "कुणाचीही वेषभूषा करून देणं, हे त्यानं स्वत: करण्यापेक्षा केव्हाही सोपं काम आहे. त्याला जरा कमी वेळ लागतो; त्यामुळे कामाचं ओझंही कमी होतं." म्हणून जोपर्यंत लोकांच्या क्षमतांना मदत करणं या गोष्टीला प्राधान्य देत नाही, तोपर्यंत

कर्मचारी लोक त्यांचे पोशाख अगदी बाहुल्यांप्रमाणे चढवत राहतात. हळूहळू त्याप्रमाणे सारं काही पार पाडणं सुरू होतं. म्हणजे त्या व्यक्तीपेक्षा आपलं काम पूर्ण करणं, हे महत्त्वाचं होऊन बसतं.

या साऱ्या गोष्टी पाहता आपल्याजवळ या लोकांना जगण्यासाठी मदत करताना या संस्थांना यश मिळावं म्हणून कुठलीही निश्चित अशी मापनपद्धती नाही. याच्या अगदी विरुद्ध, आपल्याकडे आरोग्य आणि सुरक्षिततेसाठी अगदी काटेकोर असे नियम आहेत. म्हणून आपण अंदाज करू शकतो की, जी माणसं वयस्कांसाठी अशी संस्था चालवतात, त्यांचं लक्ष कोणत्या गोष्टी वेधून घेतात तर... खरंच बाबांचं वजन कमी झालं का, त्यांची औषधं ते चुकवतात किंवा पडतात का; पण त्यांना एकटं वाटतं का, ही बाब मुळीच नाही.

विल्सननं पुढे सांगितलं, अतिशय निराशाजनक आणि अतिशय महत्त्वाची बाब, असं साहाय्यक पद्धतीनं राहण्याच्या संस्था जेवढ्या त्यांच्या मुलांच्या सोयीसाठी उभारल्या जातात, तशा काही खरोखरच वयस्क लोकांसाठी उभारल्या जात नाहीत. वयस्कांनी नेमकं कुठे राहायचं, याचा विचार सहसा मुलंच करतात आणि तुमच्या लक्षात येऊ शकेल की, अशा प्रकारे या जागा आपोआप विकल्या जातात. बाजारात व्यवसाय करणारी माणसं ज्याला 'कल्पनाचित्र' म्हणतात ना, तसं ते त्यांच्या डोळ्यांसमोर उभं करण्याचा प्रयत्न करतात... म्हणजे सुंदर हॉटेलप्रमाणे प्रवेशद्वार; उदाहरणार्थ, त्यानं शेलीच्या दृष्टीला बरोबर वेधून घेतलं. ते त्यासोबत त्यांची कम्प्यूटर लॅब, व्यायामाची जागा आणि विशेष कार्यक्रमांच्या आणि वस्तुसंग्रहालयाच्या सहली वगैरेही गळ्यात मारतात... अशा काही गोष्टी की, ज्या आपल्या पालकांसाठी एक मध्यम वयाचा माणूस करू इच्छितो. कारण पालकांच्या आयुष्यात त्यांनी केलेय, त्यापेक्षा जास्त काहीतरी देण्याची त्याची इच्छा असते. सरतेशेवटी मुलं एक सुरक्षित जागा म्हणून पालकांना विकतात; पण ते या जागी अशा कधीही विकत नाहीत की, जिथं माणसाला म्हणजे त्याला किंवा तिला अगदी प्राथमिकतेनं आणि प्राधान्यतेनं जसं वाटेल, तसं जगता येईल. कारण पालकांचा या निवडीमधला भांडखोरपणा आणि आडमुठेपणा नेहमीच मुलांना या गोष्टीसाठी फिरवत राहतो. असं साहाय्यकांच्या मदतीनं राहणं, हे तसं पाहता शुश्रूषागृहामध्ये राहण्यापेक्षा फार वेगळं आहे, असं काही नाही.

विल्सन म्हणाली, "माझ्या एका सहकाऱ्यानं मला असं सांगितलं, आम्हाला आमच्यासाठी स्वायत्तता हवी आहे आणि जे आमच्यावर प्रेम करतात, त्यांच्यासाठी सुरक्षितता हवी आहे." हीच गोष्ट या अशक्तांसाठी प्रश्न आणि विरोधाभास तशीच कायम ठेवून जाते. "आपल्याला ज्यांची काळजी वाटते, त्यांच्यासाठी

ज्या गोष्टींची आपल्याला आवश्यकता वाटते; त्यापैकी बऱ्याच गोष्टींना आपण स्वत:साठी अगदी ठामपणे विरोध करत असतो, कारण त्या गोष्टी आपल्या अस्तित्वाच्या जाणिवेवरच अतिक्रमण करत असतात.''

विल्सन काही बाबतींत वयस्कांना दोषही देते. ''वयस्कर माणसं काही वेळा याबाबतीस जबाबदार असतात; कारण ते त्यांच्या मुलांनी घेतलेले निर्णय उधळून लावतात. त्यातील काही भाग हा वय आणि अशक्तपणाचा गृहीत धरला जाऊ शकतो, आणि ती सगळ्यांना अगदी वयस्कांपासून मुलांपर्यंत सर्वांना बांधून ठेवणारी एक बाब आहे. जणू ती, 'ठीक आहे, आता तुमच्याकडे अधिकार आहे.' अशी बाब आहे.''

पण, ती म्हणाली, ''एवढा विचार करणारं मूल क्वचितच असतं की, 'ममीला हवीशी वाटणारी किंवा आवडणारी किंवा गरज असलेली जागा हीच आहे का?' ते बऱ्याचदा असं असतं की, ते त्यांच्या चश्म्यातून बघत आहेत.'' मूल विचारतं, ''मी ममीला अगदी मोकळेपणानं सोडून जाऊ शकेन, ती हीच जागा आहे का?''

लॉउ अशा साहाय्यकांच्या साहाय्यानं राहण्याची व्यवस्था असलेल्या जागेमध्ये अगदी एक वर्षापूर्वीपर्यंत, त्याला ती अपुरी पडेपर्यंत आला नव्हता. त्यानं त्या जागेला त्याच्यासाठी अगदी सोयीस्कर बनवलं होतं. त्यानं त्या ठिकाणी एक ज्यू माणूस शोधून काढला होता, त्याचं नाव होतं जॉर्ज आणि ते दोघे चांगला वेळ घालवायचे. ते क्रिबेज खेळायचे आणि प्रत्येक शनिवारी मंदिरात जायचे, हा एक नियम लॉउनं त्याच्या आयुष्यामध्ये न टाळता मोठ्या जिकिरीनं सांभाळला होता. कित्येक स्त्रियांनी त्याच्यामध्ये बराच रस दाखवला होता, जी गोष्ट त्याला कधीकधी चाळवायची; पण नेहमी नाही. त्याच्या सदनिकेमध्ये एका सायंकाळी त्यानं एक लहानशी पार्टीही केली, ज्यामध्ये त्याच्या दोन स्तुतिपाठकांसोबत तो होता आणि त्याला कुणीतरी दिलेली एक ब्रॅन्डीची बाटलीही त्यानं उघडली.

''मग माझे वडील तिथून निघाले आणि त्यांचं डोकं फरसबंदीवर आदळलं आणि सरतेशेवटी अतिदक्षता विभागामध्ये दाखल झाले.'' शेली म्हणाली. तिथून बाहेर पडल्यावर तो त्याविषयी हसलाही असेल. ''एकदा थोडंसं लक्षात घ्या की...'' तिनं त्याला म्हटलं, ''इतर बायकांप्रमाणेच माझ्यामागे भरपूर कामं आहेत. आता पुन्हा तुम्ही थोडीशी तरी पिऊन बघा, मी निघूनच जाते.''

प्रत्येक आठवड्यातून तीन दिवस शेलीच्या घरी घालवून आणि आयुष्याचे तुकडे तुकडे जोडून लॉउ उरलेला आठवडा जोडत राहिला... साहाय्यक निवासी योजनांची कशाचीही बरोबरी न करू शकणारी क्षमताहीनता... तो सहन करत राहिला. असं करण्यासाठी कित्येक महिने गेले. ब्याण्णव्या वर्षी त्यानं नकोसं झालेलं आयुष्यही हळुवारपणे उभं केलं.

तरी त्याचं शरीर साथ देत नव्हतं. उभं राहिल्यानंतर त्याचा रक्तदाब खूपच कमी होत जायचा. तो झोकांड्या खाऊ लागला; म्हणजे त्यानं ब्रॅन्डी प्याली होती तेव्हाच नाही, तर इतर वेळेलाही होऊ लागलं. हे असं दिवसा किंवा रात्री, फिरताना किंवा अंथरुणावरून उठताना होऊ लागलं. अनेक वेळा रुग्णवाहिकेतून सहल झाली आणि क्ष किरण तपासण्याही झाल्या. जेव्हा त्याला मोठ्या खोलीतून सरळ चालतानाही अगदीच अवघड होऊ लागलं किंवा जेवणासाठी पायऱ्या चढून स्वयंपाकघरात जाणं अगदीच अशक्य होऊ लागलं, तेव्हा स्थिती अवघड होत चालली. त्यानं वॉकर घेण्यास अगदी नकारच दिला. हा अभिमानाचा मुद्दा होता. शेली त्याचा फ्रिज तयार अन्नपदार्थांनी भरून ठेवायची, जेणेकरून तो फक्त ओव्हनमध्ये गरम करून खायचा.

आपण सारखी त्याचीच काळजी करत असतो, हे तिच्या पुन्हा एकदा लक्षात आलं. तो व्यवस्थित जेवतही नव्हता. त्याची स्मृतीही कमी होत चालली आणि त्याला रोज निरोगी राहण्यासाठी मदत करणारे आणि सायंकाळी तपासण्यासाठी येणारे येत, तेव्हा तो त्याच्या खोलीमध्ये फक्त बसलेला आढळायचा. तो किती अशक्त होत चालला आहे, याकडे व्यवस्थित लक्ष ठेवलं जात नाही, हे तिच्या लक्षात आलं. तिनं त्याला अशा ठिकाणी हलवायला हवं होतं, जिथं त्याच्याकडे चोवीस तास लक्ष ठेवलं जाऊ शकत होतं.

तिनं जवळच्याच एका शुश्रूषागृहाला भेट दिली. ''काही मोजक्या स्वच्छ शुश्रूषागृहांपैकी ते एक होतं...'' ती म्हणाली. पण सरतेशेवटी ते शुश्रूषागृहच होतं. ''तुम्हाला तिथं चाकांच्या खुर्चीवर बसलेली माणसं जी ओसरीत घसरून पडलेली आणि रांगेत असलेली दिसतात. ते सगळं भयंकर होतं.'' ती अशा प्रकारची जागा होती की, तिच्या वडिलांना इतर कुठल्याही गोष्टीपेक्षा त्याची जास्त भीती वाटली, असं तिनं सांगितलं. ''त्यांना त्यांचं आयुष्य असं अंथरुणावर पडून, एका छोट्याशा खोलीमध्ये अर्ध्या खोलीत पडदा टाकून दुसरा सोबत असताना आणि एक कपड्यांचं कपाट, एक छोटासा दूरचित्रवाणी संच यामध्ये कमी करायचं नव्हतं.''

पण ती म्हणाली, ''मी जशी तिथून चालत बाहेर आले, मी विचार केला, 'मी हेच करायला हवं.' जिथं मी त्यांना ठेवलं, ते अगदी सगळं भयंकर दिसत होतं.''

''का?'' मी विचारलं.

''माझ्यासाठी तरी सुरक्षितता हा महत्त्वाचा मुद्दा होता. हा कशाच्याही समोर येत होता. मला त्यांच्या सुरक्षिततेच्या बाबतीत विचार करणं भाग होतं.'' ती म्हणाली. केरेन विल्सन या कार्यपद्धतीचा मार्ग कसा बदलतो, याविषयी अगदी

बरोबर होती. अगदी प्रेम आणि समर्पण या दोन गोष्टींना बाजूला सारून शेलीला वाटत होतं की, तिच्याकडे वडील ज्या जागेत राहण्यास घाबरताहेत, तिथंच ठेवण्यापलीकडे दुसरा पर्यायच नाही.

मी तिला पुन्हा विचारलं, "का?" तो जिथं होता, तिथं त्यानं स्वत:ला कसंबसं सामावून घेतलं. त्यानं पुन्हा आयुष्याच्या तुकड्यातुकड्यांना जोडून घेतलं... एक मित्र, ती रोजची दैनंदिनी, त्याला अजूनही करायला आवडत असलेल्या काही गोष्टी. एक गोष्ट खरी, तो शुश्रूषागृहामध्ये असू शकत होता, तितका कुठेच कधी सुरक्षित नव्हता. तो अद्यापही त्या मोठ्या खोलीला घाबरलेलाच होता आणि जोपर्यंत अगदीच उशीर होत नव्हता, तोपर्यंत त्याला कुणीही शोधत नव्हतं; पण तो तिथंही आनंदी होता आणि त्यांनी दिलेल्या पैशांमध्ये त्यानं सगळ्यांत चांगली जागा शोधली होती. मग दुसरी कशाला शोधायची?

तिला कळत नव्हतं की, कसं उत्तर द्यायचं? दुसऱ्या कुठल्याही मार्गानं हे समजायला कठीण आहे, हे तिच्या लक्षात आलं. आता कुणीतरी त्याच्याकडे लक्ष देणारं हवं होतं. तो सुरक्षित नव्हताच. त्यानं फक्त तिथं राहावं, असा विचार तिनं खरंच केला होता का?

म्हणून अशा प्रकारे हे सगळं व्यक्त होतं. माझ्या आजोबांसारखी काही माणसं सोडता... ज्यांच्याकडे एक मोठं कुटुंबच हाताशी होतं, जे त्यांना स्वत:ला पर्याय निवडू देत होतं... जिथं माणसांची कमतरता आहे, तिथं आमची वयस्कर माणसं ही काही संस्थांकडून नियंत्रणात ठेवली जातात आणि त्यांच्यावर लक्षही ठेवलं जातं, ज्या संस्था या न सुटणाऱ्या प्रश्नांसाठी एक उत्तर शोधण्यासाठी वैद्यकीय विज्ञानाच्या आधारे तयार केल्या जातात, जिथं एक आयुष्य सुरक्षित राहावं अशी योजना केली जाते; पण त्यांना ज्याची गरज वाटते, त्याविषयी त्या उदासीन असतात.

एक चांगलं आयुष्य

१९९१मध्ये न्यू यॉर्क राज्याचा भाग असलेल्या न्यू बर्लिनमधल्या एका छोट्या शहरामध्ये एक तरुण डॉक्टर बिल थॉमस यानं एक प्रयोग केला. तो काय करत आहे, हे खरं तर त्यालाही माहीत नव्हतं. तो एकतीस वर्षांचा होता, फॅमिली मेडिसीनचा आंतरसेवाकाल संपवून दोन वर्षांपेक्षा कमी काळ झाला होता आणि चेस मेमोरियल नर्सिंग होमचा वैद्यकीय संचालक म्हणून नुकताच रुजू झाला होता, जिथं ऐंशी अशा वयस्कर लोकांची मुक्कामाची व्यवस्था होती, जे गंभीरपणे विकलांग आहेत त्यांपैकी जवळपास अर्धे शारीरिक विकलांग होते; पाचपैकी चारजणांना अल्झायमरचा विकार होता किंवा इतर कुठल्यातरी प्रकारचे बोधात्मक विकार होते.

तत्पूर्वी थॉमसनं जवळच्याच एका रुग्णालयामध्ये अत्यवस्थ रुग्णांवर उपचार करणारा डॉक्टर म्हणून काम केलं होतं, जे एका शुश्रूषागृहाच्या अगदी विरुद्ध होतं. लोक अतिदक्षता विभागामध्ये आले ते अगदी नेमक्या, दुरुस्त होण्याजोग्या प्रश्नांसह... म्हणजे एक पाय मोडलेला किंवा क्रॅनबेरीसारखं नाक वगैरे. एखाद्या रुग्णाला जर मोठाच त्रास असेल... उदाहरणार्थ, पाय जर अवमनस्कतेमुळे म्हणजे बुद्धिनाशामुळे मोडला असेल तर... त्याचं काम होतं त्या गोष्टीकडे दुर्लक्ष करणं किंवा त्या रुग्णाला दुसरीकडे कुठेतरी योग्य अशा ठिकाणी जिथं त्याच्यावर उपचार होतील, तिथं पाठवणं; म्हणजे शुश्रूषागृहामध्ये पाठवणं. त्यानं या ठिकाणी वैद्यकीय संचालक म्हणून काम स्वीकारलं ते काहीतरी वेगळं करण्याची एक संधी मिळतेय म्हणून..!

चेसमधल्या कर्मचारीवर्गाला त्या ठिकाणी फारसं काही वेगळं असं वाटलं नाही; पण थॉमसच्या नव्या दृष्टीनं प्रत्येक खोलीमध्ये एक प्रकारचं नैराश्य पाहिलं. त्या शुश्रूषागृहानं त्याला निराश केलं. त्याला ते सगळं ठिकाणावर आणायचं होतं. सर्वप्रथम, एक डॉक्टर म्हणून त्याला जो चांगला मार्ग माहीत होता, त्या मार्गानं त्यानं हा प्रश्न सोडवण्याचा प्रयत्न केला. तिथं राहणाऱ्या रुग्णांना असं उत्साह आणि ऊर्जेशिवाय पाहून त्याला असा संशय आला की, ही काहीतरी ओळखू न

आलेली अवस्था आहे किंवा काही औषधांचं चुकीचं संमिश्रण त्यांच्यावर असा परिणाम घडवत असावं. म्हणून त्यानं तिथं राहणाऱ्या सर्व रुग्णांची शारीरिक तपासणी करण्याचं काम सुरू केलं, त्यांचं स्कॅनिंग करण्याची आज्ञा केली आणि इतर तपासण्या व औषधांमध्ये बदल सुरू केले; पण अनेक आठवड्यांच्या तपासण्यांनंतर आणि बदलांनंतरही तो थोडाही बदल घडवून आणू शकला नाही. हं, वैद्यकीय तपासण्यांची बिलं मात्र वाढली होती आणि काम करणाऱ्या सगळ्या कर्मचाऱ्यांना वैताग आला होता. तिथला संचालक त्याविषयी त्याच्याशी बोलला आणि सगळं बंद करण्याविषयी सांगितलं.

"मला उपचारांविषयी जरा साशंकताच होती." त्यानं मला सांगितलं.

तरीही त्यानं हट्ट सोडला नाही. तो विचार करता करता त्या शुश्रूषागृहाच्या एका राहून गेलेल्या गोष्टीपर्यंत आला, ती म्हणजे वयस्कर लोकाचं आयुष्य आणि मग त्यानं त्यांच्या आयुष्यात नवं काहीतरी घालण्याचं ठरवूनच टाकलं. तो जी युक्ती सोबत घेऊन आला होता, ती थोडीशी वेडसरपणाची आणि भोळसट वाटत होती; तरी ती बुद्धिमत्तेचीही होती; त्यामुळे तिथं राहणारे सगळे आणि शुश्रूषागृहाचे कर्मचारी त्या युक्तीप्रमाणे वागतात, ही गोष्ट त्याच्यासाठी चमत्कारच होती.

पण ही युक्ती जाणण्यासाठी... अगदी ती कुठून आली आणि त्यानं ती कशी प्रयोगात आणली... हे जाणण्यासाठी तुम्हाला बिल थॉमसविषयी काही गोष्टी जाणून घेणं गरजेचं आहे. पहिली महत्त्वाची गोष्ट ही की, इतर छोट्या मुलांप्रमाणे थॉमसनं त्याच्या शाळेतील प्रत्येक विक्रीची स्पर्धा जिंकली होती. शाळेनं कधी मुलांना स्काउटसाठी किंवा खेळाच्या चमूसाठी घरोघरी मेणबत्त्या विकायला पाठवलं होतं किंवा मासिकं किंवा चॉकलेट विकायला पाठवलं होतं आणि तो प्रत्येक वेळी जास्तीतजास्त विक्री करून, यशस्वी होऊनच घरी परतला होता. प्रशालेत शिकताना तर तो विद्यार्थी मंडळाचा अध्यक्ष म्हणून निवडूनही गेला होता. संघ तयार करण्यासाठी त्याला कप्तान म्हणूनही निवडण्यात आलं होतं. जेव्हा त्याला वाटे, तो लोकांना अगदी काहीही कशावरही विकू शके.

त्यासोबतच तो एक भयंकर विद्यार्थीही होता. त्याला अतिशय निकृष्ट अशी श्रेणी मिळायची आणि त्याच्या शिक्षकांनी त्याला जे गृहपाठ पूर्ण करायला सांगितले असतील, त्यात त्याचं सातत्यानं असणारं अपयश त्याला सतत शिक्षकांकडे जायला लावायचं. तो तसा प्रचंड मोठा वाचक होता आणि स्वत:चं सगळं करणारा होता, एक असा मुलगा जो स्वत:ला त्रिमिती शिकवू शकला होता, जेणेकरून तो एक नौका बांधू शकेल जे त्यानं केलंही. तो फक्त त्याच्या शिक्षकानं दिलेल्या कामाची काळजी करत नव्हता आणि ते सांगायलाही अजिबात कचरत नव्हता. आज आपण त्याचं निदान हे 'अपोझिशनल डेफियंट डिसऑर्डर' असं करू शकतो.

१९७० मध्ये, त्याचे शिक्षक असाच विचार करत होते की, हा मुलगा म्हणजे 'वैताग' आहे.

ते दोन चेहरे... एक विक्रेता आणि दुसरा उद्दामपणाचा... दोन्हीही एकाच जागी उगम पावत होते, असं मात्र दिसत होतं.

मी थॉमसला विचारलं, "एक लहान मूल म्हणून तुझं त्या वेळी विक्री करण्याचं कौशल्य काय होतं?" तो म्हणाला, "तसं काहीही नव्हतं. फक्त सांगायचं एवढंच होतं, 'मला कुणीतरी नकार द्यावा' अशी इच्छा तेव्हा होत असे. हीच गोष्ट तुम्हाला एक चांगला विक्रेता बनण्यास तयार करते. तुम्हाला कोणीतरी नाकारतंय, अशी एक भावना सतत तुमच्या मनात असायला हवी." हाच एक गुणधर्म होता, जो त्याला ती गोष्ट निष्ठेनं तोपर्यंत करू देत होता, जोपर्यंत त्याला जे हवं ते मिळत नाही आणि त्याला जे हवं ते टळत नाही.

तरीही बराच काळपर्यंत त्याला नेमकं काय हवं आहे, हे त्यालाच कळत नव्हतं. न्यू बर्लिननंतर तो दुसऱ्या एका प्रांतामध्ये मोठा झाला. ती जागा म्हणजे निकोलस शहराच्या बाजूला असणारा डोंगराळ प्रदेश होता. त्याचे वडील एका कारखान्यामध्ये काम करणारे कामगार होते आणि त्याची आई होती टेलिफोन ऑपरेटर. कुणीही महाविद्यालयात न गेल्यामुळे म्हणा, बिल थॉमसकडून कुणीही तो महाविद्यालयामध्ये जावा, अशी अपेक्षाही करत नव्हतं. शालेय जीवन संपत असताना तो एका सामूहिक प्रशिक्षण कार्यशाळेत सहभागी होणार होता. पण मित्राच्या एका मोठ्या भावाशी त्याचा संवाद झाल्यानं... जो महाविद्यालयात शिक्षण घेत होता आणि सुटीत आला होता... आणि त्यानं याला बियर, मुली आणि त्यांच्यासोबतचा वेळ मजेत कसा जातो, याविषयी सांगितल्यामुळे त्यानं महाविद्यालयात पुन्हा जाण्याचा विचार केला.

त्यानं राज्यातल्या जवळच्याच सनी कोर्टलॅन्ड या महाविद्यालयात नाव घातलं. तिथं कुठल्यातरी गोष्टीनं त्याला चेतवून दिलं. कदाचित ते त्याच्या शाळेतले शिक्षक असावेत, ज्यांनी अशी भविष्यवाणी केली होती की, तो शिक्षण अर्धवट सोडून पुन्हा परतेल आणि ख्रिसमसपूर्वी तो शहरामध्ये पेट्रोल पंपावर कामाला असेल. आता जे काय असेल ते, पण तो कुणाच्याही अपेक्षेपेक्षा जास्तच यशस्वी झाला. सगळ्या पाठ्यपुस्तकांचा चोथा चावून, जवळपास ४.० एवढी सरासरी ग्रेड मिळवून तो पुन्हा एकवार विद्यार्थी समितीचा अध्यक्ष म्हणून निवडला गेला. त्याचा असा विचार चालू होता की, तो एक चांगला क्रीडा शिक्षक बनू शकतो; पण जीवशास्त्राचा तास सुरू झाल्यानंतर त्याला असं वाटलं की, वैद्यकीय क्षेत्र हेच त्याच्यासाठीचं खरं क्षेत्र आहे. मग काय, त्यानं तिथलं शिक्षण संपवलं, तेव्हा हॉर्वर्ड मेडिकल स्कूलमध्ये प्रवेश मिळवणारा तो पहिला विद्यार्थी ठरला.

तो हॉर्वर्डच्या प्रेमात पडला. कदाचित तो तिथं आपल्याला वाईट वागणूक मिळत आहे, म्हणून कुरकुरत तिथं गेलाही नसता... एका कामगाराच्या घरातला मुलगा ज्याच्याजवळ त्या श्रीमंतीवर प्रेम करणाऱ्यांच्या मुलांसारखं काहीही नाही, म्हणजे त्यांचं इव्ही लीगचं दर्जेदार शिक्षण आणि विश्वस्त निधीचा पैसा... असं काहीही नाही; पण तसं त्यानं काहीही केलं नाही. त्याला ते ठिकाण म्हणजे आपल्या सुप्त गोष्टींचं प्रकटन करण्याचं ठिकाण वाटलं. त्याला इतर लोकांसोबत असणं आवडलं; जी माणसं विज्ञान, वैद्यकीय विज्ञान आणि इतरही गोष्टींकडे अगदी आकर्षिली गेलेली होती आणि त्यासाठी वेडी होती.

"वैद्यकीय महाविद्यालयात असताना माझा सगळ्यात आवडता कार्यक्रम कोणता असेल, तर तो हा की, तिथं आमचं जे मित्रमंडळ होतं, ते सगळं बेथ इस्त्रायल हॉस्पिटलच्या कॅफेटेरियात जेवणासाठी प्रत्येक रात्री जमायचं आणि मग जवळपास अडीच तास वेगवेगळ्या रुग्णांबद्दल नुसती जोरजोरात चर्चा चालायची... आवेशपूर्ण आणि खरोखरच मस्त.'' त्यानं मला सांगितलं.

त्याला अशा ठिकाणीही उपस्थित राहायला आवडायचं, जिथं लोकांचा या गोष्टीवर विश्वास असायचा की, तो काही महत्त्वपूर्ण गोष्टी समजून घेण्यास अतिशय सक्षम आहे. नोबेल पुरस्कार विजेते शिक्षक त्यांच्या वर्गावर शिकवायला यायचे, अगदी शनिवारी सकाळीही यायचे; कारण त्यांना त्याच्याकडून आणि इतरांकडूनही मोठं व्हावं म्हणून अपेक्षा असायची.

तथापि, त्याला कधीही कुणाची मान्यता मिळवावी, असं वाटलं नाही. त्याच्या विभागानं त्याची नेमणूक मोठ्या नामवंत रुग्णालयामध्ये विशेष प्रशिक्षण कार्यक्रमामध्ये किंवा त्यांच्या संशोधन प्रयोगशाळेत करावी म्हणून प्रयत्न केला. त्याऐवजी, त्यानं न्यू जर्सीत रॉचेस्टरला फॅमिली मेडिसीनमध्ये आंतरसेवाकाल पूर्ण करण्याची निवड केली. एक श्रेष्ठत्व मिळवण्यासाठी असं काही करण्याची ती हॉर्वर्डची कल्पना तर खचितच नव्हती. न्यू यॉर्कजवळच्या त्या गावाकडे परतल्यानंतर त्याच्यासमोर त्याचं ध्येय होतं. "मी एक ग्रामीण माणूस आहे..'' त्यानं मला सांगितलं. अर्थात, हॉर्वर्डमधील चार वर्षं म्हणजे सरळसरळ न्यू यॉर्कबाहेर त्यानं घालवलेली चार वर्षं होती. त्यानं सुट्यांमध्ये बोस्टन ते निकोलस आणि पुन्हा परतणं असा सायकलवरचा जवळपास ३३० मैलांचा प्रवास चारी बाजूंनी केला. त्याला स्वयंपूर्णता आवडायची... रस्त्याच्या आजूबाजूला कुठेही किंवा शेतामध्ये तंबू ठोकायचा आणि त्याला जे शक्य होईल, ते अन्न मिळवून खायचं. त्याला 'फॅमिली मेडिसीन' हा विषयही असाच आवडला होता. तो स्वतंत्र जगू शकत होता, एकला चालो रे.

आंतरसेवाकाल करता करता जेव्हा त्यानं काही पैसे साठवले, त्यातून बर्लिनच्या जवळ एक जमीन खरेदी केली, जिथून तो त्याच्या बाईकवरून कायमच जायचा

आणि विचार करायचा की, एक ना एक दिवस ही जागा आपल्याला मिळेल. दरम्यान, त्याचं प्रशिक्षण संपलं. त्या शेतामध्ये काम करणं, हे त्याचं आवडतं काम बनलं. त्यानं गावात वैद्यकीय व्यवसायही सुरू केला; पण त्यानं लगेच इमर्जन्सी मेडिसीनवर म्हणजे तातडीच्या उपचारावर लक्ष केंद्रित केलं कारण त्यामुळे एक ठरावीक वेळच लागायचा, फिरत राहता यायचं. उरलेला सारा वेळ त्याला शेतावर घालवायला मिळायचा. तो स्वत:चं घर स्वत:च बनवण्याच्या विचारात गुंतला... सारं काही स्वत:च बनवलेलं. त्यानं त्याच्या मित्रांच्या सहकार्यानं घर बनवलं. त्यानं स्वत:पुरतं अन्नही शेतातूनच मिळवलं. विजेसाठी त्यानं वारा आणि सौरऊर्जेचा उपयोग करून घेतला. तो अगदी पूर्णपणे त्या गोठ्याबाहेरच राहायचा. ते सगळं वातावरण आणि सारे ऋतू अंगावर झेलत राहायचा. सरतेशेवटी तो आणि ज्यूड, त्याची पत्नी जी एक परिचारिका होती, या दोघांनी मिळून ते शेत जवळपास चारशे एकरांपेक्षा जास्त वाढवलं. त्यांच्याकडे गुरं होती, घोडे होते, कोंबड्यांची पिलं होती, एक साठवणीचं तळघर, एक लाकूड कापण्याचा कारखाना आणि एक साखरेचा साठा... अर्थात पाच मुलांना न सांगण्यासाठीचा!

''मला खरोखरच असं वाटत होतं की, मी जे काय आयुष्य जगत होतो, ते खरोखरच मला जे प्रामाणिकपणे जगावंसं वाटत होतं, तसंच आयुष्य होतं....' थॉमसनं सांगितलं.

तो अशा स्थितीत होता की, तो डॉक्टरपेक्षा शेतकरी जास्त वाटत होता. त्याची पॉल बुनयानसारखी दाढी होती आणि ती त्याच्या पांढऱ्या कोटावर टाय बांधण्यापेक्षा अगदी योग्य दिसायची; पण अतिदक्षता विभागातील काम सारं काही खराब करत होतं. ''खरं तर असं रात्रभर कामं करून करून मी आजारी पडलो होतो.'' तो म्हणाला. म्हणून मग त्यानं शुश्रूषागृहामध्ये काम पत्करलं. ते दिवसाचं काम होतं. किती तास हेही आधीच ठरलेलं होतं. ते कितीसं अवघड होतं?

नोकरीच्या अगदी पहिल्या दिवसापासूनच थॉमसला त्यानं त्याच्या शेतावर अनुभवलेलं अगदी गुळगुळीत, संपन्नतेचा साठा असलेलं आयुष्य आणि रोजच कामावरचं त्याला दिसून येत असलेलं अगदीच साचेबंद, एखाद्या संस्थेनं आखून दिलेलं, अजिबात जिवंतपणा न जाणवणारं आयुष्य यामध्ये प्रचंड मोठा विरोधाभास जाणवला. त्यानं जे काही पाहिलं; त्यामुळे एक प्रकारची अपराधीपणाची भावना त्याच्या मनाला कुरतडत असे. तिथल्या परिचारिकांनी त्याला त्याचा फायदा करून घेऊ शकता असंही सांगितलं; पण तो ते कधी करू शकला नाही आणि त्यानं जे काही पाहिलं, त्याप्रमाणे तो जाऊ इच्छित नव्हता. चेस मेमोरियल नर्सिंग होममधली अवस्था ही स्वयंपूर्णतेमध्ये जगण्याच्या त्याच्या कल्पनेच्या अगदी विरुद्ध कशी होती, हे त्याला

नक्की कळण्यापूर्वी काही वर्षं निश्चितच जायला हवी होती.

थॉमसला या गोष्टीची खात्री होती की, चांगलं आयुष्य हे जास्तीतजास्त स्वतंत्रतेपासून मिळू शकतं; पण ती अशी गोष्ट होती, जी लोक घरामध्ये नाकारत होते. त्याला त्या शुश्रूषागृहामध्ये राहणाऱ्या लोकांची मतं जाणून घ्यायची होती. त्यांपैकी काही शिक्षक होते, काहीजणी फक्त घर सांभाळायच्या आणि काही मिल कामगार होते, तो ज्यांच्यामध्ये वाढला होता तसे ते होते. त्यांच्यासाठी नक्कीच काहीतरी चांगलं करता येईल, याची त्याला खात्री होती. म्हणून अगदीच अंत:प्रेरणेवर अवलंबून राहण्यापेक्षा थोड्याशा गोष्टींवर का होईना काम करणं चांगलं, या विचारानं त्यानं त्या शुश्रूषागृहामध्ये थोडंसं चैतन्य आणण्याचा प्रयत्न केला, तेही अगदी त्याच मार्गानं, ज्या मार्गानं त्यानं त्याच्या घरात चैतन्य आणलं होतं... खरोखरचं चैतन्य त्यामध्ये ठेवूनच हे केलं. जर तो वनस्पती, प्राणी आणि लहान मुलं यांना तिथं राहणाऱ्यांच्या आयुष्यामध्ये आणू शकला तर... म्हणजे शुश्रूषागृहच त्यानं भरून टाकलं तर... काय होईल?

तो चेसच्या व्यवस्थापनाकडे गेला. त्यानं त्यांच्यासमोर या गोष्टीचा प्रस्ताव ठेवला की, न्यू यॉर्क राज्याकडे हे सारं पुनर्निर्माण करण्यासाठी संस्थेनं थोड्याफार मदतीसाठी अर्ज करावा. रॉजर हल्बर्ट तिथला प्रशासक होता आणि त्यानंच थॉमसला तिथं आणलं होतं, त्याला ही कल्पना आवडली होती. काहीतरी नवं करण्यासाठी तोही उत्साही होता. चेसच्या वीस वर्षांच्या कारकिर्दीमध्ये त्यानं या गोष्टींची खात्री पटवून दिली होती की, सुविधेलाच फार मोठी प्रतिष्ठा होती आणि तिथं राहणाऱ्या लोकांना सुविधा मिळण्यासाठी वेगवेगळ्या योजना आखल्या होत्या. थॉमसची ही नवी कल्पना आधीच्या विकासाच्या कल्पनेशी जुळत होती. मग काय, नेतृत्व करणारा हा चमू पुनर्निर्माण आणि सुधारणेसाठी काही आर्थिक मदत मिळावी म्हणून अर्ज लिहायला बसला. तथापि, थॉमसच्या मनामध्ये जे विचार घोळत होते, ते हल्बर्टनं आखलेल्या विचारांपेक्षा कितीतरी भरीव होते.

थॉमस त्यानं ठेवलेल्या प्रस्तावावर विचार करू लागला. तो म्हणाला की, "माझं उद्दिष्ट शुश्रूषागृहाला झालेल्या तीन प्रकारच्या 'प्लेग'वर हल्ला करणं, हे होतं : कंटाळवाणी स्थिती, एकटेपणा आणि असहायता. हे तीन प्रकारचे प्लेग दुरुस्त करण्यासाठी आयुष्यामध्ये काहीतरी आणणं गरजेचं होतं." वयस्क लोक प्रत्येक खोलीमध्ये काही वनस्पती ठेवू शकत होते. ते समोरचं गवत काढून टाकू शकत होते आणि तिथं भाजीपाला आणि फुलांचा बगिचा करू शकत होते आणि ते प्राण्यांनाही आणू शकत होते.

इथपर्यंत सारं काही व्यवस्थित दिसत होतं; पण एखादा प्राणी ठेवणं, ही बाब जराशी अवघड होती, कारण आरोग्य आणि सुरक्षिततेचा प्रश्न येतो; पण न्यू

यॉर्कमध्ये शुश्रूषागृहासाठी जे कायदे संमत होते, त्यानुसार एखादा कुत्रा किंवा मांजर याला परवानगी होती. हल्बर्टनं थॉमसला सांगितलं, "पूर्वी दोन ते तीन वेळा कुत्रा पाळण्याचा अयशस्वी प्रयत्न केलेला आहे. ते प्राणी जरा विचित्रच वागायचे आणि योग्य ती शुश्रूषा पुरवण्यामागे अडथळा निर्माण होत होता; पण तरीही पुन्हा एकवार प्रयत्न करण्याची इच्छा आहे."

मग थॉमस म्हणाला, "आपण दोन कुत्रे ठेवून बघू या."

हल्बर्ट म्हणाला, "पण कायदा त्याला संमती देत नाही."

थॉमस म्हणाला, "तसं फक्त कागदोपत्री कर ना...."

काही क्षणभर तिथं शांतता पसरली. अगदी हे लहानसं पाऊलही जी नीतिमूल्यं हृदयामध्ये बाळगली होती, त्याच्या विरुद्ध झालं होतं; म्हणजे फक्त शुश्रूषागृहाच्या कायद्याविरुद्धच नाही तर शुश्रूषागृहांचा जो ठाम विश्वास होता की, ते फक्त वृद्धांचं आरोग्य आणि सुरक्षा यासाठीच आहेत, त्याच्याही विरुद्ध झालं होतं. आता स्वत:ला या कल्पनेभोवती ठेवणं हल्बर्टलाही जड जात होतं. काही दिवसांपूर्वी जे मी त्याच्याशी बोललो, त्याच्या डोळ्यांसमोर अद्यापही ते भयंकर दृश्यच येत होतं.

शुश्रूषा विभागाची संचालिका लोइस ग्रैसिंग, सामाजिक उपक्रमाचे नेते आणि समाजसेवक ही मंडळी समोरच होती आणि ते तिघेही एकमेकांकडे पाहत तिथं बसलेले मला दिसत होते, त्यांचे डोळे अक्षरश: गरागरा फिरत होते; ते म्हणत होते, 'हे जरा वेगळंच चाललंय... अं!'

मी म्हणालो, "ठीक आहे. मी कागदोपत्री तसं ठेवतो." मी विचार करायला सुरुवात केली होती, "तुम्ही जेवढा यावर विचार करत आहात, तेवढा मी करतच नाही; पण मी दोन कुत्र्यांचं तेवढं लिहितोच."

थॉमस म्हणाला, "आता मांजरींचं काय?"

मी म्हणालो, "मांजरींचं काय?" मग म्हणालो, "मी दोन कुत्र्यांविषयी तेवढी कागदावर नोंद केली आहे."

तो म्हणाला, "पण काही माणसं ही कुत्र्यांवर प्रेम करणारी नसतात. त्यांना मांजरी आवडतात."

मी म्हणालो, "म्हणजे तुम्हाला कुत्रे आणि मांजरीही हव्यात?"

तो म्हणाला, "तेवढं फक्त चर्चा करण्यासाठी मुद्दे हवेत म्हणून लिहा."

मी म्हणालो, "ठीक आहे; मी एक मांजर हवी, असंही लिहितो."

"नाही, नाही, नाही. आपलं बांधकाम दोन मजली आहे. दोन्ही मजल्यांवर दोन दोन मांजरी कशा वाटतील?"

मी म्हणालो, "आपण आरोग्य विभागाकडे दोन कुत्रे आणि चार मांजरींचा प्रस्ताव देणार आहोत?"

तो म्हणाला, "होय, तेवढं लिहूनच टाका."

मी म्हणालो, "ठीक आहे, मी लिहितो. मला वाटतं, इथं आपण मुद्दा सोडत आहोत. असं करणं म्हणजे त्यांच्यासोबत उडता येणं, असं तर नाही."

तो म्हणाला, "अजून एक गोष्ट. पक्ष्यांबद्दल काय?"

मी म्हणालो, "कायदा स्वच्छपणे असं सांगतो की, शुश्रूषागृहामध्ये कुठल्याही पक्ष्यांना अनुमती नाही."

तो म्हणाला, "पण मग पक्ष्यांबद्दल काय?"

मी विचारलं, "आता काय पक्ष्यांबद्दल?"

तो म्हणाला, "जरा डोळ्यांसमोर चित्र आणा... इथून तुमच्या खिडकीतून जरा बाहेर बघा. असं चित्र मनात आणा की, तुम्ही जानेवारी किंवा फेब्रुवारीमध्ये आहात. बाहेर जवळपास तीन फूट बर्फ आहे. या शुश्रूषागृहामध्ये तुम्हाला कशाचे आवाज ऐकू येतील?"

मी म्हणालो, "अं, तुम्हाला इथं राहणाऱ्या काहींचे स्फुंदण्याचे आवाज ऐकू येतील. शक्यता आहे काहीजणांचं हास्य. तुम्हाला विविध भागांमध्ये बहुधा दूरचित्रवाणीचा आवाजही ऐकू येईल, कदाचित आपल्याला ऐकायला आवडेल त्यापेक्षा जरा वेगळा आवाजही ऐकू येऊ शकतो." मी म्हणालो, "कदाचित तुम्हाला घोषणा दिल्याचा आवाजही ऐकू येईल."

"आता कोणकोणते वेगवेगळे आवाज ऐकू येत आहेत?"

मी म्हणालो, "हं, कर्मचारी एकमेकांशी आणि इथं राहणाऱ्या लोकांशी बोलण्याचा आवाज येतोय."

तो म्हणाला, "हं, पण त्या आवाजांबद्दल काय, जो आवाज जिवंतपणाचा, सजगतेचा आवाज आहे... एक सकारात्मक आवाज?"

"तू पक्ष्यांच्या गायनाबद्दल बोलतोयस."

"होय!"

मी म्हणालो, "हे पक्ष्यांचं गाणं ऐकण्यासाठी किती पक्षी हवेत, असं तुला म्हणायचं आहे?"

तो म्हणाला, "सध्या शंभर तरी ठेवू या..."

"शंभर पक्षी? या जागेत?" मी म्हणालो, "तू तुझ्या कल्पनेपेक्षाही बाहेर गेला आहेस. तू आजपर्यंत कधी दोन कुत्रे, चार मांजरी आणि शंभर पक्षी असलेल्या घरामध्ये राहिला आहेस?"

आणि मग तो म्हणाला, "नाही, पण प्रयत्न करायला काय हरकत आहे?"

आता डॉ. थॉमस आणि मी, आम्हा दोघांमध्ये ही विचारांतील फरकाची मेख बरीच मोठी होती.

बाकीचे तिघेजण त्या खोलीमध्ये नुसते ऐकत बसले होते, आता त्यांचे डोळे पार त्याच्या कवटीतून बाहेर पडतात की काय, अशा स्थितीत विस्फारले होते आणि ते सारखं म्हणत होते, "ओ माय गॉड, तुम्हाला हे असं करण्याची इच्छा आहे?"

मी म्हणालो, "डॉ. थॉमस, मीसुद्धा यामध्ये आहे. मला जरा यातून बाहेर येऊन विचार करावा लागेल; पण मला माहीत नाही की, मला प्राणिसंग्रहालयामध्ये बसल्यासारखे दिसायचे की तसा वास मला हवा आहे. हे असं करण्याचं चित्रही मी डोळ्यांसमोर आणू शकत नाही."

तो म्हणाला, "तुम्ही फक्त माझ्यासोबत राहाल का?"

मी म्हणालो, "तू मला असं सिद्ध करायला निघाला आहेस की, हेच काय ते सर्वोत्तम आहे."

थॉमसला ज्याची आवश्यकता वाटत होती, त्याची ही फक्त सुरुवात होती. हल्बर्ट नाही तर म्हणू शकला नाही. काही एकामागोमाग झालेल्या बैठकांनंतर थॉमसनं त्याला बरोबर आपल्या बाजूला केलं आणि बाकीच्यांना बाजूला केलं. तो त्यांना सारखं त्या तीन प्लेगविषयी सांगत राहिला, त्या वास्तवाबद्दल ज्यामुळे शुश्रूषागृहातील माणसं कंटाळा, एकटेपणा आणि असहायता या तीन गोष्टींमुळे अक्षरशः मरायला लागली होती आणि त्यांच्या दुःखावर काहीतरी उपाय शोधावा, हेच त्यांना वाटत होतं. त्यासाठी प्रयत्न करणं हे फार मौल्यवान नव्हतं का?

त्यांनी अर्ज टाकला. त्याला काही संधी मिळण्याची शक्यता नव्हती. हल्बर्टला ठाम विश्वास होता; पण थॉमसनं तिथल्या अधिकाऱ्यांचं या वैयक्तिक कारणासाठी मन वळवण्यासाठी सगळ्यांना राज्याच्या राजधानीला नेलं आणि त्यांनी चक्क निधी मिळवला आणि जे नियमावलीमध्ये सवलत देण्याची क्षमता असणारे अधिकारी होते, त्यांनाही हे सारं पाहावं लागलं.

"जेव्हा आम्हाला तसा शब्द देण्यात आला," हल्बर्ट आठवून म्हणाला, "मी म्हणालो, 'ओ माय गॉड. आता आम्हाला हे सारं करावं लागणार.' "

हे सारं करण्याचं काम मंजूर झालं; याचा अर्थ लोइस ग्रैसिंग, जी संचालिका होती तिच्या अपयशाची नोंदच होती. ती जवळपास साठ वर्षांची होती आणि अनेक वर्षांपासून त्या शुश्रूषागृहामध्ये काम करत आलेली होती. तरीही वयस्करांच्या आयुष्यामध्ये काहीतरी चांगलं करणाऱ्या नव्या मार्गाचा अवलंब करण्याची ही संधी तिला अतिशय आवडली. तिनं मला हेही सांगितलं की, हा जणू 'एक मोठा प्रयोग' वाटत होता आणि तिनं थॉमसचा कधीतरी अधांतरी वाटणारा आशावाद आणि कर्मचारीवर्गाच्या मनात असणारं भय आणि सुस्ती, तोचतोपणा यामध्ये समन्वयाचं काम करण्याचं ठरवूनही टाकलं.

हे काम काही थोडंथोडकं नव्हतं. प्रत्येक ठिकाणी कोणत्या गोष्टी कशा केल्या पाहिजेत, असं सांगणारी घट्ट पकडून बसलेली संस्कृती आहेच. "संस्कृती ही देवाणघेवाण झालेल्या सवयी आणि अपेक्षांची गोळाबेरीज आहे." थॉमसनं मला सांगितलं. त्याच्या निरीक्षणाप्रमाणे सवयी आणि अपेक्षा यांनी एक शिस्तबद्ध दैनंदिनी तयार केलेली होती आणि चांगलं आयुष्य जगण्यापेक्षाही सुरक्षिततेला प्राध्यान्य होतं आणि त्यानंच शुश्रूषागृहामध्ये राहणाऱ्या लोकांसोबत साधा एक कुत्रा आणण्यासही शुश्रूषागृहांवर कडक निर्बंध घातलेले होते. त्याला शुश्रूषागृहामध्ये राहणाऱ्या लोकांच्या दैनंदिन आयुष्याचा भाग बनवण्यासाठी आतमध्ये पुरेसे प्राणी, वनस्पती आणि मुलंही आणायची होती. अगदी अपरिहार्यपणे तिथं असलेल्या कर्मचाऱ्यांची रुळलेली दैनंदिनी मोडू शकणार होती; पण हे करणं म्हणजे उद्दिष्टं साध्य करण्याचाच भाग नव्हता का?

"संस्कृती म्हणजे भयंकर असा तोचतोपणा आणि सुस्ती." तो म्हणाला. "म्हणूनच त्याला कल्चर म्हणजे केवळ संवर्धन असं म्हणतात. ती काम करते कारण ती टिकते. संस्कृती जाळ्यात पकडून नवविचारांचा गळा दाबते."

या सुस्तीशी दोन हात करण्यासाठी त्यानं असा विचार केला की, त्यांनी सरळ सरळ होणाऱ्या विरोधाच्याच पुढे निघून जावं... "जरा जोरानं फटका मारा." थॉमस म्हणाला. तो त्याला महास्फोट म्हणायचा. ते एखादा कुत्रा किंवा एखादी मांजर किंवा एखादा पक्षी आणू शकत नव्हते किंवा कोणी काय प्रतिसाद दिला, हे पाहण्यासाठी वाटही पाहू शकत नव्हते. त्यांनी एका किंवा दुसऱ्या फेरीत जवळपास सगळेच प्राणी आणले.

तो ओघ ज्यामध्ये ते ग्रेहाउंड कुत्रा टार्गेट घेऊन आले, एक लॅपडॉग ज्याचं नाव जिंजर, चार मांजरी आणि पक्षी सगळंच घेऊन आले. त्यांनी तिथली सारी कृत्रिम झाडं उचलून बाहेर फेकून दिली आणि प्रत्येक खोलीमध्ये जिवंत वनस्पती आणल्या. कर्मचाऱ्यांनी त्यांची मुलं शाळेनंतर तिथं आणली; मित्रमंडळींनी आणि कुटुंबांनी आपल्या घराच्या मागच्या बाजूला बगिचे ठेवले आणि मुलांसाठी खेळायला मैदान दिलं. अगदी धक्कादायक अशी उपचार पद्धती होती.

मोजमापाच्या गंमतीचं एक उदाहरण : त्यांनी शंभर पॅराकिट्सची मागणी केली, तीही एकाच दिवशी पोहोचवावेत म्हणून. पॅराकिट्स म्हणजे लांब शेपूट असलेले, गर्द हिरव्या रंगाचे, सतत बडबडणारे छोटे पोपट; पण एवढे सगळे पक्षी एकाच दिवशी शुश्रूषागृहामध्ये कसे काय आणले जाणार, याचा विचार कुणी कधी केला होता? नाही, कुणीच केला नव्हता. जेव्हा ते आणून देणारी गाडी येऊन उभी राहिली, तेव्हा पक्ष्यांचे पिंजरेच नव्हते. तेव्हा चालकानं ते सगळे पक्षी तळमजल्यावरच्या ब्यूटी सलूनच्या फरशीवर सोडून दिले, दार बंद करून घेतलं आणि निघून गेला.

दुसऱ्या दिवशी पिंजरे आले; पण ते चपटया डब्यांमध्ये, जोडण्याचे!

"तो नुसता एक गोंधळच होता." थॉमस म्हणाला. त्याची आठवण अजूनही त्याच्या चेहऱ्यावरच्या हास्यामध्ये दिसत होती. तो तशाच प्रकारचा माणूस आहे.

तो, त्याची बायको ज्यूड, शुश्रूषा संचालिका ग्रैसिंग आणि काही मोजक्या लोकांनी ते पिंजरे जोडण्यासाठी तासन् तास घालवले. आतमध्ये सलूनभर उडणाऱ्या पिसांच्या ढगांमधून त्यातल्या पोपटांना पकडून, त्यात घालून आणि प्रत्येक रहिवाशाच्या खोलीमध्ये पक्ष्याचा एकेक पिंजरा पोहोचवला. सगळी वयस्कर मंडळी ही गंमत पाहण्यासाठी सलूनच्या खिडक्यांशी उभी होती.

"त्यांच्या टिंगलटवाळीनं तेच हसत होते." थॉमस म्हणाला.

त्या कर्मचारीवृंदाच्या वेंधळेपणाचं त्याला आता आश्चर्य वाटतं. "आम्हालाही माहीत नव्हतं की, आम्ही काय भानगड करत होतो, जे त्यातील खरं सौंदर्य होतं. बहुतेक सगळ्यांनी त्यांची नेहमीची जागा सोडून दिली आणि सगळे आत गेले... अगदी तिथं राहणारेही. मग कोणी वर्तमानपत्रावर पिंजरे ठेवले, कुणी कुत्र्यांना नेलं, आणि मांजरं जागेवर नेऊन बसवायला लागले, कुणी मुलांनाही मदतीला बोलावलं. एक प्रकारचा मजेदार गोंधळ चालू होता किंवा ग्रैसिंगच्या चातुर्यपूर्ण शब्दांत सांगायचं झालं तर, 'एक सर्वोच्च उत्साहाचं वातावरण' होतं.

त्यांना तातडीनं काही प्रश्न सोडवणं अत्यंत गरजेचं होतं... उदाहरणार्थ, या प्राण्यांना खाऊ कसं घालायचं? मग रोजच आळीपाळीनं खाऊ घालण्याचं काम देण्यात आलं. ज्यूडनं एका बंद पडलेल्या मनोरुग्णालयातून औषधांची छोटी गाडी मिळवली आणि तिचं पक्षिगाड्यामध्ये रूपांतर केलं. हा पक्षिगाडा पक्ष्यांच्या बिया, कुत्र्यांचं खाणं आणि मांजरीचं अन्न यांनी भरलेला असायचा; मग कर्मचाऱ्यांपैकी कुणी प्रत्येक खोलीमध्ये जाऊन वर्तमानपत्र बदले आणि पक्षी व प्राण्यांना खायला देई. तिथं काहीतरी वेगळी सुंदर अशी उलथापालथ होत होती, थॉमस म्हणाला, म्हणजे ती औषधाची गाडी वापरण्यामध्ये... जिच्यामध्ये पूर्वी कधीतरी मेट्रिक टनानं थोरॅझाइन नेलं जात होतं, तिथं आता मिल्कबोन वाहून नेले जात होते.

सगळ्या प्रकारची संकटं आली, त्यापैकी प्रत्येक गोष्टीनं प्रयोगात शेवट केला. एकदा रात्री तीन वाजता थॉमसला तिथल्या परिचारिकेकडून फोन आला. हे काही फार अनाहूत नव्हतंच. तो शेवटी वैद्यकीय सेवा देणारा अधीक्षकच होता; पण परिचारिकेला त्याच्याशी बोलायचं नव्हतं. तिला ज्यूडशी बोलायचं होतं. त्यानं तिला फोन दिला.

"कुत्र्यानं जमिनीवरच शी करून ठेवली आहे." ती परिचारिका ज्यूडला म्हणाली. "ती साफ करायला तुम्ही आत्ता येणार का?" आता परिचारिकेच्या कामाचा संबंध फार फार तर तिच्या विषयाशी होता, हे काम तिच्यापेक्षा फारच

खालचं होतं. कुत्र्याची शी साफ करणं, हे शिकण्यासाठी ती परिचारिकेच्या शाळेला गेलीच नव्हती.

ज्यूडनं अर्थातच नकार दिला. "गुंतागुंती वाढतच गेल्या." थॉमस म्हणाला. दुसऱ्या दिवशी सकाळी जेव्हा तो गेला, तेव्हा त्याच्या असं लक्षात आलं की, त्या रात्रीच्या परिचारिकेनं त्या घाणीवर खुर्ची ठेवून दिली होती, म्हणजे कुणी त्यात पाय देऊन फिरू नये.

कर्मचाऱ्यांपैकी काहीजणांना असं वाटत होतं की, प्राण्यांना प्रशिक्षण देणारे किंवा सांभाळणारे पगारी नोकर ठेवायला हवेत; प्राण्यांना हाताळणं हा काही परिचारिका, कर्मचारीवृंदाच्या कामाचा भाग नाही आणि त्यासाठी त्यांना कुणी जास्तीचा पगारही देत नव्हते. अर्थात त्यांना मोठ्या मुश्किलीनं दोन किंवा तीन वर्षांनंतर थोडीशी वाढ मिळाली होती; कारण राज्य सरकारच्या अर्थसंकल्पानं शुश्रूषागृहाच्या वाढी कमी केल्या होत्या. तरीही त्याच राज्य सरकारनं झाडाझुडूपांवर आणि प्राण्यांवर खर्च केला होता. काहीजणांचा मात्र असा ठाम विश्वास होता की, जसं कुणाच्याही घरी असतं, ही प्राण्यांची जबाबदारीही अशी आहे, जी सर्वांनी वाटून घ्यावी. जेव्हा तुमच्याकडे प्राणी असतात, काहीतरी गोष्टी घडतात आणि जो कुणी त्या वेळी तिथं असेल, त्यानं गरजेप्रमाणे जे काय असेल ते करावं, मग तो शुश्रूषागृहाचा संचालक असो किंवा परिचारिका, मदतनीस. जगभर मूलभूत विषयावर संघर्ष होत असतो, तोच वाद इथंही होता : ते एक संस्था चालवत होते की लोकांना घरच्या सुविधा पुरवत होते?

ग्रैसिंगनं पुढचा दृष्टिकोन सगळ्यांमध्ये यावा म्हणून धीर देण्याचं काम केलं. जबाबदाऱ्यांचं संतुलन करण्यासाठी तिनं कर्मचारीवृंदाला मदत केली. हळूहळू लोकांनी हे गोष्ट स्वीकारायला सुरुवात केली की, चेस चैतन्यानं भरून आणणं ही प्रत्येकाचीच जबाबदारी होती आणि त्यांनी त्याचा स्वीकार केला, त्याचं कारण काही कुठली बुद्धिवादी विवादाची वाक्यं नव्हती किंवा तडजोडही नव्हती; पण त्याचा जो परिणाम तिथं राहणाऱ्यांवर लगेच दिसून येत होता, तो दुर्लक्ष करण्यासारखा नक्कीच नव्हता : तिथं राहणारे सगळे वृद्ध लवकर जागे होऊ लागले आणि तरतरीत दिसू लागले.

थॉमस म्हणाला, "जी माणसं बोलूच शकत नाही, असा विश्वास ठामपणे व्यक्त केला जात होता, ती बोलू लागली. माणसं जी अगदी टाकून दिल्याप्रमाणे झाली होती आणि फिरू न शकणारी होती, त्यांनी परिचारिका असायच्या तिथपर्यंत चालत येण्यास सुरुवात केली होती आणि म्हणायची की, 'मी कुत्र्याला सोबत घेऊन फिरायला जातो.' " सगळे पोपट जणू दत्तक म्हणून वाटले गेले आणि तिथल्या राहणाऱ्यांनी त्यांना नावंही दिली. लोकांच्या डोळ्यांमध्ये पुन्हा प्रकाश दिसू लागला.

एका पुस्तकामध्ये थॉमसनं त्याच्या प्रयोगाविषयी लिहिलं, त्यासाठी त्यानं तिथला कर्मचारीवर्ग ज्यामध्ये सगळं लिहून ठेवायचा, त्या वहीतून काही उतारे घेतले आणि त्या वृद्धांच्या रोजच्या जगण्यातून ते प्राणी काढून टाकणं किती अशक्य बनलं, याची कर्मचाऱ्यांनी केलेली वर्णनं घेतली. अगदी एकजण ज्याला मोठ्या प्रमाणावर विस्मृतीचा त्रास होता, त्याच्या बाबतीतही लिहिलं आहे :

'गुस खरोखरच पक्ष्यांचा आनंद घेतो. तो त्यांचं गायन ऐकतो आणि त्यांना विचारतो की, माझी कॉफी कुणाला हवी आहे का?'

इथं राहणाऱ्या लोकांनी आजकाल माझं काम बरंच सोपं केलं आहे; त्यांच्यापैकी बरेचजण मला रोजच त्यांच्या पक्ष्यांविषयी माहिती देत असतात म्हणजे 'दिवसभर गातच राहतो', 'खातच नाही', 'बराच खेळकर दिसतो.'

एम सी माझ्यासोबत आज पक्ष्यांच्या कामासाठी फिरली. एरवी ती माल साठवणीच्या खोलीच्या दाराजवळ बसते, मला येता-जाताना बघत राहते; म्हणून मी तिला आज सकाळी विचारलं, "जर तुला वाटत असेल, तर तू माझ्यासोबत फिरू शकतेस." तिनं अगदी उत्साहानं होकार दिला, म्हणून मग आम्ही गेलो. मी जेव्हा त्या पक्ष्यांना खाऊ घालत होतो आणि पाणी पाजत होतो, एम सी हातामध्ये त्या अन्नाचं भांडं घेऊन उभी राहिली. मी तिला प्रत्येक टप्पान् टप्पा सांगितला आणि जेव्हा मी पक्ष्यांवर पाणी शिंपडलं, ती खूप हसली.

चेस मेमोरियल नर्सिंग होमच्या रहिवासामध्ये आता शंभर पॅराकिट्स, चार कुत्रे, दोन मांजरी, शिवाय सशांची एक वसाहत आणि अंडी घालणाऱ्या कोंबड्यांची झुंड होती. आतमध्ये ठेवलेल्या जवळपास शंभर वनस्पती होत्या आणि चांगल्या पोसत असलेल्या भाज्यांची आणि फुलांची एक बाग होती. संस्थेमध्ये कर्मचाऱ्यांच्या मुलांना सांभाळण्यासाठी जागेवरच व्यवस्था होती आणि दुसरी : शाळा संपल्यानंतरच्या कार्यक्रमाचं नियोजन करण्यासाठी.

जवळपास दोन वर्षं संशोधकांनी या योजनेचा अभ्यास केला. चेसमध्ये राहणाऱ्या आणि जवळच्याच इतर शुश्रूषागृहांमध्ये राहणाऱ्या वयस्कांचा विविध दृष्टिकोनांतून अभ्यास केला. अभ्यासांती त्यांच्या असं लक्षात आलं की, इतर शुश्रूषागृहांपेक्षा या शुश्रूषागृहामध्ये राहणाऱ्या प्रत्येक रुग्णासाठी लिहिल्या गेलेल्या औषधांच्या चिठ्ठ्या निम्म्यावर आल्या होत्या. क्षोभासारख्या मानसिक आजारांसाठी लागणारी औषधं उदाहरणार्थ, हल्डॉल वगैरे विशेषत: कमी झाली. एकंदर औषधांना लागणारा खर्च जवळपास ३८ टक्क्यांपर्यंत कमी झाला. मृत्युदरही १५ टक्के कमी झाला.

हे असं का, हे अभ्यासानंही कळलं नाही; पण थॉमसनं विचार केला की, तो हे करू शकला. ''माझा ठाम विश्वास आहे की, मृत्युदरामधील फरकाची तुलना आपण मानवाच्या या मूलभूत गरजेसोबत करू शकतो की, जगण्यासाठी योग्य कारण कोणतं?'' आणि इतर संशोधन या निर्णयाशी सुसंगत होतं. १९७० च्या सुरुवातीला ज्युडीथ रॉडीन आणि एलेन लॅन्गर या दोन मानसशास्त्रज्ञांनी एक प्रयोग केला, ज्यामध्ये प्रत्येक वयस्काला एक योजना देण्यासाठी कनेक्टिकटमधलं एक शुश्रूषागृह मिळालं होतं. त्यांच्यापैकी अर्ध्याजणांना त्यांच्या झाडांना पाणी देण्यासाठी नेमलं होतं, तसंच त्यांच्या आयुष्यामध्ये काही जबाबदाऱ्या स्वीकारण्याचे फायदे काय आहेत, हे सांगणाऱ्या वर्गामध्ये हजर राहण्यास सांगितलं होतं. उरलेल्या अर्ध्यांना पाणी देण्यासाठी त्यांची झाडं होती आणि त्यांना मात्र त्यांच्या चांगल्या आरोग्यासाठी तिथला कर्मचारीवर्ग कसा जबाबदार आहे, हे ऐकण्यास सांगण्यात आलं होतं. जवळपास दीड वर्षानंतर ज्या गटाला जबाबदारी स्वीकारण्यासाठी सांगण्यात आलं होतं... म्हणजे अगदी वनस्पतीसारख्या छोट्याशा गोष्टीचीही... ते जास्त कृतिशील आणि तत्पर आणि जरा जास्त काळ जगण्याची इच्छा असणारे दिसले.

थॉमसनं त्याच्या पुस्तकामध्ये एका श्री. एल नावाच्या माणसाची गोष्ट अगदी आठवणीनं सांगितली आहे. तीन महिन्यांपूर्वी त्याला शुश्रूषागृहामध्ये दाखल करण्यात आलं होतं, त्याची साठ वर्षांपेक्षा वयस्कर असणारी बायको वारली होती. त्याचं जेवणावरचं लक्ष उडालं आणि त्याच्या मुलांना त्याच्या रोजच्या कामातही सातत्यानं मदत करावी लागू लागली. नंतर त्यानं त्याची कार एका खड्ड्यात नेऊन आदळवली आणि पोलिसांनी सरळ आत्महत्येच्या हेतूनं हे असं केलेलं असण्याची शक्यता वर्तवली. मग श्री. एलला रुग्णालयातून सोडल्यानंतर कुटुंबीयांनी त्यांना चेसमध्ये दाखल केलं.

थॉमसनं त्याला पुन्हा भेटण्याचं ठरवलं. ''मला याचं आश्चर्य वाटत होतं की, हा माणूस हे सगळं कसं काय सहन करतोय. गेल्या तीन महिन्यांतील घटनांनी त्याचं सगळं जग उद्ध्वस्त झालं होतं. त्यानं त्याची बायको गमावली होती, त्याचं स्वातंत्र्य गेलं होतं आणि सगळ्यांत वाईट बाब कदाचित ही होती की, त्याचं स्वतःचं सातत्यानं असणारं अस्तित्व म्हणजे अजून काहीतरी होतं. आयुष्यातला सगळा आनंद हरवला होता.''

शुश्रूषागृहामध्ये नैराश्य दूर करणारी औषधं ॲन्टिडिप्रेसंट आणि सतत धीर देऊनही त्याचे पाय लुळे पडले. त्यानं चालणंच सोडलं. त्यानं अंथरुणाला खिळून घेतलं. त्यानं अन्नालाही नकार दिला. तथापि, याचवेळी ही नवी योजना अमलात आणली गेली आणि त्याला पॅराकिट पोपटाचं एक जोडपं देण्यात आलं.

''त्यानं पोपटांचा स्वीकार केला, अगदी आता आपण मरणारच आहोत, अशा उदासीन भावनेनं त्यानं त्या गोष्टीचा स्वीकार केला,'' थॉमस सांगत होता; पण तो हळूहळू बदलू लागला. ''सुरुवातीला हा बदल अगदी सूक्ष्म होता. श्री. एल हा अंथरुणावर असा बसायचा की, या जोडप्याकडे तो पाहू शकेल.'' मग त्यानं त्या पक्ष्यांची काळजी घ्यायला येणाऱ्या कर्मचाऱ्यांना सल्ले देण्यास सुरुवात केली की, त्यांना काय आवडतं आणि ते काय करत होते. त्या पक्ष्यांनी त्याला बाहेर ओढून आणलं. थॉमससाठी सजीव गोष्टी नेमकं काय पुरवतात, याचं हे एक अचूक असं सप्रमाण निर्देशनच होतं. कंटाळ्याच्या जागी ते एक प्रकारची उत्स्फूर्तता, स्वाभाविकता प्रदान करतात. एकटेपणाच्या जागी ते सोबत करतात. असहायेतच्या जागी ते दुसऱ्या कुणाची काळजी करण्याची एक संधी देतात.

''श्री. एलनी पुन्हा हळूहळू खाणं सुरू केलं, स्वत: स्वत:चे कपडे बदलणं सुरू केलं आणि चक्क खोलीच्या बाहेर येण्यासही सुरुवात केली.'' थॉमसनं नोंद केली. ''कुत्र्यांना रोज दुपारी फिरण्याची गरज होती आणि त्याला हे माहीत होतं की, या कामासाठी तोच चांगला आहे.'' तीन महिन्यांनंतर तो चक्क त्या शुश्रूषागृहाच्या बाहेर आणि मागच्या बाजूलाही गेला. त्याचं आयुष्य वाचवणाऱ्या त्या योजनेनं थॉमसची खात्री पटवून दिली.

हे सारं त्यानं केलं किंवा केलं नाही, हा मुद्दा थोडा बाजूला ठेवता येईल. थॉमसच्या प्रयोगाचा महत्त्वाचा शोध हा नव्हता की, जगण्यासाठी असलेलं कारण हे विकलांगाच्या आणि वयस्कांच्या मृत्यूचा दर कमी करू शकतं. महत्त्वाचा शोध हा होता की, जगण्यासाठी त्यांना एखादं समर्पक कारण देणं अत्यंत सोपं आहे. अगदी विस्मृतीचे रुग्ण : ज्यांची विस्मृती इतकी गंभीर की, समोर जे काय चालू आहे हे समजण्याची क्षमताही त्यांनी गमावली होती; ते जगण्याचा एक मोठा अर्थ देणाऱ्या, आनंद देणाऱ्या आणि समाधान देणाऱ्या आयुष्याचा अनुभवही घेऊ शकले. हे मोजमाप करणं फार अवघड आहे की, थोड्याफार औषधाच्या भरवशावर ते किती अवलंबून असतात किंवा ते किती दिवस जगू शकतात, यापेक्षा जिवंतपणाचा अनुभव घेत जगण्यातील किंमत लोकांना किती कळली; पण अजून काही घडू शकतं?

१९०८मध्ये हॉर्वर्डमधला तत्त्वचिंतक जोसी रॉयसी यानं एक पुस्तक लिहिलं आहे, ज्याचं नाव आहे 'द फिलॉसॉफी ऑफ लॉयल्टी.' रॉयसीचा या वाढत्या वयाशी किंवा त्यावर होणाऱ्या प्रयोगाशी काहीही संबंध नव्हता; पण त्याचा संबंध कोणत्याही व्यक्तीच्या म्हणजे त्याच्या किंवा तिच्या मूलभूत विचार असणाऱ्या मर्त्यतेच्या कोड्याशी मात्र होता. रॉयसीला हे जाणण्याची उत्सुकता होती की, साधं

अस्तित्व... फक्त घरामध्ये राहिलेलं, चांगलं पोसलेलं, सुरक्षित राहिलेलं आणि जिवंतही राखलेलं... असं अस्तित्वही आपल्याला का बरं रितं आणि अर्थहीन वाटू लागतं? आयुष्य हे परिपूर्ण, अगदी लायक आहे असं वाटण्यासाठी आपल्याला गरज वाटत असलेली ती अजून एखादी गोष्ट कोणती?

या प्रश्नाचं उत्तर ज्यावर त्याचा ठाम विश्वास होता की, आपण सर्वच आपल्यापलीकडे जाऊन एखादं कारण शोधत असतो. ही गोष्ट त्याच्यासाठीची स्वाभाविक, आंतरिक अशी मानवी गरज असते. ते कारण कदाचित मोठं असू शकतं म्हणजे कुटुंब, देश, तत्त्वं किंवा लहान म्हणजे एखादा बांधकामाचा प्रकल्प, एखाद्या आवडत्या प्राण्याची काळजीही असू शकतं. महत्त्वाची बाब ही की, त्या कारणांना काहीतरी उदात्त मूल्य देणं आणि त्यासाठी सारं काही पणाला लावण्याइतकी त्याला किंमत देणं यातच आपण आपल्या आयुष्याला अर्थ देत असतो.

रॉयसीनं या गोष्टीला कुणा एकाच्या 'एकनिष्ठतेपलीकडच्या कारणासाठीची समर्पणवृत्ती' असं नाव दिलं आहे. त्यानं त्याला व्यक्तिवादाच्या अगदी विरुद्ध मानलं आहे. व्यक्ती ही प्रथम स्वत:ला रस असणाऱ्या, स्वहिताच्या म्हणजे स्वार्थाच्या गोष्टी निवडते; स्वत:च्या वेदना, आनंद आणि स्वत:चं अस्तित्व याकडे लक्ष देते. स्वहिताशी ज्याचं काहीही देणं-घेणं नाही, अशा कारणांशी समर्पणवृत्ती दाखवणं, ही गोष्ट व्यक्तिवादींसाठी आश्चर्यकारक बाब आहे. जेव्हा अशी समर्पणवृत्ती आत्मसमर्पणाला प्रेरित करते, तेव्हा ही बाब अधिक धोक्याची घंटा वाजवणारी ठरते... म्हणजे एक चुकीनं तयार झालेली आणि तर्कविसंगत वृत्ती, जी हुकूमशहांच्या पिळवणुकीसाठी लोकांना मोकळं सोडते. स्वहितापेक्षा मोठी कोणतीही महत्त्वाची गोष्ट नाही आणि त्याचं कारण म्हणजे जेव्हा तुम्ही मरता; तेव्हा तुम्ही निघून जाता, आत्मसमर्पणाला काहीही अर्थ उरत नाही.

अशा व्यक्तिवादी दृष्टिकोनाबद्दल रॉयसीला कुठलीही सहानुभूती नव्हती. 'असे अप्पलपोटे आपल्यासोबत कायमच होते.' तो लिहितो. 'पण अप्पलपोटे, व्यक्तिनिष्ठ असण्याच्या दैवी हक्काला कुणीही, कधीही हिकमतीनं हरवलेलं नाही.' अर्थात, तो टिप्पणी करतो की, मानवाला समर्पणवृत्तीची गरज आहेच. ती कायम आनंद निर्माण करते असं नाही आणि कदाचित ती दु:खदायकही असू शकते; पण आपल्यापैकी सर्वांनाच आपल्यापलीकडे जाऊन कशाला तरी समर्पित असणं, हे जगणं सहनीय होण्यासाठी गरजेचं आहे. त्याखेरीज आपल्याकडे असतात त्या इच्छा आपल्याला दिशा देणाऱ्या आणि क्षणभर टिकणाऱ्या, अस्थिर आणि वखवखलेल्या. सरतेशेवटी त्या फक्त यातना देतात. 'स्वभावत: मी म्हणजे एक पुरातन वृत्तींच्या अगणित प्रवाहांची एकत्र येण्याची जागाच आहे. या क्षणापासून त्या क्षणापर्यंत... मी आहे एक आवेगांचा संचय.' रॉयसीनं नीट निरीक्षण केलं. आपण आतला प्रकाश पाहू

शकत नाही. किमान बाहेरचा तरी पाहण्याचा प्रयत्न करू या.

आणि आपण हे करतो. ही गोष्ट नीट समजून घ्या की, आपण आपल्या मृत्यूनंतर राहणाऱ्या जगाचं काय होईल, याची अगदी खोलवर चिंता करतो. जर स्वहिताच्या गोष्टीच आयुष्यामध्ये अर्थ देणाऱ्या असतील, तर मग त्यांच्या मृत्यूनंतर एखाद्या तासानं जर ते ओळखत असलेल्या प्रत्येकाचं अस्तित्व या पृथ्वीच्या पृष्ठभागावरून पुसलं गेलं, तरीही त्यांच्यासाठी ती काही फार महत्त्वाची बाब नाही. तरीही ही बाब बहुतांश लोकांसाठी फार महत्त्वाची असते. आपल्याला असं वाटतं की, अशी प्रत्यक्ष घटना आपलं आयुष्य अर्थहीन बनवू शकते. मृत्यू हा अर्थहीन नाही, याचा एकमेव मार्ग म्हणजे तुम्ही स्वत:ला काहीतरी मोठ्या किंवा उदात्त गोष्टींचा भाग समजणं : उदाहरणार्थ कुटुंब, जमात, समाज. जर तुम्ही असं करू शकत नसाल तर मर्त्यतेची कल्पना हीच फार भयंकर आहे; पण तुम्ही एवढे करू शकाल तर मात्र तेवढं भयंकर नाही. रॉयसी म्हणतो, ''एकनिष्ठता, प्रामाणिकपणा आपल्याला आपल्या पलीकडचं एखादं कारण ज्यासाठी कार्य करणं गरजेचं असतं, ते दाखवून आणि आपल्या आतील ती इच्छा दाखवून आपल्या सामान्य अस्तित्वाचा विरोधाभास सोडवतो, जी इच्छा सेवा करण्यास प्रेरित करते आणि ती उधळून दिलेली नसते तर ऊर्जा देणारी असते आणि अशा सेवेमध्ये ती दिसून येते. अगदी आधुनिक काळामध्ये मानसशास्त्रज्ञांनी अशा प्रकारच्या संकल्पनेला 'अनुभवातीत' अशी संज्ञा वापरली आहे. मास्लोनं केलेल्या गरजांच्या श्रेणीबद्धतेमधील आत्माविष्काराच्या वरचा स्तर. ते अशी सूचना करतात की, अशा अनुभवातीताचा अनुभव घेतलेल्या व्यक्तीचं अस्तित्व हे इतरांना त्यांचं अंत:सामर्थ्य प्राप्त करण्यासाठी पाहण्याची आणि मदत करण्याची इच्छा करतं.

आपल्या आयुष्यातील काळ जसजसा कमी होत जातो, तसे आपण सगळेच साध्या साध्या सुखदायक गोष्टींमध्येही आश्वासकता शोधतो... सोबत, दैनंदिनी, चांगल्या अन्नपदार्थांची चव, सूर्यप्रकाशामुळे चेहऱ्याला मिळणारा उबदारपणा वगैरे. आपण काहीतरी प्राप्त करण्यातून आणि साठवणुकीतून मिळणारी शाबासकी वगैरे गोष्टींच्या बाबतीत कमी उत्साही बनतो आणि केवळ असण्याच्या बाबतीत आपण जास्त सजग बनतो. आतापर्यंत जरी आपण स्वत:ला कमी महत्त्वाकांक्षा असणारे समजतो, तरीही आपण आपल्या वारशाच्या बाबतीत जास्त चिंताग्रस्त होतो आणि आपल्या अंत:करणामध्ये आपल्या स्वत:पलीकडे काही हेतू ओळखण्याची एक आत्यंतिक गरज आहे, जी जगणं अर्थपूर्ण आणि लायकीचं बनवेल.

काही प्राणी, मुलं आणि वनस्पतींच्या मदतीनं बिल थॉमसनं चेस मेमोरियल नर्सिंग होममधल्या लोकांना मदत केली, 'एडन अल्टरनेटिव्ह' असं त्यानं या योजनेला नाव दिलं. त्याद्वारे त्यानं तिथं राहणाऱ्या वृद्धांना स्वत:च्या एकनिष्ठतेला,

प्रामाणिकपणाला व्यक्त करण्यासाठी एक लहानशी खिडकी दिली... एक छोटीशी, मर्यादित पण ती एक खरीखुरी अशी संधी होती; केवळ स्वत:च्या अस्तित्वापलीकडील कशाला तरी हातात घेण्याची! आणि त्यांनी अगदी व्याकूळपणे ते घेतले.

"जर तुम्ही तरुण डॉक्टर असाल आणि जर असे सारे प्राणी, मुलं आणि वनस्पती, जीवाणुमुक्त केलेल्या अगदी शिस्तबद्ध अशा शुश्रूषागृहामध्ये १९९२ सालामध्ये तुम्ही आणले; तर तुम्हाला तुमच्या डोळ्यांसमोर काहीतरी जादू घडत असलेली दिसेल." थॉमसनं मला सांगितलं. "लोक पुन्हा जिवंत असल्याप्रमाणे तुम्हाला वाटतील. ते पुन्हा जगाच्या संपर्कात आल्याप्रमाणे तुम्हाला वाटतील. ते तुम्हाला पुन्हा प्रेम, काळजी आणि हास्याच्या जवळ आल्याप्रमाणे वाटतील. हे सारं तुमच्या मनावर फुंकर घालेल."

औषधं आणि अशा संस्था, ज्या मुळातच आजारी आणि रुग्ण यांच्या शुश्रूषेसाठीच उभारलेल्या आहेत; त्यांची भानगड अशी आहे की, त्यांच्याकडे कोणती गोष्ट आयुष्य अर्थपूर्ण बनवू शकेल, याविषयीचा चुकीचा दृष्टिकोन आहे आणि महत्त्वाचा भाग असाही आहे की, त्यांच्यापाशी बऱ्याचदा तर असा कुठलाही दृष्टिकोनच नाहीय. औषधांचा परीघ छोटा आहे. वैद्यकीय व्यावसायिक आरोग्य नीट करण्यावर एकाग्र होतात, जे आत्म्यासाठी फार पोषक नसतं. तरीही... खरं तर ही अतिशय दु:खदायक विरोधाभासात्मक बाब आहे... आपण असं ठरवलेलं असतं की, वैद्यकीय व्यावसायिकांनी आपल्या सरत्या वयामध्ये कसं जगावं, याची एक व्याख्या केलेली असावी. गेल्या अर्धशतकापेक्षा जास्त काळापासून आपण आजारपण, वार्धक्य आणि मर्त्यता या गोष्टींवर वैद्यकीय क्षेत्रातील बाब समजूनच उपचार केलेले आहेत. आपली दैवं ही त्या लोकांच्या तळहातावर ठेवणं, जे त्यांच्या तांत्रिक कार्याला मानवी गरजांच्या त्यांच्या समजापेक्षा जास्त महत्त्व देतात, हा सामाजिक अभिसरणातील एक प्रयोग आहे.

हा प्रयोग चांगलाच फसला आहे. जर सुरक्षितता आणि संरक्षण या दोनच गोष्टी आपल्या आयुष्यामध्ये मिळवण्यासारख्या असतील, तर कदाचित आपण वेगळ्या प्रकारे निर्णयावर येऊ; पण आपण आयुष्य हे मौल्यवान आणि सहेतूक असण्याची इच्छा करतो आणि तरीही पारंपरिकपणे ती स्थिती नाकारत असू, जी कदाचित हे घडवू शकत असेल, तर मग नव्या समाजानं काय घडवलं आहे, हे पाहण्याचा दुसरा मार्गच नाही.

बिल थॉमसला त्या शुश्रूषागृहामध्ये काही परिवर्तन घडवायचं होतं. केरेन विल्सनला हे सारं दुरून पण सहकार्यानं जगण्याची सुविधा देऊन करायचं होतं; पण ते दोघेही एकच गोष्ट राबवत होते : जे पराधीनतेच्या अवस्थेत आहेत, अशा लोकांना मदत

करणं, त्यांना त्यांच्या अस्तित्वाची किंमत मिळवून देणं. थॉमसची पहिली पायरी होती कुठेतरी लक्ष वेधण्यासाठी, कशाचातरी विचार करण्यासाठी एखादी सजीव गोष्ट पुरवणं; विल्सनची पहिली पायरी होती त्यांना त्यांच्या हक्काचं एक दार देण्याची, जे ते केव्हाही बंद करू शकतील आणि त्यांना स्वत:चं अन्न शिजवून खाण्यापुरतं स्वयंपाकघर. दोन्ही योजना एकमेकांना पूरकच होत्या आणि अक्षरश: जी माणसं वयस्कांची काळजी घेण्यासाठी तिथं कामात होती, त्यांच्या विचारांमध्ये परिवर्तन घडवणाऱ्या होत्या. प्रश्न हाच होता की, शारीरिक ऱ्हास झाल्यामुळे पराधीन झालेल्या लोकांसाठी जरा चांगलं आयुष्य खरंच शक्य आहे का? आणि हे अगदी सिद्ध झालं होतं की, ते तसं आहे. आता प्रश्न असा होता की, त्यासाठी अत्यावश्यक असणारे घटक कोणते? अशा संस्थांमधील व्यावसायिकांनी या प्रश्नाचं उत्तर शोधणं सुरू केलं. २०१० मध्ये जेव्हा लॉउ सॅन्डर्सची मुलगी शेली तिच्या वडिलांसाठी एक चांगलं शुश्रूषागृह शोधण्यासाठी गेली, तेव्हा तिला या गडबडीची पुसटशी कल्पनाही नव्हती. जास्तीतजास्त जागा ज्या तिच्या वडिलांसारख्या लोकांसाठी उपलब्ध होत्या, त्या जवळपास निराशाजनक कैदखान्याप्रमाणे होत्या. आणि अजूनही नव्या राहण्याच्या जागा आणि तिथल्या योजना ज्या कुणाच्या तरी आधारानं जगण्यासाठी बनवल्या जात होत्या, त्या देशभरामध्ये आणि शहरांमध्ये उसळी घेतच होत्या.

बोस्टनच्या निमशहरी भागामध्ये, गाडीने गेल्यास अगदी माझ्या घरापासून फक्त वीस मिनिटांच्या अंतरावर, निवृत्त लोकांची एक नवी वसाहत तयार करण्यात आलेली आहे. तिला 'न्यूब्रिज ऑफ चार्ल्स' असं म्हटलं जातं. शुश्रूषेच्या चौकटीमध्ये एका गुणवत्तेच्या परिमाणामध्ये ही वसाहत बांधण्यात आलेली आहे... तिथं स्वतंत्र राहण्याची व्यवस्था आहे, कुणाचं तरी सहकार्य हवं असल्यास तेही आहे आणि शुश्रूषागृहही आहे. काही दिवसांपूर्वीच एका भेटीमध्ये मी ते शुश्रूषागृह पाहिलं; तेव्हा मी पूर्वी जशी अनेक पाहिली होती, तसं काही दिसत नव्हतं. एका मजल्यावर लांबलचक अंतहीन पट्ट्यामध्ये वेगवेगळ्या खोल्यांमध्ये साठ माणसं ठेवण्याऐवजी न्यूब्रिज हे वेगवेगळ्या, छोट्या छोट्या खोल्यांमध्ये विभागलं होतं; ज्यामध्ये एका विभागामध्ये सोळा माणसांपेक्षा जास्त माणसं नव्हती. प्रत्येक भागाला त्यांनी 'कुटुंब' असंच नाव दिलं होतं आणि विशेष म्हणजे याचा अर्थ एकसारखं काम करायचं होतं. सगळ्या खोल्या अतिशय खासगी होत्या आणि त्या मध्यभागी असणाऱ्या सार्वजनिक वापराच्या जागेभोवती बांधल्या होत्या; जिथं जेवणाची खोली होती, स्वयंपाकघर होतं आणि इतर कामाकाजासाठी जागाही होती... जशी घरात असते.

कुटुंब म्हणून जी जागा त्यांनी सोडली होती, ती साधारण माणसाच्या कुटुंबासाठी पुरेशी होती. संशोधनामध्ये हे लक्षात आलं आहे की, वीसपेक्षा कमी संख्या

असणाऱ्या एका गटामध्ये कमी अस्वस्थता आणि नैराश्य असतं, ती जास्त समाजात मिसळणारी आणि मैत्रीपूर्ण असतात, तिथं सुरक्षिततेची भावना जास्त आणि कर्मचारी वगैरेंशी चांगला संवाद साधला जातो... म्हणजे अगदी तिथं राहणाऱ्या माणसांना विस्मृतीचा आजार जडला तरीही! पण या एकंदर आकारापेक्षाही अजून काही गोष्टी काम करण्याजोग्या होत्या. ही कुटुंबासाठी म्हणून बनवलेली राहण्याची जागा अशी बनवली होती की, त्याला दवाखान्याचं स्वरूप येणार नाही. खुल्या बांधकामामुळे तिथं राहणाऱ्या लोकांना इतरांकडेही सहज पाहता यायचं आणि त्यांनाही त्यांच्यामध्ये येण्यासाठी धीर देणारं वातावरण तयार व्हायचं. मध्यभागी केलेलं स्वयंपाकघर म्हणजे जर कुणा व्यक्तीला वाटलं की, थोडासा नाश्ता हवा आहे तर तो किंवा ती तिथं नाश्ता घेण्यासाठी सहज जाऊ शकायची.

तिथं उभं राहून आणि लोकांचं निरीक्षण करून मी सगळ्या सीमारेषांपलीकडे काय काय चालू आहे, हे सहज पाहू शकलो. दोन माणसं तिथं स्वयंपाकघरामध्ये पत्ते खेळत होती. एक परिचारिका तिथं परिचारिकांच्या सेवा देण्याच्या जागेवर बसून काम करण्याऐवजी स्वयंपाकघरात बसून कागद भरत होती.

केवळ वास्तुशास्त्र वगळता अजूनही काही गोष्टी त्या आकारांमध्ये होत्या. मी ज्या कर्मचारीवृंदाला भेटलो, त्यांच्याकडे त्यांच्या कामकाजाविषयी एक विश्वास आणि अपेक्षाही होत्या, जी बाब इतर कुठल्याही शुश्रूषागृहामध्ये पाहिलेली नव्हती. उदाहरणार्थ, चालणं ही बाब काही विकृतिशास्त्राप्रमाणे गृहीत धरली गेली नव्हती, जी गोष्ट तिथं अचानक उघड झाली. जेव्हा मी एका नव्याण्णव वर्षांच्या आजीबाईंना भेटलो, जिचं नाव होतं ऱ्होडा मॅकओव्हर. लॉउ सॅन्डर्सप्रमाणेच तिलाही रक्तदाबाचा त्रास सुरू झाला होता, तसेच गृध्रसीवात म्हणजे सायटिकाचा त्रासही होताच; त्यामुळे त्याचं पर्यवसान एकसारखं पडण्यामध्ये झालं होतं. त्यात भरीत भर म्हणजे वयोमानानुसार होणाऱ्या दृष्टिपटलाच्या ऱ्हासामुळे तिच्यात जवळपास अंधत्वही निर्माण होत होतं.

"जर मी तुला पुन्हा पाहिलं, तर मी तुला काही ओळखू शकणार नाही. तू तसा सावळा आहेस." मॅकओव्हर मला म्हणाली. "पण तू सध्या स्मित करत आहेस. तेवढं मी पाहू शकते."

तिचं मन अगदी तत्पर आणि सुस्पष्ट झालं होतं; पण अंधत्व आणि सतत पडण्याची शरीराची प्रवृत्ती यांची एकंदर गोळाबेरीज अतिशय वाईट झाली होती. तिच्यासाठी एका दिवसातले चोवीस तास कुणाच्या तरी मदतीशिवाय जगणं अगदीच अशक्य झालं होतं. साध्या शुश्रूषागृहामध्ये, तिच्या सुरक्षेसाठी फार तर तिला एका चाकाच्या खुर्चीमध्ये जखडून टाकण्यात आलं असतं. तथापि, इथं ती चालत होती. हे धोकादायक होतं, हे अगदी स्वच्छ होतं. असं असूनही तिचं फिरत

राहणं किती आवश्यक आहे, हे इथले कर्मचारी चांगलं जाणत होते... केवळ तिच्या आरोग्यासाठीच नाही [चाकाच्या खुर्चीमध्ये तिच्या शारीरिक क्षमतांचा वेगानं ऱ्हास झाला असता], पण तिच्या चांगल्या राहण्यासाठीही ते आवश्यक असल्याचं त्यांनी जाणलं होतं.

''मी देवाची आभारी आहे की, मी बाथरूमला स्वत:च जाऊ शकते.'' मॅकओव्हरनं मला सांगितलं. ''तुला त्याचं काही विशेष वाटणार नाही कारण तू तरुण आहेस. तुला तेव्हाच कळेल जेव्हा तू वयस्कर होशील; पण तुझ्या आयुष्यातील सगळ्यात चांगली गोष्ट कोणती, जेव्हा तू स्वत:च बाथरूमकडे जाऊ शकतोस.''

तिनं मला सांगितलं की, ''येत्या फेब्रुवारीमध्ये मी शंभरीची होईन.''

''हे आश्चर्यकारक आहे.'' मी म्हणालो.

''हेच वार्धक्य आहे.'' ती उत्तरली.

मी तिला म्हणालो, ''माझी आजी जवळपास एकशेदहा वर्षं जगली.

''देवाची मर्जी.'' ती म्हणाली.

काही वर्षांपूर्वीच तिनं स्वत:साठी एक सदनिका घेतली होती. ''मी तिथं फारच आनंदी होते. मी छान जगत होते. इतर माणसं जसं जगू शकतात, तसं मी तिथं जगत होते : मला मित्रपरिवार होता, मी खेळायचे. त्यापैकी कुणीतरी गाडी काढायचं आणि मग आम्ही सगळे जायचो. मी खरंच जगत होते.'' मग गृध्रसीवात म्हणजे सायटिकाच्या त्रासाला सुरुवात झाली, पडणं सुरू झालं आणि मग तिचं दृष्टी जाणं सुरू झालं. मग तिला शुश्रूषागृहामध्ये हलवण्यात आलं, एका वेगळ्या जागी आणि तो अनुभव अतिशय भेदरवणारा होता. तिनं तिचं सारं काही गमावलं... तिचं फर्निचर, तिच्या छोट्या छोट्या भेटवस्तू... आणि मग तिला अशा एका खोलीमध्ये अजून कुणासोबत तरी विभागून राहावं लागलं, तेही सैन्याच्या शिस्तीमध्ये आणि तिच्या पलंगाच्या वरच्या बाजूला येशूच्या प्रतिमेसह असलेल्या क्रुसासह, ''याचा अर्थ, एक ज्यू असल्यामुळे मला आवडलंच नाही.''

इथं न्यूब्रिजला येण्यापूर्वी ती तिथं जवळपास तीन वर्षं होती आणि ते म्हणजे... तिच्याच भाषेत, ''कशाचीही तुलना न होऊ शकणारे असे दिवस..'' हे म्हणजे गॉफमॅनच्या वेड्याच्या रुग्णालयाच्या अगदी विरुद्ध होतं. मानवी प्रजातीचे आद्यप्रवर्तक ही गोष्ट शिकत होते की, रोजच्या जीवनातील लवचीक अशा लयबद्धता व साचेबद्धतेसाठी आणि जे त्यांच्या आजूबाजूला असतात, त्यांच्याशी भावी जगण्यातील मदतीच्या संभाव्य शक्यतेसाठी मनुष्य प्रजातीला खासगीपणा आणि समाजजीवन या दोन्हीचीही गरज आहे. ''इथं मी जणू माझ्याच घरात वावरते आहे, असं वाटतं.'' मॅकओव्हर म्हणाली.

एका कोपऱ्यामध्ये अँन्री ब्रेव्हमॅन, वय एकोणऐंशी आणि रिटा कॅहान, जी

शहाऐंशी वर्षांची होती, तिला भेटलो. तिनं मला सांगितलं की, त्या एका आठवड्यापूर्वी सिनेमा बघण्यासाठी गेल्या होत्या. हे काही तसं नियमाप्रमाणे नव्हतं, म्हणजे आधीच ठरल्याप्रमाणे सगळ्याजणी गेल्या, असं नव्हतं. फक्त दोन मैत्रिणींनी असं ठरवलं की, गुरुवारी रात्री 'द किंग्ज स्पीच' बघायला जायचं. ब्रेव्हमॅननं हिरवट निळ्या रंगाच्या वैडूर्याचा कंठाहार घातला. कॅहान हिनं निळसरच आयशॅडो आणि छानपैकी नवे कपडे केले आणि गेल्या. एका शुश्रूषा करणाऱ्या सहायकाचाही त्यांच्या सोबत येण्याला होकार होता. ब्रेव्हमॅनला मल्टिपल स्केरोसिसमुळे कमरेपासून खालचा अर्धांगवायूचा झटका आलेला होता; त्यामुळे तिला वॉकरची गरज होती. त्यांना जवळपास १५ डॉलर्स देऊन व्हीलचेअर म्हणजे चाकाची खुर्ची सोबत घेऊन जाणारी गाडीही हवी होती; पण त्यांना जाणं शक्य होतं. मी भेटलो, त्या वेळी त्या डीव्हीडीवर 'सेक्स ॲन्ड द सिटी' पाहत होत्या.

"तू 'फिफ्टी शेड्स ऑफ ग्रे' हे वाचलं आहेस का?" कॅहाननं मला खोडकरपणे विचारलं.

मी अगदी विनम्रपणे कबूल केलं की, नाही वाचलं.

"मी कधीही सतत धूम्रपान करणं आणि झुरके घेणं याविषयी ऐकलं नव्हतं." ती मजेत म्हणाली. 'मी ऐकलं होतं का?' हे तिला जाणून घ्यायचं होतं.

मला खरोखरच त्या प्रश्नाला उत्तर द्यायचं नव्हतं.

न्यूब्रिजमध्ये राहणाऱ्या लोकांना त्यांचा पाळीव प्राणी आणण्याची मुभा होती; पण अगदी सरळ आतमध्ये प्रवेश करण्यास मात्र परवानगी नव्हती, म्हणजे जसं बिल थॉमसच्या एडन अल्टरनेटिव्हमध्ये होती आणि त्यामुळे प्राणी हे काही तिथं जगण्याचा एक भाग बनू शकले नव्हते; पण मुलं मात्र होती. न्यूब्रिजनं त्यांचं मैदान एका खासगी शाळेला त्यांच्या बालवाडी ते आठव्या इयत्तेपर्यंतच्या मुलांसाठी वापरण्यास दिलं होतं आणि या दोन्हीही संस्था एकमेकींना अगदी खोलवर जोडल्या गेल्या होत्या. तिथं राहणारी काही मंडळी ज्यांना फारशी कुणाच्या विशेष मदतीची गरज नसायची, ते तिथं शाळेत शिक्षक म्हणून आणि शाळेचे ग्रंथपाल म्हणून काम करत असत. जेव्हा तिथल्या वर्गाला दुसरं महायुद्ध शिकवण्यात आलं, तेव्हा मुलं त्या महायुद्धात सैनिक म्हणून काम केलेल्यांना प्रत्यक्ष भेटून माहिती विचारू शकली, ज्याविषयी त्यांच्या पुस्तकात माहिती होती. विद्यार्थी तर न्यूब्रिजमध्ये रोजच भेट द्यायचे. काही तरुण विद्यार्थी तिथं राहणाऱ्या रुग्णांसाठी काही मासिक कार्यक्रमही आखायचे... म्हणजे कला प्रदर्शन, सुटीचा एखादा कार्यक्रम किंवा संगीत वगैरे. पाचवी आणि सहावीचे विद्यार्थी त्यांच्या तंदुरुस्तीसाठीचा व्यायामाचा किंवा खेळाचा तास या वयस्कांसोबत घेत. माध्यमिक शाळांच्या विद्यार्थ्यांना हे शिकवलं गेलं होतं की, विस्मृतिग्रस्त वयस्क लोकांशी कसं वागायचं आणि शुश्रूषागृहातील लोकांबरोबर

एखाद्या कार्यक्रमात कसा भाग घ्यायचा. मुलांसाठी आणि वृद्धांसाठीही अगदी जवळचे संबंध कसे ठेवायचे, ही बाब काही नवी नव्हती. एक मुलगा तिथं राहणाऱ्या, अल्झायमरनं ग्रासलेल्या एका वृद्धासोबत अगदी घनिष्ठ मैत्री ठेवून होता, त्यानं तर त्याला माणसाच्या अंत्यसंस्काराविषयी प्रश्न विचारून बोलायला लावलं होतं.

"ही लहान मुलं म्हणजे उत्साह देणारी आहेत." रिटा कॅहान म्हणाली. तिचे या मुलांसोबतचे संबंध म्हणजे तिला दिवसातून आनंद देणाऱ्या दोन गोष्टींपैकी एक होते. दुसरी आनंद देणारी बाब होती तो वर्ग, जो घेणं तिला शक्य होतं.

"वर्ग! वर्ग..! मला खरंच वर्ग खूपच आवडतात!" तिनं तिथं स्वतंत्रपणे राहणाऱ्या एकाकडून शिकवला जाणारा सामान्यज्ञानाचा वर्ग घेतला. जेव्हा तिच्या लक्षात आलं की, अध्यक्ष ओबामा यांनी अद्याप इस्रायलला भेटच दिली नाही, तिनं त्यांना एक ई-मेल पाठवला.

"मला असं वाटलं की, या माणसानं आता त्याच्या आळसातून बाहेर यावं, आणि सरळ इस्रायलला जावं."

ही जागा अशा जागांपैकी वाटत होती, जी सहजासहजी कुणाला परवडणार नाही; पण ही सारी माणसंही काही फार श्रीमंत नव्हती. रिटा कॅहान ही वैद्यकीय अहवाल प्रशासक म्हणून कार्यरत होती आणि तिचा नवरा एका प्रशालेवर मार्गदर्शक आणि समुपदेशक होता. ॲन्नी ब्रेव्हमॅन मॅसॅच्युएटसच्या सामान्य रुग्णालयामध्ये परिचारिका होती आणि तिचा नवरा कार्यालयीन वस्तूंचा पुरवठा करायचा. ऱ्होडा मॅकओव्हर हिशेबनीस होती आणि तिचा नवरा कपडे शिवण्यासाठी लागणाऱ्या सर्व वस्तूंचा विक्रेता होता. आर्थिकदृष्ट्या पाहिलं, तर या लोकांची अवस्था लॉउ सॅन्डर्सपेक्षा फार वेगळी नव्हती. खरोखरच न्यूब्रिजच्या शुश्रूषागृहातील सत्तर टक्के लोकांनी आपली गंगाजळी संपवली होती आणि त्यांना राहण्यासाठी काही आर्थिक मदत मिळावी म्हणून सरकारी मदतीकडे गेले होते.

न्यूब्रिज या संस्थेचे ज्यू समाजाशी अगदी चांगले संबंध असल्यामुळे भरभक्कम आर्थिक पाठबळ उभे करण्यास ती समर्थ होती आणि त्यामुळे ती संस्था कर्जमुक्त ठेवण्यास स्वतःला सक्षम होती; पण गाडीने गेल्यास तिथून फक्त तासाभराच्या अंतरावर जिथं शेली आणि तिचा नवरा राहायचा त्याच्या अगदी जवळ मी एका प्रकल्पाला भेट दिली, त्याला न्यूब्रिजसारखी आर्थिक मदतही नव्हती आणि असं असूनही अतिशय बदल घडवून आणणारे मार्ग तिथं होते. 'पीटर सॅनबॉर्न प्लेस' ही १९८३ मध्ये उभारलेली संस्था. ती तिथल्या लोकांसाठी ज्यांचं उत्पन्न अत्यंत कमी आहे, अशांसाठी उभारलेली संस्था. शासनाच्या अर्थ साहाय्यातून बांधल्या गेलेल्या या संस्थेच्या सदनिकेमध्ये स्वतंत्रपणे राहण्यासाठी त्र्याहत्तर विभाग तयार केले होते.

जेक्की कर्सन त्याची १९९६ पर्यंतची संचालक होती, ती तिथं शुश्रूषागृहाप्रमाणे संस्था उभारण्यास अजिबात तयार नव्हती; पण जसजसे तिथले भाडेकरू वयस्कर होत गेले, तेव्हा तिला असं वाटलं की, जर त्यांची इच्छा असेल; तर त्यांना सामावून घेण्यासाठी एखादी व्यवस्था असायला हवी... आणि जे हवं ते त्यांनी केलं.

सुरुवातीला त्यांना केवळ घराजवळ कुणीतरी मदतीला असावं, असं वाटे. कर्सननं तिथल्या एका स्थानिक संस्थेद्वारा त्यांना कपडे धुण्यास, बाजार करण्यास, स्वच्छतेसाठी आणि अशाच इतर कामांसाठी काही व्यवस्था केल्या. मग तिथं राहणारे काहीजण खूपच अशक्त झाले आणि तिनं डॉक्टरांना बोलावलं; ज्यांनी त्यांना काठ्या, वॉकर वापरण्याचा सल्ला देऊन क्षमता वाढवण्यासाठी काही व्यायामही शिकवले. काही भाडेकरूंना लघवीसाठी कॅथेटर, तर काहींना त्वचेच्या जखमांसाठी उपचार आणि इतर वैद्यकीय सेवा आवश्यक वाटत होती. म्हणून मग तिनं रोजच तपासण्यासाठी एक परिचारिका ठेवली. जेव्हा घराची सुरक्षा पाहणाऱ्या संस्थेनं तिला त्यापैकी काहींना शुश्रूषागृहामध्ये हलवणं गरजेचं आहे, असा सल्ला दिला, तेव्हा ती ठाम राहिली. तिनं स्वत:ची सेवा-संस्था सुरू केली आणि ज्या पद्धतीनं सारं काम करण्याची गरज होती; त्या पद्धतीनं करणारी, तिथल्या वृद्धांना अगदी जेवणापासून ते थेट उपचारासाठी डॉक्टरकडे वेळेवर नेण्याची सेवा देऊ शकणारी माणसं सेवक म्हणून ठेवली.

मग एका रुग्णाचं अल्झायमर असं निदान करण्यात आलं.

"मी जवळपास दोन वर्षं त्याची काळजी घेतली." कर्सन म्हणाली, "पण जसजसा त्याचा आजार वाढत गेला, आम्ही त्या गोष्टीसाठी तयारीत नव्हतो." त्याला जवळपास तासातासानं तपासणं आणि अगदी लघवी-संडासला नेण्यासाठी मदत देणंही गरजेचं होऊन बसलं. तिनं मग विचार करायला सुरुवात केली की, अगदी तिच्या शक्य तेवढ्या मर्यादेपर्यंत सेवा पुरवल्या; पण आता शुश्रूषागृहामध्ये ठेवणं गरजेचं आहे. तिचा मुलगा या धर्मादाय संस्थेमध्ये काम करत होता, क्युअर अल्झायमर फंड, त्या संस्थेनं सॅनबॉर्न प्लेसला पहिल्यांदाच रात्रभर काम करण्यासाठी माणूस नेमण्यासाठी पैसे वाढवले.

एका दशकानंतर किंवा त्यानंतर, तिच्या सत्तरच्यावर असणाऱ्या त्या वृद्ध भाडेकरूंपैकी फक्त तेराजण अद्यापही स्वतंत्रपणे जगत होते. जवळपास पंचवीसजणांना जेवणासाठी, बाजारहाट करण्यासाठी आणि इतर कामांसाठी मदत लागायची. पस्तीसपेक्षा जास्तजणांना अगदी वैयक्तिक काळजी घेण्यासाठीही मदतनीस लागायचा, कधीकधी तर दिवसातले चोवीस तासही; पण सॅनबॉर्न प्लेसनं अगदी प्रमाणित शुश्रूषागृह किंवा मदतीच्या साहाय्यानं चालणारं वसतिगृह चालवण्याचं नाकारलं.

कागदोपत्री, ती अजूनही कमी उत्पन्नाच्या गटासाठीची सदनिकेची व्यवस्था आहे... जरी एका व्यवस्थापकाच्या विश्वासावर चालते; जो तिथं राहणाऱ्या लोकांना त्यांच्या स्वत:च्या घरामध्ये, स्वत:च्या पद्धतीनं, अगदी शेवटपर्यंत आणि काहीही झालं तरी न घाबरता राहण्यास तयार करतो.

मी तिथं राहणाऱ्या एका भाडेकरूला भेटलो; रुथ बॅरेट, जिनं मला एक विकलांग व्यक्ती तिच्या स्वत:च्या जागेमध्ये जगण्याचं व्यवस्थापन करत असताना ती काय काय करू शकते, याची जाणीव करून दिली. ती पंच्याऐंशी वर्षांची होती आणि तिथं जवळपास अकरा वर्षांपासून राहत होती, असं कर्सननं सांगितलं. तिला कृत्रिम श्वसनासाठी ऑक्सिजनची गरज होती; कारण कॉन्जेस्टिव्ह कार्डियाक फेल्यूअरचा म्हणजे हृदय विकाराचा त्रास होता आणि फुफ्फुसाचा जुनाट विकारही होता आणि ती जवळपास चार वर्षांपासून चाललीही नव्हती, कारण तिचा संधिवाताचा आणि भयंकर मधुमेहाचा त्रास तसाच होता.

"मी चालते." बॅरेट तिच्या फिरण्यासाठी मोटार बसवलेल्या व्हीलचेअरवरून म्हणाली.

कर्सन गालातल्या गालात हसली. "तू चालत नाहीस, रुथी."

"मला फार काही चालायचं नाही." बॅरेटनं उत्तर दिलं.

काही माणसं वाढत्या वयासोबत एखादी झाडाची डहाळी वाळावी, तशी कोमेजतात. बाकीची खोडे बनतात. बॅरेट खोडच बनली होती. कर्सननं सांगितलं की, तिला दिवसातील चोवीस तास एक मदतनीस उपलब्ध असणं गरजेचं असतं आणि एक हायड्रॉलिक लिफ्ट (उचलण्याची मशीन), जी तिला अलगद खुर्चीवरून अंथरुणावर ठेवते आणि संडासलाही नेऊन बसवते. तिची स्मृतीही आता धूसर झाली आहे.

"माझी स्मृती अतिशय चांगली आहे." बॅरेट माझ्याकडे झुकत आग्रहानं म्हणाली. मी तिला उगीचच तिचं वय किती, असं विचारलं. "पंचावन्न." ती म्हणाली, अगदी बरोबर, फक्त तीन दशकांपूर्वी तर ती होतीच. तरी ती तिचा किमान भूतकाळ अगदी दूरचा चांगला आठवत होती. तिनं कधीही शाळेतलं शिक्षण संपवलं नाही. तिचं लग्न झालं, एक बाळ होतं आणि घटस्फोट झाला. तिनं एका स्थानिक खानावळीमध्ये बरीच वर्षं काम केलं. तिला खरोखरच तीन पती होते; पण ती एकाचाच उल्लेख करायची आणि मग मी तिला त्याच्याबद्दल काहीतरी सांग, असं म्हटलं.

"त्यानं काम करताना कधीही माघार घेतली नाही." ती म्हणाली.

तिच्या सगळ्या इच्छा सर्वसाधारण होत्या. तिला तिच्या कामामध्येही शांतपणा लागायचा... निवांतपणे नाश्ता, रेडिओवर संगीत ऐकणं, ओसरीवर बसून मित्र-

मैत्रिणींशी गप्पा किंवा तिच्या मुलीशी फोनवर बोलणं, दुपारची वामकुक्षी. आठवड्यातून दोनदा किंवा चार वेळा रात्री तिथले बरेचसे डिव्हीडीवर सिनेमा बघण्यासाठी एकत्र जमायचे आणि ही तिथं जवळपास असायचीच. तिला शुक्रवारी बाहेर जाऊन जेवण्यासही फार आवडायचं, अगदी तिथल्या कर्मचाऱ्यांनी तिला नेण्यासाठी आणि येताना स्वच्छ करण्यासाठी तिच्याभोवती तिघांचं कडं केलेलं असलं, तरीही आवडायचं. ती नेहमीच मार्गारिटा मागवायची... मीठ अजिबात नाही... मग भलेही मधुमेही रुग्णांसाठी ते घेण्यास बंदी असो.

"ते जणू शेजारी शेजारी राहत असल्याप्रमाणे राहतात." कर्सननं तिच्या भाडेकरूविषयी सांगितलं. "जर त्यांनी काही निवडलं, तर अजूनही त्यांची निवड तितकीशी चांगली नसतेच."

मला जो जाणवला, त्यापेक्षा जास्त खंबीरपणा ते मिळवत आहेत. कर्सन कायमच वैद्यकीय सेवेशी झगडा करतच असते. एखाद्या वेळी अतिदक्षता विभागात एखाद्याची झालेली फेरीही तिनं आणि तिच्या कर्मचारीवृंदानं केलेलं सगळं काम वाया घालवते. ते इतकं वाईट होतं की, रुग्णालयामध्ये जर तिच्या भाडेकरूंनी औषधं घेण्यात काही चूक केली, त्या चाकाच्या पलंगावर डाव्या अंगावरच झोपून राहिले; ज्यामुळे त्यांची त्वचा फाटते आणि खालच्या पातळ अंथरुणानंही त्वचेवर जखमा होतात आणि तिथं नेमलेला डॉक्टर सॅनबॉर्न प्लेसला कधीही ही माहिती देत नाही किंवा उपाययोजनाही सांगत नाही. तिथं राहणाऱ्या भाडेकरूंना कायमच पुनर्वसन केंद्रात हलवलं जायचं, जिथं ते आणि त्यांच्या नातेवाइकांना असं सांगितलं जायचं की, त्या सदनिकेमध्ये पुन्हा कधीही राहायला जाऊ नका. कर्सननं मग अगदी स्वतंत्रपणे ॲम्ब्युलन्स सेवा आणि रुग्णालयं यांच्याशी संबंध वाढवायला सुरुवात केली, ज्यामुळे हा समज तरी झाला की, सॅनबॉर्नला तिथं राहणाऱ्या भाडेकरूंच्या शुश्रूषेसाठी भेट देण्याची गरजही आहे आणि त्यांना पुन्हा सुरक्षितपणे घरीही नेलं जाऊ शकतं.

अगदी प्राथमिक उपचार करणारा डॉक्टर जो तिथं राहणाऱ्या भाडेकरूंना तपासायचा त्याचंही शिक्षण चांगलं झालेलं असणं गरजेचं होतं. कर्सननं तिथं राहणाऱ्या त्र्याण्णव वर्षांच्या, अल्झायमर झालेल्या रुग्ण स्त्रीला तपासणाऱ्या डॉक्टरांशी झालेला संवाद आठवून सांगितला.

"ती इथं सुरक्षित नाही, डॉक्टर मला म्हणाला. तिनं आता शुश्रूषागृहामध्ये असणंच गरजेचं आहे."

"का?" कर्सननं विचारलं. "आमच्याकडे बेडपॅड्स आहेत. आमच्याकडे सूचना देण्यासाठी अलार्म्स आहेत. जीपीस ट्रॅकिंगही आहे." तिची शुश्रूषा तिथंच करण्याइतकी ती चांगली होती. तिला मित्र आणि परिचयाचा परिवार भोवताली

होता. कर्सनची अपेक्षा होती की, त्यानं फक्त थोड्याशा शारीरिक व्यायामाच्या उपचारांविषयी काही सांगावं.

"तिला त्याची गरज नाही. तिला हेही लक्षात राहणार नाही की, ते कसे करावे." तो म्हणाला.

"नक्कीच, ती लक्षात ठेवू शकते." ती आग्रहानं म्हणाली.

"त्यापेक्षा तिला शुश्रूषागृहामध्ये ठेवणंच गरजेचं आहे."

" 'तुलाच इथून काढून देणं गरजेचं आहे.' मला त्याला सांगण्याची इच्छा झाली होती." कर्सननं आठवून सांगितलं. त्याऐवजी तिनं त्या रुग्णाला सांगितलं, "आपण तुझा डॉक्टर बदलू या, कारण त्याला काय झालं हे न कळण्याइतका तो म्हातारा झालाय." तिनं त्या रुग्णाच्या घरच्या मंडळींना सांगितलं, "जर मी माझी ऊर्जा वाया घालवतेय, तर ती निश्चित त्याच्यावर घालवणार नाही."

"तुझ्याकडे राहणाऱ्या भाडेकरूंना त्यांची अवस्था काहीही असो, पण स्वत:च्या मर्जीनं जगायला तू तयार करतेस, यामागे तुझं काय तत्त्वज्ञान आहे." मी कर्सनला विचारलं. तिनं सांगितलं की, "माझं तत्त्वज्ञान आहे, आम्ही हे शोधून काढू."

"असे जे अनेक अडथळे आमच्याभोवती आहेत ना त्याच्याभोवती आम्हीही कौशल्यानं वेढा घालू." तिनं शत्रूभोवती वेढा घालणाऱ्या एखाद्या सेनापतीप्रमाणे सांगितलं. "मी बहुतांशी प्रत्येक आवरण ओढून काढते आणि पलीकडे जाते."

असे अडथळे मोठे आणि लहानही असतात आणि त्यांपैकी बऱ्याच अडथळ्यांशी चांगली तडजोड कशी करायची, याविषयी ती अजूनही विचारातच होती. तिनं अजूनही काही गोष्टींची अपेक्षा केलेली नाही. उदाहरणार्थ, कदाचित इतर भाडेकरूंना त्यांच्या घरामध्येच राहण्यासाठी ती जी मदत करते, त्या गोष्टीला तिथं राहणारे काहीजण विरोधही करू शकतात आणि काही करतात. ती म्हणाली, "ते असं मला सांगू शकतात, हा अमुकतमुक इथं जास्त दिवस राहायला नकोय. ती मागच्या वर्षीपर्यंत बिंगो खेळू शकत होती. आता तिला ती कुठे चालली आहे, हेसुद्धा कळत नाहीये."

त्यांच्याशी वाद घालून काहीही उपयोग झाला नाही. म्हणून कर्सननं एक नवा मार्ग शोधून काढला. "मी म्हणते, ठीक आहे. तिला राहण्यासाठी आपण दुसरी एखादी जागा पाहू; पण तुम्हीही त्यासाठी माझ्यासोबत फिराल, कारण पुढच्या वर्षी कदाचित तुम्हीही याच मार्गावर असाल." मग झालं, हा प्रश्न सुटण्यास एवढी बाब पुरेशी ठरली.

दुसरं एक उदाहरण : बऱ्याच भाडेकरूंकडे एखादा पाळीव प्राणी होता आणि त्याला सांभाळण्याबाबत त्यांच्यासमोर अनेक अडचणी असूनही त्यांना तो पाळण्याची इच्छा होती. म्हणून तिनं तिच्या कर्मचाऱ्यांना मांजरीसाठी राहण्याच्या छोट्या पेट्या

काढून टाकायला सांगितल्या; पण कर्मचारी कुत्र्याविषयी नाराज होते, कारण मांजरीपेक्षा त्यांच्याकडे लक्ष देणं जास्त गरजेचं होतं. कर्सनने असे मार्ग शोधून काढले की, तिचे कर्मचारी छोट्या कुत्र्यांना मदत करू शकतील आणि त्यांनी तिथं राहणाऱ्या सगळ्या भाडेकरूंना लहान कुत्री पाळण्यास सांगितली; पण तरीही मोठ्या कुत्र्यांचा प्रश्न न सुटणाराच होता. "तुम्ही तुमच्या कुत्र्याची काळजी घेण्याइतकं सक्षम असणं गरजेचं आहे." ती म्हणाली. "जर तुमचा कुत्रा असा पळत असेल, तर ती काही फार चांगली कल्पना नाही."

म्हातारपणामध्ये आयुष्य अर्थपूर्ण बनवणं, ही नवी कल्पना आहे. यासाठी फक्त सुरक्षित करण्यापेक्षाही जास्त कल्पना करणं आणि शोध घेणं गरजेचं आहे. नेहमीचे पर्याय अद्यापपर्यंत काही चांगले आहेत म्हणून सिद्ध झालेले नाहीत. म्हणून कर्सन आणि तिच्यासारखे इतरही अनेकजण एका एका वेळेस शोध घेत आहेत. पहिल्या मजल्यावरच्या वाचनालयाच्या बाहेर रुथ बेकेट तिच्या मित्र-मैत्रिणींसोबत गप्पा मारत बसली होती. ती एक बुटकीशी नव्वद वर्षांची स्त्री होती... म्हणजे बुंध्यापेक्षा फांदीसारखीच होती... जी काही वर्षांपूर्वीच विधवा झाली होती. ती तिथं तिच्या घरात एकटीच तोपर्यंत राहणार होती, जोपर्यंत तिचं पडणं तिला रुग्णालयामध्ये नेऊन ठेवणार नव्हतं आणि मग शुश्रूषागृहात जायला लावणार नव्हतं.

"माझा त्रास एवढाच आहे की, मी थोडीशी वाकलेय." ती म्हणाली, "आणि अशा आजाराचा डॉक्टर मुळातच नाहीये.."

मी तिला विचारलं, "तुला सॅनबॉर्न प्लेसमध्ये कसं आणण्यात आलं." तिनं मला तिच्या मुलाविषयी म्हणजे वेनविषयी सांगितलं. वेन हा पुरेसा ऑक्सिजन न मिळालेला जुळा मुलगा होता. त्याला सेरेब्रल पाल्सी म्हणजे प्रमस्तिष्क पक्षाघात झाला... जेव्हा तो चालायला गेला, तेव्हा त्याला स्पॅस्टिसिटीचा म्हणजे स्नायूताठरतेचा त्रास होताच... आणि तो मानसिकदृष्ट्या थोडा गतिमंद होताच. प्रौढ होता होता तो त्याच्या आयुष्यातील काही महत्त्वाच्या गोष्टी हाताळायला शिकला; पण त्याला ठरावीक नियोजनाची आणि कुणीतरी लक्ष ठेवण्याची गरज होतीच. जेव्हा तो तिशीत पोहोचला, सॅनबॉर्न प्लेसन नुकतीच इथं सुरुवात केली होती आणि तो तिथला पहिला भाडेकरू ठरला. तेव्हापासून जवळपास तीन दशकं ती दिवसातील बराचसा वेळ घालवण्यासाठी तिथं येतच राहिली; पण जेव्हा तिच्या पडण्यामुळे तिला एका शुश्रूषागृहात पडून राहावं लागलं, तिला काही त्याला भेटण्याची लवकर परवानगी देण्यात आली नाही आणि तिच्या भेटीची मागणी करावी एवढी गोष्ट करण्याइतका वेनही काही विकसित नव्हता. ते दोघेही एकमेकांपासून पूर्णपणे वेगळे झाले. अशा परिस्थितीमध्ये दुसरा काहीही पर्याय दिसेना. हताश होऊन तिनं असा विचार केला की, त्यांचं एकत्र असणं आता जवळजवळ संपुष्टात आलंय. तथापि,

कर्सनजवळ एवढी बुद्धिमता निश्चितच होती आणि तिनं त्या दोघांना एकत्र कसं आणता येईल, यावर विचार केला आणि आता त्या दोघांच्या सदनिका अगदी एकमेकांच्या आजूबाजूलाच होत्या.

मी रुथशी बोलत बसलो होतो तिथून अगदी काही यार्डजवळ, वेन सोडा पीत आणि येणाऱ्या-जाणाऱ्यांकडे पाहत बसला होता, त्याचं वॉकर त्याच्या शेजारीच होतं. ते पुन्हा एकवार कुटुंबात असावं, तसे एकत्र होते, पुन्हा एकदा... कारण कुणीतरी ही गोष्ट समजून घेतली होती की, रुथसाठी ही बाब थोडीशी महत्त्वाची आहे... अगदी तिच्या स्वत:च्या आयुष्यापेक्षाही!

मला या गोष्टीचं अजिबात आश्चर्य वाटलं नाही की, पीटर सॅनबॉर्न प्लेसकडे प्रतीक्षा यादीवरही जवळपास दोनशे अर्ज होते. जॅक्की कर्सनला त्यांना सामावून घेण्यासाठी मोठं बांधकाम होण्याची अपेक्षा होती. ती पुन्हा एकवार आजूबाजूला असणाऱ्या अडथळ्यांना बाजूला सारण्यासाठी कौशल्य वापरून पराकाष्ठा करत होती... म्हणजे मदतनिधी पुरेसा नसणं, सरकारी नोकरांची कामकाजाची अनास्था. जरा वेळ लागेल, असं ती म्हणाली. म्हणून दरम्यान तिनं एक फिरता कर्मचारीवृंद बनवला, जो लोकांना ते राहतात त्या घरातच मदत करू शकेल. प्रत्येकाला त्यांचे उरलेले दिवस त्यांना घर म्हणता येईल, अशा ठिकाणी घालवणं शक्य व्हावं, असं तिला अजूनही वाटतं.

जगात अशीही काही माणसं आहेत, जी कल्पना बदलतात. तुम्ही त्यांना अगदी अनपेक्षित अशा ठिकाणी भेटू शकता आणि आता या क्षणी, वरवर पाहता काहीही न घडणाऱ्या, आळसटलेल्या आणि कौटुंबिक परिसर असणाऱ्या वयस्कांच्या राहण्याच्या वस्त्यांमध्येसुद्धा ते वाढत आहे. एकट्या पूर्व मॅसॅच्युएटस्‌मध्ये, मी जवळपास शक्य तेवढ्या ठिकाणी भेटी दिल्या आहेत. मी एखाद-दुसरी सकाळ बेकन हिल व्हिलेजच्या संस्थापकासोबत आणि सभासदांसोबत घालवलेली आहे. ही एक प्रकारची सहकारी तत्त्वावर चालणारी समाजपद्धती आहे, जी बोस्टनच्या आजूबाजूला चालते, जी वयस्क लोकांना त्यांच्या घरात सहज राहता यावं म्हणून ...अगदी नळाच्या जोडणीपासून ते थेट कपडे धुण्यापर्यंत सगळ्याच परवडेल अशा सेवा पुरवण्यास कटिबद्ध आहे. जी माणसं तिथं सहकार्यानं राहण्यासाठीची वसतिगृहं चालवतात, त्यांच्याशी मी बोललो. जे सगळ्या अडचणी सहन करून केरेन विल्सननं ज्या मूलभूत कल्पना सांगितल्या आहेत, त्या राबवण्यास कटिबद्ध आहेत. इतक्या निश्चयी, इतक्या कल्पक आणि अतिशय प्रेरणादायक अशा फार कमी लोकांना मी भेटलो आहे. ॲलिस हॉब्सनला जर तिच्या शेवटच्या काळामध्ये यापैकी एक मिळालं असतं... म्हणजे जर तिला न्यूब्रिज मिळालं असतं किंवा एडन

अल्टरनेटिव्ह, पीटर सॅनबॉर्न प्लेस किंवा त्यांच्यासारखी चालणारी एखादी संस्था मिळाली असती तर किती वेगळं चित्र दिसलं असतं, हा विचार मला निराश करतो. त्यांपैकी एका ठिकाणी ती राहिली असती, तर ॲलिसला कदाचित तिला त्या भेदरवणाऱ्या रुग्णालयापेक्षा 'खरोखरचं आयुष्य जगण्यासाठी' जसं हवं होतं, तसं आयुष्य जगू देणारं घर मिळालं असतं.

मी अशाही काही जागा पाहिल्या आहेत, ज्या एकमेकांपासून इतक्या भिन्न होत्या जणू प्राणिसंग्रहालयातील प्राणीच! त्यामध्ये कुठलाही आकार नव्हता; पण जे लोक ते चालवत होते, त्यांच्याकडे फक्त एकच उद्दिष्ट होतं, त्या सगळ्यांचा एक ठाम विश्वास होता की, केवळ तुम्हाला तुमच्या जगण्यामध्ये मदत हवी आहे म्हणून तुम्हाला तुमची स्वायत्तता गमावण्याची काही एक गरज नाही. त्या लोकांना भेटताना मला या गोष्टीची जाणीव झाली की, त्या सगळ्यांच्या डोक्यामध्ये आयुष्यामध्ये सगळ्यात जास्त कोणत्या प्रकारची स्वायत्तता असते, याविषयी एकच तात्त्विक कल्पना होती.

स्वायत्ततेच्या तीन संकल्पना आहेत. एका स्वायत्ततेचा अर्थ आहे मुक्त व्यवहार... पूर्णपणे स्वतंत्रपणे जगणं, दबावापासून मुक्ती आणि मर्यादा. या प्रकारचं स्वातंत्र्य म्हणजे एका सामान्य संघर्षाचे अश्रूच; पण न्यू यॉर्कजवळच्या त्या गावामध्ये स्वतःच्या शेतावरच्या घरामध्ये बिल थॉमसनं जो अनुभव घेतला, एक अक्षरशः कल्पनेतील विश्व... तो, त्याची बायको ज्यूड आणि दोन मुलं, जी अगदी मोठ्या प्रमाणामध्ये असणारी विकलांगता घेऊन जन्माला आली, तीही अशी की, आयुष्यभर कोणाची तरी मदत घेतल्याशिवाय काहीही शक्य नाही आणि आजार, म्हातारपण किंवा काही अशाही दुर्घटना ज्यामुळे त्याला कोणाची तरी मदत घ्यावीच लागेल. आपली आयुष्यं अगदी स्वाभाविकपणे दुसऱ्यावर अवलंबून आहेत आणि एखादी गोष्ट नियंत्रणात आणणं किंवा परिस्थिती चांगली ठेवणं, हे आपल्या नियंत्रणाच्या बाहेरची बाब आहे. जास्त स्वातंत्र्य असणं, हे कमी स्वातंत्र्य असण्यापेक्षा दिसायला बरं दिसतं; पण कुठपर्यंत? तुमच्या आयुष्यात असलेलं एकंदर स्वातंत्र्य म्हणजे तुमच्या आयुष्याला असलेली किंमत नव्हे. जशी केवळ सुरक्षितता म्हणजे रितेपणा, तशी अगदी स्वतःचा पराभव करणारी उद्दिष्टं जरी जगण्यासाठी असली, तरीही सरतेशेवटी ती स्वायत्तताच!

रोनाल्ड ड्वार्किन, जो मोठा तत्त्वज्ञ होता, त्याच्या एक गोष्ट लक्षात आली की, अजून एक दुसरी, अगदी विश्वसनीयतेची भावना देणारी स्वायत्तता आहे. आपण ज्या काही मर्यादा आणि कष्टांना तोंड देतो, आपल्याला स्वायत्तता खेचून आणण्याची इच्छा होते... स्वातंत्र्य... आपल्या आयुष्याचे आपणच लेखक होण्यासाठी हवं असतं. माणूस असण्याचं हे एक सारतत्त्व असतं. ड्वार्किननं १९८६ मध्ये

लिहिलेल्या त्याच्या 'स्वायत्ततेचे मूल्य' या दखलपात्र निबंधामध्ये लिहिल्याप्रमाणे... 'स्वायत्ततेचे मूल्य हे जबाबदारीच्या योजनेमध्ये आहे, जी तयार करते : स्वायत्तता ही आपल्यापैकी प्रत्येकाला आपल्या आयुष्याला स्वरूपाचं साधर्म्य आणि वैधर्म्य यांच्या जाणिवेनुसार, आपल्या श्रद्धा आणि आपली अभिरुची यानुसार हवा तसा आकार देण्याची मुभा देते. ते आपल्याला आपल्या आयुष्यांना कुणाच्या तरी नेतृत्वामागे नेण्यापेक्षा स्वत:च आयुष्याचं नेतृत्व करण्याची संधी देतं, म्हणून आपल्यापैकी प्रत्येकजण अगदी अशा हक्काच्या अंतिम मर्यादेपर्यंत हे शक्य करू शकतो की, तो त्यानं जे काही बनवलं आहे, हे त्याच्यासाठीच आहे.

आपण जे काय विचारतो, ते म्हणजे लेखकाला त्याच्या स्वत:च्या कथेशी प्रामाणिक राहण्याची परवानगी. ही कथा सतत बदलणारी असते. आपल्या आयुष्याप्रमाणे बदलणारी असते. आपल्याला कदाचित कल्पनाही न केलेल्या संकटांना तोंड द्यावे लागते. आपल्या चिंता आणि आपल्या इच्छाही बदलू शकतात; पण जे काय होतं, आपली इच्छा अशी असते की, आपलं स्वातंत्र्य असंच आपल्या आयुष्याला, आपल्या चरित्रानुसार आणि आपल्या निष्ठेनुसार आकार देण्यासाठी अबाधित राहावं.

यामुळेच आपलं शरीर आणि मन यांचा विश्वासघात आपल्या चरित्राला पुसून टाकण्याची धमकी देतात आणि आपल्या अतिशय भयंकर अशा छळणुकीत स्मृतीही शिल्लक राहते. मर्त्य राहण्याचा संघर्ष एखाद्याच्या आयुष्याच्या समग्रतेला सांभाळण्याचा संघर्ष आहे... म्हणजे तुम्ही तुमचं नाहीसं होणं किंवा अगदी आपल्याच मस्तीत जगत राहणं किंवा इतकं दुसऱ्याच्या आहारी जाण्याचं टाळणं आहे की, तुम्हाला अगदी इतकाही प्रश्न पडू नये की, तुम्ही कोण होता किंवा तुम्हाला कोण व्हायचं आहे? आजारपण आणि वाढलेलं वय या दोन गोष्टी संघर्ष पुरेसा कठीण बनवतातच. व्यावसायिक आणि संस्था ज्यांच्याकडे आपण जातो, त्या काही या गोष्टी इतक्या वाईट बनवत नाहीत; पण सरतेशेवटी आपण अशा युगामध्ये प्रवेश केला आहे, ज्यामध्ये त्यांची वाढती संख्या ही हा विश्वास ठाम करते की, सुरक्षिततेच्या नावाखाली त्यांची कामं लोकांच्या निवडीला मर्यादित ठेवत नाहीत, तर जगण्याच्या नावाखाली किमती आयुष्य वाढवतात.

जेव्हा शेलीला तिच्या एका मावसभावानं चालेसा शहरामध्ये नुकत्याच सुरू झालेल्या एका नव्या शुश्रूषागृहाविषयी, 'द लिओनार्ड फ्लॉरेन्स सेंटर फॉर लिव्हिंग'विषयी सांगितलं, तेव्हा लॉउ सॅन्डर्स हा जणू काही त्याच्या शैशवीकरण केलेल्या आणि कुठल्याही तणावास प्रतिसाद न देऊ शकणाऱ्या चाकाच्या खुर्चीवर जखडलेल्या अवस्थेत नार्थ ॲन्डोव्हरमधल्या एका शुश्रूषागृहात राहायला जाण्याच्या तयारीतच होता. ते शुश्रूषागृह बघण्यास त्यानं तिला परवानगी दिली होती. ते तिथून जवळच

होतं. शेलीनं ते पाहायला जाण्यासाठी स्वतःची आणि लॉउची व्यवस्था केली.

जेव्हा मार्गदर्शकानं काहीतरी सांगितलं, तेव्हापासून त्या प्रवासाच्या अगदी पहिल्या क्षणापासूनच लॉउ प्रभावित झाला होता, शेलीनं कसंबसं ते लक्षात ठेवलं. सगळ्या खोल्या एकेकट्याच्या होत्या. आतापर्यंत जेवढी शुश्रूषागृहं लॉउने पाहिली होती, त्या सगळ्यांमध्ये प्रत्येक खोलीमध्ये दोघांची राहण्याची व्यवस्था होती. इतर साऱ्या गोष्टींसोबतच आपलं खासगीपण हिरावलं जातं, ही बाब त्याला कायमच छळणारी होती. एकांत ही बाब त्याच्यासाठी मूलभूत होती. त्याच्याशिवाय आपण वेडे होऊ, असं त्याला वाटायचं.

"मी एकांतप्रिय आहे, असं माझी बायको कायमच म्हणायची; पण ते तसं नाहीय. मला माझा बराचसा वेळ एकट्यानं घालवणं आवडतं." त्यानं मला सांगितलं. म्हणून जेव्हा प्रवासातल्या त्या मार्गदर्शकानं त्याला फ्लॉरेन्स सेंटरमध्ये एकेकट्यानं राहण्यासाठी खोल्या आहेत, हे सांगितलं, तेव्हा लॉउ त्याला म्हणाला, "तू चेष्टा करतोयस!" प्रवास आताशी सुरू झालेला होता आणि तो पार प्रेमात पडला होता.

नंतर त्या मार्गदर्शकानं त्यांना तिथं नेलं, ज्या जागेला ते 'ग्रीन हाउस' म्हणत होते. त्याचा अर्थ काय, हे त्यालाही बहुधा माहीत नव्हतं. त्याला फक्त एवढंच माहीत होतं, 'ते शुश्रूषागृहासारखं अजिबात वाटत नाही.'

"मग ते कसं वाटत होतं?" मी मध्येच विचारलं.

"अगदी एका घरासारखं." तो म्हणाला.

हे बिल थॉमसचं काम होतं. एडन अल्टरनेटिव्हला गेल्यानंतर तो अगदी अस्वस्थ झाला होता. जरी त्याच्याजवळ पैसा नव्हता, तरीही त्याची वृत्ती एखाद्या नवव्यावसायिकासारखी झाली होती. तो आणि त्याची बायको ज्यूड, दोघांनी मिळून ना नफा तत्त्वावर एक संघटना स्थापन केली होती, जी अजूनही जवळपास शंभर शुश्रूषागृहांतील लोकांना एडनची तत्त्वं समजावते. ते एका पायोनियर नेटवर्कचं ते सहसंस्थापक बनले. पायोनियर नेटवर्क ही सतत वाढणाऱ्या सभासदांची अशी एक संघटना आहे, जी वयस्कांच्या शुश्रूषेमध्ये सतत नव्यानं कशाचा तरी शोध घेते. ही संघटना कुठल्याही एका प्रारूपाला कधीही पाठिंबा दर्शवत नाही. वैद्यकीय उपचार पद्धतीनं वृद्धांच्या खऱ्या शुश्रूषेला ज्या पद्धतीनं पार दडपून टाकण्यात आलं आहे, त्याचं परिवर्तन करण्याचा सल्ला ही संघटना आपल्याला देते.

इसवी सन २००० च्या सुमारास थॉमसच्या डोक्यात अजून एक कल्पना आली. त्याला अगदी मुळापासूनच वेगळं असं शुश्रूषागृह वृद्धांसाठी बांधण्याची इच्छा झाली. त्यानं न्यू बर्लिनमध्ये जसं आतून बाहेरपर्यंत परिवर्तन करत आणलं होतं, तसं त्याला नको होतं. त्याला एक ग्रीन हाउस बांधण्याची इच्छा आहे, असं तो म्हणाला. त्याचा

आराखडा कसा असेल, तर त्यानं सांगितल्याप्रमाणे, 'लांडग्याचं कातडं पांघरलेल्या मेंढराप्रमाणे असेल.' सरकारी यंत्रणेला जसं हवं असतं, तसं ते शुश्रूषागृह दिसायला हवं... म्हणजे सरकारी शुश्रूषागृहाची मदतही त्याला मिळावी आणि इतर शुश्रूषागृहांप्रमाणे तिथं भाडंही कमी लावता यावं. त्यामध्ये तंत्रज्ञान असावं आणि जी माणसं मोठ्या प्रमाणामध्ये विकलांग आहेत किंवा ती जर क्षीण झालेली आहेत, तर त्यांना मदत करण्याची क्षमता त्याच्यात असावी. तरीही ती कुटुंबीयांना, तिथं राहणाऱ्या भाडेकरूंना आणि तिथं काम करणाऱ्या कर्मचाऱ्यांना ते एक घर आहे, एखादी शिस्त लावणारी संस्था नाही, हे जाणवावं. नवी शाखा काढण्याचं ठरवलेल्या 'एडन अल्टरनेटिव्ह' शुश्रूषागृहाच्या सहकार्यानं ना नफा तत्त्वावर चालणाऱ्या रॉबर्ट वूड जॉन्सन फाउंडेशनच्या मदतीनं मिसिसीपीजवळच्या टूपेलो येथे त्यानं त्याचं ग्रीन हाउस बांधलं. त्यानंतर काही दिवसांनीच त्या संस्थेनं नॅशनल ग्रीन हाउस रेलिकेशन इनिशिएटिव्हची स्थापना केली, ज्यानं विविध राज्यांमध्ये जवळपास १५० पेक्षा जास्त ग्रीन हाउस उभारण्यासाठी मदत केली... ज्यामध्ये एक होतं, लॉउ पाहायला गेलेलं 'लिओनार्ड फ्लॉरेन्स सेंटर फॉर लिव्हिंग.'

टूपेलोजवळ केवळ डझनभर लोकांसाठी बांधलेलं हे पहिलंच शुश्रूषागृह होतं. फ्लॉरेन्स सेंटरच्या सहामजली इमारतीमध्ये बांधलेली दहा घरं पहिली होती, या गोष्टीपेक्षा त्यामागचं तत्त्व हे अगदी तेच आहे आणि इतर संस्थापकांची नक्कल त्यामध्ये दिसतेय. सगळी ग्रीन हाउस ही अतिशय छोटी आणि विशिष्ट गटांसाठी बांधलेली आहेत. प्रत्येकामध्ये बारापेक्षा जास्त घरं नाहीतच. फ्लॉरेन्स सेंटरला दोन विभाग आहेत. प्रत्येकाला ग्रीन हाउस असंच नाव आहे, जिथं दहा माणसं सोबत राहतात. घरं गरम राहावीत आणि घरासारखी वाटावीत अशीच बांधलेली आहेत... साधं फर्निचर, सामान्य वापरासाठी एक खोली, स्वयंपाकासाठी चूल, एका मोठ्या टेबलाभोवती जेवणाची व्यवस्था, समोर प्रवेशद्वार आणि डोअर बेल आणि तेही आयुष्य हे जगण्यापेक्षा मौल्यवान आहे, या सृजनात्मकतेचा पाठलाग करणारं आहे. याच प्रकारे अन्न, घरकाम आणि इतरांशी असणारे मैत्रीपूर्ण संबंधही आहेत.

या जागेचं दर्शनही असं होतं, ज्यानं लॉउला आकर्षित केलं होतं... जिथं इतर संस्थांसारखं चैतन्य हरवून जावं, असं काहीही नव्हतं; पण जेव्हा लॉउ आत गेला, तिथली जगण्याची शैली तो कोणत्या गोष्टीला महत्त्व देत होता, हे दाखवून देत होती. त्याला जेव्हा हवं, तेव्हा तो झोपू शकत होता आणि हवं तेव्हा उठू शकत होता. ही छोटी गोष्टसुद्धा त्याच्यासाठी मौल्यवान होती. तिथं रोज सकाळी सात वाजताच स्टाफची परेड नव्हती, प्रत्येकाला बळजबरी शॉवरखालून काढणं नव्हतं आणि सगळ्यांना कपडे घालून खुर्च्यांवर बसवून रांगेत नेणं नव्हतं आणि सोबतच सगळ्यांचा नाश्ता, जेवणही नव्हतं. अगदी बहुतांश शुश्रूषागृहांमध्येही (अगदी चेस

मेमोरियलमध्येही, जिथं थॉमसनं आपल्या कार्यकालाची सुरुवात केली होती), असं मानण्यात येत होतं की, दुसरा काहीही मार्ग नाही. कार्यक्षमतेची व्याख्याच अशी होती की, तिथल्या परिचारिका आणि इतर मदतनिसांनी तिथं राहणाऱ्या सर्वांना स्वयंपाकघरात कामं करणाऱ्यांसाठी तयार ठेवायचं, ज्यांनी त्यांना लगेच पुढच्या इतर कार्यक्रम घेणाऱ्या कर्मचाऱ्यांसाठी जेवण वगैरे देऊन तयार ठेवायचं, त्यांनी लगेच त्यांच्या खोल्या साफ करणाऱ्या कर्मचाऱ्यांसाठी त्यांना जरा वेळ बाहेर सांभाळायचं वगैरे वगैरे. आणि ही खरंतर तिथल्या व्यवस्थापकानं नेमलेलं कामाचं वेळापत्रक आणि जबाबदारीही होती. थॉमसनं हा आराखडा बाजूला भिरकावला. त्यानं त्या व्यवस्थापकाच्या हातून हे काम काढून घेतलं आणि ते काम त्यांना सेवा पुरवणाऱ्यांवर सोपवलं. त्यांना प्रत्येकाला काही मोजक्या रहिवाशांवर लक्ष केंद्रित करायचं, असं सांगण्यात आलं आणि प्रत्येकाला सगळ्या गोष्टींमध्ये तज्ज्ञ बनण्यास सांगण्यात आलं. ते स्वयंपाक करायचे, स्वच्छता करायचे, जे काय आणि जेव्हा जे गरजेचं असेल, त्यात मदत करायचे म्हणजे वैद्यकीय कामं, औषधं देणं, ज्यासाठी एक परिचारिकाच लागायची. त्याचा परिणाम असा झाला की, त्यांना प्रत्येक भाडेकरुसोबत नातेसंबंध जोडण्यास जरा जास्त वेळ मिळू लागला... म्हणजे बोलण्यासाठी, जेवणासाठी, पत्ते खेळण्यासाठी किंवा जे काय असेल ते. म्हणजे काळजी घेणारा हा लॉउसारख्या माणसांसाठी इव्हान इलिचचा जेरॅसिम बनला... म्हणजे कुणीतरी अगदीच नुसता उपचार करणाऱ्यापेक्षा 'मित्र' बनला.

इथं लॉउचे मित्र बनण्यासाठी फारसा वेळ गेला नाही. इथं राहणारी एक कर्मचारी जेव्हा जेव्हा त्याला भेटे, तेव्हा तेव्हा मिठी मारे आणि आपल्याला मानवी संबंधांविषयी किती प्रेम वाटतं, हे तो शेलीला दाखवून देई. नाही तरी त्याच्या वाट्याला ते फार कमी आलं होतं. मंगळवारी आणि गुरुवारी दुपारी, त्याला खाली कॉफीशॉपला जायचं असे आणि त्याचा मित्र डेव्हसोबत त्याला क्रिबेज खेळायचं असे, जो त्याला तिथं भेटायला यायचा. शिवाय त्यानं एका माणसालाही हा खेळ शिकवला होता, जो माणूस त्या घरात दुसऱ्या एका मजल्यावर राहत होता, त्याला अर्धांगवायू झाला होता आणि कधीकधी तो खेळण्यासाठी लॉउकडे येत असे. एखादा मदतनीस त्याचे पत्ते धरत असे किंवा जर गरजच पडली, तर लॉउ चोरून न पाहण्याची दक्षता घेत असे. दुसऱ्या दिवशी दुपारी शेली येतच असे. ती सोबत त्याचा आवडता कुत्रा घेऊन येत असे.

पूर्ण दिवस त्याला हवा तसा घालवता येत असल्यामुळे तो आनंदी होता. नाश्त्यानंतर तो त्याच्या खोलीमध्ये जाऊन टिव्ही पाहत असे, ...'काय गोंधळ चालू आहे, हे पाहावं.' असं त्यानं त्याला नाव दिलं होतं.

'राजकारणामध्ये काय चालू आहे, ही माहिती ठेवायला मला आवडतं. हे कसं

दैनंदिन मालिकेसारखं असतं. रोजच नवा विषय..'

मी त्याला विचारलं, "तू कुठलं चॅनेल पाहतोस? फॉक्स?"

"नाही, एमएसएनबीसी."

"एमएसएनबीसी? तुम्ही लिबरल उदारमतवादी आहात काय?"

त्यानं दात काढले. "होय, मी लिबरलच आहे. ड्रॅक्यूलानं जरी मला सांगितलं की, तो पूर्वी डेमोक्रॅट लोकशाहीवादी होता, तर मी त्याला मतदान करेन."

त्यानंतर तो थोडाफार व्यायाम करत असे. त्याच्या मदतनिसाचा आधार घेत त्या मजल्यावर फिरणं किंवा वातावरण चांगलं असेल तर बाहेर फिरणं. या गोष्टीचं त्याच्या दृष्टीनं फार महत्त्व होतं. तो जिथं साहाय्यकांच्या मदतीनं राहायचा, तिथं शेवटच्या महिन्यामध्ये चालणं त्याच्यासाठी फार सुरक्षित नाही, त्याला चकरा येतात असं कर्मचाऱ्यांना सांगून त्याला चाकाच्या खुर्चीवरच जखडून ठेवलं होतं. "मला त्या खुर्चीचा प्रचंड राग येतो." तो म्हणाला. फ्लॉरेन्स सेंटरच्या रुग्णांनी त्याला ती खुर्ची सोडायला लावली आणि त्याऐवजी वॉकरची मदत घ्यायला सांगितलं. "मी ती गोष्ट बाजूला सारली, याचा मला अभिमान आहे." तो म्हणाला.

तो दुपारचं जेवण तिथं राहणाऱ्या उरलेल्या लोकांसोबत मोठ्या टेबलावरच घेत असे. दुपारी तो पत्ते वगैरे खेळत नसे किंवा इतर काही करत नसे, त्याऐवजी तो वाचन करत असे. नॅशनल जिओग्राफिक आणि न्यूजविकचा तो वार्षिक वर्गणीदार होता आणि त्याच्याकडे अजूनही त्याच्या पुस्तकांचा संग्रह होता. त्यानं नुकतीच रॉबर्ट लुडलमच्या रहस्यकथांची मालिका वाचून संपवली होती. आता त्यानं नुकतंच स्पॅनिश आरमाराच्या पराभवाच्या कथेचं वाचन सुरू केलं होतं.

कधीकधी तो त्याचा डेल कम्प्यूटर काढायचा आणि युट्यूब व्हिडिओ पाहायचा. "तुला त्यातील कोणती गोष्ट पाहायला आवडते?" असं मी त्याला विचारलं. त्यानं मला काही एक उदाहरण दिलं.

"मी बऱ्याच वर्षांमध्ये चीनमध्ये गेलोही नाही... म्हणजे युद्धानंतर... म्हणून मी ठरवलं की, पुन्हा एकदा चेंगाडू शहरामध्ये जाऊ या, जे जगातील अतिशय प्राचीन अशा शहरांपैकी एक आहे, म्हणजे हजार वर्षांपूर्वीचं. मी अगदी त्याच्याजवळ तळ ठोकला होता. म्हणून मग कम्प्यूटर समोर ठेवून मी चेंगाडू शोधलं. थोड्याच वेळात मी सगळ्या शहराची सहल केली. तुला माहीत आहे का की, तिथं धार्मिक शिक्षण देणाऱ्या अनेक शाळा आहेत. एक इथं आहे, दुसरी तिथं आहे. मी ठिकठिकाणी अशाच उड्या मारत होतो." तो म्हणाला. "दिवस असाच वेगानं जातो. अगदी अविश्वसनीय वाटावं, इतक्या वेगानं जातो."

सायंकाळी जेवणानंतर त्याला त्याच्या अंथरुणावर पडून राहायला आवडतं, कानामध्ये हेडफोन्स घालून कम्प्यूटरवरचं संगीत ऐकायला आवडतं. "मला रात्री

शांतता आवडते. तुम्हाला कदाचित आश्चर्य वाटेल; पण सारं काही शांत आहे. मी काही शांत संगीत ऐकतो.'' तो पॅन्डोरा उघडतो आणि शांतपणे जाझ किंवा बेन्नी गुडमनचं संगीत किंवा स्पॅनिश संगीत ऐकतो... म्हणजे त्याला जसं हवं असतं, तसं ऐकतो. ''मग पुन्हा एकवार शांतपणे पडून विचार करतो.''

एका भेटीमध्ये मी लॉउला विचारलं, ''तुझ्या आयुष्यामध्ये कोणती गोष्ट जगणं मौल्यवान करते?''

उत्तर देण्यापूर्वी त्यानं जरासा विचार केला.

''माझ्याजवळ असे काही क्षण आहेत, जेव्हा मी म्हणू शकतो की, हीच खरी वेळ आहे. कदाचित त्या दिवसांपैकी तो एखादा दिवस असू शकतो, जेव्हा मी अगदी सर्वांत खालच्या बिंदूवर असेन.'' तो पुढे म्हणाला, ''गरजेपुरतं हे नेहमीच पुरेसं असतं, आलं लक्षात? मी शेलीचं डोकं खायचो. मी तिला म्हणायचो, तुला माहीत आहे का आफ्रिकेमध्ये जेव्हा तुम्ही अगदी म्हातारे होता आणि अजून काही मिळवण्यास असमर्थ होता, तेव्हा ते तुम्हाला अगदी घनदाट जंगलामध्ये नेतात आणि जंगली प्राण्यांना खाण्यासाठी म्हणून तिथंच सोडून देतात. तिनं विचार केला की, यांना वेड लागलंय. 'नाही', मी म्हणालो. 'मी' काही आता जास्त मिळवू शकत नाही. मी सरकारी पैसा खर्च करतोय. मी प्रत्येक वेळी त्या सगळ्यामधून जातोय. मग मी म्हणतो, होय, ते तेच आहे. प्रवाहासोबतच वाहत जा. जर त्यांना तुम्हाला घेरायचं असेल, तर मग काय?''

आम्ही स्वयंपाकघराजवळच्या खोलीजवळ बसलो होतो, जिथं दोन्ही बाजूला पार छताला भिडणाऱ्या दोन मोठ्या खिडक्या होत्या. उन्हाळा आता संपत आला होता. सगळीकडे स्वच्छ प्रकाश होता आणि किंचित गरम होतं. आम्ही आमच्या खालच्या बाजूला असलेलं चेल्सा शहर पाहू शकत होतो, बोस्टन बंदरामधून येणारा आवाज दूरवरून येत होता, सगळीकडे महासागर भासावा असं निळं आकाश होतं. आम्ही जवळपास दोन तास त्याच्या आयुष्याच्या कथेविषयी बोलत होतो. जेव्हा माझ्या अंत:करणाला ती भिडली, तेव्हा मला अगदी प्रथमच जाणवलं, मी त्याच्या आयुष्याच्या त्या अवस्थेस पोहोचण्यास मुळीच घाबरलो नव्हतो. लॉउ जवळपास चौऱ्याण्णव वर्षांचा होता आणि मला वाटतं, त्याविषयी आकर्षण वाटावं, असं काहीही नव्हतं. त्याचे दात म्हणजे पडायला आलेल्या अवस्थेत असलेल्या दगडासारखे होते. त्याच्या प्रत्येक सांध्यामध्ये वेदना होती. त्यानं त्याचा मुलगा आणि बायको गमावली होती आणि एका वॉकरशिवाय त्याच्यासोबत सहसा कुणीही नसायचं. ज्याच्या समोरच्या पायामध्ये पिवळ्या रंगाचे टेनिस बॉल घट्ट बसवले होते. कधीकधी त्याला संभ्रम व्हायचा आणि संभाषणाचा धागा सुटायचा; पण ही गोष्टही अगदी सुस्पष्ट होती की, तो अजूनही अशा प्रकारे जगण्यास समर्थ होता की, या

जगामध्ये आपल्यासाठी अजूनही एक जागा आहे, असं त्याला वाटत राहावं. त्या गोष्टींना अजूनही त्याच्याभोवती असावं, असं वाटायचं आणि त्यामुळे एक शक्यता निर्माण झालेली आहे की, असं दुसरं कुणाच्याही बाबतीत घडू शकतं.

आजारपण आणि म्हातारपण यांचं भय हे केवळ काही गमावण्याचं भय नाही, तर सोशिकता वाढवणारं आहे; पण तरीही एकटेपणाचं भय हे मोठं आहे. लोकांना जसजशी त्यांच्या आयुष्याच्या मर्यादेची जाणीव होते, ते फार काही गोष्टींची अपेक्षा करत नाहीत. ते काही फार उत्तुंग ध्येयाप्रत पोहोचण्याची मागणी करत नाहीत. ते जास्त शक्तीची मागणीही करत नाहीत. ते फक्त त्यांच्या आयुष्याच्या कथेला या जगामध्ये आकार देण्यासाठी... काही निवड करण्यासाठी आणि त्यांच्या प्राथमिकतेनुसार इतरांशी संबंध ठेवण्यासाठी शक्य आहे तेवढी परवानगी मिळावी म्हणून विचारतात. आधुनिक समाजामध्ये, विकलांगता आणि परावलंबन या दोन गोष्टी ही स्वायत्तता हिसकावून नेईल, असं आपल्याला वाटतं. मी लॉउपासून... आणि रुथ बॅरेट, ॲन्नी ब्रेव्हमॅन, रिटा कहॉन आणि इतर बऱ्याचजणांपासून काय शिकलो तर हेच की, ही गोष्ट शक्य आहे.

"मला भविष्याची अजिबात काळजी वाटत नाही." लॉउ म्हणाला. "जपान्यांकडे एक शब्द आहे 'कर्म.' त्याचा अर्थ असा आहे... जर ती गोष्ट होणारच असेल, तर मी काहीही करून ती थांबवू शकत नाही. मला माहीत आहे, माझ्याजवळ फार थोडा वेळ आहे. म्हणून काय झालं? मी तेवढ्या वेळातही छान जगलोच आहे की.."

प्रयत्न चालूच...

अशी कोणती गोष्ट माझ्या या वयस्कर रुग्णांना... म्हणजे लॉउ सॅन्डर्ससारख्या किंवा इतरांसारख्या... वाट पाहायला लावते, या गोष्टीविषयी विचार करण्यास सुरुवात करण्यापूर्वीच सांगतो की, मी माझ्या शल्यक्रिया विभागाच्या बाहेर जाऊन त्यांच्या आयुष्यात कधीही घुसखोरी केलेली नाही; पण एकदा या वयस्कांच्या शुश्रूषेमध्ये होणारं, एका बाजूनं होणारं परिवर्तन मी पाहिलं आणि हे ज्या गोष्टीवर अवलंबून आहे, त्या गोष्टीवर एक साधासा दृष्टिक्षेप टाकल्यानंतर आणि त्याचा औषध म्हणून होणारा उपयोग पाहिल्यावर माझ्या मनावर एक खोलवर ठसा उमटला. आणि दृष्टीक्षेप असा होता की, लोकांच्या क्षमता जशा कमी होत जातात... म्हणजे वयामुळे म्हणा किंवा आजारपणामुळे म्हणा... त्यांचं आयुष्य जरा चांगलं बनवण्यासाठी आपण आपल्या वैद्यकीय उपचारांच्या तातडीवर थोडंसं नियंत्रण ठेवणं गरजेचं आहे... म्हणजे ढवळाढवळ करणं, निदान करणं आणि त्यावर नियंत्रण मिळवण्याच्या आपल्या जबर इच्छाशक्तीवर नियंत्रण ठेवणं गरजेचं आहे. मी माझ्या दैनंदिन कामकाजामध्ये माझ्या रुग्णांसाठी ही गोष्ट किती महत्त्वाची आहे, हे बघणं खरं तर फार काही अवघड नव्हतं... लोक आपल्या आयुष्यात प्रत्येक अवस्थेमध्ये मर्त्यतेला तोंड देत असतातच म्हणा; पण त्यामुळे एक अवघड प्रश्न निर्माण झाला : आपण हे केव्हा निश्चित करायचं आणि केव्हा नाही?

जेव्हा माझ्या रुग्णालयातील डॉक्टरांच्या हे लक्षात आलं की, ही आता लवकरच मरणार आहे, तेव्हा सारा थॉमस मोनोपॉली केवळ चौतीस वर्षांची आणि पहिल्यांदाच गरोदर होती. सुरुवात फक्त खोकण्यापासून आणि तिच्या पाठीत दुखण्यापासून झाली. मग छातीची क्ष किरण तपासणी केल्यावर हे निश्चित झालं की, तिचं डावं फुप्फुस पार चेमटून गेलंय आणि तिच्या छातीत पाणी झालंय. एक लांब सुई घेऊन, तिच्या छातीत घालून त्यातील पाणी काढून घेतलं गेलं आणि तपासणीसाठी पाठवून दिलं. अगदी प्रत्येकाच्याच अपेक्षेप्रमाणे कुठल्यातरी जंतूची

लागण नसून तो फुफ्फुसाचा कर्करोग निघाला आणि जवळपास तिच्या छातीच्या कोपऱ्यांपर्यंत तो पोहोचलेलाच होता. तिचं गरोदरपण पार एकोणचाळिसाव्या आठवड्यांपर्यंत आलं होतं आणि प्रसूतितज्ज्ञ जिनं ही तपासणी करण्यास सांगितली होती, तिनं साराचा नवरा आणि तिचे आई-वडील तिथे असतानाच तिच्यासमोर ही बातमी सांगितली. त्या प्रसूतितज्ज्ञाला तिच्या तब्येतीच्या कुठल्याच सुधारणेविषयी अनुमान करण्याची गरज पडली नाही... ती त्याच्यासाठी एखाद्या कर्करोगतज्ज्ञाला बोलावू शकत होती... पण तेवढ्यात साराला प्रचंड धक्का बसला. तिच्या आईनं तर रडायलाच सुरुवात केली, तिची अगदी जवळची मैत्रीण फुफ्फुसाच्याच कर्करोगानं गेलेली होती.

डॉक्टरांची ताबडतोब उपचार सुरू करण्याची इच्छा होती; म्हणजे याचा पहिला अर्थ हाच होता की, कळा निर्माण करून बाळाला बाहेर काढणं. काही क्षणांसाठी तर सारा आणि तिचा नवरा रिच हे दोघेही त्या बाळंतपणाच्या कक्षाबाहेरील सज्जामध्ये एकमेकांच्या बाजूला शांतपणे बसले होते. जून महिन्यातील तो अतिउष्ण सोमवार होता. तिनं रिचचा हात हातात घेतला होता आणि त्यांनी जे काय ऐकलं, ते पचवण्याचा ते दोघेही प्रयत्न करत होते. तिनं कधीही धूम्रपान केलं नव्हतं किंवा करणाऱ्यांसोबतही कधी राहिली नव्हती. ती रोज व्यायाम करत असे. चांगलं जेवत असे आणि निदान तर भेदरवणारं होतं. ''सारं काही व्यवस्थित होईल.'' रिच तिला म्हणाला. ''आपण यावर उपचार करणारच आहोत. अर्थात तो थोडा अवघडही आहे; पण आपण त्याला नक्कीच काढून टाकू. आपल्याला नक्कीच योग्य उपचार मिळेल.'' तथापि, त्यांच्याजवळ बाळाचा विचार करण्याइतकाच वेळ होता.

''म्हणून मग सारा आणि मी दोघं एकमेकांकडे पाहत होतो.'' रिचनं आठवून सांगितलं, ''आणि आम्ही ठरवलं, आपल्याकडे मंगळवारी कर्करोग नाही. तो कर्करोगमुक्त दिवस आहे. आपल्याकडे एक बाळ येणार आहे. हीच गोष्ट खूप उत्साहित करणारी आहे आणि आपण आपल्या मुलीच्या जन्माचा उत्सव साजरा करणार आहोत.'' मंगळवारी सायंकाळी ८ वाजून ५५ मिनिटांनी व्हिवियन मोनोपॉली, जवळपास सात पौंड नऊ औसांची मुलगी जन्मली. तिचे केस कुरळे तपकिरी, तिच्या आईसारखे आणि अगदी मस्त निरोगी होती.

पुढच्याच दिवशी सारा रक्तांच्या अनेक तपासण्यांना आणि बॉडी स्कॅनच्या तपासणीला सामोरं गेली. पॉल मार्क्वाक्स, जो कर्करोगतज्ज्ञ होता तो तिला आणि तिच्या कुटुंबाला भेटून तिच्या तपासण्यांतून आलेल्या निष्कर्षाविषयी बोलला. त्यानं सांगितलं की, साराला फुफ्फुसाच्या मोठ्या कोशिकांचा कर्करोग आहे आणि तिच्या डाव्या फुफ्फुसामध्ये त्याची सुरुवात झाली आहे. तिला हा आजार व्हावा, असं कुठलंही काम तिनं केलेलंच नाही. १५ टक्क्यांपेक्षा जास्त कर्करोगाचे रुग्ण...

म्हणजे लोकांच्या लक्षात येत नाही इतके... हे बहुधा धूम्रपान करणारे नसतातच. साराचा कर्करोग हा पुढच्या टप्प्याचा म्हणजे छातीच्या आणि त्याच्या परिघाच्या लसिका ग्रंथींपर्यंत पोहोचलेला आहे. हा कर्करोग शस्त्रक्रिया न करता येण्याजोगा आहे; पण पर्याय म्हणून केमोथेरपी आहे. एक चांगलं औषधं आहे इर्लोटिनिब, जे धूम्रपान न करणाऱ्या स्त्रियांच्या फुप्फुसातील जनुकांचं उत्परिवर्तन (जिन म्यूटेशन) करण्यावर नियंत्रण मिळवतं. ८५ टक्के स्त्रिया त्याला चांगला प्रतिसाद देतात आणि मार्क्वाक्स म्हणाला, ''यापैकी काही प्रतिसाद हे दीर्घकालीन असतात.''

'प्रतिसाद' आणि 'दीर्घकालीन' हे दोन शब्द भयंकर वास्तवावर पुनर्विश्वासाची झिलई मारतात. या अवस्थेत तरी फुप्फुसाच्या कर्करोगावर कुठलाही ठोस उपाय नाही. अगदी केमोथेरपी केली, तरीही जास्तीतजास्त एका वर्षापर्यंत आयुष्य! पण आता हे वास्तव काय आहे, हे त्याला सारा आणि रिचसमोर प्रकट करताना सगळं कठोर आणि निरर्थक वाटत होतं. व्हिवियन आता तिच्या पलंगाजवळच्या छोट्या जाळीमध्ये होती. ते सकारात्मक होण्यासाठी कठोर परिश्रम करत होते. सारा, रिच आणि त्यांना भेटायला आलेल्या समाजसेवकाला सांगितल्याप्रमाणे जगण्याच्या आकडेवारीवर त्यांना लक्ष केंद्रित करायचं नव्हतं. त्यांना या निदानाचं अगदी 'आक्रमकतेनं व्यवस्थापन' करण्यावर लक्ष केंद्रित करायची इच्छा होती.

मग सारानं इर्लोटिनिब सुरू केलं, ज्यामुळे तिच्या चेहऱ्यावर अगदी खाज येणारे, मुरुमासारखे चट्टे उमटले आणि प्रचंड अशक्तपणा आला. तिच्या फुप्फुसात सुई घालून तिथलं पाणी काढणंही झालं; पण तेवढंच पाणी पुन्हा भरून येई आणि हा वेदनादायक उपचार वारंवार करावा लागे. म्हणून छातीच्या पिंजऱ्याची शस्त्रक्रिया करणाऱ्या शल्यतज्ज्ञाला तिच्या छातीमध्ये एक कायमस्वरूपी नळी घालून देण्यासाठी बोलावण्यात आलं, म्हणजे जेव्हा पाणी जमा होईल आणि तिच्या श्वसनाला त्रास देईल, तेव्हा तिच्या फुप्फुसातील पाणी नळासारखी तोटी फिरवून काढता येईल. तिच्या मुलीच्या जन्मानंतर तीन आठवड्यांनंतर तिला पल्मोनरी इम्बॉलिझममुळे श्वसनाचा प्रचंड त्रास होऊ लागला, म्हणून रुग्णालयामध्ये आणण्यात आलं... पल्मोनरी इम्बॉलिझम म्हणजे फुप्फुसाच्या धमनीतील रक्ताची गाठ, जी अतिशय घातक असते; पण फुप्फुसाच्या कर्करोगाच्या बाबतीत ही गोष्ट कायमच आढळते. तिला रक्त पातळ करणारी औषधं सुरू केली गेली. तपासणी झाल्यानंतर असा निष्कर्ष आला की, तिच्या ट्यूमरच्या पेशीचं उत्परिवर्तन झालंच नाही, जे त्या इर्लोटिनिबचं उद्दिष्ट होतं. जेव्हा मार्क्वाक्सनी साराला असं सांगितलं की, औषध व्यवस्थित काम करत नाही; तिला ती बातमी ऐकूनच कसंतरी झालं, म्हणजे बोलताबोलता मध्येच बोलणं सोडून ती बाथरूममध्ये गेली, कारण तिला जोरात जुलाब झाला.

मार्क्सनी वेगळ्या आणि जरा जास्त चांगल्या उच्च दर्जाच्या केमोथेरपीचा उपचार सुरू केला, जी दोन औषधांच्या साहाय्यानं सुरू झाली. त्यांची नावं होती कार्बोप्लॅटिन आणि पॅक्लिटॅक्सेल; पण त्या पॅक्लिटॅक्सेलने भयंकर, जवळपास जीवघेणी ॲलर्जी निर्माण झाली, म्हणून मग त्यानं कार्बोप्लॅटिनसोबत जेमिसिटॅबाईनची योजना केली. या उपचार पद्धतीनं रुग्णावर अद्यापतरी चांगला प्रतिसाद दिसून येत होता, असं त्यानं सांगितलं.

उरलेला उन्हाळा सारानं घरीच व्हिवियन, तिचा नवरा आणि आई-वडलांसोबत काढला, जे तिला मदत करत होते. आई होणं तिला खूपच आवडलं होतं. केमोथेरपीच्या या चक्रातून ती तिचं आयुष्य पुन्हा मिळवण्याचा प्रयत्न करत होती.

नंतर ऑक्टोबरमध्ये सीटी स्कॅनमध्ये दिसून आलं की, ट्यूमर तिच्या छातीच्या डाव्या भागामध्ये गोळा झालाय आणि तिच्या लसिका ग्रंथी अगदी मोठ्या प्रमाणामध्ये वाढल्या आहेत. केमोथेरपीचा काहीही उपयोग झाला नव्हता. त्यानंतर तिला पेमेट्रेक्झेड या औषधावर ठेवण्यात आलं. अभ्यासांती असं सिद्ध झालं होतं की, या औषधानं काही रुग्णांमध्ये आयुर्मान चांगल्या पद्धतीनं वाढवलं होतं. वास्तव असं होतं की, फारच कमी प्रमाणामध्ये रुग्णांना याचा थोडाफार फायदा झाला होता. सरासरी पाहता, या औषधानं फार फार तर दोन महिने आयुर्मान वाढवलं होतं...म्हणजे अकरापासून तेराव्या महिन्यापर्यंत... आणि तेही अशा रुग्णामध्ये ज्यानं केमोथेरपीच्या पहिल्या डोसलाच चांगला प्रतिसाद दिला होता, साराप्रमाणे नव्हतं झालं.

उपचारामुळे झालेली पिछेहाट आणि दुष्परिणाम यांवर मात करण्यासाठी सारानं कठीण परिश्रम घेतले. ती स्वभावतःच विचारानं जरा मजबूत होती आणि तिनं सकारात्मकता सांभाळण्यासाठी स्वतःला तयार केलं होतं; पण हळूहळू ती आजारी पडू लागली... वरचेवर तिचा थकवा वाढत चालला आणि धापही लागू लागली. एका महिन्यामध्ये जणू काही दशकं जगल्याप्रमाणे ती झाली. नोव्हेंबर सरता सरता, तिची अशी अवस्था झाली की, पार्किंग गॅरेजपासून मार्क्सच्या तपासणी कक्षापर्यंत पोहोचण्याची शक्तीही तिच्यामध्ये राहिली नाही; रिच तिला चाकाच्या खुर्चीमध्ये बसण्याचा आग्रह धरत होता.

सुटीच्या काही दिवस आधी तिची पुन्हा एकदा सीटी स्कॅन तपासणी करण्यात आली, ज्यामध्ये असं दिसून आलं की, तिच्यासाठी वापरलेलं तिसरं औषध पेमेट्रेक्झेडचा काही फारसा उपयोग होत नाही. तिच्या फुप्फुसाचा कर्करोग चांगलाच पसरला होता : म्हणजे छातीच्या डाव्या भागापासून ते थेट उजव्या भागापर्यंत, यकृत, पोटाच्या भागाच्या वरच्या रेषेपर्यंत आणि मणक्यापर्यंतही! काळ वेगानं पुढे सरकतच होता.

साराच्या कथेमध्ये हा क्षण असा आहे की, तो आपल्यासमोर काही कठीण

प्रश्न निर्माण करतो. या आधुनिक औषधविज्ञानाच्या काळामध्ये जगणाऱ्या प्रत्येकासमोर एक प्रश्न निर्माण करतो : आता सारा आणि तिच्या डॉक्टरांनी काय करावं, असं आपल्याला वाटतं? किंवा दुसऱ्या भाषेत सांगायचं म्हणजे, जर तुम्ही अशा विक्षेपी म्हणजे पसरणाऱ्या कर्करोगानं ग्रस्त असाल किंवा अशाच कुठल्या तरी मोठ्या आणि असाध्य अशा आजारानं ग्रस्त असाल, तर डॉक्टरांनी काय करावं, अशी तुम्ही अपेक्षा कराल?

गेल्या काही वर्षांमध्ये या प्रश्नानं लक्ष वेधलं आहे, किमान खर्चाच्या कारणामुळे तरी! आरोग्याची काळजी घेण्यासाठी वाढत चाललेला खर्च हा मोठमोठ्या देशांच्या दीर्घकाळ कर्ज फेडण्याच्या क्षमतेवर प्रश्नचिन्ह उभं करत आहे आणि त्याच्यासाठी खर्च होणाऱ्या, कधीही न भरून येणाऱ्या हिशेबावरही प्रश्नचिन्ह निर्माण करत आहे. अमेरिकेमध्ये सगळ्या मेडिकेअरपैकी जवळपास २५ टक्के खर्च हा आयुष्याच्या अंतिम टप्प्यामध्ये असलेल्या ५ टक्के रुग्णांवर होतो आणि त्यातही जास्तीतजास्त खर्च हा त्यांच्या शेवटच्या दोन महिन्यांमध्येच होतो, ज्याचा काही फारसा उपयोगही होत नाही. याबाबतीत तरी अमेरिका ही असाधारण मानली जाते; पण असं काही दिसूनही येत नाही. इतर ठिकाणांहून मिळणारी माहिती फारच त्रोटक आहे; पण किमान ती उपलब्ध तरी आहे... उदाहरणार्थ, नेदरलॅन्ड आणि स्वित्झर्लंडसारख्या देशातही हीच परिस्थिती आहे.

कर्करोगासारख्या एखाद्या आजारावर खर्च करणं, यामुळे एक विशिष्ट पद्धत अंगीकारण्याची रीत तयार होते. कर्करोगाचा उपचार करताना अगदी प्राथमिक उपचारावरही प्रचंड खर्च येतो आणि नंतर जर सारं काही व्यवस्थित झालं तर खर्च कमी होत जातो. २०११ मध्ये मांडलेल्या एका अभ्यासान्ती निष्कर्षामध्ये, स्तनाच्या कर्करोगाच्या रुग्णामध्ये अगदी पहिल्या वर्षाचा निदानापर्यंतचा खर्च हा जवळपास २८००० डॉलर्स इतका होतो. यातील जास्तीतजास्त खर्च हा सुरुवातीच्या निदानासाठीच्या तपासण्या, शस्त्रक्रिया आणि गरज पडली तर रेडिएशन आणि केमोथेरपीसाठी होतो. त्यानंतर मात्र हा खर्च अत्यंत कमी होत वर्षाला फक्त २००० डॉलर्स इतकाच होतो. ज्या रुग्णाचा कर्करोग अतिशय घातक आहे, हे सिद्ध होतं; त्याच्या खर्चाचा आलेख काढला, तर तो U या इंग्रजी अक्षरासारखा येतो... म्हणजे शेवटी खर्च वाढत जातो... म्हणजे सरासरीनं ९४००० डॉलर्स इतका खर्च शेवटच्या वर्षी विक्षेपी स्तन कर्करोगाला मेटास्टॅटिक ब्रेस्ट कॅन्सरला : येतो. आपली वैद्यकीय व्यवस्था मृत्यू लांबणीवर टाकण्यास अतिशय चांगल्या पद्धतीनं काम करू शकते, तेही १२००० डॉलर दर महिन्याला केमोथेरपीवर खर्च केल्यानंतर, ४००० डॉलर्स एका दिवसासाठी अतिदक्षता विभागावर आणि एका तासाच्या शस्त्रक्रियेसाठी ७००० डॉलर्स एवढा खर्च केल्यावरच! पण सरतेशेवटी मृत्यू

येतोच आणि त्यापैकी आता कुठे थांबायचं, हे माहीत असलेले फार थोडे असतात.

माझ्या रुग्णालयातील अतिदक्षता विभागातील एका रुग्णाला पाहायला गेलो असताना मी तिथं अतिदक्षता विभागात काम करत असलेल्या डॉक्टरांसोबत बोलताबोलता थांबलो, जिला मी माझ्या महाविद्यालयीन जीवनापासून ओळखत होतो. ''मी अगदी मरणाच्या दाढेत असणाऱ्यांना राहण्यासाठी एक शुश्रूषागृहच चालवत होते.'' ती निराशेनं म्हणाली. तिच्या त्या विभागामध्ये असणाऱ्या दहा रुग्णांपैकी फक्त दोनच रुग्ण असे असायचे, ज्यांना रुग्णालयामध्ये आता कितीही दिवस शिल्लक राहिलेले असले, तरीही राहण्याची इच्छा नसायची. अगदी एक विशिष्ट नमुना तर असा होता की, ऐंशी वर्षांची बाई अगदी तिच्या आयुष्याच्या शेवटच्या क्षणीही... न दुरुस्त होऊ शकणारा हृदयविकाराचा त्रास असताना... गेल्या तीन आठवड्यांमध्ये दुसऱ्यांदा अतिदक्षता विभागामध्ये होती, जिला विस्मृतीसाठी औषधंही दिली होती आणि शरीरातून नैसर्गिक स्राव बाहेर पडणारी जेवढी छिद्रं होती, तेवढ्यामध्ये नळ्या घातलेली आणि अजूनही काही ठिकाणी नळ्या घातलेली अशी होती. किंवा सत्तर वर्षांची एक बाई, जिचा विक्षेपी कर्करोग हा पार तिच्या फुप्फुसामध्ये आणि हाडांपर्यंत पोहोचला होता आणि तिच्या या आजारपणाच्या अगदी शेवटच्या टप्प्यामध्ये तिला कवकजन्य फुप्फुसशोथाचा - फंगल न्यूमोनिया त्रासही झाला होता. तिनं उपचार करून घेणं सोडूनच दिलं होतं; पण तिच्या कर्करोगतज्ज्ञानं तिनं तिचे विचार बदलावेत म्हणून सांगितलं आणि तिला कृत्रिम श्वसनावर आणि प्रतिजैविकांवर ठेवण्यात आलं. अजून एक स्त्री, जिची वयाच्या ऐंशीव्या वर्षी श्वसनयंत्रणा आणि मूत्रपिंडंही निकामी झालेली होती, तीही दोन आठवड्यांसाठी तिथं होती. तिचा नवरा प्रदीर्घ आजारानंतर वारला होता. त्याला अगदी अन्न पुरवण्यासाठी नळी घातली होती, तसंच श्वसनासाठीही श्वासनलिकेत नळी घालण्यासाठी गळ्याजवळ शस्त्रक्रिया करण्यात आली होती - ट्रॅकिओस्टॉमी आणि तिनं असं सांगितलं की, मला किमान अशा पद्धतीनं मरायचं नाही; पण तिच्या मुलांनी काही तिला या स्थितीमध्ये जाऊ दिलं नाही, तिला विविध उपकरणं बसवण्याची त्यांनी विनंती केलीच : म्हणजे श्वसनासाठी गळ्याजवळ कायमची नळी, अन्नासाठी एक नळी, रक्त गाळून काढण्यासाठीचा एक डायलॅसिस कॅथेटर वगैरे. म्हणून मग ती तिथं तशीच पडून होती, तिच्या पंपांच्या दावणीला बांधल्यासारखी, प्राण आत ओढला जात असलेली आणि शुद्ध नसलेली.

यापैकी जवळपास सगळ्याच रुग्णांना अगदी काही वेळ का होईना, हे माहीत होतंच की, ते अगदी एका टोकाच्या अवस्थेत आहेत. तरीही ते... म्हणजे त्यांचं कुटुंब आणि त्यांच्या डॉक्टरांसह सगळे... शेवटच्या क्षणासाठी तयार नव्हते.

आता आमची या विषयाबद्दलच चर्चा चालू होती की, रुग्णांना त्यांच्या

आयुष्याचा शेवट नेमका कसा हवा असतो, अगदी म्हणजे या क्षणी त्यांच्या आयुष्यापेक्षा जे काही मिळालेलं आहे, त्यापेक्षा वेगळा असा कसा हवा असतो. माझा मित्र म्हणाला, ''प्रश्न हाच आहे की मार्ग फार लांबचा आहे.''

२००८ मध्ये, राष्ट्रीय स्तरावरच्या कोपिंग विथ कॅन्सर प्रोजेक्टनं प्रकाशित केलेल्या एका अभ्यासानुसार, दुर्धर अशा कर्करोगानं ग्रस्त असलेले रुग्ण ज्यांना कृत्रिम श्वसनावर ठेवलं जात होतं किंवा इलेक्ट्रिकल डिफिब्रिलेशन दिलं जात होतं किंवा ज्यांच्या छातीचं संकोचन होत होतं किंवा ज्यांना रुग्णालयामध्ये अगदी मृत्यूच्या समीप अतिदक्षता विभागात ठेवलं होतं; त्यांना त्यांच्या शेवटच्या काही आठवड्यांमध्ये, ज्यांच्या तब्येतीमध्ये अशा प्रकारचे अडथळे आणले जात नव्हते, त्यांच्यापेक्षा अतिशय वाईट दर्जाचं आयुष्य जगायला मिळालं. आणि त्यांच्या मृत्यूनंतर सहा महिन्यांनी त्यांची काळजी घेणारेही अगदी भयंकर अशा नैराश्यानं ग्रासलेले आढळले. अशा प्रकारच्या भयंकर आजारानं ग्रस्त होऊन आयुष्याचे शेवटचे दिवस अतिदक्षता विभागात घालवणं हे बहुतांश लोकांसाठी एक प्रकारचं अपयशच आहे. तुम्ही एखाद्या कृत्रिम श्वसनयंत्राच्या बाजूला पडलेले असता, तुमचा प्रत्येक अवयव काम बंद करत असतो, तुमचं मन भ्रमावरच लडबडत असतं आणि तुम्ही कधीही काही दिवस वापरायला मिळालेलं, झगमगणारं विश्व सोडून जाणार नाही, या समजाच्या पलीकडे कायमच असता. शेवट अगदी जवळ येतो, तो 'बरंय येतो' असं म्हणण्याची साधी संधीही देत नाही किंवा 'चला, ठीक आहे किंवा क्षमा करा किंवा मला तू खूप आवडतोस' असं म्हणण्याचीही संधी देत नाही.

गंभीर अशा आजारानं ग्रस्त माणसांजवळ केवळ आयुष्य लांबवणं, यापलीकडेही काही प्राथमिकता आहेच. एका सर्वेक्षणामध्ये असं दिसून आलं आहे की, रुग्णांची सगळ्यात मोठी काळजी असते ती त्रास टाळण्याविषयी, कुटुंबाशी आणि मित्रमंडळींशी संबंध वाढविण्याविषयी, मानसिकदृष्ट्या सावध होण्याविषयी, इतरांना आपला बोजा होणार नाही याविषयी, आणि त्यांचं आयुष्य परिपूर्ण वाटेल अशी संवेदना मिळवण्याविषयी. आपली वैद्यकीय तंत्रज्ञानाची पद्धती या गरजा पूर्ण करण्यासाठी अगदीच अपयशी आहे आणि या अपयशाची किंमतही कित्येक डॉलर्सपेक्षा जास्तच आहे. आता हा मुळातच प्रश्न नाही की, या सगळ्या पद्धतीचा खर्च एखादा कसा काय सहन करू शकेल? प्रश्न हा आहे की, आपण एखादी आरोग्याची काळजी घेणारी यंत्रणा कशी उभारू शकतो, जी लोकांना त्यांच्या आयुष्याच्या शेवटच्या क्षणांमध्ये अत्यंत महत्त्वाच्या वाटणाऱ्या गोष्टी मिळवण्यासाठी कशी काय मदत करू शकेल?

भूतकाळामध्ये, जेव्हा मरणं ही बाब अतिशय धोकादायक अशी प्रक्रिया होती,

आपल्याला अशा प्रकारच्या प्रश्नाविषयी विचार करण्याची गरजही नव्हती. जरी काही आजार आणि त्यांच्या अवस्था यासोबत एक मोठा नैसर्गिक इतिहास घेऊन येत असे... क्षयरोग हे त्याचं उत्तम उदाहरण... तरी आधुनिक औषधांची कुठलीही ढवळाढवळ होऊ न देता सुरुवातीलाच काय त्रास आहे, यासाठी त्याच्या तपासण्या आणि आयुष्य वाढवण्यासाठीचे त्याचे उपचार चालू असताना तुम्हाला काहीतरी जीवघेणा भयंकर आजार झाला आहे, याची माहिती होणं आणि नंतर येणारा मृत्यू यामधील काळ हा फार तर काही दिवसांचा किंवा आठवड्यांचा असायचा. या आधुनिक युगाच्या आधी आपले राष्ट्राध्यक्ष कसे वारले, याचा थोडा विचार करा. जॉर्ज वॉशिंग्टन यांच्या घशामध्ये १३ डिसेंबर १७९९ मध्ये जंतूचा प्रादुर्भाव झाला, ज्यानं त्यांचा दुसऱ्या दिवशी सायंकाळी बळी घेतला. जॉन क्विन्सी ॲडम्स, मिलार्ड फिलमोअर आणि ॲन्ड्रयू जॉन्सन हे तिघेही वाढत्या आणि जास्त दिवस टिकणाऱ्या आणि भयंकर अशा क्षयरोगानं गेले. युलेसिस ग्रॅन्टला तोंडाच्या कर्करोगानं मारण्यासाठी एक वर्ष घेतलं; पण आयुष्याच्या अंतिम क्षणांचा अभ्यास करणाऱ्या संशोधकानं, जॉनी लिन यानं एक निरीक्षण केलं की, साधारणपणे लोकांना आयुष्यातून उठवणाऱ्या आजारांचा अनुभव येतो, तेव्हा त्यांना वातावरण खराब झालं आहे, असाही अनुभव येतो... एक अशी खटकणारी गोष्ट जी जणू सूचना देते आणि त्यातूनच असा आजार होतो किंवा मग होतही नाही.

मरण हे अगदी ठरवून दिलेल्या रीतिरिवाजाप्रमाणे होतं, असं म्हटलं जातं. 'गाइड टू अर्स मॉरेन्डी', म्हणजे मरण्याची कला हे पुस्तक अगदी प्रचंड प्रमाणामध्ये प्रसिद्ध होतं; मध्ययुगीन काळामध्ये प्रसिद्ध झालेली त्याची आवृत्ती १४१५ मध्ये लॅटिनमध्ये प्रसिद्ध झाली होती. त्याची आवृत्ती युरोपमध्ये शंभरपेक्षा जास्त वेळा छापून झाली. अतिशय शांतपणे, अगदी स्थितप्रज्ञपणे, अगदी भयरहित होऊन आणि स्वत:वर दया दाखवत किंवा देव मला क्षमा करो, या एका भावनेशिवाय कुठलीही अपेक्षा न ठेवता मृत्यूचा स्वीकार करता येतो, यावर लोकांचा विश्वास बसला. एखाद्याच्या श्रद्धेला पुन्हा बळकट करून, एखाद्याच्या पापासाठी प्रायश्चित करून घेऊन, एखाद्याची अगदी जगाएवढी स्वामित्वाची भावना आणि इच्छा या दोन्ही गोष्टी जाऊ देणं, हे अतिशय दुष्टपणाचं होतं आणि या मार्गदर्शकांनी कुटुंबांना प्रार्थना आणि मरणाऱ्यांसाठी असे प्रश्न पुरवले की, शेवटच्या काही तासांमध्ये त्यांचं मन अगदी योग्य त्या चौकटीत ठेवता येईल. शेवटचे शब्द हे गौरवाची एक विशिष्ट जागा प्राप्त करण्यासाठी येत होते.

या दिवसांमध्ये अगदी वेगानं पसरणारा जीवघेणा आजार अपवाद आहे. बहुतांश लोकांसाठी मृत्यू हा अगदी अंतिम अशा न आवरता येणाऱ्या आजारांच्या अवस्थांनंतर... वाढलेला कर्करोग, विमनस्कता, लकवा, एकेक अवयव कामातून

जाणं; म्हणजे हृदय, त्यानंतर सहसा फुप्फुस, मूत्रपिंड, यकृत किंवा अतिवार्धक्यानंतर येणारा प्रचंड थकवा या अवस्थांनंतरच येतो. अशा सर्व आजारांमध्ये मृत्यू हा अगदी निश्चितच असतो; पण कोणत्या वेळी हे नक्की सांगता येत नाही. तेव्हा प्रत्येकजणच या अनिश्चिततेशी... म्हणजे हे युद्ध कसं आणि केव्हा संपेल, हे स्वीकारण्याशी झगडत असतो. शेवटचे शब्द तर असावं असं वाटतही नाही. जोपर्यंत आपली सजगता आणि सुसंगती हरवत नाही, तोपर्यंत तंत्रज्ञान हे आपल्या इंद्रियांना आहे त्या स्थितीत ठेवू शकतं. जेव्हा एवढं सगळं असूनही कोण मरणार आहे, याची खात्री आधुनिक औषधांनी देणं अगदी अशक्यच करून टाकलं आहे, तेव्हा तुम्ही विचारांना आणि मरण्याच्या चिंतेला कसे सामोरे जाता, हे महत्त्वाचं आहे. अगदी असाध्य अशा कर्करोगानं, विमनस्कतेनं किंवा असाध्य हृदयविकारानं कुणी मरत असेल, तर?

एकदा मी साठ वर्षं वयाच्या एका स्त्रीच्या शस्त्रक्रियेसाठी गेलो होतो. तिच्या छातीमध्ये आणि पोटामध्ये आतड्यातील अवरुद्धतेमुळे खूप दुखत होतं. तिचं मोठं आतडं फाटलं होतं; त्यामुळे हृदयविकाराचा झटकाही आला होता आणि जंतूंच्या प्रादुर्भावामुळे झटके आले होते, शिवाय मूत्रपिंडही कामातून गेलं होतं. मी तातडीनं तिच्या मोठ्या आतड्याचा फाटलेला भाग काढून टाकण्यासाठी तिची शस्त्रक्रिया केली आणि तिथं वेगळी नळी जोडण्यात आली. हृदयविकारतज्ज्ञानं तिच्या हृदयाच्या धमन्या [कोरोनरी आर्टरीज] उघडल्या. आम्ही तिला डायलॅसिसवर ठेवलं आणि शिरेतून सतत सलाईन दिलं आणि तिची प्रकृती स्थिर झाली. तरी दोन आठवड्यांनंतर, तिला फार बरं वाटत नाहीय, ही बाब अगदी स्वच्छ होती. जंतूंच्या प्रादुर्भावामुळे येणाऱ्या झटक्यानं म्हणजे सेप्टिक शॉकमुळे तिचं हृदय आणि श्वसनसंस्था तशा कामातून गेल्या, शिवाय पायावर कोरडा गँगरीन दिसून आला. तो कापावा लागला. तिच्या पोटाला एक मोठी उघडी जखम होती, ज्यामधून आतड्यातील घाण बाहेर पडत होती. बरं होण्यासाठी दिवसातून दोन वेळा ती जखम स्वच्छ करून तिची मलमपट्टी करणं गरजेचं होऊन बसलं होतं, तेही कित्येक आठवडे. ती खाऊ शकत नव्हती. तिला श्वसनातून गळ्यापाशी काप देऊन नळी घालणं गरजेचं झालं होतं. तिची मूत्रपिंडं कामातून गेलीच होती आणि उरलेलं आयुष्य तिला आठवड्यातून तीन वेळा डायलॅसिसच्या यंत्रावर अवलंबून राहणं गरजेचं होऊन बसलं होतं.

ती अविवाहित होती आणि तिला मुलंबाळं नव्हती. म्हणून मग मी आणि तिच्यावर उपचार करणाऱ्या परिचारिका असे अतिदक्षता विभागाच्या, कुटुंबाला भेटण्याच्या खोलीमध्ये याविषयी बोलत बसलो होतो की, आता शस्त्रक्रियेसाठी काप देऊन श्वासासाठी तिच्या गळ्यातून नळी घालण्याची ट्रॅकिओस्टॉमीची शस्त्रक्रिया करावी की काय?

"ती मरणार आहे का?" परिचारिकेपैकी एकीनं मला विचारलं.

या प्रश्नाचं उत्तर कसं द्यावं, हे मला सुचतच नव्हतं. 'मरणार' या शब्दाचा नेमका अर्थही मला सांगता येईल की नाही, याबाबत मला खात्री नव्हती.

गेल्या काही दशकांमध्ये, वैद्यकीय विज्ञानानं अज्ञात असा शेकडो वर्षांचा अनुभव, परंपरा आणि मर्त्यतेविषयी एक भाषा मिळवली आहे आणि मानवजातीसाठी एक नवा प्रश्न उभा केला आहे : कसं मरावं?

वसंत ऋतूतल्या एका शुक्रवारी सकाळी मी सारा क्रीडसोबत रुग्णांना तपासण्यासाठी राउंडवर निघालो होतो. सारा माझ्या रुग्णालयानं चालवलेल्या विभागात अगदी मरण्याच्या टप्प्यावर असलेल्या रुग्णांना सेवा पुरवते. मला या विभागाविषयी काहीही माहीत नव्हतं. मला एवढंच माहीत होतं की, अगदी टोकाचं आजारपण असलेल्यांना ते थोडीशी आराम देणारी शुश्रूषा पुरवतं, काही विशेष सुविधांमध्ये ज्या साधारणपणे आजकाल प्रत्येक घरामध्ये असतातच. मला हे माहीत होतं की, माझ्या रुग्णांना त्या सुविधांसाठी योग्य ठरवण्यासाठी मला मी हे प्रमाणपत्र लिहून देणं गरजेचं होतं की, तो किंवा ती याचं अपेक्षित असलेलं आयुष्य फार फार तर सहा महिने इतकंच आहे. मला काही असेही रुग्ण माहीत होते, ज्यांनी हे त्यांच्या काही शेवटच्या दिवसांखेरीज निवडले होते. त्यांना एका अर्जावर सही करावी लागायची, ज्यावर हे लिहिलेलं असे की, 'माझा आजार असाध्य आहे हे मला माहीत आहे आणि मी सारं काही या वैद्यकीय सेवेवर सोडत आहे. ज्याचं उद्दिष्ट हे थांबवणं आहे.' मी त्या मरणाच्या दाढेत असणाऱ्या रुग्णांच्या रुग्णालयाचं चित्रण केलं होतं, ते म्हणजे मॉर्फिनचं सलाईन चालू आहे, असं. बोस्टनच्या मॅट्टपॅनमध्ये तपकिरी केसांच्या आणि निळ्या डोळ्यांच्या, पूर्वी अतिदक्षता विभागात काम करणाऱ्या, हातात स्टेथास्कोप घेऊन, अगदी सकाळी सकाळी ली कॉक्सचं दार वाजवणाऱ्या साराच्या बाबतीत असं काही नव्हतं.

"हाय ली." क्रीड आतमध्ये प्रवेश करता करता म्हणाली.

"हाय, सारा." कॉक्स म्हणाली. ती जवळपास बहात्तर वर्षांची होती. हृदयविकाराचा एक झटका येऊन गेल्यानंतर सततच हृदयाची कमी होत जाणारी कार्यक्षमता [कॉन्जेस्टिव्ह कार्डियाक फेल्यूअर] आणि पल्मोनरी फायब्रोसिस, जो एक वाढत जाणारा आणि कधीही आटोक्यात न येणारा फुप्फुसाचा आजार आहे, यामुळे तिची प्रकृती सतत ढासळतच होती. आजार पसरू नये म्हणून डॉक्टर स्टेरॉईड्स देत होते; पण तेही काम करत नव्हतं. तिचं सारखं रुग्णालयामध्ये येणं आणि जाणं सुरूच होतं, जे प्रत्येक वेळी जास्तीतजास्त वेगळा आकार घेत होतं. सरतेशेवटी तिनं या रुग्णालयातील शुश्रूषेचा स्वीकार केला होता आणि आधारासाठी तिच्या

भाचीला घेऊन ती इथं थांबली होती. ती पूर्णपणे कृत्रिम प्राणवायूवर अवलंबून होती आणि साधी साधी कामं करणंही तिला शक्य नव्हतं. केवळ दार वाजवल्यावर दिलेल्या प्रतिसादामुळे... तिला प्राणवायूचा पुरवठा करण्यासाठी लावलेली जवळपास तीस फूट लांबीची नळी... तिला धापा टाकायला लावलं. ती तशीच काही क्षण विश्रांतीसाठी थांबली, तिचे ओठ गोलाकार झाले आणि छाती धपापली.

आम्ही स्वयंपाकघरामध्ये बसण्यासाठी गेलो तेव्हा क्रीडनं कॉक्सचा दंड हळुवारपणे धरला, 'कसं काय चालू आहे?', असं हळुवारपणे विचारलं. मग तिनं बरेच प्रश्न विचारले. गंभीर अशा आजारानं ग्रस्त असलेल्या रुग्णांमध्ये उद्‌भवू शकणाऱ्या गुंतागुंतीविषयीचे अनेक प्रश्न विचारले. कॉक्सला कुठे वेदना होत होत्या का? तिची भूक, तहान आणि झोप कशी होती? काही संभ्रम, अस्वस्थपणा किंवा उदासपणा वाटतो का, याविषयी प्रश्न विचारले. श्वासातील उथळपणा वाढला होता का? छातीत काही दुखणं किंवा हृदयाचं धडधडणं जाणवत होतं का, याविषयी प्रश्न विचारले. पोटात अस्वस्थता वाटत होती का? बद्धकोष्ठता, लघवीला किंवा चालताना काही त्रास जाणवतो का, असे प्रश्नही विचारले.

कॉक्सला काही त्रास नव्यानं जाणवत होते. "मी जेव्हा झोपण्याच्या खोलीतून स्नानगृहाकडे चालत जाते, तेव्हा मला पुन्हा श्वास घेण्यासाठी जवळपास पाच मिनिटं लागतात आणि त्यामुळे माझा जीव घाबरतो." असं तिनं सांगितलं. तिच्या छातीत पुन्हा दुखणं सुरू झालं होतं. क्रीडनं तिच्या बॅगमधून रक्तदाब मोजण्यासाठीचं यंत्र काढलं. कॉक्सचा रक्तदाब तसा ठीक होता; पण हृदयाचे ठोके मात्र जास्त होते. क्रीडनं तिच्या हृदयाचे ठोके काळजीपूर्वक ऐकले, त्यांची लय तशी सामान्य होती, आणि तिच्या फुफ्फुसामधून येणारा चरचर असा आवाज हा तिच्या पल्मोनरी फायब्रोसिसमुळे येत होता, त्याखेरीज एक नवा घरघरण्याचा आवाजही येत होता. तिचे घोटे लसिकाद्रव्य साठण्यामुळे सुजले होते आणि जेव्हा क्रीडनं तिच्या गोळ्यांचा डबा बघण्यासाठी मागितला, तेव्हा तिच्या लक्षात आलं की, कॉक्सला हृदयासाठी कुठलंच औषध देण्यात आलेलं नाही. तिनं कॉक्सचं प्राणवायू पुरवणारं उपकरण तपासण्यास सांगितलं. द्रव-प्राणवायूचं नळकांड [लिक्विड ऑक्सिजन सिलिंडर] हे तिच्या पायाशीच ठेवलेलं होतं आणि ते व्यवस्थित चालू होतं. तिच्यावर ऐनवेळी उपचार करणारं वाफ देण्याचं यंत्र, नेब्यूलायझरही तिथं होतं; पण तुटलेलं होतं.

हृदयावरचं कुठलंच औषध चालू नसल्यानं आणि वाफ देण्याचा उपचारही नसल्यानं अर्थातच तिची अवस्था बिकट होती. क्रीडनं कॉक्सची औषधं पुरवणाऱ्याला फोन केला. त्यांनी सांगितलं की, कॉक्सची पुढची औषधं कधीपासून तयार आहेत. मग क्रीडनं कॉक्सच्या भाचीला फोन करून सांगितलं, "कामावरून येताना ती

औषधं घेऊन ये.'' तिनं नेब्यूलायझरचा पुरवठा करणाऱ्याला त्याच दिवशी तातडीनं काम करण्यास सांगितलं.

मग ती थोडा वेळ कॉक्सशी तिथं स्वयंपाकघरातच बोलत बसली. कॉक्सची मनःस्थिती फारशी चांगली नव्हती. क्रीडनं तिचा हात हातात घेतला. सगळ्या गोष्टी अगदी व्यवस्थित होतील, असं तिला समजावलं. मग क्रीडनं कॉक्सला काही चांगल्या दिवसांची आठवणही करून दिली... उदाहरणार्थ, त्याआधीच्या आठवड्याच्या शेवटी, ती तिच्या भाचीसोबत प्राणवायूचं छोटं नळकांडं घेऊन खरेदीसाठी आणि केस रंगवण्यासाठीही गेली होती.

मी कॉक्सला तिच्या सुरुवातीच्या आयुष्याविषयी विचारलं. कॉक्स तिच्या बोस्टनमधील कारखान्यामध्ये रेडिओ बनवायची. ती, तिचा नवरा आणि दोन मुलं होती तसेच बरीचशी नातवंडही होती.

जेव्हा मी तिला विचारलं, ''मग तू शुश्रूषेसाठी रुग्णालयामध्येच राहण्याचं का ठरवलंस.'' तेव्हा तिनं मान खाली घातली. ''फुफ्फुसविकारतज्ज्ञ आणि हृदयविकारतज्ज्ञांनी मला स्पष्ट सांगितलं की, यापेक्षा जास्त काही करता येण्यासारखं नाहीय.'' ती म्हणाली. क्रीडनं माझ्याकडे पाहिलं. माझ्या प्रश्नानं कॉक्सला पुन्हा एकवार दुःखी केलं होतं.

जगण्याचा प्रयोग हा आजार सहन करण्याच्या प्रयोगावर कसा अवलंबून असतो, याची एक कथा कॉक्सनं मला सांगितली. ''माझी भाची आणि तिचा नवरा प्रत्येक दिवशी माझ्याकडे लक्ष देण्यासाठी, मला पाहण्यासाठी येतात, हीच गोष्ट माझ्यासाठी चांगली आहे.'' ती म्हणाली. ''पण हे माझ्या घरी घडत नाही. मला असं वाटतं, मी आता मार्गाला लागलेले आहे.'' वेगवेगळ्या पिढ्यांतील जगण्यानं ही भूतकाळाच्या ओढीची प्रतिमा पुन्हा एकवार गमावली आहे.

क्रीडनं तिला पुन्हा एकवार मिठीमध्ये घेतलं आणि निघण्यापूर्वी सगळ्या गोष्टींची पुन्हा एकदा उजळणी केली. ''जर छातीत दुखायला लागलं आणि जर ते कमी झालं नाही, तर काय करशील?'' तिनं विचारलं.

''एक नायट्रो घेईन...'' कॉक्स नायट्रोलिसरिनची गोळी जिभेखाली ठेवू शकते, याचा पुनरुच्चार करत म्हणाली.

''आणि?''

''तुला बोलावून घेईन.''

''माझा नंबर काय?''

तिनं रुग्णालयातून चोवीस तास मदत मिळण्यासाठी तिच्या फोनच्या बाजूला भिंतीवर चिकटवलेले क्रमांक दाखवले.

बाहेर आल्यावर मी कबूलच करून टाकलं की, क्रीड काय करत होती, हे मला

कळत नव्हतं. त्यापैकी बऱ्याचशा गोष्टी या कॉक्सचं आयुष्य वाढवणाऱ्याच होत्या. या रुग्णालयाचं ध्येय निसर्गाला त्याचं काम शांतपणे करू देणं हे नव्हतं का?

"हा उद्देश नक्कीच नाही." क्रीड म्हणाली. इतर उच्च वैद्यकीय सेवा आणि हे मरणशय्येवरच्या रुग्णांसाठीचं रुग्णालय यामध्ये किमान उपचार करणं आणि काहीच न करणं, यात काही भेद नाही. भेद होता तो प्राथमिकता कशाला द्यायची याला. सर्वसाधारण औषधांमध्ये आयुष्य वाढवणं एवढंच उद्दिष्ट असतं. आता आम्ही मागाहून वेळ मिळण्याच्या संधीसाठी तुमच्या अस्तित्वाच्या गुणवत्तेचा बळीच देतो... म्हणजे शस्त्रक्रिया करून, केमोथेरपी पुरवून, तुम्हाला अतिदक्षता विभागामध्ये ठेवून वगैरे. मृत्यूच्या अगदी जवळ असणाऱ्या रुग्णांना दाखल करण्यासाठी असलेलं रुग्णालय हे परिचारिका, डॉक्टर, धर्मगुरू आणि समाजसेवक यांचा ताफा जे अतिशय घातक अशा आजारांनी ग्रासलेले असतात, ज्यांचं आत्ता या क्षणीचं आयुष्य हेच खरं आयुष्य असतं; अशा लोकांना मदत करण्यासाठी तयार ठेवतो... म्हणजे हा ताफा तसाच असतो, जसा शुश्रूषागृह मोठ्या प्रमाणामध्ये विकलांगता असणाऱ्या लोकांना मदत करण्यासाठी आपला कर्मचारीवर्ग ठेवतो. असाध्य आजारामध्ये याचा अर्थ एवढाच की, वेदनेसारख्या किंवा अस्वस्थतेसारख्या गोष्टींवर लक्ष ठेवून त्यापासून मुक्ती देणं किंवा शक्य तेवढी मानसिक सजगता व्यवस्थित राखणं किंवा कुटुंबांसोबत कुठेतरी बाहेर जाणं... म्हणजे अगदी कॉक्सचं आयुष्य हे अजून भरपूर आहे की कमी या प्रश्नावर ते अवलंबून नाही. असं असूनही तिला जेव्हा या रुग्णालयामध्ये शुश्रूषेसाठी हलवण्यात आलं, तिच्या डॉक्टरांनी असा विचार केला होता की, ती काही आठवड्यांपेक्षा जास्त दिवस जगणारच नाही; पण या रुग्णालयातील काही आधारभूत अशा उपचारपद्धती तिला मिळाल्यामुळे ती किमान एक वर्षापेक्षा जास्त काळ जगली होती.

पण अशा मरणाच्या दाढेत असणाऱ्या रुग्णांसाठी असलेल्या या रुग्णालयामध्ये येण्याची निवड करणं, ही गोष्ट तितकीशी सोपी नाही. या अशा रुग्णालयातील परिचारिका एका अनाहूत क्षणी रुग्णांच्या आयुष्यामध्ये येतात... म्हणजे जेव्हा रुग्णांना कळतं की, त्यांना एक घातक आणि असाध्य असा आजार झालेला आहे; पण अगदीच मरणार आहोत, हे माहीत असतंच असं मात्र नाही. "मी तर असं म्हणेन की, फक्त पंचवीस टक्के लोकांना आपलं भविष्य काय आहे, हे माहीत असतं." क्रीड म्हणाली. जेव्हा ती पहिल्यांदाच कुठल्याही रुग्णाला भेटते, तेव्हा बऱ्याचशा रुग्णांना असं वाटत असतं की, आपल्या डॉक्टरांनी आपल्याला सोडून दिलेलं आहे. "नव्याण्णव टक्के लोक जाणतात की, ते मरणाच्या पंथाला लागलेले आहेत; पण शंभर टक्के लोकांना अशी आशा असते की, असं होणार नाही." तिनं मला सांगितलं. "त्यांना अजूनही त्यांच्या आजारावर मात करावीशी वाटते."

सुरुवातीची भेट ही अशीच अवघडलेल्या अवस्थेत असते; पण सगळ्या गोष्टी अशा हळुवारपणे मार्गी लावण्याचे बरेच मार्ग क्रीडला सापडले आहेत. ''एका परिचारिकेजवळ रुग्णाला तुमच्यासारखं करण्यासाठी आणि तुमच्यावर विश्वास ठेवावा, असं दाखवण्यासाठी फक्त पाच सेकंद असतात. तोच तुम्हाला स्वत:ला त्यांच्यासमोर सादर करण्याचा एकमेव मार्ग असतो. मी कधीच या वाक्यावर येत नाही, 'मला खरंच क्षमा करा.' त्याऐवजी, माझं वाक्य असं असतं : मी इथली परिचारिका आहे आणि इथं तुमचं आयुष्य चांगलं जावं म्हणून सगळ्या सुविधा पुरवण्यासाठी मी आहे आणि मला हे माहीत आहे की, आपल्याजवळ वाया घालवण्याइतका वेळ नाहीय.''

आम्ही ली कॉक्सला तिच्या घरी भेटून निघाल्यानंतर अशीच सुरुवात तिनं डेव्ह गॅलोवेसोबतही केली होती. तो जवळपास बेचाळीस वर्षांचा होता. तो आणि त्याची बायको शेरॉन, दोघेही बोस्टनच्या अग्निशामक दलामध्ये होते. त्यांना तीन वर्षं वयाची एक मुलगीही होती. त्याला स्वादुपिंडाचा कर्करोग होता, तो अतिशय पसरला; त्याचा पोटाचा वरचा भाग हा ट्यूमरच्या गाठीमुळे कडक झाला होता. गेल्या काही महिन्यांमध्ये त्या वेदना अगदीच असहनीय अशा झाल्या होत्या आणि त्या वेदनांचं शमन करण्यासाठी म्हणून तो अनेकदा रुग्णालयामध्ये दाखलही झाला होता. रुग्णालयामध्ये त्यांनी दिलेल्या शेवटच्या भेटीमध्ये, म्हणजे एका आठवड्यापूर्वी असं लक्षात आलं होतं की, त्या ट्यूमरच्या गाठीनं त्याच्या आतड्याला फाडलं होतं. यावर तात्पुरता असा काही उपायही नव्हता. मग डॉक्टरांनी त्याला शिरेमधून द्रव्य देण्यास सुरुवात केली आणि त्याच्यासमोर एक तर अतिदक्षता विभागामध्ये किंवा अत्यवस्थ रुग्णांच्या रुग्णालयामध्ये दाखल होण्याचे दोन पर्याय ठेवले. त्यानं दुसरा पर्याय निवडला.

''मला वाटतं, आम्ही लवकरच एकमेकांना समजून घेतलं.'' क्रीडनं मला सांगितलं. जेव्हा तिनं आणि रुग्णालयातील पर्यवेक्षक डॉक्टर जोॲनी नोवाक यांनी डेव्ह तिथं आल्या आल्या त्याची तपासणी केली, तेव्हा काही मोजके दिवस उरले असल्याचं त्यांच्या लक्षात आलं. त्याचे डोळे खोल गेले होते. तो मोठ्या कष्टानं श्वास घेत होता. त्याच्या संपूर्ण शरीरामध्ये इतकं द्रव्य साठलं होतं की, त्याची त्वचा पाण्याच्या फोडांनी भरल्यासारखी झाली होती आणि वाहत होती. पोटातील वेदनेमुळे तो जवळपास अर्धमूर्च्छितावस्थेमध्ये होता.

डॉक्टर कामाला लागले. त्यांनी डेव्हला जेवढं नार्कोटिक देता येणं शक्य होतं, त्यापेक्षा जास्त देता यावं म्हणून एक वेदनाशामक पंप एका बटनाशी जोडला. त्यांनी डेव्हसाठी इलेक्ट्रिक हॉस्पिटल बेडची व्यवस्था केली, जेणेकरून त्याची पाठ उंचावली जाऊन तो झोपू शकेल. त्यांनी डेव्हला स्वच्छ कसं करायचं, हेही शेरॉनला

शिकवलं, त्याची त्वचा फाटण्यापासून कशी वाचवावी आणि होणाऱ्या संभाव्य गोष्टींना कसं थांबवावं. क्रीडनं मला सांगितलं की, तिच्या कामाचा एक भाग म्हणजे कुटुंबातल्या लोकांची पडताळणी करणं आणि शेरॉन मला कायमच सक्षम वाटली. तिनं तिच्या नवऱ्याची शेवटपर्यंत सेवा करण्याचा ठाम निश्चय केला होता आणि कदाचित ती अग्निशामक दलामध्ये काम करत असल्यामुळे असेल, तिच्या अंगी एक काटकपणा होता आणि हे करण्याची धमकही होती. तिला खासगी परिचारिका ठेवण्याची अजिबात इच्छा नव्हती. ती प्रत्येक गोष्ट स्वत: सांभाळत होती, म्हणजे पार सलाईन आणि पलंगपोसापासून ते थेट कुटुंबातील सर्वांसोबत संवाद साधण्यापर्यंत म्हणजे जेव्हा तिला हवी तेव्हा मदत मिळण्यापर्यंत सर्व ती हाताळत असे.

क्रीडनं एक विशेष 'कम्फर्ट पॅक'चं नियोजन केलं, जे फेडएक्सनं पुरवायचं होतं आणि ते डेव्हच्या पलंगाजवळच एका छोट्या रेफ्रिजेटरमध्ये ठेवले. त्यामध्ये मॉर्फिनचा एक डोस ठेवला होता, जो वेदना अगदीच असह्य होत असतील किंवा श्वासामध्ये उथळपणा जाणवला, तर लगेच देण्यासाठी ठेवला होता; जर अस्वस्थतेचा ॲटक आला तर ॲटिव्हान होतं, मळमळ होत असेल तर कॉम्पॅझाइन; उन्माद, भ्रमिष्टपणासाठी हॅल्डॉल, तापासाठी टायलेनॉल आणि जेव्हा शेवटच्या काही तासांमध्ये रुग्णाला श्वासही घेता येत नाही, तेव्हा वरचा ओला पडलेला श्वसन संस्थेतला भाग कोरडा करण्यासाठी ॲट्रोपिन. जर अशा प्रकारचा त्रास उद्‌भवला तर शेरॉनला चोवीस तास उपलब्ध असलेल्या रुग्णालयातील कामावर असलेल्या परिचारिकेचा नंबर देऊन ठेवला होता, जी येऊन संकटकालीन औषधं पुरवू शकेल आणि जर गरजच असेल, तर बाहेर येऊन मदतही मागवेल.

डेव्ह आणि शेरॉन दोघेही सरतेशेवटी घरी निर्धास्तपणे झोपू लागले. क्रीड किंवा इतर कुठली तरी परिचारिका त्याला पाहण्यासाठी रोजच येऊ लागली, कधीकधी तर दिवसातून दोन वेळाही! त्या आठवड्यामध्ये शेरॉननं जवळपास तीन वेळा तातडीची मदत मागवली, ती डेव्हला होणाऱ्या वेदना थांबवण्यासाठी किंवा त्याला होणारे भास थांबवण्यासाठी. काही थोड्या दिवसांनंतर ते त्यांच्या आवडत्या रेस्टॉरंटमध्ये जेवणासाठीही जाऊ लागले; त्याला काही फारशी भूक लागलेली नसे; पण ते तिथं जाण्याचा आनंद घेऊ लागले आणि जुन्या स्मृतींना उजाळा देऊ लागले.

सगळ्यात अवघड गोष्ट कोणती होती तर ती ही की, डेव्हला दररोज शिरेवाटे जवळपास दोन लिटर सलाईन द्यावं लागं, त्याला कॅलरीज मिळण्याचा तो एकमेव मार्ग होता; तरीही रुग्णालयातील सगळा कर्मचारीवर्ग ते सतत न घेण्याचा आग्रह करत होता, कारण तसंही ते त्याच्या शरीरामध्ये शोषलं जात नव्हतंच. साखर, प्रथिनं आणि मेदाम्ले यांनी त्याच्या शरीरामध्ये जाऊन त्याच्या त्वचेमध्ये वेदनामय सूज आणली होती आणि त्याचा श्वास आणखी उथळ झाला होता, मग ते

कशासाठी घ्यायचं? मंत्र एकच होता : आता या क्षणासाठी जगा. शेरॉननं नाखुशी दर्शवली, तिला भीती हीच की, तो उपाशी राहील. तथापि, आमच्या भेटीच्या आदल्या रात्री ती आणि डेव्ह यांनी सलाईन न घेता राहण्याचा निश्चय केला. सकाळी सूज थोडीशी कमी झाली होती. तो जरा जास्त हालचाल करू शकला आणि जरा कमी अवघडल्यासारखा वाटला. त्यानं काही घास अन्न खाण्यासही सुरुवात केली, अगदी म्हणजे फक्त चव घेण्यापुरतं का होईना आणि आपल्या निर्णयामुळे जरा बरं वाटतंय, असंही त्यानं शेरॉनला सांगितलं.

जेव्हा आम्ही पोहोचलो, तेव्हा शॉवर घेऊन डेव्ह पुन्हा त्याच्या पलंगाकडे चालला होता, त्याचे हात त्याच्या बायकोच्या खांद्यावर होते आणि त्याचे घासत चाललेले पाय एका वेळी एकच पाऊल मोठ्या मुश्किलीनं टाकत होते.

"बराच वेळ गरम पाण्याचा शॉवर घेणं, यापेक्षा दुसरी कोणतीही गोष्ट त्याच्या आवडीची नसेल." शेरॉन म्हणाली. "शक्य झालं, तर तो शॉवरमध्येच जगू शकेल."

डेव्ह स्वच्छ पायजमा घालून, खोलवर श्वास घेत त्याच्या पलंगाच्या काठावर बसला होता आणि क्रीड त्याच्याशी त्याच्या मुलीप्रमाणे बोलत होती. छोटीशी वेणी घातलेली ॲशली त्या खोलीतून सारखी आत-बाहेर पळापळ करत होती, तिच्या डॅडीच्या मांडीवर एकेक प्राणी आणून ठेवत होती.

"आता किती वेदना होतात, हे एक ते दहा अंकांच्या मापनपट्टीवर सांगू शकाल?" क्रीडनं विचारलं.

"सहा...पर्यंत म्हणता येईल." तो म्हणाला.

"तुम्ही तो पंप घेऊन पाहिलात का? "

त्यानं क्षणभर काहीही उत्तर दिलं नाही. "मला ते नको वाटतंय." त्यानं कबूल करून टाकलं.

"का?" क्रीडनं विचारलं.

"मला हरल्यासारखं वाटतं." तो म्हणाला.

"हरल्यासारखं?"

"मला व्यसनाधीन बनायचं नाहीय." त्यानं सांगितलं. "मला त्या गोष्टीची गरज वाटत नाही."

क्रीड त्याच्यासमोरच गुडघ्यावर बसली आणि म्हणाली, "डेव्ह, औषधं न घेता कुणी असं वेदनेवर नियंत्रण मिळवलं आहे, असा दुसरा कोणी माझ्या पाहण्यात नाही. ही हार नाही. तुम्हाला एक चांगली पत्नी आणि मुलगी मिळाली आहे आणि तुम्ही त्यांच्यासोबत वेदना सहन करत आनंद नाही घेऊ शकणार. "

"या बाबतीत तुझं खरं आहे." त्याला छोटासा घोडा आणून देणाऱ्या ॲशलीकडे

पाहत तो म्हणाला आणि मग त्यानं बटण दाबलं.

त्यानंतर एका आठवड्यानं डेव्ह गॅलोवे वारला... घरीच, अगदी शांतपणे आणि घरातले सगळे भोवताली असताना. त्यानंतर एका आठवड्यानं ली कॉक्सही वारली; पण तीही अशी की, जणू मानवी जगणं हे त्या सूत्राला किती प्रतिरोधी हे दर्शवत गेली. कॉक्सनं तिच्या आजारपणाच्या असाध्यतेशी कधीही हातमिळवणी केली नाही. म्हणून जेव्हा एका सकाळी तिला हृदयविकाराचा झटका आलेल्या अवस्थेमध्ये ती कुटुंबाला दिसली, त्यांनी तिच्या इच्छेप्रमाणे या रुग्णालयाचा क्रमांक न फिरवता ९११ क्रमांक लावला. मग तातडीचं वैद्यकीय सेवापथक, अग्निशमन यंत्रणा आणि पोलीसही तिथं आले. त्यांनी तिचे कपडे काढले, तिच्या छातीवर दाब दिला, तिच्या श्वासनलिकेमध्ये एक नळी घातली आणि तिच्या फुफ्फुसामध्ये वेगानं ऑक्सिजन देणं सुरू केलं आणि तिच्या हृदयाला धक्का देऊन पुन्हा सुरू करण्याचा प्रयत्न यशस्वी होतो का, हे पाहू लागले; पण या गोष्टी अशा असाध्य आजारांच्या रुग्णांवर क्वचितच यशस्वी होतात अर्थात त्यांनाही यश आलं नाहीच.

आमच्या असाध्य आजारांच्या रुग्णांसाठी असलेल्या रुग्णालयानं तिला कसं मरावं, याचा एक नवा आदर्श देण्याचा प्रयत्न केला. जरी आपल्या वाढत्या वयासोबत मृत्यूशी दोन हात कसे करावे, असा विचार करणाऱ्या प्रत्येकाला मदत करू शकत नसलो, तरीही एक आदर्श देण्याचा प्रयत्न केला; पण असं करणं म्हणजेच एका संघर्षाचं प्रतिनिधित्व आहे... केवळ रोगाविरुद्धच नाही, तर वैद्यकीय क्षेत्रातील वरवर पाहता न थांबू शकणाऱ्या संवेगाविरुद्धही आहे.

थँक्सगिव्हिंगच्या सुटीच्या आधी काही दिवस सारा मोनोपॉली, तिचा नवरा रिच आणि त्याची आई डाऊन थॉमस, हे डॉक्टर मार्क्वीक्सला तिनं ठेवलेल्या पर्यायावर चर्चा करण्यासाठी भेटले. या मुद्द्यावर सारानं तीन केमोथेरपींचा विशेष असा परिणाम दिसून आला नाही, तरी त्या घेतल्या. कदाचित मार्क्वीक्सनं यावर चर्चा केली असावी की, मृत्यू समीप असताना तिला नेमकं काय हवं आहे आणि त्या तिच्या इच्छा चांगल्या पद्धतीनं कशा पूर्ण करता येतील; पण सारा आणि तिच्या कुटुंबाकडून ही सूचना त्याला देण्यात आली की, त्यांची फक्त उपचाराचे पुढचे पर्याय काय आहेत, यावरच चर्चा करण्याची इच्छा आहे. त्यांना मृत्यूविषयी चर्चा करण्याची इच्छाच नव्हती.

काही दिवसांनी साराच्या मृत्यूनंतर मी तिच्या नवऱ्याशी आणि तिच्या आई-वडलांशी बोललो. साराला हे माहीत होतं की, तिचा आजार हा असाध्य आहे. एका आठवड्यानंतर तिला तिच्या आजाराचं निदान कळवण्यात आलं आणि मग तिच्या

मुलीचा जन्म झाला, व्हिवियनला मोठं करण्याविषयी असणाऱ्या तिच्या इच्छा तिनं व्यक्त केल्या होत्या. कित्येक वेळा तिनं तिच्या कुटुंबीयांना हे सांगितलं होतं की, मला रुग्णालयामध्ये मरण्याची अजिबात इच्छा नाहीय. आयुष्याचा शेवटचा क्षण शांतपणे घरीच घालवण्याची तिची इच्छा होती; पण त्या क्षणी असणाऱ्या आशा-अपेक्षा कदाचित जवळ येतच होत्या, आजार लांबवणारा कुठलाच मार्ग त्यांच्याजवळ नव्हता. ''ती किंवा मी आम्हा दोघींनाही कुठल्याही गोष्टींवर चर्चा करायची होती.'' तिच्या आईनं सांगितलं.

तिचे वडील गॅरी आणि तिची जुळी बहीण एमिली हे दोघे अजूनही ती बरी होऊ शकेल, असे आशावादी होते. डॉक्टर काही फारसे जोरदार प्रयत्न करत नाहीत, असं त्यांना वाटत होतं. ''काहीही होऊ शकत नाही, यावर माझा तर विश्वासच बसत नव्हता.'' गॅरी म्हणाले. रिचसाठी साराच्या आजारपणाचा हा अनुभव त्याला विचलित करणाराच होता : ''आम्हाला एक मूल होतं. आम्ही तरुणही होतो आणि म्हणूनच हे सारं काही धक्कादायक आणि म्हणूनच विसंगतही होतं. आम्ही केव्हाही आता उपचार थांबवावेत म्हणून चर्चाही केली नाही.''

मार्क्वाक्सनं एकंदर अवकाशाचा अंदाज घेतला. फुप्फुसाच्या कर्करोगावर उपचार करण्याच्या जवळपास दोन दशकांच्या अनुभवाच्या आधारावर, त्यानं त्यावर अनेकांशी चर्चा केली होती. त्याच्याजवळ एक शांत, लोकांना आश्वासकता देणारी वृत्ती होती आणि तसेच सरळसरळ संघर्ष करण्याची किंवा अगदी जवळीक करणं टाळण्याची एक मिनेसोटाची स्थानिक वृत्तीही त्याच्याजवळ होती. निर्णय घेण्याच्या बाबतीत अगदी वैज्ञानिक बनण्याचा तो प्रयत्न करत असे.

''मला माहीत आहे की, माझ्यासमोर येणाऱ्या रुग्णांपैकी बहुतांश रुग्ण हे त्यांच्या आजारामुळे मरणारच आहेत.'' त्यानं मला सांगितलं. एकंदर अभ्यास असं दर्शवतो की, दुसऱ्या टप्प्यातील केमोथेरपी उपचारामध्ये अपयश आल्यानंतर कर्करोगाच्या रुग्णांजवळ आयुष्यातला फारच क्वचित वेळ पुढच्या उपचारांसाठी उरतो आणि बहुतांशी अगदी महत्त्वपूर्ण असे दुष्परिणाम दिसून येतात; पण तरीही त्याच्याजवळ आशा असतातच.

त्याचवेळी त्यानं सांगितलं की, 'सह-उपचार' हा त्यांनी विचार करावा असा एक मुद्दा आहे; पण त्यानं पुढं सांगितलं की, त्यामध्येही बरेच पर्यायी प्रयोग आहेत. त्यानं असंही सांगितलं की, त्यापैकी कित्येक अजून प्रयोगस्वरूपातच आहेत. अगदी विश्वासार्ह म्हणून ज्याकडे पाहता येईल, ते म्हणजे फायझरचं एक औषध, ज्यानं तिच्या कर्करोगाच्या पेशींमध्ये सापडलेल्या उत्परिवर्तनाला लक्ष्य केलं होतं. सारा आणि तिचं कुटुंब या एका गोष्टीवर त्यांच्या आशा लावून बसलं होतं. ते औषध इतकं नवीन होतं की, त्याला अक्षरश: त्याचं स्वत:चं नावही नव्हतं, फक्त

एक क्रमांक होता... पीएफ ०२३१००६... आणि हीच गोष्ट खरं तर इतरांना भुरळ घालणारी होती.

काही महत्त्वाच्या गोष्टी डोक्यावर घिरट्या घालत होत्या, त्यामध्ये एक चर्चा अशीही होती की, वैज्ञानिकांनाही अद्याप सुरक्षित असा डोस कोणता, हे सांगता येत नाही. हे औषध 'फेज १ ट्रायल' या प्रकारामध्ये म्हणजे फक्त प्रयोगासाठी या सदरामध्ये मोडत होतं; रामबाण औषध या प्रकारामध्ये नाही. पुढचं सांगायचं म्हणजे साराच्या कर्करोगाच्या पेशी पेट्रीडिशमध्ये घेऊन त्या औषधाची चाचणी केली होती, तिचा परिणाम शून्य होता; पण मार्क्सक्सनं असा विचार केला की, या गोष्टी फक्त नकारात्मक अशा आहेत, अगदीच निर्णायक असे अडथळे नाहीत. अगदी गुंतागुंतीचा प्रश्न हा होता की, त्या चाचणीच्या नियमांनीच साराला बाजूला सारलं कारण पल्मोनरी इम्बॉलिझ्म जो त्याच उन्हाळ्यामध्ये तिच्या शरीरामध्ये तयार झाला होता. आता पुन्हा त्यासाठी तयार व्हायचं, तर तिला किमान दोन महिने त्यासाठी द्यावे लागणार होते.

दरम्यान, त्यानं दुसरी एक पारंपरिक केमोथेरपी घेऊन पाहण्याविषयी प्रयत्न करण्याचा सल्ला दिला, ज्याचं नांव होतं वायनोरेल्बाइन. थँक्सगिव्हिंगनंतरच्या सोमवारी लगेचच सारानं हे उपचार सुरू केले.

सरतेशेवटी काय झालं, हे समजण्यासाठी थोडे क्षण थांबून विचार करणं महत्त्वाचं ठरेल. टप्प्याटप्प्यानं सारानं केमोथेरपीचं चौथं चक्र पूर्ण केलं. तो एक अगदी छोटासा असा डोस होता, जो तिच्या आजाराच्या वाढण्याला बदलवू शकत होता आणि प्रचंड थकवणारा असा दुष्परिणामही त्यातून दिसून येत होता. एका त्यागासाठी स्वत:ला तयार करण्याची एक संधी होती आणि हे सारं झालं - कारण होतं एक आत्मविश्वासपूर्ण, सामान्य असं वातावरण : एक रुग्ण आणि कुटुंब दोन्हीही तिच्या आजाराच्या वास्तवाला सामोरं जाण्यास तयार नव्हते.

मी मार्क्सक्सला एक प्रश्न विचारला, "जेव्हा तुम्ही एखाद्या कर्करोगग्रस्त रुग्णाला प्रथमच भेटता, तेव्हा फुप्फुसाच्या कर्करोगाच्या रुग्णाची आजारातून सुटका होईल, याबाबतीत तुमच्या काय आशा-अपेक्षा असतात?"

"आणि मी असा विचार करत असतो की, यातून मी त्यांना जगण्यासाठी एखाद-दुसरं वर्ष देऊ शकेन का?" तो म्हणाला. "या एवढ्याच माझ्या अपेक्षा असतात. माझ्या बाबतीत विचार करायचा झाला तर सारासारख्या रुग्णाच्या बाबतीत अगदीच लांबवायचं झालं तर तीन किंवा चार वर्षं फार होतात; पण हे लोकांना अजिबात ऐकायचं नसतं. ते दहा किंवा वीस वर्षांचा विचार करत असतात. तुम्ही तोच काळ वारंवार ऐकता आणि मलाही तेच वाटलं असतं, जर मी त्यांच्या जागी असतो तर..."

तुम्ही असा विचार करता की, या आजाराकडे उपचाराचं सुकाणू वळवण्यासाठी

डॉक्टर अगदी चांगले तंत्रज्ञानयुक्त आहेत; पण कमीतकमी दोन गोष्टी अशा आहेत ज्या मार्गात येतातच. पहिली म्हणजे, आपले स्वतःचे दृष्टिकोन कदाचित अवास्तव असू शकतात. समाजशास्त्रज्ञ निकोलस क्रिस्टेकिस यानं डॉक्टरांना जवळपास पाचशे असाध्य आजारानं ग्रस्त रुग्णांचा अभ्यास करून असा अंदाज व्यक्त करण्यास सांगितलं की, त्यांचे हे रुग्ण किती दिवस जगतील, असं त्यांना वाटतं आणि त्यानंतर त्या रुग्णांचा अभ्यास केला. त्रेसष्ट टक्के डॉक्टरांनी त्यांच्या रुग्णांचं आयुष्य उगाचच वाढवून सांगितलं. सतरा टक्के रुग्णांचं कमी केलं. सरासरी जी होती, ती ५३० टक्के; ती फारच होती आणि ज्या डॉक्टरांना त्यांच्या रुग्णाबद्दल बऱ्यापैकी माहिती होती, त्यांच्या बाबतीत सांगायचं तर ते जवळपास चुकले होते.

दुसरी बाब, आपण या भावना अगदी व्यक्त करण्याचंही टाळतो. अभ्यासान्ती असं सिद्ध झालं आहे की, जरी डॉक्टर सहसा आपल्या रुग्णांना सांगत असले की, कर्करोग हा असाध्य आहे, तरीही ते या निदानाचं भविष्य काय आहे, हे सांगण्यास नाखूश असतात; अगदी त्यांना खोदून खोदून विचारलं तरीही! चाळीस टक्क्यांपेक्षा जास्त कर्करोगतज्ज्ञ हे मान्य करतात की, ते उपचार करतात म्हणजे नावडतं काम करायचं आहे, यावर त्यांचा विश्वास असतो. या युगामध्ये... ज्यामध्ये रुग्ण आणि डॉक्टर यांच्यातील नातं हे वरचेवर चुकीचं रेखाटलं जातंय... नेहमीच्याच शब्दांत सांगायचं म्हणजे... ग्राहक हा नेहमीच बरोबर असतो... रुग्णांच्या अपेक्षांना पायदळी तुडवण्याच्या बाबतीत डॉक्टर नेहमीच संभ्रमित, दोलायमान स्थितीमध्ये असतात. जास्त नकारात्मक तर बनत नाही ना याची काळजी तुम्ही जास्त सकारात्मक तर बनत नाही ना, यापेक्षा जास्तच करता आणि त्यात मरणाविषयी बोलणं म्हणजे भयंकर भीती दाखवणारं आहे. जेव्हा तुमच्याकडे सारा मोनोपॉलीसारखा एखादा रुग्ण असतो, तेव्हा शेवटची गोष्ट तुम्हाला करावीशी वाटते, ती म्हणजे सत्याशी झटापट! मला माहीत आहे, कारण तिच्याशी संवाद टाळणारा मार्क्विस हा काही पहिलाच नव्हता; मीही त्यांपैकीच एक होतो.

त्या उन्हाळ्याच्या सुरुवातीलाच पेट स्कॅनच्या तपासणीनंतर हे उघडच झालं होतं की, फुप्फुसाच्या कर्करोगासोबतच तिला अवटू ग्रंथीचा म्हणजे थायरॉईडचाही कर्करोग आहेच, जो तिच्या गळ्यातील लसिका ग्रंथींमध्येही पसरला होता आणि मला हे निश्चित करण्यासाठी बोलावण्यात आलं होतं की, त्याची शस्त्रक्रिया शक्य आहे की नाही. या क्षणाला हा संबंध नसलेला कर्करोग खरं तर शस्त्रक्रिया करण्याजोगा होता; पण थायरॉईडचा कर्करोग जीवघेणा बनण्यासाठी बरीच वर्षं घेतो. तिच्या फुप्फुसाच्या कर्करोगानं तिला थायरॉईडच्या कर्करोगानं काही त्रास देण्याच्या आधीच तिचा शेवट केलाच असता. शस्त्रक्रियेचा एकंदर अगदी आवश्यक असलेला आवाका आणि प्रभावी असे दुष्परिणाम बघता, सगळ्यात चांगली एक गोष्ट होती

ती म्हणजे काहीही न करणं; पण माझ्या या कारणांचं सारासमोर विश्लेषण देणं म्हणजे तिच्या फुप्फुसाच्या कर्करोगामुळे येणाऱ्या मरणाशी रुजवात घालून देण्यासारखंच होतं, असं काहीतरी जे करण्यास माझी तयारी नव्हती.

माझ्या दवाखान्यामध्ये बसलेली असताना सारा या तिच्या दुसऱ्या कर्करोगानं काही फार हिंमत हरली होती, असं काही दिसत नव्हतं. ती ठाम दिसत होती. अवटू ग्रंथीच्या म्हणजे थायरॉईडच्या कर्करोगाच्या उपचाराचे चांगले परिणाम बहुधा तिनं वाचलेले होते; त्यामुळे ती जरा उत्तेजित होती. केव्हा शस्त्रक्रिया करायची, याविषयी चर्चा करण्यास उत्सुक होती आणि मी स्वत:ला तिच्या त्या सकारात्मकतेपासून दूर पळवतोय, असं वाटत होतं. समजा, मी त्या क्षणी चुकीचा असतो, मला आश्चर्य वाटलं असतं, तर ती म्हणजे विक्षेपी... सगळीकडे पसरणारा फुप्फुसाचा कर्करोग घेऊन जगणारी एक रुग्ण म्हणून सिद्ध झाली असती? मी तिचा अवटू ग्रंथीचा म्हणजे थायरॉईडचा कर्करोग तसाच, उपचाराविना कसा काय ठेवू शकत होतो?

माझा पर्याय हे सगळे विषय एकत्र टाळणं, हा होता. मी साराला सांगितलं, "तुझ्या अवटू.. थायरॉईड ग्रंथीच्या कर्करोगाच्या बाबतीत एक चांगली बातमी आहे, ती म्हणजे तो अतिशय हळुवारपणे वाढतोय आणि उपचार करण्याजोगा आहे; पण आपली उपचाराची प्राथमिकता फुप्फुसाचा कर्करोग ही आहे. म्हणून सध्या लगेच त्यावर उपचार करत बसणं काही गरजेचं नाही. आपण आता या क्षणापासून थायरॉईडच्या कर्करोगावर बारीक लक्ष ठेवणार आहोत आणि येत्या काही महिन्यांनंतर आपण शस्त्रक्रिया कधी करायची, ते ठरवणार आहोत."

मी तिला दर सहा महिन्यांनंतर भेटतच राहिलो आणि प्रत्येक वेळी मागच्यापेक्षा तिची शारीरिक अवस्था घसरत चाललेली असल्याची नोंद केली. अद्याप, अगदी त्या चाकाच्या खुर्चीवर बसलेली असतानाही सारा स्मित करत येत होती, छानपैकी मेकअप केलेला आणि डोळ्यांवर येणारे केस बॉबपिननं मागे सारलेले असायचे. हसण्यासाठी तिला अगदी लहानशी गोष्टही पुरत असे, म्हणजे तिच्या कपड्याच्या खाली येणारा एखादा अनाहूत फुगवटाही तिला हसवून जात असे. ती कुठलीही गोष्ट करण्यासाठी तयार असायची आणि मी स्वत:ला तिच्या फुप्फुसाच्या कर्करोगावर एखादी प्रयोगशील उपचारपद्धतीची बातमी शोधण्यासाठी एकाग्र करायचो. तिच्या फुप्फुसाच्या कर्करोगाच्या एका केमोथेरपीनंतर तिचा अवटू ग्रंथीचा कर्करोग थोडासा सुरकुतल्यासारखा वाटला. मला तर अशीही आशा वाटली की, ही प्रायोगिक उपचारपद्धती दोन्हीही कर्करोगांवर चांगला परिणाम घडवून आणते की काय, जी अगदी वेडी कल्पना होती. या अशा रम्य कल्पनेवर चर्चा करणं हे जे माझ्यासमोर घडत होतं, त्यावर चर्चा करण्यापेक्षा फारच सोपं होतं... म्हणजे कमी भावनाशील, कमी विस्फोटक, गैरसमजाकडे कमी नेणारं...!

फुप्फुसाचा कर्करोग आणि केमो, सारा अगदी सातत्यानं आजारीच राहिली. ती सगळा वेळ झोपूनच काढत असे आणि घरातून क्वचितच बाहेर पडे. डिसेंबरमधल्या नोंदीनुसार श्वासाचा उथळपणा, कोरडे उमाळे, खोकताना रक्त बाहेर येणं, प्रचंड थकवा. तिच्या छातीमध्ये घातलेल्या द्रवपदार्थ बाहेर पडण्याच्या नळीखेरीज, कर्करोग तिच्या पोटामध्ये जे लिटर/लिटर द्रव्य तयार करत असे, त्याचा दाब कमी करण्यासाठी तिला आठवड्यातून किंवा दोन आठवड्यांतून का होईना, पोटामध्ये सुई घालून ते बाहेर काढणं गरजेचं होऊन बसे.

डिसेंबरमध्ये केलेल्या सीटी स्कॅनमध्ये असं दिसून आलं की, फुप्फुसाचा कर्करोग तिच्या मेरुदंडात, यकृतात आणि फुप्फुसामध्येही पसरत चालला आहे. आम्ही जेव्हा जानेवारीमध्ये भेटलो, ती अगदी हळुवारपणे आणि अस्वस्थतेनं चालू शकत होती. तिच्या शरीराचा खालचा भाग इतका सुजला होता की, तिची त्वचा घट्ट ताणून बसवल्याप्रमाणे झाली होती. श्वासासाठी दम घेतल्याशिवाय एक वाक्यही बोलणं तिला शक्य नव्हतं. फेब्रुवारीच्या पहिल्या आठवड्यामध्ये, तिला घरीही श्वास घेण्यासाठी प्राणवायूची म्हणजे ऑक्सिजनची गरज भासू लागली; पण तिच्या पल्मोनरी इम्बॉलिझ्मनंतर फायझरचं प्रायोगिक तत्त्वावरचं औषध सुरू करू शकेल इतका पुरेसा वेळ होता. सारं काही आलबेल आहे, हे कळण्यासाठी तिला अजून एक स्कॅन करण्याची गरज होती. या स्कॅननं हे स्पष्ट दाखवून दिलं की, कर्करोग तिच्या अगदी मेंदूपर्यंत पोहोचला आहे. कमीतकमी नऊ मेटॅस्टॅटिक ग्रोथ म्हणजे पसरत जाऊन प्रादुर्भाव होऊ शकणाऱ्या तेही मेंदूच्या दोन्ही अर्धगोलार्धांमध्ये अर्धा इंच पसरला होता. प्रायोगिक तत्त्वावर वापरण्यात येणारं औषध हे काही रक्त - मेंदू यांचे अडथळे पार करून कार्य करावं, असं बनवलेलंही नव्हतं; त्यामुळे पीएफ ०२३१००६ हे औषध काही कामाचं नव्हतं.

आणि अद्यापही सारा, तिचं कुटुंब आणि तिच्यावर उपचार करणारी वैद्यकीय क्षेत्रातील मंडळी ही कर्करोगाविरुद्ध लढण्यासाठी दंड थोपटून उभी होती. चोवीस तासांच्या आत, साराला पुन्हा एका रेडिएशनचा उपचार करणाऱ्या कर्करोगतज्ज्ञ डॉक्टरकडे पूर्ण मेंदूवर रेडिएशन करून त्या कर्करोगाच्या पेशींचं पसरणं आटोक्यात आणता येईल का, हे पाहण्यासाठी आणलं. १२ फेब्रुवारीला तिनं रेडिएशनचे पाच दिवस पूर्ण केले, ज्यामुळे तिला अगदी सोसता न येण्याइतका थकवा आला. मोठ्या मुश्किलीनं ती अंथरुणावरून उठू शकत असे. ती जवळपास काहीही खात नव्हती. गेल्या शिशिरामध्ये तिचं जेवढं वजन होतं, त्यापेक्षा तिचं वजन कमी होऊन फक्त पंचवीस पौंड राहिलं. तिनं रिचलाही सांगून टाकलं की, गेल्या दोन महिन्यांपासून मला दोन-दोन दिसत असल्याची जाणीव होत आहे आणि मला माझेच हात लागत नाहीत.

"तू यापैकी कुणाला हे का सांगत नाहीस?" त्यानं तिला विचारलं.

"मला उपचार बंद करायची इच्छा नाही." ती म्हणाली. "ते कदाचित मला उपचार बंद करून तसंच ठेवतील."

रेडिएशननंतर तिला तिची शक्ती पूर्ववत करण्यासाठी जवळपास दोन महिने लागले. नंतर आमच्याकडे एक वेगळं असं औषध आलं, ज्याचा प्रयोग तिच्यावर करणं शक्य होतं. ते एका छोट्याशा बायोटेक कंपनीचं होतं. ते तिला पंचवीस फेब्रुवारीपासून सुरू करण्याचं वेळापत्रक तयार करण्यात आलं. तिच्या जगण्याच्या संधी वरचेवर कमी कमी होत चालल्या; पण त्यांचा काहीही उपयोग होणार नाही, हे कुणी सांगावं?

१९८५ मध्ये, जीवाश्मतज्ज्ञ आणि लेखक स्टीफन जाय गौल्ड यानं आपला एक आगळावेगळा निबंध प्रकाशित केला, 'द मेडियन इझन्ट द मेसेज'. तीन वर्षांपूर्वी त्याचं ॲब्डोमिनल मेसोथेलिओमा या एका क्वचितच दिसून येणाऱ्या आणि सहसा ॲस्बेस्टॉसशी संपर्क आल्यानंतर होणाऱ्या पोटाच्या कर्करोगाचं निदान झालं होतं, त्यानंतरच त्यानं हा निबंध लिहिला होता. त्याला त्याचं निदान सांगण्यात आलं, तेव्हा तो वैद्यकीय पुस्तकांच्या वाचनालयामध्ये गेला आणि आजारावर असणारा अगदी नवा असा संशोधनात्मक लेख त्यानं शोधून काढला. 'तो लेख काही फार क्रूरपणानं लिहिलेला नव्हता : मेसोथेलिओमा हा असाध्य आहे, तो आढळल्यानंतर सामान्यपणे फार तर माणूस आठ महिने जगतो.' त्यानं लिहिलं आहे. ही बातमी पार उद्ध्वस्त करणारीच होती; पण त्यानंतर त्यानं इतर रुग्णांच्या जगण्याचे आलेख तपासणं सुरू केलं.

गौल्ड हा निसर्गवादी जीवसृष्टीचा अभ्यासक होता आणि त्याचं लक्ष हे त्या आलेखाच्या वक्र भागाच्या मध्यरेषेपेक्षा त्या मध्यरेषेभोवतीच्या विचलनाभोवतीच जास्त होतं. या अभ्यासकानं जे पाहिलं, ते अतिशय लक्षात घेण्यासारखं विचलन होतं. त्या आलेखाच्या मध्यरेषेभोवती हे रुग्ण चिकटलेले दिसत नव्हते, तर त्याऐवजी दोन्ही बाजूला विखुरलेले दिसत होते. ही वक्रता जास्तीतजास्त उजवीकडे लांबटसर शेपटासारखी जास्त झुकलेली दिसत होती, तथापि, ती अतिशय बारीक अशी होती. ती असे रुग्ण दर्शवत होती, जे आठ महिन्यांपेक्षा जास्त दिवस जगतात. इथं त्याला थोडासा दिलासा मिळाला. तो किमान एवढी तरी कल्पना करू शकत होता की, तो त्या लांबट शेपटाप्रमाणे असलेल्या रेषेवर असलेला, जास्त दिवस जगू शकणारा रुग्ण आहे आणि तो जगलाही! शस्त्रक्रिया आणि प्रायोगिक स्तरावरची केमोथेरपी यांचा पाठपुरावा करून तो अजून वीस वर्षं जगला. २००२मध्ये तो फुप्फुसाच्या कर्करोगानं वारला, त्याच्या मूळ आजारानं नाही, त्या वेळी त्याचं वय होतं साठ.

'माझ्या मते स्वाभाविक, अंगभूत प्रतिष्ठा असल्याप्रमाणे मृत्यूचा स्वीकार करण्याच्या बाबतीत थोडीशी एक परंपरा घडून येत आहे.' त्यानं १९८५ च्या आपल्या निबंधामध्ये लिहिलं. 'अर्थात चर्चच्या धर्मगुरूंशी मी सहमत आहे की, प्रेम करण्यासाठी एक वेळ असते आणि तसंच मरण्यासाठीही एक वेळ असते... आणि जेव्हा माझ्या विचारांचा गुंता सुटत जातो, तेव्हा मी शेवटच्या क्षणी अतिशय शांतपणे आणि माझ्या पद्धतीनं मरणाला तोंड देऊ शकेन, अशी मला आशा वाटते. तथापि, बहुतांश परिस्थितीमध्ये, मी एक असा लढण्याचा दृष्टिकोन जवळ बाळगतो, जणू मृत्यू हा सगळ्यात मोठा शत्रू आहे... आणि मला वाटतं, जी माणसं या प्रकाशाच्या नाहीशा होण्याशी जी झुंज देतात, त्यांना त्यासाठी दोष द्यावा, असं काहीही नाही.'

मी ज्या ज्या वेळी असाध्य आजारानं ग्रस्त रुग्ण पाहतो, तेव्हा तेव्हा मी गौल्डचा आणि त्याच्या त्या निबंधाचा विचार करतो. शक्यतेचं शेपूट कायमच फार लांब असतं, मग क्षीण का असेना. त्याची अपेक्षा धरणं अगदीच चूक कसं? काहीही नाही, मला तरी असं वाटतं, अगदी मोठ्या प्रमाणावर शक्यता तयार करण्याच्या बाबतीत जोपर्यंत आपल्याला अपयश येत नाही, तोपर्यंत तरी त्याला अर्थ आहेच. प्रश्न आहे तो हाच की, आपण आपली सारी वैद्यकीय पद्धती आणि संस्कृती या लांबट शेपटाभोवतीच उभी केलेली आहे. आपण शेकडो दशलक्ष डॉलरचे इमले लॉटरीची तिकिटं विकावीत, त्याप्रमाणे वैद्यकीय सुविधा पुरवण्यासाठी उभे केलेले आहेत... आणि आपल्याकडे फक्त त्या एका पद्धतीची एक प्राथमिक रीत आहे, ज्यामध्ये आपण रुग्णाला न लागणाऱ्या तिकिटासाठी तयार करत असतो. आशा ही योजना नसतेच; पण आशा ही आपली योजना असू शकते.

सारासाठी चमत्कार होऊन बरं होणं, हे घडणं शक्य नव्हतंच आणि जेव्हा शेवट जवळ आला, तेव्हा ती किंवा कुटुंबीय कुणीही त्यासाठी तयार नव्हतं. "घरी अगदी शांतपणे मरण यावं, या तिच्या विनंतीचा आपण आदर करावा, असं मला नेहमीच वाटत होतं." मागाहून रिच मला म्हणाला. "पण हे आपण सहजासहजी घडू देऊ, यावर माझा विश्वास नव्हता. ते कसं करावं, हेही मला माहीत नव्हतं."

२२ फेब्रुवारी, शुक्रवारी सकाळी तिच्या नव्या केमोथेरपीच्या उपचाराचं चक्र सुरू होण्यापूर्वी रिचला जाग आली, तेव्हा त्याच्या लक्षात आलं की, त्याची बायको त्याच्याशेजारी बिछान्यावर अगदी ताठ बसलेली आहे, आपले हात पुढे पसरलेले आहेत आणि डोळे विस्फारलेले आहेत, श्वासासाठी धडपडत आहे. ती काळीनिळी पडली होती, श्वास वेगानं चालू होता; प्रत्येक वेळी तिचं शरीर तिनं तोंड उघडं टाकून घेतलेल्या श्वासानं हिंदकळत होतं. जणू ती पाण्यात बुडतेय, अशी दिसत

होती. त्यानं तिच्या नाकातून घातलेल्या नळ्यांमधून ऑक्सिजन पुरवण्याचा प्रयत्न केला; पण तिला काही बरं वाटत नव्हतं.

''मला नाही हे जमत...'' ती प्रत्येक शब्दाच्या मध्ये धाप टाकत बोलत होती. ''मला भीती वाटतेय.''

त्याच्या फ्रिजमध्ये तेव्हा तातडीच्या क्षणी देण्याची औषधंही नव्हती. अंतिम क्षणी झगडणाऱ्या रुग्णांसाठी असणाऱ्या हॉस्पिटल रुग्णालयाची परिचारिकाही तिथं नव्हती आणि आजारातील हा नवा वाढता प्रकार ठीक करण्याजोगा आहे, हे त्याला कसं कळलं असतं?

''आपण रुग्णालयामध्ये जाऊ या.'' तो तिला म्हणाला. ''लगेच निघायचं का?'' असं त्यानं विचारलं, तेव्हा तिनं नकारार्थी मान हलवली, म्हणून मग त्यानं ९११ ला कॉल केला आणि मग पुढच्याच खोलीमध्ये झोपलेल्या तिच्या आईला, डाऊनला काय चालू आहे, याची कल्पना दिली. एका मिनिटातच अग्निशामक दलाचे जवान पायऱ्यांवरून पळत त्यांच्या झोपण्याच्या खोलीमध्ये आले, बाहेर सायरन किंचाळत होता. त्यांनी जसं साराला ॲम्ब्युलन्सच्या स्ट्रेचरवर ठेवलं, डाऊनच्या डोळ्यांना धारा लागल्या.

''आपण हे सारं तिथं जाऊन व्यवस्थित करणार आहोत.'' रिच तिला म्हणाला. ''रुग्णालयातील ही एक चक्कर आहे, बस्स!'' एवढंच तो स्वत:शी म्हणाला. तिचा त्रास कसा नियंत्रणात आणता येईल, हे डॉक्टर तिथं गेल्यावर ठरवतील.

रुग्णालयामध्ये गेल्यावर साराला न्यूमोनिया झाल्याचं निदान झालं. या निदानामुळे सगळ्या कुटुंबाला एक धक्का बसला; कारण त्यांनी असा विचार केला होता की, जंतूंचा प्रादुर्भाव दूर राहावा म्हणून त्यांनी प्रत्येक गोष्ट केलेलीच आहे. त्यांनी अगदी काळजीपूर्वक हात धुतलेले होते, अगदी मोजक्या लोकांनी आणि तरुणांनीच तिला भेट दिली होती. एवढंच काय, पण व्हिवियन बाळाचं नाक थोडंसं जरी वाहताना दिसलं, तरीही तिला साराजवळ जास्त वेळ ठेवलं नव्हतं; पण साराची प्रतिकारशक्ती आणि तिच्या फुप्फुसातील स्राव नाहीसे करण्याची तिची क्षमता ही कर्करोगाच्या प्रभावाप्रमाणेच रेडिएशन आणि केमोथेरपीनं अतिशय कमी झाली होती.

दुसऱ्या बाजूनं पाहता, न्यूमोनियाचं निदान हे जरा आश्वासक होतं, कारण तो जंतूंचा एक प्रादुर्भाव असतो. त्यावर उपचार केला जाऊ शकतो. तिथल्या वैद्यकीय सेवा देणाऱ्या चमूनं साराला ताबडतोब शिरेतून प्रतिजैविकं देण्यास सुरुवात केली आणि तोंडावर एक मास्क बसवून वेगानं ऑक्सिजनचा पुरवठा करणं सुरू केलं. सारं कुटुंब तिच्या पलंगाभोवती जमा झालं. प्रतिजैविकं चांगलं काम करतील, अशी आशा होती. हा प्रश्न सोडवला जाऊ शकतो, असं ते एकमेकांना समजावत होते; पण रात्री आणि दुसऱ्या दिवशी सकाळीही तिचा श्वास जरा जास्तच त्रासदायक होऊ लागला.

"मला आता सांगण्यासाठी एकही गमतीदार गोष्ट सुचत नाही." तिच्या आई-वडलांनी त्यांच्याकडे पाहताच एमिली साराला म्हणाली.

"मलाही आठवत नाही." सारा पुटपुटली. फक्त त्यानंतर कुटुंबाच्या लक्षात आलं की, त्यांनी तिच्या तोंडून ऐकलेले ते शेवटचे शब्द होते. त्यानंतर ती तिच्यातच मग्न झाली आणि तिची शुद्ध गेली. तिच्यावर उपचार करणाऱ्यांनी फक्त एकच पर्याय ठेवला : तिला कृत्रिम श्वसनावर ठेवणं. सारा झुंज देणारी होती, बरोबर? आणि या झुंज देणाऱ्या वीरांसाठी पुढचा टप्पा असतो, तो त्यांना अतिदक्षता विभागामध्ये हलवण्याचा.

ही एक आधुनिक शोकांतिका आहे, जिचे गतकाळामध्येही लाखो प्रयोग झाले आहेत. आपल्या विचारांचे धागे किती दूरपर्यंत पोहोचणार आहेत, हे नक्की माहीत असण्याचा मार्ग जोपर्यंत आपल्याला कळत नाही... आणि जेव्हा आपण अशी कल्पना करतो की, आपल्याकडे आहे, त्यापेक्षाही अजून बराच वेळ आहे... आपला हृदयाचा प्रत्येक ठोका हा संघर्षासाठीच असतो, आपल्या शिरेमध्ये केमो घेऊन किंवा घशामध्ये एखादी नळी घेऊन किंवा आपल्या मांसामध्ये नुकतेच घातलेले टाके घेऊन मरण्यासाठी असतो. वास्तव हेच की, आपण कदाचित आपल्याजवळ असणारा, मोठ्या मुश्किलीनं ज्यामध्ये आपल्याला आकलन होतंय, तोच काळ एकतर कमी करत असतो किंवा वाया घालवत असतो. आपण अशी कल्पना करतो की, आपण तोपर्यंत वाट पाहू शकतो, जोपर्यंत आपल्याला सांगत नाहीत की, आता करण्यासारखं फारसं काहीही राहिलेलं नाहीय; पण क्वचितच तिथं असं काहीही नसतं, जे डॉक्टर करू शकत नाहीत. ते ज्याचे परिणाम नेमके काय आहेत, हे माहीत नसलेली औषधंही देऊ शकतात, त्या ट्यूमरचा भाग काढून टाकण्यासाठी शस्त्रक्रिया करू शकतात, माणूस खाऊ शकत नसेल तर नळी घालू शकतात : असं काहीतरी करण्यासारखं असतंच. आपल्यालाही हे पर्याय हवेच असतात; पण त्याचा अर्थ असाही नाही की, आपण स्वत:हूनच हे सारे पर्याय उभे करतो. त्याऐवजी, असं म्हणता येईल की, बऱ्याचदा आपण कुठलेही पर्याय उभे करत नाही. आपण कर्तव्यात काहीतरी कसूर केली, याच भावनेवर असतो आणि ते कर्तव्य असतं, काहीतरी कर. काहीतरी निर्णय घे. यातून काहीतरी मार्ग आहे का?

तत्त्वज्ञानाच्या पाठशाळेमध्ये असं सांगितलं जातं की, प्रश्न म्हणजे बाजारू संवेगाचा अभाव. जर असाध्य रुग्णाला विमा कंपनी किंवा सरकारी पैशांच्या व्यतिरिक्त असाध्य रुग्णांसाठी असलेल्या रुग्णालयामध्ये उपचारासाठी जास्तीचे पैसे मोजावे लागत असतील तर रुग्णांना त्यांच्या खात्यामध्ये जास्त पैसे ठेवावे लागतात. अगदी असाध्य कर्करोगानं ग्रस्त ८०००० डॉलर्स केवळ औषधासाठी

खर्च करू शकत नाही आणि हृदयाचं कार्य अगदीच क्षीण झालेला रुग्ण काही महिने जरा बरे जावेत म्हणून फिब्रिलेटर लावण्यासाठी ५०००० डॉलर्स खर्च करूही शकत नाही; पण अशा म्हणण्यामुळे महत्त्वाच्या गोष्टीकडे दुर्लक्षही होतं : जी माणसं हे उपचार घेतात, ती थोडे महिने जगू असा विचार करतच नसतात. ते वर्षांचा विचार करत असतात. ते असा विचार करत असतात की, त्यांना असं लॉटरीचं तिकिट मिळतंय की, त्यांचा आजार हा कदाचित पुढे प्रश्न म्हणून आडवा येणारही नाही. एवढंच काय; पण जर बाजारामध्ये एखादी गोष्ट अशी असेल जी आपण विकत घेऊ शकतो किंवा सरकारी करातून मिळणार असेल, तर एक आश्वासकता असते की, आपल्याला आता किमतीची काळजी करण्याचं काहीही कारण नाही.

याच कारणामुळे इंग्रजीमध्ये शब्द आलाय... तो रेशनिंगसाठी... ज्यामध्ये हे काम अगदी चोख होतं. आपण ज्या परिस्थितीमध्ये आहोत, ती आपल्या लक्षात येते; पण त्याची तपशीलवार चर्चा करण्यास मात्र आपण घाबरतो, त्याविषयी खरं तर फार मोठी अस्वस्थता असतेच. मग या बाजाराच्या प्रश्नावर असणारं दृष्टिक्षेपातील एकमात्र उत्तर म्हणजे एकंदर वस्तूचं रेशनिंग म्हणजे त्याचं गरजेइतकंच वाटप करणं... मृत्यू या विषयावरचं तज्ज्ञमंडळ... असं काहींनी त्याचं नामांकन केलेलं आहे. १९९० मध्ये विमा कंपन्यांनी असाध्य आजारांच्या बाबतीत डॉक्टर आणि रुग्ण यांनी घेतलेल्या उपचाराचे निर्णय अमलात आणण्याचं ठरवलं होतं; पण हे ठरवलेलं पुन्हा माघारी घेतलं गेलं आणि या निर्णयाचा शेवट करण्यासाठी एकच केस पुरेशी ठरली... ती केस होती नेलेन फॉक्सची.

फॉक्स ही कॅलिफोर्नियातील टेमेक्यूलाची होती आणि १९९१ मध्येच तिचं मेटास्टॅटिक ब्रेस्ट कॅन्सरचं म्हणजे स्तनांच्या विक्षेपी कर्करोगाचं निदान झालं होतं, तेव्हा ती फक्त अडतीस वर्षांची होती. शस्त्रक्रिया आणि पारंपरिक केमोथेरपी निरुपयोगी ठरली होती आणि कर्करोग तिच्या अस्थिमज्जेपर्यंत गेला होता. आजाराचं स्वरूप भयंकर आणि असाध्य होतं. दक्षिण कॅलिफोर्निया विद्यापीठाच्या डॉक्टरांनी तिला एक आमूलाग्र परिवर्तन घडवू शकणारी पण अगदी नजरेच्या टप्प्यामध्ये असणारी हमखास गुण देऊ शकणारी एक नवी उपचारपद्धती सुचवली होती... ती होती, मोठा डोस असणारी केमोथेरपी आणि सोबतच अस्थिमज्जेचं प्रतिरोपण! फॉक्ससाठी तरी ही तिच्या आजारातून मुक्त होण्याची एकमेव संधी होती.

तिची विमा कंपनी, हेल्थ नेटनं यासाठी लागणाऱ्या खर्चासाठी मदत देण्याची तिची विनंती नाकारली; त्यांचं म्हणणं होतं की, ही उपचारपद्धती अशी प्रायोगिकच आहे, ज्याचे फायदे अद्यापतरी सिद्ध झालेले नाहीत; त्यामुळे विम्याच्या नियमामध्ये ते बसत नसल्यामुळे ही विनंती नाकारण्यात आलेली आहे. तिचा विमा उतरवणाऱ्यांनीच

तिला एखाद्या स्वतंत्रपणे सेवा पुरवणाऱ्या वैद्यकीय सेवा केंद्राचं मत घेण्यास सांगितलं. फॉक्सनं नकार दिला... दुसरी कुणाची तरी मतं घ्यायला सांगणारे ते कोण? तिचं आयुष्य एका धोक्याच्या पातळीवर उभं होतं. धर्मादाय संस्थेच्या माध्यमातून २१२००० डॉलर्स उभे करून तिनं स्वत:च्या उपचाराची किंमत स्वत: मोजली; पण तोपर्यंत बराच उशीर झाला होता. तिच्यावरील उपचारानंतर आठ महिन्यांनी ती गेली. तिच्या नवऱ्यानं हेल्थ नेटवर ग्राहकाचा विश्वासघात, कराराचा भंग, हेतूपूर्वक त्रास देऊन भावनिक छळ आणि त्यामुळे झालेलं प्रचंड नुकसान यासाठी खटला भरला आणि तो जिंकला. ज्यूरींनी एकमुखानं निर्णय घेऊन तिला ८९ मिलियन डॉलर्सची नुकसानभरपाई द्यायला लावली. जवळपास दहा राज्यांनी स्तनांच्या कर्करोगांसाठी जर अस्थिमज्जेचं प्रतिरोपण करणं गरजेचं असेल, तर त्यासाठी विमा कंपन्यांनी पैसे भरावेत, यासाठी कायदाच केला.

हेल्थ नेट जरी बरोबर होती, तरी फारसं काही वाईट वाटून घेऊ नका. संशोधनानं अगदी अंतिमत: हे सिद्ध केलेलंच आहे की, स्तनांच्या कर्करोगाच्या उपचारांचा रुग्णाला काही एक फायदा होत नाही आणि खरं तर त्यांचं आयुष्य जास्त वाईट होऊन बसतं; पण ज्यूरींच्या निवाड्यानं अमेरिकेच्या विमा कंपनी व्यवसायाला पार गदागदा हलवलं. आता अशा असाध्य आजारांमध्ये डॉक्टर आणि रुग्ण यांच्या उपचाराच्या निर्णयावर प्रश्न उपस्थित करणं म्हणजे राजकीय आत्महत्या ठरली.

२००४ मध्ये दुसऱ्या एका विमा कंपनीच्या, अेटिनाच्या वरिष्ठांनी जरा वेगळ्या मार्गाचा प्रयत्न केला. अशा असाध्य आजारांनी ग्रस्त असलेल्या त्यांच्या विमाकवच धारकासाठी असलेल्या या कठोर उपचारांच्या पर्यायांना कमी करण्यापेक्षा त्यांनी हॉस्पिटल म्हणजे मरणोन्मुख असणाऱ्या रुग्णांसाठीच्या रुग्णालयाच्या पर्यायांमध्ये वाढीचा एक प्रयत्न करण्याचा निर्णय घेतला. अेटिनाच्या हे लक्षात आलं होतं की, अगदी कमी रुग्णांनी आपले सारे उपचार थांबवले होते आणि हॉस्पिटलमध्ये आपलं नाव नोंदवलं होतं आणि अगदीच त्यांनी उपचार केलेले असले; तरीही ते शेवटच्या टप्प्यात जात नाहीत, तोपर्यंत केलेले नाहीत. म्हणून कंपनीनं एक प्रयोग करण्याचं ठरवलं : ज्यांच्या आयुष्याची शक्यता एक वर्षापेक्षा कमी आहे, अशांना हॉस्पिटल सेवा स्वीकारण्याची परवानगी दिली, तेही इतर उपचारांचा त्याग न करता परवानगी दिली. सारा मोनोपॉलीसारख्या रुग्णांना केमोथेरपीसारखे आणि रेडिएशनसारखे उपचार सुरू ठेवणंही शक्य झालं आणि जेव्हा इच्छा झाली तेव्हा रुग्णालयामध्ये जाणंही शक्य झालं; पण त्याखेरीज तिला घरीही हॉस्पिटलच्या पथकाकडून तिच्या आता या क्षणी शक्य तेवढं चांगलं जगण्याकरता आणि ती कदाचित श्वास घेण्यासही असमर्थ असलेल्या त्या पहाटेसाठीही मदत घेणं शक्य झालं.

या 'सहमती उपचाराच्या' योजनेच्या दोन वर्षांच्या अभ्यासानंतर असं लक्षात आलं की, विमा घेतलेल्या रुग्णांना हॉस्पिटल सेवा घेणं जास्त आवडतं : हा आकडा २६ टक्क्यांवरून थेट ७० टक्क्यांपर्यंत उसळला. ही काही आश्चर्य वाटणारी बाब नक्कीच नव्हती, कारण त्यांना कुठलीही गोष्ट सोडून देण्यासाठी दबाव टाकण्यात आला नव्हता. आश्चर्यकारक निकाल हा होता की, त्यांनी स्वत:च काही गोष्टी सोडून दिल्या होत्या. सतत उपचाराखाली रुग्णालयामध्ये ठेवण्यात आलेल्या रुग्णांपेक्षा ते जवळपास अर्ध्या वेळा अतिदक्षता विभागामध्ये गेले होते. रुग्णालयं आणि अतिदक्षता विभागांचा त्यांचा वापर जवळपास दोन तृतीयांशनं कमी झाला. एकंदर सारा खर्च हा एक चतुर्थांश कमी झाला.

निकाल चकित करणारा आणि गोंधळात टाकणाराही होता : नेमक्या कोणत्या गोष्टीनं ही योजना अमलात आणली गेली, हे काही स्पष्टपणे सांगता येत नव्हतं. अेटिनाने तर अशा विविध असाध्य आजारांनी ग्रस्त असणाऱ्या रुग्णांसाठी अजून एक नवी सहमती सहउपचार योजना जाहीर केली. या रुग्णांसाठी पारंपरिक हॉस्पिटलचा नियम तर होताच... पण घरी हॉस्पिटल सेवा घेणाऱ्यांना त्या नियमात बसवण्यासाठी रोगनिवारक उपचारपद्धतीपासून पळ काढणं सोडून द्यावं लागलं. मात्र, या निर्णयामुळे त्यांना उपशामक म्हणजे काही काळ वेदनामुक्ती देणारी शुश्रूषा पुरवणाऱ्या परिचारिकांचे कॉल आले, ज्या अगदी रोजच त्या रुग्णांना तपासायच्या आणि वेदनाशमनापासून ते आयुष्य जरा बरं जगता येण्यासाठी लागणाऱ्या सेवा मिळण्यासाठी त्यांना मदत करायच्या. या रुग्णांसाठीसुद्धा हॉस्पिटलमध्ये नाव नोंदवणं ७० टक्क्यांपर्यंत पोहोचलं आणि त्यांचं मोठ्या रुग्णालयामध्ये जाऊन उपचार घेण्याचं प्रमाण एकदम ८५ टक्क्यांपेक्षा जास्त घसरलं. समाधानाचा आकडा वाढला. हे काय होत होतं? या योजनांच्या नेत्याचं एक मत पडलं की, त्यांनी अतिशय गंभीर आजारांच्या रुग्णांना ज्यांचा अनुभव कुणी घेतला होता किंवा ज्यांच्याविषयी क्वचितच माहिती घेतली होती; अशांना त्यांच्या रोजच्या चिंता, काळजीविषयीही बोलण्याची संधी दिली. कसे का होईना, तेवढं पुरेसं होतं... फक्त बोलणंही!

हे विश्लेषण विश्वासार्हता ताणतंय, असं मात्र वाटतं; पण गेल्या काही वर्षांमध्ये त्याचे पुरावे मात्र वाढले आहेत. असाध्य, भयंकर अशा कर्करोगाशी लढणाऱ्या दोन तृतीयांश कर्करोगांच्या रुग्णांच्या अभ्यासान्ती असा निष्कर्ष नोंदवण्यात आला की, त्यांनी त्यांच्या डॉक्टरांसोबत त्यांच्या आयुष्याच्या शेवटच्या शुश्रूषेच्या उद्दिष्टांविषयी काहीही चर्चा केलेली नव्हती, म्हणजे अगदी सरासरीनं मृत्यूपूर्वी चार महिने जिवंत असतानाही केली नव्हती; पण एक तृतीयांश, ज्यांनी चर्चा केली होती, त्यांनाही कार्डिओपल्मोनरी रिससिटेशनच्या उपचाराची किंवा कृत्रिम श्वसनयंत्रावर

राहण्याची किंवा अतिदक्षता विभागामध्ये शेवटचा क्षण घालवण्याची काही इच्छा नव्हती. त्यांच्यापैकी बऱ्याचजणांनी हॉस्पिटलमध्ये नाव नोंदवलेलं होतंच. त्यांना फार कमी वेळा त्रास भोगावा लागला, शारीरिकदृष्ट्या जरा ते सक्षम होते आणि इतरांशी संपर्क साधण्यासाठी ते बऱ्याच काळपर्यंत सक्षमही होते. त्यात अजून एक जमेची बाजू म्हणजे, या रुग्णांच्या मृत्यूनंतर सहा महिन्यांनी, त्यांच्या कुटुंबातील सदस्यांना अगदी मोठ्या प्रमाणामध्ये आढळून येणाऱ्या नैराश्याला काही सामोरं जावं लागलं नाही. दुसऱ्या शब्दांत सांगायचं झालं तर, ज्या लोकांनी त्यांच्या डॉक्टरांसोबत आयुष्याच्या शेवटच्या क्षणावर अगदी लक्षणीय अशी चर्चा केली होती, त्यांना अगदी शांतपणे आणि त्यांच्या सगळ्या अवस्थेवर नियंत्रण ठेवून मरण्याची व कुटुंबाला नैराश्यापासून दूर ठेवण्याचीही इच्छा होती.

मॅसेच्युएटस् जनरल हॉस्पिटलने २०१० मध्ये केलेल्या सर्वांगीण अभ्यासामध्ये अगदी धक्कादायक असे काही निष्कर्ष सापडलेले आहेत. संशोधकांनी अगदी ढोबळमानानं साराप्रमाणे फुप्फुसाच्या कर्करोगाच्या १५१ रुग्णांना उपचाराच्या शक्य असलेल्या दोनपैकी एका मार्गासाठी या प्रयोगात घेतलं. त्यापैकी अर्ध्याजणांना नेहमीचे कर्करोगतज्ज्ञाचे उपचार मिळायचे. उरलेल्या अर्ध्याजणांना या कर्करोगतज्ज्ञाच्या उपचाराप्रमाणेच आजाराचं उपशमन करणाऱ्या तज्ज्ञांकडून तपासून उपचारही केले जायचे. रुग्णांना त्यांच्या त्रासापासून वाचवणारे आणि होणाऱ्या त्रासांपासून थोडीशी सुटका करून देणारेही तज्ज्ञ आहेत आणि कुणालाही तपासण्यापूर्वी किंवा उपचार करण्यापूर्वी याची काही खात्री केली जात नव्हती की, ते मरणार आहेत की नाही किंवा त्यांना त्याची गरज आहे की नाही. जर एखादी व्यक्ती अत्यवस्थ असेल, त्याचा आजारही गुंतागुंतीचा असेल; तर उपशमन करणारे तज्ज्ञ त्याला मदत करण्यास आनंदाने तयार असतात. या अभ्यासामध्ये एकदा रुग्णांशी त्यांच्या उद्दिष्टांबद्दल आणि जर त्यांची अवस्था अजूनच बिकट झाली, तर कोणत्या गोष्टीला ते प्राधान्य देतील, यावर चर्चा करण्यात आली. निष्कर्ष : ज्यांनी ज्यांनी या उपशमन करणाऱ्या तज्ज्ञांची भेट घेतली, त्यांनी लवकरच केमोथेरपी बंद केली, लवकरच ते हॉस्पिटलमध्ये गेले, त्यांच्या आयुष्याच्या अंतिम क्षणांमध्ये त्यांना कमी त्रास होत असल्याचा अनुभव आला... आणि २५ टक्के जरा जास्त जगले. दुसऱ्या शब्दांत सांगायचं झालं, तर आपले वैद्यकीय क्षेत्रातील निर्णय हे इतक्या मोठ्या प्रमाणामध्ये आपटले की, आपण रुग्णांना मर्त्यतेच्या विषयाशी परिचित करण्याऐवजी उगाचच त्यांना पीडा देणाऱ्या त्रासदायक गोष्टी देणारे बनलो आहोत, असं वाटतं. आयुष्याचा शेवट या विषयावरची चर्चा हे जर प्रायोगिक औषध असेल, तर एफडीए नक्कीच त्याला मान्य करेल.

हॉस्पिटलमध्ये राहणाऱ्या रुग्णांचे निष्कर्ष कमी आश्चर्यकारक आहेत, असं

नाही. इतर अनेक लोकांप्रमाणेच, माझा ठाम विश्वास होता की, हॉस्पिटलमधल्या शुश्रूषा या मरणाकडे घाईघाईनं नेतात, कारण रुग्ण रुग्णालयातील उपचारांचा त्याग करतात आणि वेदनांशी दोन हात करण्यासाठी त्यांना मोठ्या डोसमध्ये गुंगीची औषधं घेण्याची परवानगी मिळते; पण विविधांगांनी केलेल्या अभ्यासाचे निष्कर्ष वेगळेच आहेत. एकामध्ये संशोधकांनी जवळपास ४,४९३ मेडिकेअर रुग्णांचा, ज्यांना एक तर घातक असा कर्करोग झालेला आहे किंवा अगदी अंतिम टप्प्यातला हृदयविकाराचा विकार जडलेला आहे, अशा रुग्णांचा अभ्यास केला. स्तनांचा कर्करोग, प्रॉस्टेट कर्करोग किंवा मोठ्या आतड्याचा कर्करोग असलेल्या रुग्णांच्या बाबतीत संशोधकांना जे हॉस्पिटलमध्ये राहून उपचार घेतात आणि जे घेत नाहीत, यांच्या आयुष्यमानाच्या बाबतीत काहीही फरक पडत नाही, असं आढळून आलं आणि जिज्ञासू वृत्तीनं पाहिलं तर असं लक्षात येतं की, हॉस्पिटल सेवा ही आयुर्मान वाढवते. स्वादुपिंडाचा कर्करोग असलेला रुग्ण हा सरासरीनं तीन आठवडे जास्तीचं आयुष्य जगतो, असं निष्कर्षास आलं आहे. ज्यांना फुप्फुसाचा कर्करोग आहे ते सहा आठवडे; ज्याला हृदयविकाराचा त्रास आहे तो तीन महिने आयुष्य जास्त जगतो. झेनचा एक पाठ आहे, त्याप्रमाणे हे वाटतं : जेव्हा तुम्ही जास्त जगण्याचा प्रयत्न करणं सोडाल, तेव्हाच तुम्ही जास्त जगाल.

अशी छोटीशी चर्चा असा परिणाम घडवून आणू शकते का? विस्कोन्सिनच्या ला क्रोसेचीच केस बघा. त्यात राहणाऱ्या सगळ्यात वयस्कर अशा रुग्णांना अगदी आयुष्याच्या शेवटी असाधारण इतका कमी खर्च लागायचा. त्यांच्या शेवटच्या सहा महिन्यांमध्ये, मेडिकेअरच्या नोंदीनुसार, ते त्या दिवसांमध्ये देशातील सरासरीच्या अर्धाच खर्च करतात आणि शिवाय डॉक्टर किंवा रुग्ण यांनी मध्येच अपरिपक्व अशा अवस्थेतच शुश्रूषा बंद केल्याची कुठलीही चिन्हं नाहीत. लठ्ठपणा आणि धूम्रपानाचा सरासरी दर असतानाही त्यांचं आयुर्मान राष्ट्रीय सरासरीच्या एक वर्षानं जास्त आहे.

मी ग्रेगरी थॉम्प्सनशी, गंडरसेन ल्यूथेरन हॉस्पिटलमधील अतिदक्षता विभागातील तज्ज्ञाशी बोललो. तेव्हा तो सायंकाळी अतिदक्षता विभागामध्ये कामावर होता आणि तो त्याच्यासमोरच्या रुग्णांच्या यादीवरून नजर फिरवत माझ्याशी बोलत होता. एका दृष्टीनं पाहता, जे रुग्ण अतिदक्षता विभागामध्ये होते ते अतिशय गंभीरपणे आजारी आणि त्यांच्या आयुष्यातील अतिशय धोकादायक दिवस जगत होते, असं दिसत होतं. तिथं एक तरुण स्त्री होती, जी न्यूमोनियाच्या अतिशय उद्ध्वस्त करणाऱ्या दुखण्यामुळे तिचे बरेचसे अवयव निकामी होऊन पडलेली होती. साठीच्या घरातील एक माणूस त्याच्या मोठ्या आतड्याच्या फाटण्यामुळे तिथं होता, ज्यामुळे त्याच्या

अवयवांची मोडतोड करणारा जंतूंचा प्रादुर्भाव झाला होता आणि शिवाय हृदयविकाराचा झटकाही आला होता. तरीही हे रुग्ण मी अतिदक्षता विभागातील ज्या रुग्णांवर काम करत होतो, त्यांच्याशी अजिबात संबंध नसलेले असे होते : कोणाचाही आजार असा अगदी असाध्य नव्हता; त्यांच्यापैकी कुणालाही विक्षेपी कर्करोगाच्या पहिल्या टप्प्यालाही तोंड द्यावं लागलं नव्हतं किंवा उपचार होऊ न शकणारा हृदयविकार होता किंवा विमनस्कता होती, असं काहीही नाही.

थॉम्प्सन म्हणाला, ''क्रोसेला समजून घेण्यासाठी तुम्हाला १९९१ मध्ये जावं लागेल, जेव्हा स्थानिक वैद्यकीय क्षेत्रातील नेत्यांनी वैद्यकीय क्षेत्रातील लोक आणि रुग्ण यांच्यामध्ये आयुष्याच्या शेवटच्या इच्छांच्या बाबतीत चर्चा घडण्याची परवानगी मिळावी म्हणून एक पद्धतशीर चळवळच सुरू केली होती. काही वर्षांतच, ही बाब जे रुग्ण रुग्णालयं, शुश्रूषागृहं आणि मदतीनं राहण्याची व्यवस्था असलेल्या संस्थांमध्ये दाखल होतात, त्यांच्यासाठी नियमित अशी बाब बनली की, अशा संवादामध्ये जो कुणी कुशल आहे, अशासोबत बसायचं आणि एक प्रश्नपत्रिका भरायची जी चार अत्यंत निर्णायक स्वरूपाच्या प्रश्नांवर खदखदती चर्चा करून भरायची. अशा या क्षणी ती प्रश्नपत्रिका विचारते :

१. जर तुमचं हृदय थांबलं, तर तुम्हाला पुनश्चेतना देण्याचा प्रयत्न केला जावा, असं तुम्हाला वाटतं का?

२. तुम्हाला इन्ट्यूबेशन म्हणजे शरीरात नळ्यांच्या साहाय्यानं पुरवठा करणं किंवा मेकॅनिकल व्हेंटिलेशन म्हणजे कृत्रिम यांत्रिकी श्वसन यांसारखे प्रभावी उपचार करावे, असं वाटतं का?

३. तुम्हाला प्रतिजैविकं घ्यावी वाटतात का?

४. जर तुम्ही स्वतःच्या हातांनी अगदीच जेवू शकला नाहीत, तर तुम्हाला नळीमधून अन्नपुरवठा किंवा शिरेतून पोषणद्रव्यं घ्यावी वाटतात का?

१९९६मध्ये, ला क्रोसेमध्ये असणाऱ्या १५ टक्के वगळता ८५ टक्के रुग्णांनी, जे वारले त्यांनी याप्रमाणे एक मुदतपूर्व लेखी निर्देशच दिले होते आणि डॉक्टरांना या सूचना अगदी नैतिकदृष्ट्या माहीतच होत्या आणि त्यांनी त्यांचंच पालन केलं. थॉम्प्सन म्हणाला की, ''या ठिकाणी ही पद्धत असल्यामुळे काम करणं अतिशय सोपं करून ठेवलं आहे; पण हे काही विशेष अशा लोकांनी माझ्यासाठी हे सारं सांगून ठेवलं म्हणून नाही, तर माझ्या विभागामध्ये प्रत्येक वेळी फक्त एकच आजारी माणूस येतो.''

''या गोष्टी अशा दगडामधून मांडून दाखवता येत नाहीत.'' तो पुढे म्हणाला. ''लोक कागदावर जे काय हो किंवा नाही असं उत्तर लिहितात, तेव्हा त्यांच्या

म्हणण्यामध्ये एखाद्याला भरपूर अर्थच्छटा आणि संकीर्णताही सापडू शकतात; पण अगदी अतिदक्षता विभागामध्ये गेल्यावर चर्चा करत बसण्यापेक्षा आम्हाला आधी चर्चा करायला बराच वेळ सापडतो.''

या प्रश्नांच्या यादीतील उत्तरं मुलाच्या जन्मासाठी रुग्णालयामध्ये प्रवेश करताना असतात, त्यापेक्षा अल्झायमरसारख्या आजाराच्या गुंतागुंतीमध्ये रुग्णालयामध्ये प्रवेश करताना पूर्णपणे बदलतात; पण ला क्रोसेमध्ये ही पद्धत एवढाच अर्थ स्पष्ट करते की, लोकांना ते आणि त्यांचे नातेवाईक हे एका दुर्घटनेमध्ये आणि भीतिदायक परिस्थितीमध्ये अडकण्यापूर्वीच त्यांना नेमकं काय हवं आहे आणि काय नको, हे बोलायला नक्कीच आवडतं. जेव्हा इच्छा सुस्पष्ट नसतात, तेव्हा काय होतं याविषयी थॉम्प्सन म्हणाला, ''कुटुंबालाही अशा चर्चेमध्ये नव्या कल्पना व्यक्त करायला आवडतं.'' ही चर्चा म्हणजे केवळ यादी नसून काय व्हायला हवं, याविषयी महत्त्वाची माहिती देणारी होते. या चर्चेनं ला क्रोसेमधल्या रुग्णांसाठीचा आयुष्यातील शेवटचे दिवस जगण्याचा खर्च राष्ट्रीय सरासरीपेक्षा निम्मा केला आहे. असं ते सारं सोपं आहे... आणि गुंतागुंतीचंही!

हिवाळ्यातील एका शनिवारी सकाळी मी एका स्त्रीला भेटलो, जिच्यावर मी आदल्या रात्री शस्त्रक्रिया केली होती. ती जेव्हा तिच्या गर्भाशयातील ओव्हरियन सीस्टच्या म्हणजे बीजांडातील पुटीच्या शस्त्रक्रियेच्या पूर्वतयारीला लागलेली होती; तेव्हाच तिच्या स्त्रीरोग तज्ज्ञाच्या, जी तिच्यावर शस्त्रक्रिया करणार होती, तिच्या हे लक्षात आलं की, तिच्या मोठ्या आतड्यालाही विक्षेपी कर्करोगाची बाधा झालेली आहे. एक शल्यतज्ज्ञ म्हणून मला कळवण्यात आलं की, जे काय आवश्यक उपचार आहेत, ते करावे. मी तिच्या आतड्याचा तो भाग शस्त्रक्रियेनं काढून टाकला ज्यामध्ये कर्करोगाची प्रचंड वाढ होती; पण तरीही कर्करोग बराच पसरला होता. ते सारं निस्तरणं माझ्या क्षमतेच्या बाहेरचं होतं. आता इथं मी स्वत:ची मर्यादा ओळखली. ती म्हणाली की, ''तिथल्या एका रुग्णानं मला सांगितलं की, एक ट्यूमरची गाठ सापडली आणि म्हणून तिच्या आतड्याचा थोडासा भाग कापून टाकण्यात आला आहे.''

''होय.'' मी कबूल केलं. 'जो भाग अगदीच खराब झाला होता, तो काढण्यास मी अगदी समर्थ होतो.' मी तिला आतड्याचा किती भाग काढून टाकला, हे समजावलं आणि किती प्रमाणामध्ये पूर्णपणे बरं होण्याची शक्यता आहे, हेही समजावलं... म्हणजे सारं काही फक्त हे नाही की तिथं एकंदर कर्करोग किती पसरला आहे; पण नंतर माझ्या हेही लक्षात आलं की, सारा मोनोपॉलीच्या बाबतीत मी किती बुजरा झालो होतो आणि या गोष्टीसाठी कितीतरी डॉक्टरांनी आजूबाजूंनीच

मारा केला होता, या गोष्टीविषयी किती मौन बाळगून होतो. म्हणून जेव्हा तिनं मला तिच्या कर्करोगाविषयी अजून काही विचारलं, तेव्हा मी तिला हे विश्लेषण करून सांगितलं की, "तुझा कर्करोग हा फक्त बीजांडापुरताच नाही तर लसिका ग्रंथीपर्यंतही पसरला आहे. तुझ्या शरीरातून सारा कर्करोग अगदी पूर्णपणे काढून टाकणं शक्य नाही." पण मी जे काही सांगायचं होतं, त्याचं ताबडतोब सारांशामध्ये रूपांतर करून सांगितलं, "आपण एखाद्या कर्करोग तज्ज्ञाला बोलावू." पुढचं सांगायला मी थोडासा अडखळलो. "अशा परिस्थितीमध्ये केमोथेरपी कदाचित चांगला उपाय ठरू शकते."

तिनं ही बातमी अगदी शांतपणे ऐकली, तिच्या त्या बंड करून उठू इच्छिणाऱ्या शरीरावर घातलेल्या चादरीकडे ती एकटक पाहत राहिली. मग तिनं माझ्याकडे पाहिलं आणि विचारलं, "मी मरणार आहे का?"

मी गडबडलो. "नाही, नाही." मी म्हणालो. "अर्थातच नाही."

काही दिवसांनंतर मी पुन्हा एकवार प्रयत्न केला. "आपल्याला काही आराम मिळत नाहीय; पण हे उपचार मात्र या आजाराला बरेच दिवस लांबवू शकतात. त्याचा उद्देश तुझं आयुष्य शक्य तेवढं लांबवणं हा आहे." हे मी तिला समजावून सांगितलं.

जोपर्यंत ती केमोथेरपीच्या नव्या उपचाराकडे वळली नाही, तोपर्यंत मी तिच्यावर काही महिने आणि वर्षंही उपचार करतच राहिलो. तिनं चांगला प्रतिसाद दिला. तेव्हापासून कर्करोग हा शह दिलेल्या अवस्थेमध्येच आहे. एकदा मी तिला आणि तिच्या नवऱ्याला आमच्या अगदी सुरुवातीच्या प्राथमिक चर्चेविषयी विचारलं. मनातल्या वेड्या आशेमुळे त्यांना ते आठवत नव्हतं. "एक वाक्य तुम्ही असं काहीतरी उच्चारलं होतं... 'हे तुझं आयुष्य लांबवणं आहे'... ते नुसतंच..." तिला त्याविषयी नापसंती व्यक्त करतोय, असं दाखवायचं नव्हतं.

"ते तसं थोडंसं बोथट म्हणजे भावनाहीन वाटत होतं..." तिचा नवरा म्हणाला.

"ते कसं कठोर वाटत होतं." तिनं तेच पुढे नेलं. तिला असं वाटत होतं की, मी तिला कुठल्याशा कड्यावरून जणू ढकलून दिलं होतं.

मी मग सुसान ब्लॉकशी बोललो. सुसान माझ्या रुग्णालयाची उपशमन उपचार करणारी तज्ज्ञ आहे, जिनं असे हजारो अवघडलेले संवाद शिताफीनं पार पाडलेले आहेत आणि रुग्ण व त्यांचे कुटुंबीय यांच्यात असणाऱ्या आयुष्याच्या शेवटच्या काळातील प्रश्नांचं व्यवस्थापन कसं करावं, याविषयी डॉक्टर आणि इतरांना प्रशिक्षण देण्यासाठी राष्ट्रीय स्तरावर कार्य करणाऱ्या संस्थापकांपैकी ती एक आहे. "तुम्हाला समजून घ्यावं लागेल." ब्लॉकनं मला सांगितलं. "कौटुंबिक बैठक ही एक प्रक्रिया असते आणि त्यालाही एका शस्त्रक्रियेपेक्षा फार कमी कौशल्य लागतं, असं नाही."

“एक मूलभूत चूक ही संकल्पनात्मक आहे. बहुतांश डॉक्टरांच्या बाबतीत असाध्य आजारांविषयी अशी प्राथमिक चर्चा करणं म्हणजे लोकांना नेमकं काय हवं आहे... म्हणजे त्यांना केमो हवी की नको, त्यांना पुन्हा शुद्धीवर आणलेलं आवडेल की नाही, त्यांना हॉस्पिटलसारखी सेवा हवी की नको... हे नक्की करणं आहे. आम्ही आधारभूत अशा वास्तवांवर आणि पर्यायांवर लक्ष केंद्रित करतो; पण इथंच चूक होते.” असं ब्लॉक म्हणाली.

“कामाचा मोठा भाग कोणता असेल, तर तो लोकांना त्यांच्या वरचढ झालेल्या अस्वस्थतेशी दोन हात करायला मदत करणं... मरणाविषयीची अस्वस्थता, आजारपणाविषयी वाटणारी अस्वस्थता ज्याच्याविषयी मनात अपार प्रेम आहे, त्याच्याविषयी मनात येणारी अस्वस्थता, आर्थिक परिस्थितीविषयीची अस्वस्थता वगैरे...” तिनं त्याचं विश्लेषण केलं. “अशा वेळी खूप काळजी आणि खरंखुरं भयही यात असतं. कुठलाही एक संवाद त्या सगळ्यांविषयी फार बोलू शकत नाही. एखाद्याच्या मर्त्यतेच्या स्वीकारापर्यंत पोहोचणं तसेच औषधांच्या मर्यादा आणि शक्यता समजून घेणं की, ही एक प्रक्रिया आहे, चमत्कार नाही.”

या प्रक्रियांमध्ये अशा असाध्य आजारांच्या रुग्णांना घेऊन जाऊ शकेल, असा कुठलाही एक ठरावीक मार्ग नाही; पण ब्लॉकच्या मते, काही नियम मात्र आहेत. तुम्ही चर्चेस बसता. तुम्ही वेळ घालवता. तुम्ही हे अजिबात निश्चित करत नसता की, त्यांना क्ष हा उपचार हवा की त्याच्या विरुद्धचा य. तुम्ही ही गोष्ट त्यांना समजावण्याचा प्रयत्न करत असता की, अशा परिस्थितीमध्ये कोणती गोष्ट महत्त्वाची आहे... म्हणजे तुम्ही त्याप्रमाणे त्यांना माहिती पुरवू शकता आणि मग त्यांना त्या मार्गानं जाण्याचा उपदेशही करता, जे त्यांचं उद्दिष्ट साध्य करून देईल. या कामामध्ये बोलण्याइतकंच ऐकणंही महत्त्वाचं आहे. जर तुम्ही मिळालेल्या वेळेतील अर्धा वेळ स्वत:च बोलत असाल, तर समजा, तुम्ही फारच बोलत आहात.

तुम्ही शब्द वापरता, तो भानगड किंवा घटना. उपशामक तज्ज्ञांच्या मते, तुम्ही कधीही असं बोलायला नको. उदाहरणार्थ, ‘सॉरी, सगळ्या गोष्टी अगदी हाताबाहेर जात आहेत.’ याचा अर्थ असा होतो की, तुम्ही केलेल्या तुमच्याच कामापासून स्वत:ला दूर ठेवता. तुम्ही असं म्हणायला हवं, ‘मला ज्या गोष्टी घडणं अपेक्षित आहे, ते जरा वेगळंच आहे.’ तुम्ही असं कधीही विचारू नका, ‘जेव्हा तुम्ही मरणाच्या जवळ असाल, तेव्हा तुम्हाला काय हवं?’ तुम्ही असं विचारा, ‘जर फारच कमी वेळ उरला, तर तुमच्यासाठी सगळ्यात महत्त्वाची गोष्ट कोणती असेल?’

ब्लॉकजवळ अशा प्रश्नांची एक मोठी यादीच आहे, ज्याद्वारे अगदीच पूर्णपणे निर्णय घेण्याची वेळ येण्यापूर्वी रुग्णांच्या पाठीशी उभं राहण्याचं उद्दिष्ट पूर्ण होईल

: त्यांच्या निदानानंतर उपचार केल्यावर पुढचं भविष्य काय असेल, याविषयी त्यांना काय कळलं; त्यांच्यापुढे जे काही वाढून ठेवलंय, त्याविषयी त्यांच्या काळज्या कोणत्या आहेत; त्यांना कोणत्या प्रकारचा व्यवहार करण्याची इच्छा आहे; जर त्यांची तब्येत जास्तच खालावली तर त्यांना त्यांचा वेळ कसा घालवावा वाटेल; जर त्यांना निर्णय घेणं अतिशय कठीण होऊन बसलं; तर मग कोणी निर्णय घ्यावेत, असं त्यांना वाटतं?

एका दशकापूर्वी तिचे चौऱ्याहत्तर वर्षांचे वडील जॅक ब्लॉक, जे बर्कलेमध्ये कॅलिफोर्निया विश्वविद्यालयामध्ये मानसशास्त्राचे निवृत्त प्राध्यापक होते, त्यांना त्यांच्या मानेच्या मणक्यांमध्ये एक गाठ वाढल्याचं सिद्ध झालं म्हणून सॅनफ्रान्सिस्को रुग्णालयामध्ये दाखल करण्यात आलं. ब्लॉक त्यांना भेटण्यासाठी गेली. तिथल्या मेंदू व चेतासंस्थेची शस्त्रक्रिया करणाऱ्या तज्ज्ञानं सांगितलं की, ती गाठ काढण्याच्या कृतीमुळे ते क्वाड्रिप्लेजिक होण्याची म्हणजे मानेपासून खालच्या पूर्ण भागात पक्षाघात होण्याची म्हणजे त्या भागावरचा ताबा सुटण्याची शक्यता आहे; पण तसं केलं नाही, तर मात्र ते शंभर टक्के क्वाड्रिप्लेजिक होणार आहेत.

शस्त्रक्रियेच्या आदल्या सायंकाळी वडील आणि मुलगी - त्यांचे मित्र आणि कुटुंबाविषयी गप्पा मारत बसले होते, मन येणाऱ्या संकटापासून जरा दूर सारत होते; मग ती रात्री झोपण्यासाठी निघून गेली. बे ब्रिज अर्धा ओलांडून गेल्यानंतर तिच्या लक्षात आलं, 'अरे देवा, त्यांना नेमकं काय हवं आहे, हेच मला माहीत नाही.' वडिलांनी तिला त्यांच्या आरोग्याची काळजी घेणारी म्हणून नेमलं होतं; पण त्यांनी या परिस्थितीवर फक्त वरवरची चर्चा केली होती. म्हणून मग तिनं तिची कार पुन्हा मागे वळवली.

"पुन्हा त्यांना भेटायला जाणं, 'हे अतिशय अस्वस्थ करणार' होतं." ती म्हणाली. ती आयुष्याच्या शेवटच्या क्षणांवर चर्चा करण्यामध्ये अतिशय तज्ज्ञ आहे, यामुळे काहीही फरक पडला नाही. "माझ्याच वडिलांशी ही चर्चा करताना मला अतिशय वाईट वाटत होतं." पण ती त्या प्रश्नांच्या यादीप्रमाणे काम करत गेली. तिनं त्यांना सांगितलं, "मला हे समजून घेणं अतिशय गरजेचं वाटतं की, जिवंत असताना असं इंजेक्शन घेणं या मार्गानं जाणं तुम्हाला कसं वाटतं आणि कितपत म्हणजे कोणत्या अवस्थेपर्यंत जिवंत असणं तुम्हाला सहन होण्यासारखं आहे?" आमचं असं अगदी क्लेशदायक असं बोलणं झालं, ज्यामध्ये शेवटी ते मला म्हणाले... जे मलाच धक्कादायक होतं..."ठीक आहे, जर मी चॉकलेट, आइस्क्रीम खाऊ शकत असेन, टिव्हीवर फुटबॉलचा सामना पाहू शकत असेन; तर मग माझी पुढेही जगण्याची इच्छा आहे. जर असं होऊ शकत असेल, तर मला भरपूर वेदना सहन करतही पुढे जाण्याची इच्छा आहे."

"ते असं काही बोलतील, अशी मला अपेक्षाही नव्हती." ब्लॉक म्हणाली. "मला असं म्हणायचं आहे, ते एक निवृत्त प्राध्यापक आहेत. माझ्या आठवणीप्रमाणे त्यांनी कधीही फुटबॉलचा सामना पाहिला नव्हता. हे जे सारं चित्र होतं... मला वाटतं, मी ज्यांना ओळखत होते, ते ते नव्हतेच." पण हा संवाद अवघड होऊन बसला होता कारण शस्त्रक्रियेनंतर त्यांच्या मेरुदंडामध्ये म्हणजे पाठीच्या मणक्यामध्ये रक्तस्राव झाला... शल्यक्रिया करणाऱ्या तज्ज्ञानं असं सांगितलं की, जर रक्तस्राव थांबवायचा असेल, तर त्यांना पुन्हा तशीच शस्त्रक्रिया करणं भाग आहे; पण काळजीचा भाग म्हणजे या शस्त्रक्रियेनं त्यांना आधीच पक्षाघात झाला होता आणि त्यामुळे वडील जवळपास काही महिने तरी विकलांगच झाले होते, कदाचित आयुष्यभरासाठी! तिची आता काय करण्याची इच्छा होती?

"माझ्याजवळ निर्णय घेण्यासाठी फक्त तीनच मिनिटं होती आणि माझ्या हे लक्षात आलं, त्यांनी आधीच निर्णय घेऊन टाकला होता." तिनं त्या शल्यतज्ज्ञाला विचारलं, "जर माझे वडील जगले; तर ते चॉकलेट, आइस्क्रीम खाऊ शकतील का आणि टिव्हीवर फुटबॉलचे सामने पाहू शकतील का?" 'होय,' ते म्हणाले. मी वडिलांना पुन्हा शल्यक्रिया विभागामध्ये नेण्यास होकार दिला.

"जर मी त्यांच्यासोबत तो संवाद केलाच नसता तर..." तिनं मला सांगितलं, "तर माझ्या अंतर्मनानं कदाचित त्याचवेळी, त्याक्षणीच वडिलांना जाऊ दिलं असतं कारण ती घटना तशी फारच भयंकर होती आणि मग मी स्वत:लाच दोष देत बसले असते. एवढ्या लवकर मी त्यांना जाऊ द्यायला हवं होतं का?" किंवा तिला पुढे जावं लागलं असतं आणि मग वडिलांना पुन्हा शस्त्रक्रियेसाठी पाठवावं लागलं असतं, ते जे झालं तेच पुन्हा भोगायला... त्यांना पुढे जवळपास एक वर्ष 'फारच भयंकर अशा पुनर्वसनाला आणि विकलांगतेला तोंड द्यावं लागलं. "मला त्या वेळी इतकं चुकीचं केल्याची भावना होती की, मी त्याविषयी त्यांच्यासमोर नापसंती व्यक्त केली; पण त्या वेळी असा निर्णय घेण्यापलीकडे माझ्याजवळही दुसरा काही पर्याय नव्हता. त्यांनी सगळं ठरवलेलंच होतं." ब्लॉक म्हणाली.

पुढच्या दोन वर्षांमध्ये, तिच्या वडिलांनी पुन्हा थोडंसं चालण्याइतकी क्षमता कमावली. त्यांना अंघोळीला आणि कपडे बदलण्यासाठी कुणाच्या तरी मदतीची गरज पडायची. त्यांना गिळण्यास आणि अन्न चावण्यासही त्रास होत होता; पण त्यांचं मन मात्र स्थिर होतं आणि त्यांना त्यांच्या हातांचा थोडाफार उपयोग करता आला... म्हणजे दोन पुस्तकं आणि जवळपास डझनभर विज्ञानावरचे लेख. त्या शस्त्रक्रियेनंतर वडील जवळपास दहा वर्षं जगले. तथापि, खरोखरच त्यांचा गिळण्याचा त्रास पुढे इतका वाढला की, आवाज काढून आतमध्ये ढकलल्याशिवाय पुढे गिळणंही कठीण होऊन बसलं आणि मग न्यूमोनियाचं निदान झालं, तेव्हा तर

त्यांच्या रुग्णालय आणि पुनर्वसन सेवा इकडे सारख्या चकरा चालूच राहिल्या. वडिलांना अन्न घेण्यासाठी नळी घालण्याची अजिबात इच्छा नव्हती आणि अखेर हे अगदी उघड झालं की, चमत्कारिकपणे दुखण्यातून बरं होण्याच्या सतत कमी कमी होत जाणाऱ्या संधीशी द्याव्या लागणाऱ्या लढ्यानं त्यांचं अगदी रुग्णालयातून घरी जाणंही कठीण करून टाकलं. म्हणून, मी ब्लॉकशी बोललो त्याच्या काही महिने आधीच तिच्या वडिलांनी हा लढा थांबवण्याचा आणि घरी जाण्याचा निर्णय घेतला.

"आम्ही त्यांना हॉस्पिटलची सेवाशुश्रूषा सुरू केली, त्यांच्या घशात अडकण्यावर उपचार केले आणि त्यांना अगदी आरामशीर ठेवलं. सरतेशेवटी, त्यांनीच अन्नपाणी बंद केलं आणि त्यानंतर पाच दिवसांनी ते गेले."

सुसान ब्लॉक आणि तिच्या वडिलांनी एकमेकांशी जो संवाद साधला, तो आपण सर्वांनी जेव्हा केमोथेरपीचा उपयोग होणं बंद होतं, जेव्हा आपल्याला घरीच ऑक्सिजन देण्याची गरज पडते तेव्हा, जेव्हा आपल्याला अत्यंत धोकादायक शस्त्रक्रियेला सामोरं जावं लागतं तेव्हा, जेव्हा आपलं यकृत काम करणं बंद करत जातं तेव्हा आणि जेव्हा आपण आपले कपडेही बदलू शकत नाही; तेव्हा समजून घेणं गरजेचं आहे. एका स्वीडिश डॉक्टरनी त्याला 'ब्रेकपॉइंट डिस्कशन' म्हणजे अगदी उद्ध्वस्त होण्याच्या क्षणी केलेली चर्चा, असं म्हणताना मी ऐकलं आहे. यामध्ये चर्चांची एक मालिकाच आहे, जी काळाशी संघर्ष करणं बंद करून लोकांना ज्या गोष्टीचं महत्त्व वाटतं ...म्हणजे आपल्या कुटुंबासोबत असणं किंवा फिरणं किंवा चॉकलेट, आइस्क्रीमसारख्या वस्तूंचा आस्वाद घेणं... त्यांच्याशी दोन हात करण्यास तयार करण्यासाठी वापरली जाते. काही मोजके लोक अशा प्रकारचे संवाद करतात आणि या गोष्टींपासून दूर राहण्याचं आणि भय वाटण्याचं पुरेसं चांगलं कारणही आहे. ते कठीण भावना दूर ठेवू शकतात. लोक रागावू शकतात किंवा त्यांचं त्यांना ओझं वाटतं, असंही सांगू शकतात. जर हे वाईट पद्धतीनं हाताळलं गेलं, तर हे संवाद लोकांच्या विश्वासाची किंमत करू शकतात. जर चांगल्या पद्धतीनं हाताळलं गेलं, तर ते चांगला वेळ मिळवू शकतात.

मी एका कर्करोगतज्ज्ञाशी बोललो. तिनं मला एकोणतीस वर्षं वयाच्या तिच्या एका रुग्णाविषयी सांगितलं. त्याच्यावर नुकतेच उपचार केले गेले होते. तो रुग्ण शल्यक्रिया अशक्य असलेल्या मेंदूमधील एका ट्यूमरच्या गाठीनं ग्रस्त होता, ती गाठ केमोथेरपीचं दुसरं चक्र चालू असतानाही सतत वाढतच होती. रुग्णानं पुढे केमोथेरपी न करण्याचा निर्णय घेतला होता. हा असा निर्णय घेण्यासाठी काही तासांची चर्चा आवश्यक असते. हा असा निर्णय घेतला जाईल, यासाठी तोसुद्धा तयार नव्हता. कर्करोगतज्ज्ञानं सांगितलं, "प्रथम तिनं त्याच्याशी अगदी एकट्याशीच

या विषयावर चर्चा केली. त्यांनी सगळं आठवून तो या टप्प्यापर्यंत कसा आला आणि आता कोणते पर्याय कसे शिल्लक राहिले, यावर चर्चा केली. ती अतिशय मनमोकळी होती. तिनं त्याला असं सांगितलं की, माझ्या पूर्ण कारकिर्दीमध्ये तुझ्या मेंदूत ज्या प्रकारचा ट्यूमर आहे, त्यासाठी केमोथेरपीचा तिसऱ्या डोसचा उपाय कधीही यशस्वी झाल्याचं पाहिलं नाही. मी इतर प्रायोगिक तत्त्वावरच्या उपाययोजनांचाही विचार केला होता आणि त्यापैकी कुठलीही खात्रीपूर्वक यश देणारी नव्हती. आणि जरी माझी केमोथेरपी पुढे चालू ठेवण्याची इच्छा होती, तरी मी त्याला या थेरपीसाठी त्याची आणि त्याच्या कुटुंबाची किती शक्ती आणि वेळ पणाला लागणार आहे, हेही सांगितलं. तो अगदी गप्प बसला नाही आणि त्यानं विरोधही केला नाही. जवळपास तासभर तरी त्याचे प्रश्न चालूच होते. त्याने विभिन्न उपचारपद्धतींविषयी प्रश्न विचारले. हळूहळू त्यानं हे विचारायला सुरुवात केली की, जर ट्यूमर अजून मोठा झाला, तर काय होईल?त्यामध्ये कोणती चिन्हं आढळतील? ते कोणत्या पद्धतीनं त्यावर नियंत्रण मिळवण्याचा प्रयत्न करतील? शेवट कसा होईल वगैरे.''

कर्करोगतज्ज्ञ पुढच्या भेटीच्या वेळी त्याच्या कुटुंबीयांसमवेत भेटली. चर्चा फारशी चांगली झाली नाही. त्याला पत्नी होती आणि लहान लहान मुलंही होती आणि प्रथम त्याची बायको 'केमो थांबवा' म्हणणाऱ्या मताची नव्हती; पण जेव्हा कर्करोगतज्ज्ञानं रुग्णाला स्वतः त्यांच्यामध्ये काय चर्चा झाली, हे सांगण्यास सांगितलं, तेव्हा मात्र तिला समजलं. हे असंच तिच्या आईच्या बाबतीतही झालं होतं, जी एक परिचारिका होती. दरम्यान, तिचे वडील अतिशय शांत बसले होते आणि सगळा वेळ ते अगदी काहीही बोलले नाहीत.

काही दिवसांनंतर, तो रुग्ण पुन्हा कर्करोगतज्ज्ञाला भेटण्यासाठी आणि चर्चा करण्यासाठी आला. ''काहीतरी तर असू शकतं. काहीतरी असेलच.'' तो म्हणाला. त्याच्या वडिलांनी त्याला इंटरनेटवर काहीजण पूर्णपणे तंदुरुस्त झाल्याच्या नोंदी दाखवल्या होत्या. त्यानं सांगितलं की, वडिलांना ही बातमी ऐकून किती वाईट वाटलेलं आहे. कुठल्याही रुग्णाला आपल्या घरच्या लोकांना दुःखामध्ये ढकलावंसं वाटत नाहीच. ब्लॉकच्या म्हणण्यानुसार, जवळपास दोन तृतीयांश लोकांना जर ती उपचारपद्धती त्याच्यावर प्रेम करणाऱ्या कुणाला तिनं उपचार करावे असं वाटत असेल, तर त्यांना नकोशा वाटणाऱ्या उपचारपद्धतीलाही सामोरं जावं लागतं.

शेवटी कर्करोगतज्ज्ञ त्याच्या वडिलांना भेटण्यासाठी त्याच्या घरी गेली. त्यांच्याजवळ वेगवेगळ्या शक्य असणाऱ्या क्रिया आणि उपचारपद्धती यांच्या इंटरनेटवरून जमा केलेल्या माहितीचं छापील कागदांचं मोठं बाडच होतं. तिनं ते समोर ठेवून त्यावर चर्चा केली. तिनं हेही सांगितलं, 'मला स्वतःलाच माझं मत बदलण्याची तीव्र इच्छा आहे; पण एक तर मेंदूच्या ट्यूमरचे जे उपचार सांगितलेले होते, ते वेगळ्या

पद्धतीच्या ट्यूमरचे होते. त्यांच्या मुलाचा ट्यूमर वेगळा होता किंवा इतर गोष्टी जुळत नव्हत्या. चमत्कार म्हणून कुठलीही गोष्ट होत नव्हती. मी त्याच्या वडिलांना सांगितलं की, तुम्ही ही बाब समजून घेणं गरजेचं आहे : तुमच्या मुलाजवळ वेळ फार कमी आहे आणि त्याला या दिव्यातून पार होण्यासाठी तुमच्या मदतीची फार गरज आहे.'

त्या कर्करोगतज्ज्ञानं अगदी उपरोधानं लिहून ठेवलं आहे की, सरळसरळ फक्त केमोथेरपीचा सल्ला लिहून देणं, हे काम तिच्यासाठी खरं तर किती सोपं होतं. "पण वडिलांसोबतची ती बैठक अतिशय दिशा बदलवणारी झाली." ती म्हणाली. तो रुग्ण आणि त्याच्या कुटुंबीयांनी हॉस्पिटलची सेवा घेणं स्वीकारलं. तो मरण्यापूर्वी जवळपास महिनाभर ते सोबतच होते. नंतर त्याच्या वडिलांनी डॉक्टरांचे आभार मानले. त्या शेवटच्या महिन्यामध्ये कुटुंबाचं लक्ष फक्त सगळ्यांनी एकत्र राहण्यावरच केंद्रित केलं आणि तो काळ म्हणजे त्यांनी पूर्वी एकत्र घालवलेल्या काळापेक्षाही कितीतरी सुखद असा ठरला, असं त्याच्या वडिलांनी सांगितलं.

या संवादांसाठी कितीही वेळ दिलेला असला; तरीही बरीच माणसं असंच म्हणतात की, मुख्य प्रश्न आर्थिकच आहे : आम्ही डॉक्टरांना केमोथेरपी देण्यासाठी पैसे देतो आणि शस्त्रक्रिया करण्यासाठी पैसे देतो; पण कोणत्या वेळी हे असं करायचं; हे ठरवण्यासाठी लागणारा वेळ त्यांनी घ्यावा म्हणून पैसे मोजत नाही, हे सारं मूर्खपणाचं आहे. हा ठामपणा ही एक बाब आहे; पण प्रश्न हे फक्त आर्थिक नसतातच. हे प्रश्न त्या उत्तर नसलेल्या वाक्यापासून सुरुवात होतात की, मग औषधाचा खरा उपयोग काय?...काय? दुसऱ्या शब्दांत सांगायचं, तर आम्ही हे असं करण्यासाठी डॉक्टरांना पैसे मोजत नाही.

एक साधा दृष्टिकोन आहे तो असा, औषधं ही मृत्यू आणि आजार यांच्याशी संघर्ष करण्यासाठी असतात आणि ते अर्थातच त्यांचं मूलभूत कार्य असतं. मृत्यू हा शत्रू असतो; पण शत्रूजवळ फार मोठी शक्ती आहे. सरतेशेवटी तो जिंकतोच. आणि युद्ध जे तुम्ही जिंकूच शकत नाही; त्यामुळे तिथं तुम्हाला कुणी सेनापती लागत नाही, जो अगदी अंतिम विध्वंसाच्या क्षणापर्यंत लढतो. तुम्हाला कुणी कस्टर नको असतो. तुम्हाला हवा असतो, रॉबर्ट ई. ली, ज्याला हे माहीत असतं की, आपल्या टापूसाठी कसं लढायचं की जेणेकरून जिंकता येईल आणि जेव्हा जिंकणं अगदी कठीण होऊन बसेल, तेव्हा शरण कसं जायचं. ज्याला हे माहीत असतं की वाईट असाच शेवट होणारं युद्ध जर तुम्ही लढत असाल, तर होणारं नुकसान किती असेल.

पण नेहमीच ना कस्टर ना ली हे या दिवसांमध्ये औषधं पुरवतात, असं आढळून आलं आहे. आपण फक्त असे सेनापती तयार करत आहोत, जो सैनिकांना

पुढे नेण्यास मदत करेल, तेही सगळं हे सांगत की, 'तुम्हाला केव्हा थांबायचं आहे, हे मला जरा कळू द्या बरं.' आपण अगदीच बरं होऊ न शकणाऱ्या रुग्णाला हे सांगत असतो, हे सारे उपचार म्हणजे एक रेल्वेचा प्रवास आहे. तुम्हाला हवं तेव्हा तुम्ही उतरू शकाल असा... फक्त सांगा, केव्हा उतरायचं ते! पण बहुतांश रुग्णांसाठी आणि त्यांच्या कुटुंबासाठी आपण बरंच काही विचारत असतो. ते साशंकता, भय आणि उद्विग्नता यांनी उद्ध्वस्त, हतबल होतात; काहीजण वैद्यकीय विज्ञानानं काय काय यश प्राप्त केलेलं आहे, या स्वप्नरंजनामध्ये आत्मवंचना करत राहतात. आपली वैद्यकीय क्षेत्रातील जबाबदारी हीच की, मनुष्यप्राणी आहे तसाच त्याच्याशी संबंध ठेवणं, व्यवहार करणं. माणसं एकदाच मरतात. त्यांना त्याच्यावर स्वार होण्याचा कुठलाही पूर्वानुभव नसतो. आपल्याला अशा डॉक्टरांची आणि परिचारिकांची गरज आहे, ज्यांची अतिशय कठीण अशा विषयावर चर्चा करण्याची तयारी आहे आणि त्यांनी जे काय पाहिलं, ते सांगण्याची तयारीही आहे ...जे काय सामोरं येणार आहे त्यासाठी माणसांना ते मदत करू शकतील... आणि अक्षरश: कचऱ्याप्रमाणे जमा झालेल्या विस्मृतीला दूर सारणं, जे काही लोकांना खरोखरच हवं असतं.

सारा मोनोपॉलीनं तिचं कुटुंब आणि तिच्या कर्करोगतज्ज्ञासोबतही पुरेशी चर्चा केली होती, ती त्यांच्या हे लक्षात यावं म्हणून की तिला आयुष्याच्या शेवटच्या क्षणी रुग्णालय किंवा अतिदक्षता विभाग नको... पण तिचं उद्दिष्ट कसं साध्य व्हावं, हे त्यांना कळण्यासाठी ते काही पुरेसं नव्हतं. फेब्रुवारीच्या त्या शुक्रवारी सकाळी ज्या क्षणी ती अतिदक्षता विभागामध्ये दाखल झाली, त्या क्षणापासून घटनांची एक आगगाडीच जणू तिच्या शांतपणे होऊ शकणाऱ्या शेवटच्या क्षणांच्या विरुद्ध धावू लागली. तिथं फक्त एकच माणूस होता, जो या गोष्टींनी अस्वस्थ झाला होता आणि सरतेशेवटी त्यानं या गोष्टीमध्ये मध्यस्थी करण्याचं ठरवलं... तो होता च्यूक मॉरिस, तिची प्राथमिक शुश्रूषा करणारा डॉक्टर. तिचा आजार गत वर्षापासून जसजसा वाढत चालला; सारा, तिचं कुटुंब आणि कर्करोगावर उपचार करणाऱ्या मंडळींवर त्यानं निर्णय सोडून दिला. अजूनही तो तिला आणि तिच्या नवऱ्याला अगदी नियमितपणे भेटण्यास येत होता आणि त्यांच्या चिंता ऐकत होता. त्या हातघाईवर आलेल्या सकाळी, मॉरिस हा असा एकमेव मनुष्य होता, ज्याला रिचनं अगदी ॲम्ब्युलन्समध्ये बसण्यापूर्वी बोलावलं होतं. तो सरळ अतिदक्षता विभागाकडे गेला होता आणि सारा आणि रिच तिथं पोहोचले, तेव्हा तो त्यांनाही भेटला.

मॉरिसनं असं सांगितलं की, "न्यूमोनियावर उपचार होऊ शकतो; पण तेच आहे का याची मला काळजी वाटते. मला तिची फार चिंता वाटते." आणि मी काय सांगितलं, हेही त्यानं सगळ्या कुटुंबाला सांगायला लावलं.

रुग्णालयाच्या वरच्या मजल्यावर मॉरिस, सारा आणि रिचशी कर्करोगानं तिला कसं अशक्त बनवत आणलं आहे; त्यामुळे इतर रोगजंतूंच्या प्रादुर्भावाशी तिचं शरीर कसं झगडू शकत नाही, यावर बोलला. त्यानं असं सांगितलं की, अगदी प्रतिजैविकांनी रोगाचा प्रतिकार जरी थांबवला, तरी त्याची इच्छा असूनही तो कर्करोगाला मात्र थांबवू शकणार नाही.

सारा अगदी निस्तेज आणि आजारी दिसत होती, असं मॉरिसनं मला सांगितलं. "तिचा श्वास अगदी गुदमरावा इतका कमी होता. ते बघणं अगदीच अशक्य होत होतं. मला ते पाहिलेलं अजूनही आठवतं... ज्या कर्करोगतज्ज्ञानं तिला न्यूमोनियावर उपचार करण्यासाठी तिथं दाखल करून घेतलं होतं, तो तर खरं तर या केसविषयी अतिशय बेचैन दिसत होता आणि किमान त्यानं असं बेचैन होणं म्हणजे काहीतरी घडतंय, हे सांगणं होतं."

साराचे आई-वडील आल्यानंतर मॉरिस त्यांच्याशीही बोलला आणि जेव्हा त्यांचं संभाषण संपलं, तेव्हा सारा आणि तिच्या कुटुंबाची एक योजना तयार झाली होती. उपचार करणाऱ्या कर्मचाऱ्यांनी पुढे प्रतिजैविकं दिलीच असती; पण सगळं काही अतिशय वाईट अवस्थेमध्ये होतं, ते तिला अगदी श्वसनयंत्रावरही ठेवू शकत नव्हते. त्यांनी उपशमनाचे उपचार करणाऱ्या इतर तज्ज्ञांनाही बोलावलं. त्यांनी मॉर्फिनचा अगदी छोटासा डोस देण्यास सांगितलं, ज्यामुळे तिचं श्वसन ताबडतोब सामान्य झालं. तिच्या कुटुंबानं तिचा तो त्रास कमी होताना पाहिला आणि पुन्हा तिला इतर कुठला त्रास व्हावा, असं वाटत नव्हतं. दुसऱ्या दिवशी सकाळी उपचार करणाऱ्या तज्ज्ञांसोबत त्यांची पुन्हा चर्चा झाली.

"त्यांची तिच्या शरीरामध्ये पुन्हा एक कॅथेटर घालण्याची इच्छा होती, म्हणजे हे अजून दुसरे उपचार..." तिच्या आईनं डाऊननं मला सांगितलं. "मी म्हणाले, 'नको. तुम्ही तिच्यावर अजून काही प्रयोग करू नका.' तिनं अंथरूण ओलं केलं, तरी मला त्याची पर्वा नव्हती. त्यांची लॅब टेस्ट करण्याची, ब्लडप्रेशर मोजण्याची आणि फिंगर स्टिक्स करण्याची इच्छा होती. मला त्याच्या त्या नोंदी करत बसण्यामध्ये अजिबात रस नव्हता. मी मुख्य परिचारिकेला भेटण्यासाठी आणि हे थांबवण्याचं सांगण्यासाठी वर गेले."

गेल्या तीन महिन्यांमध्ये आम्ही सारावर कुठलेही उपचार, काहीही केलेलं नव्हतं... स्कॅन नाही, तपासण्या नाही, रेडिएशन नाही किंवा केमोथेरपीचा अजून एखादा डोस नाही... तिची अवस्था वाईट होऊ न देता सगळं काही मिळवलं. कदाचित या साऱ्या गोष्टींशिवाय ती जास्त दिवस जगली असती. कमीतकमी शेवटच्या क्षणी ती म्हणून थोडीफार तर शिल्लक राहिली होती.

तिचं शरीर जसं सातत्यानं साथ देणं बंद करू लागलं, तसं त्या दिवशी सारा

बेशुद्धावस्थेत गेली. दुसऱ्या दिवशी रात्रभर... रिचला आठवलं, ''तिचं अगदी भयंकर कण्हणं चालू होतं. तो चांगला मृत्यू नव्हता. तो आवाज श्वास घेतानाचा होता की सोडतानाचा होता, मला आता आठवत नाही; पण ते ऐकण्यास अतिशय भयंकर, महाभयंकर असंच होतं.''

तिच्या वडिलांना आणि तिच्या बहिणीला अजूनही असं वाटत होतं की, तिला बरं वाटेल; पण जेव्हा इतर तिच्या खोलीतून बाहेर पडले, रिच गुडघे टेकून साराच्या शेजारी रडत रडत बसला आणि तिच्या कानामध्ये पुटपुटला. ''जाण्यास ही योग्य वेळ आहे.''

त्या सकाळनंतर तिचं श्वसन बदललं, संथ झालं. रिच म्हणाला, ''सारा फक्त थोडासा धक्का देत होती. तिनं एक मोठा उच्छ्वास बाहेर जाऊ दिला. मग ती फक्त थांबली.''

अवघडलेलं संभाषण

त्यानंतर पुढे केव्हातरी प्रवासामध्ये असताना मी युगांडातील दोन डॉक्टरांशी आणि आफ्रिकेतल्या एका लेखकाशी संवाद साधला. मी त्यांना साराच्या या केसविषयी बोललो आणि मी तिच्यावर कोणकोणते उपचार केले जायला हवे होते, असं तुम्हाला वाटतं, हे विचारलं. आम्ही तिला जे पर्याय दिले होते, ते पर्याय म्हणजे नसता अपव्यय आहे, हे त्यांच्या दृष्टीमध्ये दिसून येत होतं. त्यांनी असं सांगितलं की, आमच्या देशामध्ये फार असाध्य अशा आजारांनी ग्रासलेले रुग्ण कधी रुग्णालयातच येत नाहीत आणि जे येतात; ते अशा केमोथेरपी उपचारपद्धती, लांबवण्यासाठीची शस्त्रक्रिया, प्रायोगिक स्तरावरच्या उपचारपद्धती वगैरेंची कधी अपेक्षाही करत नाहीत आणि ते सहनही करत नाहीत... विशेषत: जेव्हा या प्रश्नांचा अंत हा असा भयानक आहे हे सिद्ध झाल्यावर. आणि त्यांच्याकडे आरोग्य सेवेसाठी एवढा पैसाही नाही.

पण जरी ते काहीही मदत करू शकत नसले, तरीही ते त्यांच्या अनुभवांच्या विषयी व्यवस्थित बोलले आणि त्यांच्या कथा अगदी परिचयाच्या आहेत : एका आजोबांना त्यांच्या अगदी इच्छेविरुद्ध त्यांचा जीव वाचवण्यासाठी कृत्रिम यंत्रणेवर ठेवलं होतं. एक नातेवाईक जो अगदीच बरं न होणाऱ्या यकृताच्या कर्करोगानं ग्रस्त होता, तो एका रुग्णालयामध्ये एका प्रायोगिक उपचारांमध्येच वारला. एकाचा मेहुणा जो असाध्य अशा मेंदूच्या कर्करोगानं ग्रासला होता, एवढं असूनही त्यानं केमोथेरपीची अनेक चक्रं सहन केली, ज्याचा वरचेवर त्याला हळूहळू मारण्यापलीकडे काहीही, कवडीचाही फायदा झाला नाही. "केमोथेरपीच्या उपचाराचं प्रत्येक चक्र हे मागच्या चक्रापेक्षा फारच भयंकर होतं." दक्षिण आफ्रिकेचा तो लेखक मला म्हणाला. "मी पाहिलंय की, त्या औषधानं त्याच्या अंगावरचं मांस अक्षरश: खाल्लं. त्याची मुलं तर अजूनही त्याच धक्क्यामध्ये आहेत. त्यानं असं कधीच जायला नको होतं."

देश बदलत चालले होते. जगातील दहा वेगानं वाढणाऱ्या आर्थिक महासत्तांपैकी पाच आफ्रिकेत आहेत. २०३० पर्यंत जागतिक लोकसंख्येच्या अर्ध्या ते दोन तृतीयांश लोकसंख्येपैकी अर्धे मध्यमवर्गीय असतील. आता माणसं मोठ्या प्रमाणावर वस्तूंच्या खरेदीस अतिशय सक्षम होत आहेत... म्हणजे दूरचित्रवाणी संच, कार आणि आरोग्य सेवा वगैरे. उदाहरणार्थ, आफ्रिकेतील काही शहरांमध्ये केलेल्या सर्वेक्षणानुसार असं लक्षात आलेलं आहे की, ऐंशी वर्षं वयापेक्षा जास्त वयाची माणसं आता रुग्णालयामध्येच मरू लागलेली आहेत आणि ऐंशीपेक्षा कमी वयाच्या माणसांची संख्याही तशी उल्लेखनीय आहे. ही संख्या म्हणजे जगातल्या आजच्या सर्वांत जास्त विकसित असलेल्या राष्ट्रांपेक्षाही जास्त आहे. साराच्या कथेसारख्या कथा आता जगभर होत आहेत. जसं उत्पन्न वाढतं, खासगी क्षेत्रातील आरोग्य सेवाही वेगानं वाढत चाललेली आहे, ज्यामध्ये सहसा नगदी पैसा द्यावा लागतो. सगळीकडचे डॉक्टर आता खोट्या आशा-आकांक्षा दाखवण्यास अगदी तयार झालेले आहेत; जे रुग्णांच्या कुटुंबांचं बँकेतलं खातं रिकामं करतात, त्यांची बियाणांची शेती विकतात आणि अक्षरश: निष्फळ अशा उपचारांसाठी त्यांच्या मुलांच्या शिक्षणाचा खर्चही काढून घेतात. तरीही याच काळामध्ये, हॉस्पिस योजना आता सगळीकडे म्हणजे कंपालापासून किन्शासापर्यंत, लागोसपासून लेसोथोपर्यंत आणि सांगायची गरज नाही पण मुंबईपासून मनिलापर्यंत सगळीकडे आढळून येते.

देशाला ज्या वैद्यकीय विकासातून जावं लागतं, त्याची विद्वानांनी तीन टप्प्यांमध्ये मांडणी केलेली आहे, जी त्यांच्या आर्थिक विकासाच्या अगदी समांतर आहे. पहिल्या टप्प्यामध्ये जेव्हा देश अगदी प्रचंड गरिबीत असतो, तेव्हा बहुतांश मृत्यू हे घरीच होतात; कारण लोक व्यावसायिक निदान आणि उपचार घेण्यासाठी संपर्कही करू शकत नाहीत. दुसऱ्या टप्प्यामध्ये, जेव्हा देशाची आर्थिक परिस्थिती सुधारते आणि तिच्यातील नागरिक जेव्हा उच्च उत्पन्नाच्या गटामध्ये जातात, तेव्हा मोठमोठ्या संस्था वैद्यकीय क्षमतांची उभारणी सगळीकडे उपलब्ध होईल अशी करतात. लोक जेव्हा आजारी पडतात, तेव्हा आरोग्य सेवा प्रणालीकडे वळतात. आयुष्याच्या शेवटी, ते नेहमीच घरी मरण्यापेक्षा रुग्णालयामध्ये मरतात. तिसऱ्या टप्प्यामध्ये, जेव्हा देशाचं सकल उत्पन्न प्रचंड वाढतं, तेव्हा लोकांना त्यांच्या आयुष्याच्या गुणवत्तेची काळजी वाटते, अगदी आजारपणातही आणि मृत्यूही घरीच व्हावा, याचं प्रमाण पुन्हा वाढतं.

हे वर्णन म्हणजे दुसरं तिसरं काही नसून अमेरिकेमध्ये सध्या काय घडत आहे, याचं उदाहरण आहे. याउलट, ऐंशी पार झालेल्यांची घरातच मृत्यू होण्याची ही बहुलता जी १९४५ मध्ये होती, ती घसरून आता १७ टक्क्यांवर आलेली आहे आणि १९९० नंतर ही उलट दिशेनं गेलेली आहे. हॉस्पिटल सेवेचा लाभ

घेणाऱ्यांची संख्या वरचेवर सरळ वाढते आहे... तीही जवळपास त्या आकड्यापर्यंत की २०१० मध्ये ४५ टक्के अमेरिकन हे हॉस्पिटलमध्येच वारले आहेत. त्यांच्यापैकी अर्ध्यांना हॉस्पिटल सेवा घरीही उपलब्ध होत होती आणि उरलेल्यांना कुठल्याशा संस्थेमध्ये मिळत होती, सहसा जिथं मृत्यूशय्येवरच्या रुग्णांना आंतररुग्ण विभागामध्ये सेवा मिळते, ती सहसा शुश्रूषागृहंच असतात. ही मात्र जगभरामध्ये मोठ्या संख्येनं आहेत.

एक भलंमोठं परिवर्तन घडून येत आहे. या देशामध्ये आणि जगभरही लोकांना म्हातारपणी मरणाकडे जाण्याकरता अनेक वृद्धाश्रम आणि रुग्णालयातील मरण असे अनेक पर्याय आहेत... आणि त्यांच्यापैकी लाखो लोक त्याचा फायदा घेत आहेत; पण ही वेळ अशी अनिश्चितच असते. आपण अगदी नियमाप्रमाणे वयस्कर होत जाणं आणि मृत्यू या गोष्टी नाकारल्या आहेत; पण आपण अद्यापही नवा रिवाज काही शोधलेला नाही. आपण एका बदलत्या स्थितीमध्ये अडकलो आहोत. तथापि, म्हातारपण कितीही तापदायक असलं, तरीही आपण त्यासाठी तज्ज्ञ आहोत. आपल्याला मृत्यूचा प्रत्येक टप्पा माहीत आहे. तुम्ही रुग्ण बनण्यास तयार आहात आणि मग भलेही ज्या काय अशक्यता आहेत, ताप आहेत, नुकसान आहे, किंवा भुर्दंड असो; मी, एक डॉक्टर या नात्यानं तुमचं निदान करण्याचा प्रयत्न करण्यास सहमत आहे. या नव्या वाटेनं, ज्यामध्ये आपण एकत्र येऊन मर्त्यतेला कसं हेरायचं, याचा प्रयत्न करत आहोत आणि अर्थपूर्ण जगण्याचे धागे जपून ठेवत आहोत, त्याच्या एकनिष्ठता आणि व्यक्तिगतता यांच्या साहाय्यानं आपण पाय फतक फतक करत जातच आहोत. आपण एका वेळेस एक व्यक्ती घेऊन समाजीय शिक्षणाच्या वक्र आलेखानुसार जात आहोत. आणि त्यामध्ये माझाही समावेश आहे, म्हणजे कदाचित एक डॉक्टर म्हणून किंवा एक सर्वसाधारण व्यक्ती म्हणूनही!

जेव्हा माझे वडीलही अमर्त्य असू शकत नाहीत, याची जाणीव होण्यासाठी मला काही स्वीकारावं लागलं, तेव्हा ते त्यांची सत्तरी पार करून गेले होते. ब्रह्म बैलाप्रमाणे ते अगदी भरभक्कम निरोगी होते, आठवड्यातून तीन वेळा टेनिस खेळतच होते, मूत्ररोगविकारतज्ज्ञ म्हणून स्वत:चा व्यवसाय सांभाळून होते आणि स्थानिक रोटरी क्लबचे अध्यक्ष म्हणूनही कार्यरत होते. त्यांच्यामध्ये ऊर्जेचा एक प्रचंड झरा होता. त्यांनी अनेक धर्मादाय प्रकल्प राबवले, ज्यामध्ये त्यांनीच उभं केलेलं ग्रामीण भागातील एक महाविद्यालयही होतं, ज्यांच्यासोबत काम करून त्यांनी पार एका छोट्याशा इमारतीतून ते दोन हजार विद्यार्थ्यांसाठी असणारा मोठा परिसर इतपत प्रकल्प राबवला होता. जेव्हा मी घरी येई, तेव्हा येताना माझी टेनिसची रॅकेट घेऊन येत असे आणि आम्ही स्थानिक टेनिस कोर्टवर खेळण्यास

जात असू. ते जिंकण्यासाठीच खेळले आणि मीसुद्धा! ते माझ्याकडे खालून फटके मारत, मग मीही खालून फटके मारत असे. ते उंच उंच फटके देत, मीसुद्धा देत असे. त्यांनी अगदी खास म्हातारपणाच्या सवयी उचलल्या होत्या; म्हणजे त्यांना जेव्हा वाटेल, तेव्हा तिथंच टेनिस कोर्टवर नाक शिंकरणं किंवा स्वत: चुकीच्या पद्धतीनं फटका मारून मला बॉलच्या मागे पळायला लावणं; पण मी वयाचं लक्षण आहे, असं समजण्यापेक्षा एका वडिलांना आपल्या मुलाकडून हे फायदे मिळायला हवेत, असं समजायचो. तीस वर्षांपेक्षा जास्त काळ वैद्यकीय क्षेत्रातील कारकिर्दीत त्यांनी कधीही केवळ आजारपणाच्या कारणामुळे दवाखान्यात जाणं किंवा शस्त्रक्रिया करणं चुकवलं नाही. म्हणूनच जेव्हा वडिलांनी माझ्या मानेमध्ये असं दुखतं की, ज्याची वेदना डाव्या हातामध्ये जाते आणि डाव्या हातांच्या बोटांमध्ये मुंग्या येतात असं सांगितलं; तेव्हासुद्धा आमच्यापैकी एकानंही ते फार काही असेल, असा विचारही केला नाही. मानेच्या क्ष किरण तपासणीनं फक्त संधिवातासारखा त्रास आहे, हे दर्शवलं. त्यांनी वेदनाशामक औषधं घेतली, काही व्यायामप्रकार केले आणि फार मोठ्या प्रमाणावर असणारे कामाचे ताण जरा कमी केले, जे वेदना वाढवू शकत होते. एवढं सोडलं तर त्यांचं आयुष्य इतरांप्रमाणे अगदी सामान्य होतं.

पण पुढच्या दोन वर्षांमध्ये मानेचं दुखणं वाढलं; त्यामुळे त्यांना स्वस्थपणे झोपणंही अवघड झालं. त्यांच्या डाव्या हाताच्या बोटांमध्ये मुंग्या येणं हाताला सुन्न करणारं झालं आणि ते त्यांच्या पूर्ण डाव्या हातामध्ये पसरलं. व्हॅसेक्टॉमी करताना दोऱ्यानं टाके घालणं अवघड होत चालल्याचं वडिलांच्या लक्षात आलं. २००६ च्या उन्हाळ्यामध्ये त्यांच्या डॉक्टरांनी मानेचा एमआरआय करण्यास सांगितलं. जे आढळलं, ते अतिशय धक्कादायक होतं. त्या तपासणीनं हे गुपित उघडं केलं होतं की, त्यांच्या मज्जारज्जूमध्ये ट्यूमरची एक गाठ वाढत आहे.

या क्षणी आम्ही या गोष्टीकडे अगदी काळजीपूर्वक भिंगातून पाहायला सुरुवात केली. माझ्या वडिलांच्या आयुष्याच्या बाबतीत आणि अपेक्षांच्या बाबतीत जी समजूत होती, ती तीच राहिली नाही. आमचं कुटुंब मर्त्यतेच्या म्हणजे मृत्यू निश्चित असण्याच्या स्वत:च्याच अनुभवाच्या आधारे त्यावर स्वार होत होतं. एक पालक आणि मुलगा यांच्या नात्यामुळे आमच्यासाठी ही जणू एक परीक्षाच होती की काय? मी एक डॉक्टर म्हणून जशी माझ्या रुग्णांशी संवादाची एक वाट केलेली आहे, ती तशीच ठेवावी की माझ्या वडिलांसाठी आम्ही एखादी नवी वाट तयार करावी? दुसरी बाब म्हणजे हातातून लेखणी निघून गेलेली होती. आता काळानं उलटी गणना सुरू केली होती; पण अद्यापही परीक्षा सुरू झालेली आहे, हे आम्ही ध्यानातही घेतलं नव्हतं.

माझ्या वडिलांनी त्यांच्या एमआरआयच्या प्रतिमा मला ई-मेलनं पाठवल्या,

आणि आम्ही त्या आपापल्या लॅपटॉपवर पाहत एकमेकांशी फोनवर बोललो. ती वाढ अतिशय किळसवाणी दिसत होती. ती वाढ त्यांच्या पूर्ण मज्जारज्जूमध्ये भरलेली दिसत होती, अगदी वरच्या बाजूला मेंदूच्या खालच्या टोकापासून ते थेट खालच्या बाजूला खांद्याच्या रेषेपर्यंत होती. ती मज्जारज्जूचा विनाश घडवणारीच वाटत होती. त्यांना अजूनही पक्षाघाताचा झटका कसा आला नाही, याचं मला आश्चर्य वाटलं होतं, म्हणजे साऱ्या गोष्टी इतपत घडल्या होत्या की, त्यांचा हात सुन्न पडला होता आणि त्यांची मानही दुखावली गेली होती. आम्ही यापैकी कुठलीही गोष्ट एकमेकांशी बोलत नव्हतो म्हणा. आम्हाला एकमेकांशी संवाद साधण्यासाठी खरं तर सुरक्षित जागा सापडणं अवघड जायचं. मी त्यांना हे विचारलं की, क्ष किरण तज्ज्ञाचं ती वाढ कशाची आहे, याबाबत काय म्हणणं आहे? तर बरेचसे बेनाइन आणि मालिग्नंट ट्यूमर [सौम्य आणि घातक गाठी] असू शकतात, असं ते म्हणाल्याचं त्यांनी सांगितलं. ट्यूमरच्या गाठीशिवाय अजून काही शक्यता त्यांनी वर्तवल्या आहेत का? तसं काही नाही, असं त्यांनी उत्तर दिलं. दोन शल्यतज्ज्ञ असलेले आम्ही अशा गोंधळामध्ये सापडलो होतो की, या प्रकारचा ट्यूमर काढायचा कसा? पण कुठलाही मार्ग सापडत नव्हता आणि आम्ही शांत झालो. कुठलाही निष्कर्ष काढण्यापूर्वी आपण जरा मेंदूविकाराच्या शल्यतज्ज्ञासोबत यावर चर्चा करू या, असं मी म्हणालो.

मज्जारज्जूमधील ट्यूमर हे क्वचित आढळणारे आहेत आणि काही काही मेंदूविकारतज्ज्ञांनाच त्याचा अनुभव आहे. एक डझनभर केसेस जरी असतील, तरी खूप झाल्या. त्यांच्यापैकी अगदी सगळ्यात जास्त अनुभव असलेल्यांपैकी एकजण क्लीव्हलॅन्ड क्लिनिकला होता, जो माझ्या वडिलांच्या घरापासून दोनशे मैल दूर होता आणि दुसरा माझ्या बोस्टनच्या रुग्णालयामध्ये होता. आम्ही दोन्ही ठिकाणी भेट देण्याचं ठरवलं.

दोन्ही शल्यतज्ज्ञांनी शस्त्रक्रिया करण्याची सूचना केली. ते मज्जारज्जू उघडणार होते... ही बाब शक्य आहे का, हेही मला माहीत नव्हतं... आणि त्यांच्याच्यानं शक्य तेवढी ट्यूमरची वाढ ते तिथून काढून घेणार होते. म्हणजे ते फक्त त्यापैकी काही भाग काढू शकणार होते तर. मज्जारज्जूच्या आतल्या बंदिस्त भागामध्ये ट्यूमरची वाढ होत होती, हेच त्या ट्यूमरमुळे होणारं प्राथमिक नुकसान होतं... म्हणजे श्वापद पिंजऱ्यातच दबा धरून बसलं होतं तर! त्याची वाढ ही मज्जारज्जूला मणक्यांच्या हाडांवर दाबत होती, ज्यामुळे वेदना होत होत्या, त्यासोबतच चेतातंतूंचा नाश होत होता, जे तो रज्जू बनवत असतात. म्हणून त्या दोन्ही शल्यतज्ज्ञांनी त्या ट्यूमरच्या गाठीला वाढीसाठी जागा मिळण्यासाठी आतली पोकळी वाढवणारी प्रक्रियाही करण्याची सूचना केली होती. मज्जारज्जूच्या मागच्या भागाला उघडं

करून ते त्या ट्यूमरला लहान करू शकत होते आणि मणक्यांना खिळ्यांचा आधार देऊन स्थिर करू शकत होते. हे म्हणजे एखाद्या उंच इमारतीची मागची भिंत घ्यायची आणि मजले उचलून धरण्यासाठी तिच्यासमोर खांब उभे करून, तिला बदलायचं.

माझ्या रुग्णालयातील मेंदूविकारतज्ज्ञानं मला ताबडतोब शस्त्रक्रिया करण्याविषयी सांगितलं. ही परिस्थिती फारच गंभीर आहे, असं त्यानं माझ्या वडिलांना सांगितलं. एका आठवड्याच्या आत ते पूर्ण पक्षाघातामध्ये जाऊ शकत होते. दुसरा कुठलाही पर्याय तिथं दिसत नव्हता... केमोथेरपी आणि रेडिएशन हे दोन्हीही उपचार काही शल्यक्रियेप्रमाणे आजाराची वाढ रोखू शकत नव्हते. शल्यक्रियेमध्येही धोका होताच; पण त्याला त्या गोष्टीची काही फारशी काळजी वाटत नव्हती. त्याला त्या ट्यूमरच्या गाठीची जास्त काळजी वाटत होती. या साऱ्या गोष्टींना फार उशीर व्हायच्या आत माझ्या वडिलांनी काहीतरी निर्णय घेणं गरजेचं होतं.

क्लीव्हलॅन्डच्या मेंदूविकारतज्ज्ञानं जरा जास्तच संदिग्ध चित्र रंगवलं. त्यानं जेव्हा अशा प्रकारची शल्यक्रिया केली होती, तेव्हा त्यानं कुठल्या मार्गानं योग्य होईल, याचा सल्ला दिला नव्हता. तो म्हणाला की, मज्जारज्जूमधले काही ट्यूमर, अतिशय वेगानं वाढतात, तर काहींची वाढ होण्यासाठी काही वर्षं लागल्याचं त्यानं प्रत्यक्ष पाहिलं आहे आणि ते हे सगळं टप्प्याटप्प्यानं करतात, एकाच वेळी नाही. त्यांना असं अजिबात वाटत नव्हतं की, एका रात्रीमध्ये माझ्या वडिलांचा प्रवास हात सुन्न पडणं ते थेट पूर्णपणे पक्षाघातामध्ये होईल. मग प्रश्न हाच होता की, रुग्णालयामध्ये जायचं केव्हा आणि त्याचा ठाम विश्वास होता की, जेव्हा माझ्या वडिलांना परिस्थिती अगदी सहन न करण्यासारखी वाटेल, तेव्हाच त्यांनी उपचारासाठी रुग्णालयामध्ये दाखल व्हावं. असं काही न करता चारपैकी एकालाच पक्षाघात होण्याची शक्यता असते किंवा मृत्यू येण्याचा संभव असतो, असं त्याचं मत होतं. तो म्हणाला की, माझ्या वडिलांनी 'वाळूमध्ये एक रेष मारणं' गरजेचं आहे. वडिलांची अवस्था खरोखरच इतकी वाईट आहे का की, त्यांनी शस्त्रक्रियेचा निर्णय घ्यावा? त्यांच्या हातांची क्षमता ही शस्त्रक्रिया करण्याइतकी राहिली आहे का, असं जेव्हा त्यांना खरोखरच भय वाटेल, तोपर्यंत त्यांना वाट पाहता येणार नाही का? अगदीच चालणं अशक्य होईल, तोपर्यंत त्यांना वाट पाहावी असं वाटत नाही का?

ही सगळी माहिती स्वीकारणं अतिशय अवघड जात होतं. अशा प्रकारची वाईट बातमी माझ्याच वडिलांनी कितीतरीजणांना दिलेली असेल... उदाहरणार्थ, तुम्हाला प्रॉस्टेटचा कर्करोग आहे, ज्यामुळे असेच भयंकर पर्याय घेणं गरजेचं झालं असेल. किती वेळा मीही हेच केलं असेल? एवढं असूनही अशी बातमी येते जणू शरीरावर केलेला आघात; पण ना तो शल्यतज्ज्ञ त्या संदिग्धतेतून बाहेर आला

आणि त्यानं सांगितलं की, हा ट्यूमर घातक आहे ना हे सांगितलं की, तो काढता येऊ शकतो. त्यानं हे सांगितलं की, फक्त लहान केला, दाबला जाऊ शकतो.

सैद्धान्तिक स्तरावर, व्यक्ती ही वास्तवाच्या आधारे आयुष्य आणि मृत्यू याविषयी विश्लेषणात्मक निर्णय घेऊ शकते; पण इथं वास्तव हे काही छिद्रांमधून आणि अनिश्चिततेतूनच दिसत होतं. हा ट्यूमर अतिशय क्वचित आढळणारा होता. त्याविषयी निश्चित असे कुठलेही अंदाज व्यक्त करता येत नव्हते. निवडीसाठी ही मधली छिद्र भरणं अत्यंत आवश्यक होतं आणि माझ्या वडिलांनी ती भरून काढली तेही भयाच्या आधारे. ते ट्यूमरला घाबरले होते आणि तो नेमकं त्यांना काय करेल, या विचारानंही घाबरले होते आणि त्यापेक्षा जास्त म्हणजे जे उपाय सुचवले गेले होते, त्याला ते जास्त घाबरले होते. मज्जारज्जूला उघडण्याची कल्पनाही त्यांना सहन होत नव्हती आणि जी शल्यक्रिया त्यांना कळलीच नाही, ती करण्यावर विश्वास ठेवणं त्यांना अतिशय जड जात होतं... म्हणजे ती स्वतःवर करून घेण्यास आपण सक्षम आहोत, असं त्यांना वाटतही नव्हतं. त्यांनी त्या शल्यतज्ज्ञाला बारीकसारीक प्रश्न विचारले की, ही शस्त्रक्रिया तुम्ही कशी करणार आहात? तुम्ही मज्जारज्जूमध्ये कोणतं उपकरण घालणार आहात. तुम्ही सूक्ष्मदर्शी वापरणार आहात का? तुम्ही त्या ट्यूमरला कसा काय छेद देणार आहात? तुम्ही रक्तवाहिन्या कशा काय बंद करणार आहात? मग त्या बंद करण्यानं रज्जूच्या रक्तवाहिन्यांना इजा पोहोचणार नाही का? आम्ही मूत्रविकारशास्त्रामध्ये प्रॉस्टेट ग्रंथीच्या [पुरःस्थ ग्रंथी] रक्तस्त्रावाला थांबवण्यासाठी अमुक एक उपकरण वापरतो... ते वापरणं योग्य होणार नाही का? का नाही?

माझ्या रुग्णालयातील मेंदूविकारतज्ज्ञाला माझ्या वडिलांचे प्रश्न काही फारसे आवडले नाहीत. पहिल्या दोन प्रश्नांना त्यानं अगदी छान उत्तरं दिली; पण त्यानंतर मात्र तो वैतागला. तो एक मान्यवर प्राध्यापक असल्याचा त्याला अभिमान होता... एक अधिकारी, स्वनिश्चित आणि या कामामध्ये अतिशय व्यग्र असलेला असा होता.

तो माझ्या वडिलांना म्हणाला, "हे पाहा, हा ट्यूमर अतिशय घातक आहे. म्हणजे एक मेंदूविकारतज्ज्ञ या नात्यानं मला अशा प्रकारच्या ट्यूमरवर उपचार करण्याचा चांगलाच अनुभव आहे." खरोखरच असा अनुभव कुणाला नव्हता. माझ्या वडिलांनी घ्यायचा निर्णय फक्त एवढाच होता की, त्यांना स्वतःच्या ट्यूमरच्या बाबतीत काही निर्णय घ्यायचा की नाही? जर ते हो म्हणाले, तर मेंदूविकारतज्ज्ञ मदतीस तयार होते. जर नाही म्हणाले, तर हा त्यांचा स्वतःचा निर्णय असणार होता.

जेव्हा डॉक्टरांनी त्यांचं बोलणं संपवलं, माझ्या वडिलांनी एकही प्रश्न विचारला

नाही; पण त्यांनी हेही निश्चित केलं होतं की, हा माणूस काही त्यांचा शल्यतज्ज्ञ बनू शकत नाही. क्लीव्हलॅन्ड क्लिनिकचा मेंदूविकारतज्ज्ञ एडवर्ड बेन्झेल याच्याजवळ काही फार कमी अनुभव होता, अशातला भाग नाही; पण त्यानं हे ओळखलं की, माझ्या वडिलांचे प्रश्न हे त्यांना वाटणाऱ्या भीतीमधून निर्माण होत आहेत. म्हणून त्यानं सर्व प्रश्नांची उत्तरं देण्यास थोडासा वेळ घेतला, अगदी प्रत्येक प्रश्नाला चिडवत उत्तरं दिली. यामध्ये त्यानं माझ्या वडिलांकडून बऱ्याचदा काही काढूनही घेतलं. तो असं म्हणाला, "हे जणू असं चित्र तयार झालंय की, तो ट्यूमर तुमच्यावर काय परिणाम घडवून आणेल, यापेक्षा ही शस्त्रक्रिया तुमच्यावर काय परिणाम घडवून आणेल याची तुम्हाला जास्त काळजी वाटते."

माझे वडील म्हणाले की, तज्ज्ञाचं बरोबर आहे. माझ्या वडिलांना अगदीच अनिश्चित असणारे फायदे मिळवण्यासाठी त्यांचा स्वत:चा शल्यतज्ज्ञाचा व्यवसाय गमवायचा नव्हता. त्या शल्यतज्ज्ञानं माझ्या वडिलांना असं म्हटलं की, "जर मी तुमच्या जागी असतो, तर मीही असंच म्हटलं असतं."

बेन्झेलचा लोकांकडे बघण्याचा दृष्टिकोन असा होता की, लोकांना असं वाटावं की, तो खरोखरच फक्त त्यांच्याकडेच लक्ष देतोय. तो माझ्या वडिलांपेक्षा कितीतरी इंच उंच होता; पण त्यानं बसण्यापूर्वीच खात्री करून घेतली की, आपण त्यांच्या नजरेच्या अगदी रेषेत आहोत. त्यानं त्याची खुर्ची कॉम्प्युटरपासून दूर केली आणि सरळ त्यांच्यासमोर बसता येईल, अशी व्यवस्था केली. जेव्हा माझे वडील बोलत होते, तेव्हा त्यानं हातपाय आखडले, असं दाखवलं नाही किंवा चुळबुळ केली नाही; अगदी कुठलीही प्रतिक्रिया दिली नाही. समोरच्या माणसाचं बोलणं झाल्यावर स्वत:चं बोलणं सुरू करण्यापूर्वी, समोरच्याचं बोलणं खरंच संपलंय का, हे पाहण्यासाठी त्याला काही क्षण थांबण्याची मध्यपश्चिमेकडच्या लोकांची विशिष्ट सवयही होती. बारीक तारेप्रमाणे असलेल्या फ्रेमच्या चश्म्यामागे त्याचे बारीक काळेशार डोळे दिसत होते आणि त्याचा चेहरा अक्षरश: वान डाईकप्रमाणे वाढलेल्या दाढीच्या करड्या खुंटांनी झाकलेला होता. तो काय विचार करतोय, याविषयी अंदाज बांधण्यासाठी फक्त एकच गोष्ट होती, ती म्हणजे त्याच्या चकचकीत कपाळावर पडणाऱ्या आठ्यांचं जाळं.

सरतेशेवटी, त्यानं सगळा संवाद महत्त्वाच्या मुद्द्यावर आणला. ट्यूमर ही काळजी करण्यासारखी बाब होती; पण त्याला किमान माझ्या वडिलांच्या चिंता तरी थोड्याफार कळल्या होत्या. माझ्या वडिलांजवळ वाट पाहण्यासाठी वेळ आहे, यावर त्याचा विश्वास होता आणि सगळी चिन्हं किती वेगानं बदलतात, हेही त्याला पाहायचं होतं. जोपर्यंत वडिलांना अगदी आवश्यक वाटत नाही, तोपर्यंत तो शल्यक्रिया पुढे ढकलू शकत होता. माझ्या वडिलांनी पुन्हा काही महिन्यांनी

तपासणीसाठी येण्याची योजना आखली आणि जर फारच काही गंभीर बदल घडत आहेत; असा त्यांना अनुभव आला तर लगेच संपर्क साधण्याचा निर्णय घेतला.

बेन्झेलनं एक बऱ्यापैकी चांगलं आणि त्या ट्यूमरचं काय होईल, याविषयी कमीतकमी धोक्याची घंटा वाजवणारं चित्रण रेखाटलं, म्हणून त्यांनी त्याला निवडलं होतं का? कदाचित! रुग्णाची आशावादी बनण्याची वृत्ती असते, म्हणजे त्यामुळे कदाचित असाही डॉक्टर निवडतात, जो चुकीचा ठरू शकतो. फक्त काळच सांगू शकतो की, त्या दोन शल्यतज्ज्ञांपैकी नेमका कोणता बरोबर होता. असं असूनही बेन्झेलनं माझ्या वडिलांना नेमकी कशाची जास्त काळजी वाटते, हे जाणून घेण्यासाठी भरपूर परिश्रम घेतले आणि माझ्या वडिलांनाही तेच फार बरं वाटलं. अगदी आमची भेट अर्धी झाली नाही तोच, त्यांनी हे ठरवलं होतं की बेन्झेल हाच एक असा आहे, ज्यावर ते विश्वास ठेवू शकतात.

शेवटी बेन्झेलनं ते सिद्धही केलं की, तोच बरोबर होता. काळ जसा पुढे सरकत गेला, माझ्या वडिलांना त्यांच्या कुठल्याच चिन्हांमध्ये काहीही फारसा फरक जाणवला नाही. त्यांनी पुन्हा एकवार त्याला भेटण्याचं ठरवलं. जवळपास एक वर्षानंतर ते बेन्झेलला भेटण्यासाठी येत होते. पुन्हा एमआरआय केल्यानंतर लक्षात आलं की, ट्यूमर वाढला आहे; पण शारीरिक तपासणी केल्यानंतर असं लक्षात आलं की, डॅडींच्या क्षमतेमध्ये, संवेदनांमध्ये आणि फिरण्याच्या क्षमतेमध्ये कुठल्याही प्रकारची कमतरता जाणवत नाही. मग त्यांनी अगदी प्राथमिक स्तरावरून तपासणी करण्याचं ठरवलं; म्हणजे केवळ ते दिसतात त्यावर अवलंबून न राहता त्यांना कसं वाटतं, यावरून त्यांनी तपासणी करण्याचं निश्चित केलं. एमआरआयचा अहवाल तर भेदरवणाराच होता, ती प्रतिमा म्हणजे नेमकी कशी याचं वर्णन होतं, 'डेमॉन्स्टेट्स सिग्निफिकंट इनक्रिज इन साइज ऑफ द सर्वायकल मास ॲट द लेव्हल ऑफ द मेड्यूला ॲन्ड मिडब्रेन' [मानेतील त्या गोळ्याची विशेषत्वानं आकारामध्ये जाणवणारी वाढ ही लंबमज्जा आणि मध्यमस्तिष्काच्या स्तरापर्यंत आढळते.] पण काही महिन्यांचा कालावधी जाऊनही ते कसे जगतात, याच्याशी संबंधित कुठलाही बदल दिसला नाही.

मानदुखी ही डिवचणारी म्हणून तशीच राहिली; पण माझ्या वडिलांनी रात्री झोपण्यासाठी एक चांगली स्थिती शोधून काढली होती. जेव्हा थंड हवामान सुरू झालं, तेव्हा त्यांच्या लक्षात आलं की, त्यांचा सुन्न पडणारा डावा हात अगदी हाडातून गार पडला आहे. त्यांनी त्यासाठी हातमोजे घेतले, मायकेल जॅक्सनसारखे! आणि ते अगदी घरातही वापरायला सुरुवात केली. बाकी ते कार चालवायचे, टेनिस खेळायचे, शस्त्रक्रियाही करायचे. पूर्वी जसे जगत होते, तसेच ते जगत होते. ते आणि त्यांचा मेंदूविकारतज्ज्ञ या दोघांनाही माहीत होतं की, काय चालून येत आहे;

पण त्यांना हेही माहीत होतं की, नेमकं काय झालं आहे आणि तेवढं एक त्यांनी बाजूला ठेवलं होतं. मला चांगलं आठवतं, मी असा विचार केला की, माझ्या रुग्णांच्या बाबतीतही मी असाच विचार करायला हवा होता... आपण सर्वांनीच वैद्यकीय क्षेत्रामध्ये असं वागायला हवं.

वैद्यकीय शिक्षण चालू असताना माझे वर्गमित्र आणि मला दोन वैद्यकीय नीतिमीमांसकांनी लिहिलेला एक छोटासा प्रबंध अभ्यासायला होता, त्यांची नावं होती इझिकेल आणि लिन्डा इमॅन्युएल. नव्यानं वैद्यकीय क्षेत्रामध्ये येणारे आम्ही डॉक्टर या नात्यानं रुग्णांशी एक नवं नातं स्थापन करू शकणार होतो. जुनी अगदीच पारंपरिक असलेली जी पद्धती होती, ती अगदीच 'पालकत्वाचा भाव' असलेल्या नातेसंबंधाची होती... आम्ही वैद्यकीय तज्ज्ञ आहोत, ज्यांचं उद्दिष्ट हे आहे की, रुग्णांसाठी जे काही सर्वोत्तम आहे, असा आमचा विश्वास आहे, ते रुग्णांपर्यंत पोहोचवण्याची आम्ही खात्री देतो. आमच्याकडे ज्ञान आणि अनुभव आहे. आम्ही अवघडात अवघड निर्णय घेतो. जर एक लाल गोळी आणि एक निळी गोळी असली, तर आम्ही तुम्हाला सांगू शकतो, 'लालच गोळी घे. ती तुझ्यासाठी चांगली आहे.' आम्ही तुम्हाला कदाचित निळ्या गोळीविषयी सांगू शकतो; पण पुन्हा कदाचित नाहीही सांगणार. आम्ही तुम्हाला हे पण सांगू की, तुम्हाला काय माहीत असणं गरजेचं आहे. हे धर्मगुरूप्रमाणेच डॉक्टरांनी निश्चित केलेलं चांगलं प्रारूप आहे आणि जरी पूर्वीच ते अनेकांकडून धिक्कारलं गेलेलं असलं, तरीही तो सर्वमान्य मार्ग आहे; विशेषत: त्या दुबळ्या रुग्णांचा... त्या अशक्तांचा, गरिबांचा आणि वयस्कांचा आणि जे कुणी इतर असतील, त्यांचाही ज्यांना फक्त सांगितलंय तेवढंच करण्याची सवय आहे.

दुसऱ्या प्रकारच्या नातेसंबंधाला लेखकांनी नाव दिलेलं आहे 'माहितीपूर्ण किंवा अभ्यासपूर्ण.' ती वर सांगितलेल्या पालकत्वाच्या नात्यापेक्षा अगदी वेगळी होती. आम्ही तुम्हाला वास्तव आणि शक्यता सांगतो. उरलेलं सारं तुमच्यावर अवलंबून असतं. डॉक्टर हा तांत्रिकदृष्ट्या कुशल असतो. रुग्ण हा त्याचा ग्राहक असतो. डॉक्टरांचं काम असतं अद्ययावत ज्ञान आणि कौशल्य यांची माहिती रुग्णाला देणं, रुग्णाचं काम असतं त्याचा निर्णय सांगण्याचं. डॉक्टरांनी असंच वागावं, असा हा मार्ग आहे आणि असं होण्यासाठी तो प्रवृत्त करतो, अगदी विशेषज्ञ झाल्यानंतरही! आम्हाला आमच्या रुग्णांविषयी कमीतकमी माहिती असते आणि आमच्या विज्ञानाविषयी जास्तीतजास्त माहिती असते. एकंदर अशा प्रकारचा संबंध एक चांगलं काम करू शकतो. विशेषत: तेव्हा, जेव्हा पर्याय खुले असताना सगळे व्यवहार सरळसरळ असतात आणि लोकांसमोर निवडीचं स्वातंत्र्य असतं. तुम्ही फक्त तपासण्या, गोळ्या, शल्यक्रिया आणि तुम्हाला हवा तो आणि स्वीकारू शकता तो धोका घेऊ

शकता. तुम्हाला पूर्णपणे स्वायत्तता असते.

माझ्या बोस्टनच्या रुग्णालयातील मेंदूविकारतज्ज्ञानं दोन्ही प्रकारच्या भूमिकांमधील रंग दाखवले. तो एक पालकत्वाप्रमाणे वागणारा डॉक्टर होता : शल्यक्रिया हा माझ्या वडिलांसाठीचा सर्वोत्तम पर्याय होता, त्यानं अगदी ठामपणे सांगितलं आणि माझ्या वडिलांसाठी तरी ती आत्ताच होणं गरजेचं होतं; पण माझ्या वडिलांनी त्याला माहितीपूर्ण किंवा अभ्यासपूर्ण होण्याचा प्रयत्न करण्यास सांगितलं, जरा विस्तारानं आणि पर्यायानं सांगायला लावलं म्हणून तो शल्यतज्ज्ञ सांगू लागला; पण त्या माहितीनं फक्त माझ्या वडिलांची भीतीच वाढली, मोठे प्रश्न उफाळून आले आणि त्यांनी नेमकं काय निवडायचं याबाबतीत ते स्वत:च संभ्रमित झाले. त्यांच्यासोबत कसं वागायचं, हे त्या शल्यतज्ज्ञाला कळलंच नाही.

सत्य हे आहे की, कुठलाच प्रकार हा अगदी लोकांच्या पसंतीचा आहे, असं म्हणता येणार नाही. आपल्याला माहिती आणि नियंत्रण हवं असतं; पण आपल्याला मार्गदर्शनही हवं असतं. इमॅन्युएल यांनी डॉक्टर आणि रुग्ण यांच्यामधील अजून एका नातेसंबंधाचा प्रकार सांगितला आहे, त्याला त्यांनी नाव दिलंय, 'अर्थाविष्करणात्मक किंवा भाष्यात्मक'. इथं डॉक्टरची भूमिका असते, ती रुग्णाला नक्की काय हवं आह याची जाण देण्याची. असं नेमकं काय हवं आहे, हे समजून देणारा डॉक्टर विचारतो, 'तुमच्यासाठी महत्त्वाचं काय आहे? तुमच्या चिंता कोणत्या आहेत?' नंतर जेव्हा त्यांना तुमचं उत्तर कळतं, मग ते तुम्हाला लाल गोळी किंवा निळ्या गोळीविषयी सांगतात आणि तुमचे महत्त्वाचे उद्देश साध्य होण्यासाठी त्यातील कोणती महत्त्वाची, हेही सांगतात.

या सगळ्यांनी मिळून घेण्याच्या निर्णयासाठी तज्ज्ञमंडळी आलेली होती. आमच्यासारख्या वैद्यकीय विज्ञान शिकणाऱ्या विद्यार्थ्यांना एक तज्ज्ञ डॉक्टर म्हणून रुग्णासोबत काम करण्याचा हा सगळ्यात चांगला मार्ग आहे, असं वाटलं होतं; पण ते सारं अगदी सैद्धान्तिकही वाटलं होतं. निश्चितपणे आपल्या वैद्यकीय क्षेत्रातील मोठ्या वर्गासाठी तरी ही कल्पना ज्यामध्ये डॉक्टर रुग्णासाठी अशा प्रकारची भूमिका निभावतात, ही गोष्ट अगदी त्या वेळी अविश्वसनीय अशीच वाटली होती. शल्यतज्ज्ञ आणि तो समजून देणारा? हा... हा! मी पुन्हा कधीही कुठल्या डॉक्टरला या कल्पनेविषयी बोलताना ऐकलं नाही आणि सगळेजण बहुतेक ते विसरूनही गेलेत. प्रशिक्षणाच्या काळामध्ये जे काही पर्याय दिसत होते, ते सगळे एक तर पालकत्वाचे किंवा माहिती देण्याचेच होते. आता जवळपास दोन दशकांनंतर आम्ही माझ्या वडिलांसोबत इथं ओहिओ क्लीव्हलॅन्डला मेंदूविकारतज्ज्ञाच्या दवाखान्यामध्ये त्या एमआरआयच्या अहवालावर बोलत होतो, जो एक मोठा आणि भयानक असा ट्यूमर वडिलांच्या मज्जारज्जूमध्ये वाढलेला दाखवत होता आणि हा

दुसऱ्या प्रकारचा डॉक्टर... हा खरोखरच प्रामाणिकपणे निर्णय प्रक्रियेमध्ये मदत करत होता... तो आम्हाला अगदी मोठ्या मुश्किलीनं सापडला होता. बेन्झेल स्वत:ला ना आज्ञा करणारा अधिकारी समजत होता, ना या लढाईमध्ये तंत्रज्ञ समजत होता, तो स्वत:ला एक प्रकारचा समुपदेशक आणि माझ्या वडिलांच्या कामासाठीचा कंत्राटदार समजत होता. माझ्या वडिलांना नेमकं हेच हवं होतं.

त्यानंतर पुढची पानं पुन्हा वाचल्यानंतर मला लेखकांनी दिलेली धोक्याची सूचना आढळली की, फक्त लोकांच्या इच्छांचं अर्थाविष्करण केल्यानंतरही कधीकधी डॉक्टरांना त्यांच्या इच्छा पुरेशा पूर्ण करण्यासाठी पुढे जावं लागतं. मागण्या या चंचल, अस्थिर असतात आणि तत्त्वज्ञानी म्हणतात, त्याप्रमाणे प्रत्येकाकडे 'दुसऱ्या श्रेणीच्या इच्छा' असतातच... म्हणजे इच्छांविषयी इच्छा असतात. समजा, आपण कदाचित अशी इच्छा करत असू की, जरा कमी लहरीपणानं वागू, जास्त आरोग्यपूर्ण असू, भय किंवा भुकेसारख्या आदिम गरजांकडून जरा कमी नियंत्रणामध्ये राहू, मोठ्या उद्दिष्टांच्या बाबतीत जरा जास्त विश्वासार्ह वागू. डॉक्टर जो फक्त क्षणिक गोष्टीच ऐकतो, कदाचित पहिल्यांदाच सांगितलेल्या इच्छा या त्यांच्या रुग्णांच्या खऱ्या इच्छा सरतेशेवटी पूर्ण करू शकणारही नाहीत. आपण नेहमीच आपल्या डॉक्टरांची स्तुती करत असतो, जो आपल्याला जेव्हा आपण अगदी लहानसहान पर्याय निवडत असतो, तेव्हा पुढे जाण्यास मदत करत असतो, म्हणजे आपली औषधं चुकवणं किंवा पुरेसा व्यायाम न करणं वगैरे. आपल्याला ज्या गोष्टींची भीती वाटते, ते बदल करण्यास आपण नेहमीच घाबरतो. काही ठिकाणी त्यामुळेच डॉक्टरांसाठी ही बाब गरजेची होऊन बसते की, लोकांना त्यांच्या मोठ्या उद्देशांची निवड करायला लावणं, आपल्या चुकीच्या प्राथमिकता आणि श्रद्धा यांबाबत विचार करण्यासाठी त्यांना विचार करायला लावणं.

माझ्या कारकिर्दीमध्ये, मला कायमच 'डॉ. माहितीपूर्ण होणं चांगलं वाटत आलेलं आहे. माझ्या पिढीच्या डॉक्टरांनी कायमच स्वत:ला 'डॉ. उत्तम ज्ञानी' होण्यापासून दूर ठेवलं आहे; पण केवळ डॉ. माहितीपूर्ण होणं, हे मला सारा मोनोपॉलीला मदत करण्यासाठी पुरेसं ठरलेलं नाहीये किंवा माझ्याकडे असणाऱ्या, इतर गंभीर आजारानं ग्रस्त असलेल्या रुग्णांना मदत करण्यासाठीही ते पुरेसं ठरलेलं नाही.

माझ्या वडिलांनी बेन्झेलला दिलेल्या भेटीच्या दरम्यान मला एका बहात्तर वर्षं वयाच्या वृद्ध स्त्रीला तपासण्याची विनंती करण्यात आली, जिच्या बीजांडाला विक्षेपी कर्करोगाची (मेटॅस्टॅटिक ओव्हरियन कॅन्सर) बाधा झाली होती. तिला माझ्या रुग्णालयातील तातडीच्या विभागामध्ये केवळ उलट्या होतात म्हणून ठेवण्यात आलं होतं. तिचं नाव होतं जेवेल डलस आणि तिची आधीची वैद्यकीय उपचाराची

कागदपत्रं पाहता, तिनं दोन वर्षांपासून उपचार केलेले होते, हे माझ्या लक्षात आलं. कर्करोगाचं तिचं पहिलं चिन्ह म्हणजे तिचं पोट फुगल्यासारखं वाटणं. ती तिच्या स्त्रीरोग तज्ज्ञाकडे गेली. अल्ट्रासाउंड तपासणी केल्यानंतर तज्ज्ञाच्या लक्षात आलं की, त्या वृद्ध स्त्रीच्या ओटीपोटात लहान मुलाच्या मुठीएवढी साधारण गाठ दिसतेय. शल्यक्रिया विभागामध्ये हे लक्षात आलं की, तो बीजांडाचा कर्करोग आहे आणि तो पूर्ण पोटामध्ये पसरला आहे. मऊसर, कुजत जाणाऱ्या कर्करोगाच्या गाठींनी तिच्या पोटामध्ये सगळीकडे प्रादुर्भाव केलाच होता. तिचं गर्भाशय, मूत्राशय, मोठं आतडं आणि पोटाच्या कोपऱ्यापर्यंत तो पसरला होता. शल्यतज्ज्ञांनी तिची दोन्हीही बीजांडं काढून टाकली, पूर्ण गर्भाशयही काढलं, आतड्याचा अर्धा भाग काढला आणि मूत्राशयाचा एक तृतीयांश भागही काढला. त्यानंतर ती पूर्णपणे तीन महिने केमोथेरपी घेत होती. अशा प्रकारे केलेल्या उपचारपद्धतीमुळे तिच्याप्रमाणे बीजांडाचा कर्करोग असणारा रुग्ण फार तर जास्तीतजास्त दोन वर्षं जगतो आणि तिसऱ्या टप्प्याचे रुग्ण फार तर पाच वर्षं जगतात. फक्त २० टक्के लोक खरंच पूर्णपणे बरे होतात. आपण या मोजक्याजणांमध्ये असू, अशी तिला आशा होती.

केमोथेरपी तिनं उत्तम प्रकारे सहन केल्याचा अहवाल होता. तिनं तिचे सगळे केस गमावले होते; पण त्याखेरीज तिला फक्त थोडासा थकवा आला होता. नवव्या महिन्यामध्ये तिच्या पोटामध्ये सीटी स्कॅनच्या तपासणीनंतर खरोखरच कुठल्याही प्रकारचा ट्यूमर वगैरे काही आढळला नाही. एक वर्षानंतर मात्र पुन्हा काही छोटे छोटे ट्यूमरचे अंकूर वाढल्यासारखे वाटले. तिला काहीही वाटत नव्हतं... ते फक्त काही मिलिमीटर होते... पण होतेच. तिच्या कर्करोगतज्ज्ञानं पुन्हा एकवार जरा वेगळ्या प्रकारची केमोथेरपी सुरू केली. या वेळी डलसला जरा वेदनादायक त्रास होत होता... तोंडात चट्टे, पूर्ण शरीरभर आग होणारे पुरळ... पण विविध उपचारांनी ते सहन करण्यासारखं होतं. उपचारानंतर पुन्हा एकवार स्कॅनद्वारे तपासणी केली गेली, ज्यामध्ये काही उपयोग झाला नसल्याचं सिद्ध झालं. ट्यूमर वाढले होते. त्यांनी आता अधूनमधून तिच्या ओटीपोटामध्ये कळा मारायला सुरुवात केली होती.

मग तिनं तिसऱ्या प्रकारच्या एका केमोथेरपीच्या उपचाराला सुरुवात केली. ही फारच परिणामकारक होती... ट्यूमर थोडेसे सुकल्यासारखे झाले, कळा येणंही कमी झालं... पण थेरपीचा दुष्परिणाम प्रचंड प्रमाणामध्ये जाणवत होता. तिच्या अहवालामध्ये असं लिहिललं होतं की, वेगवेगळ्या प्रकारचे उपचार करूनही तिला, प्रचंड मोठ्या प्रमाणावर मळमळ होत होती. पाय गळून जाणाऱ्या थकव्यानं तिला दिवसातील कित्येक तास केवळ अंथरुणावरच पडून राहावं लागत होतं. ॲलर्जीच्या त्रासामुळे तिच्या अंगावर मोठमोठे चट्टे येत होते आणि त्याला प्रचंड खाज असे, जी नियंत्रणात ठेवण्यासाठी तिला स्टेरॉइडच्या गोळ्या खाव्या लागत. एके दिवशी

तिला श्वास घेण्यास त्रास होऊ लागला, जो इतका गंभीर झाला की, तिला ॲम्ब्युलन्समध्ये घालून रुग्णालयामध्ये दाखल करण्यात आलं. तपासाअंती असं लक्षात आलं की, तिच्या शरीरामध्ये पल्मोनरी एम्बोली तयार झालेली आहे, म्हणजे श्वसन संस्थेतील फुफ्फुसाला रक्तपुरवठा करणाऱ्या धमनीतील रक्ताची गाठ, जशी सारा मोनोपॉलीच्या शरीरामध्ये निर्माण झाली होती. तिला रोजच रक्त पातळ करण्यासाठी इंजेक्शन द्यावं लागे आणि मग तेव्हा कुठे हळूहळू तिचा श्वास सामान्यपणे होऊ लागला.

मग तिच्या पोटामध्ये गुबारा धरल्याप्रमाणे वेदना होऊ लागल्या. तिनं उलट्या करणंही सुरू केलं. तिच्या असं लक्षात आलं की, तिच्या पोटातून खाली काही जातच नाही... द्रव असो किंवा घन पदार्थ काहीच जात नाही. तिनं पुन्हा एकदा तिच्या कर्करोगतज्ज्ञांची भेट घेतली, तिनं सीटी स्कॅन करण्याची सूचना केली. त्यामध्ये असं आढळून आलं की, आतड्याच्या एका वळणामध्ये ते पुढे ढकललं जाणंच बंद झालं होतं, कारण होतं तिचा स्थलांतरित झालेला कर्करोग. तिला क्ष किरण विभागातून सरळ शल्यक्रिया विभागामध्ये पाठवण्यात आलं. तिथं असणारा एक शल्यतज्ज्ञ म्हणून जे काय करता येईल, ते करण्यासाठी मला तिथं पाचारण करण्यात आलं होतं. क्ष किरण तज्ज्ञासोबत बसून मी तिच्या स्कॅनचे सारे अहवाल तपासले; पण तिच्या आतड्यामध्ये कर्करोगानं नेमका कसा काय अडथळा आणला, हे काही आम्हाला नक्की सांगता आलं नाही. एक शक्यता अशी होती की, आतड्याचं वळण हे त्या कर्करोगाच्या प्रसाराला बळी पडलं आणि मग पिळलं गेलं असण्याची शक्यता होती... जर थोडासा वेळ दिला, तर हा प्रश्न तसाही नैसर्गिकपणे सुटण्याची शक्यता होता किंवा दुसरी शक्यता अशी होती की, ट्यूमरच्या वाढीमुळे त्या आतड्यावर दाब आलेला आहे... जो प्रश्न फक्त शल्यक्रियेनं सोडवता येण्यासारखा होता : म्हणजे एक तर तो काढून किंवा त्या अडथळ्यासाठी दुसरा मार्ग तयार करून करता येणार होतं. कुठल्याही मार्गानं विचार केला, तरीही हे तिच्या कर्करोगामुळे निर्माण झालेल्या धोक्याचं चिन्ह होतं... तेही आता केमोथेरपीची तीन चक्रं पूर्ण केल्यानंतर!

मी डलसशी बोलण्यासाठी गेलो. जाताना विचारच करत होतो की, यापैकी किती गोष्टी तिला सरळपणे सांगता येतील. दरम्यान, तिथल्या परिचारिकेनं तिला शिरेतून सलाईन सुरूही केलं होतं आणि एका निवासी डॉक्टरनं तीन फूट लांबीची एक ट्यूब तिच्या नाकातून घालून पोटापर्यंत नेली होती, जिनं आतापर्यंत जवळपास अर्धा लिटर पित्ताचं पिवळट, हिरवट पाणी बाहेरही काढलं होतं. नाकातून पोटामध्ये घातलेली ही नळी अतिशय अस्वस्थ करणारं, अवघड असं उपकरण आहे. ज्या लोकांच्या शरीरामध्ये अशा प्रकारचं काही घातलेलं आहे, ती माणसं सहसा संवाद

करण्याच्या मनःस्थितीत नसतात; पण जेव्हा मी माझा परिचय करून दिला, तिनं स्मित केलं, मला माझं नाव पुन्हा एकदा उच्चारण्याविषयी सांगितलं आणि याचीही खात्री करून घेतली की, ती तो उच्चार अगदी व्यवस्थित करू शकते. तिचा नवरा विचारमग्न अवस्थेत तिच्या बाजूच्या खुर्चीवर शांतपणे बसला होता आणि तिला बोलू देण्याची संधी देत होता.

"माझ्या जे लक्षात आलं आहे, त्यावरून तरी मी संकटात आहे, असं मला वाटतंय." ती म्हणाली.

तिच्या नाकातून नळी घातलेली असली, तरी ती एक अशा प्रकारची व्यक्ती होती जिनं सगळं व्यवस्थित ठेवलं होतं, म्हणजे तिचे बॉब केलेले केसं व्यवस्थित बांधलेले होते, तिचा चश्मा मागे सारलेला होता आणि रुग्णालयातील चादर तिनं अतिशय व्यवस्थित स्वत: साफ ठेवलेली होती. या परिस्थितीतही तिनं तिचं चांगलं वर्तन सांभाळण्याचा अगदी कसोशीनं प्रयत्न केला होता.

"तुला आता कसं वाटतंय?" मी विचारलं. तेव्हा नाकातून टाकलेल्या नळीचा जरा फायदा होतोय, असं ती म्हणाली. मळमळ जरा कमी वाटत होती.

तिनं नेमकं काय सांगितलं, हे मी तिला विश्लेषण करून सांगण्यास सांगितलं. ती म्हणाली, "ठीक आहे डॉक्टर, माझ्या कर्करोगानं माझी पचनसंस्था बहुधा बंद केलीय असं वाटतंय. म्हणूनच जे काय पुढे वाहून जात होतं, ते पुन्हा मागे येतंय, असं वाटतं."

तिनं ती अशुभ गोष्ट तशी व्यवस्थित ओळखली होती. या मुद्द्यावर काही वेगळा अवघड असा निर्णय आमच्याकडेही नव्हता. मी तिला समजावलं की, कदाचित आतड्याच्या वळणामध्ये एक घडी पडलेली असण्याची शक्यता आहे आणि एखाद-दुसऱ्या दिवसामध्ये ती आपोआप उघडण्याचीही शक्यता आहे. जर तसं झालं नाही, तर शल्यक्रियेसारख्या पर्यायावर आपल्याला विचार करावा लागेल. जरी असं असलं, तरीही आपण वाट पाहू शकतो.

अद्यापही मी अवघड बाबी वाढवण्याच्या मनःस्थितीत नव्हतो. मी पुढे हेही सांगू शकलो असतो, जरा अवघड करून सांगता आलं असतं की, काय असेल ते असो; पण आतड्याचा हा अवरोध म्हणजे एक दुश्चिन्ह आहे. कर्करोग विविध क्लृप्त्या करून माणसाला मारतो आणि तिची खाण्याची क्षमता हळुवारपणे हिरावून घेणं, ही बाब त्यातीलच एक होती; पण ती मला काही ओळखत नव्हती आणि मीही तिला फारसं ओळखत नव्हतो. या स्तरावरचं संभाषण होण्यासाठी मी जरा वेळ घेण्याचं ठरवलं.

एक दिवसानंतर जी बातमी आली, ती जरा आम्हाला आशादायक अशीच होती. प्रथम म्हणजे, ट्यूबमधून वाहणारा पित्ताचा द्रव कमी झाला होता. मग तिच्या

पोटातून वायू सरणं सुरू झालं आणि संडासही झाली. आम्ही तिच्या नाकातून घातलेली नळी काढू शकलो आणि तिला मऊ, फारसं कडक नसलेलं अन्नही देऊ शकलो. असं वाटत होतं की, ती त्या क्षणाला तरी व्यवस्थित आहे.

मी अगदी एवढंच करू शकलो की, मी तिला घरी सोडून दिलं आणि तिच्याशी बोलण्याचं सगळं ठरवलेलं बाजूला सारून मी तिला शुभेच्छा दिल्या; पण हे झालं म्हणजे डलसचं प्रकरण संपलं, असं काही नाही. म्हणून ती घरी जाण्यापूर्वी मी तिच्या खोलीमध्ये गेलो, तिचा नवरा आणि तिच्या मुलांपैकी एक, जो सोबत होता, त्यांच्याशी बोललो.

"तुला पुन्हा थोडंफार खाताना पाहून मला किती आनंद झाला आहे," असं सांगत मी बोलायला सुरुवात केली. तीही म्हणाली, "असा पोटातून वायू बाहेर पडल्यामुळे मला यापूर्वी कधीही इतका आनंद झाला नव्हता." ती कोणतं अन्न खाऊ शकते आणि तिच्या आतड्यामध्ये पुन्हा अवरोध होणं टाळण्यासाठी तिनं कोणतं अन्न टाळायला पाहिजे, याविषयी डलसच्या मनामध्ये बरेच प्रश्न होते आणि मी त्या प्रश्नांची उत्तरं दिली. आम्ही थोड्या इतर गप्पा मारल्या आणि तिच्या कुटुंबीयांनीही मला तिच्याबद्दल थोडंफार सांगितलं. ती एके काळी थोडंफार गायची. ती १९५६ मध्ये मिस मॅसेच्यूएट्सही होती. त्यानंतर नॅट किंग कोलनं तिला एक गायिका म्हणून त्याच्यासोबत दौरे करण्याविषयीही विचारलं होतं; पण तिच्या हे लक्षात आलं होतं की, एका करमणुकीचे कार्यक्रम करणाऱ्या माणसाचं आयुष्य हे तिचं आयुष्य होऊ शकत नाही. म्हणून ती बोस्टनला परतली. तिची ऑर्थर डलसशी गाठ पडली, जो त्यांच्या लग्नानंतरही त्याच्या कुटुंबाचा अंत्यसंस्कारगृह चालवण्याचा व्यवसाय करत होता. त्यानंतर चार मुलं झाली; पण त्यांच्या उतारवयामध्ये झालेल्या सर्वात लहान मुलाचा जन्म होता होता ती सगळी गेली. आता तिची रुग्णालयामधून लवकरच तिच्या मित्र-मैत्रिणींमध्ये आणि कुटुंबामध्ये जाण्याची इच्छा होती आणि या कर्करोगाच्या आजारापासून जरा दूर फ्लोरिडाला जाण्याची त्यांची इच्छा होती. तिला रुग्णालयामधून घरी जाण्याची तीव्र इच्छा होती.

असं असूनही मी थोडंसं पुढचं सांगण्याचं ठरवलंच. आता या क्षणी तिच्या भविष्यावर बोलण्यासाठी थोडीशी जागा होती आणि माझ्या लक्षात आलं की, मी त्या क्षणाचा उपयोग करणं गरजेचं होतं; पण हे करावं कसं? मी असं थोडंसं अंदाजे सुचवावं का, 'कर्करोग जरा धोक्याच्या वळणावर जातोय आणि पुन्हा तुझ्यामध्ये अवरोध होऊ शकतो. बॉब अर्नोल्ड... पिट्सबर्ग विद्यापीठातील एक उपशमन चिकित्सातज्ज्ञ, ज्याला मी भेटलो होतो; त्यानं मला असं विश्लेषण करून सांगितलं होतं की, डॉक्टर अशा क्षणी जी चूक करतात ती ही की, ते फक्त त्यांच्या कामाचं स्वरूप म्हणजे फक्त एखादी ज्ञानात्मक माहिती पुरवणं समजतात... कठोर, थंड

वास्तव आणि नुसतं विवेचन. त्यांना माहितीपूर्ण डॉक्टर होणं अभिप्रेत होतं; पण बॉबचा आशय हा त्या माहितीच्या अर्थाच्या पलीकडचा होता, जो रुग्णांना वास्तवापेक्षा जास्त अपेक्षित असतो. याचा अर्थ समोरच्या माणसापर्यंत पोहोचवण्याचा सगळ्यात चांगला मार्ग म्हणजे ही माहिती म्हणजे तुमच्यासाठी काय आहे; हे रुग्णाच्या लक्षात आणून देणं असं तो म्हणायचा आणि हे करण्यासाठी वापरायचे तीन शब्द त्यानं मला दिले होते आणि डलसच्या बाबतीत मी तेच वापरले.

''मला या गोष्टीची चिंता वाटते की...'' ट्यूमर अजून तिथंच होता, मी तसं तिला समजावलं आणि असा अवरोध पुन्हा येऊ शकतो, याची मला काळजी वाटत असल्याचं मी तिला सांगितलं.

ते अतिशय साधे शब्द होते; पण त्यांनी मोठा संवाद साधून दिला होता, हे समजणं काही अवघड नव्हतं. मी तिला वास्तवाशी परिचित करून दिलं. केवळ मला काळजी वाटते ते वास्तव काय, हे सांगून मी थांबलो नाही किंवा तिच्या गंभीर असणाऱ्या स्थितीविषयीच मी तिला सांगितलं नाही, तर मी तिच्या बाजूनं लढण्यासाठी उभा आहे, हेही सांगितलं. मी तिच्यासाठी हे सारं ओढत होतोच. या शब्दांनी हे पण तिला सांगितलं गेलं की, जरी मला कोणत्या तरी गंभीर गोष्टीची भीती वाटत होती, तरी काही अनिश्चितता आहेतच... निसर्गानं लादलेल्या परिमाणामध्ये असलेल्या काही आशा-आकांक्षाच्या शक्यता आहेतच.

मी काय बोललो, यावर विचार करण्यासाठी मी तिला आणि तिच्या कुटुंबाला मोकळं सोडून दिलं. डलस बोलली, तेव्हा तिचे ते शब्द आता मला अगदी काटेकोरपणे आठवत नाहीत; पण मला आठवतं की, त्या खोलीमधलं वातावरण अगदी बदललं होतं. आतमध्ये सगळं गढूळलं होतं. तिला अजून काही माहिती हवी होती. ''तुला काय माहिती हवी आहे?'' असं मी तिला विचारलं.

हा एक सरावलेला आणि सहेतूक असा प्रश्न होता. व्यवसायाच्या या टप्प्यावर असताना लोकांशी कसं बोलावं, हे शिकणं म्हणजे मला निव्वळ मूर्खपणा वाटला. पण अर्नोल्डनं मला उपशमन चिकित्सातज्ज्ञ लोकांशी वाईट बातमीवर बोलण्यासाठी वापरतात, ती युक्ती सांगितली होती... ते 'विचारा, सांगा, विचारा.' असं करतात. रुग्ण तेच विचारतात जे तुम्हाला ऐकायचं असतं, मग ते सांगतात आणि नंतर मग ते तुम्हाला काय कळलं ते विचारतात; म्हणून मग मी डलसला ''तुला काय माहिती हवी आहे?'' असं विचारलं.

डलसनं विचारलं, ''माझ्या आयुष्यात काय होण्याची शक्यता आहे?'' मी सांगितलं, 'या प्रकारचा त्रास पुन्हा होण्याची शक्यता नाही, अशी शक्यता तर आहे. तथापि, मला काळजी वाटते की, ट्यूमर पुन्हा दुसरा एखादा असा अवरोध करू शकत होता. त्या आजारासाठी तुला पुन्हा रुग्णालयामध्ये यावं लागण्याची शक्यता

आहे. आम्हाला पुन्हा तशीच नळी घालावी लागण्याची शक्यताही आहेच किंवा तो अवरोध काढण्यासाठी आम्हाला कदाचित शस्त्रक्रियाही करावी लागेल. कदाचित तुला इलिओस्टॉमीचा उपचार करावा लागेल. लहान आतड्याचा मार्ग तुझ्या पोटाच्या त्वचेच्या बाजूनं उघडा करावा लागेल, ज्याला बाहेरून एक छोटीशी पिशवी जोडावी लागेल किंवा असं होऊ शकेल की, मी तुझ्या अवरोधावर कसंही नियंत्रण मिळवू शकणार नाही.'

डलसनं त्यानंतर मला कुठलाही प्रश्न विचारला नाही. मग तिला काय समजलं, असं मी तिलाच विचारलं. तिनं मला सांगितलं की, 'मी कधीही या त्रासातून सुटणार नाही, हे माझ्या लक्षात आलंय.' आणि या तिच्या शब्दांसोबतच तिच्या डोळ्यांमध्ये अश्रूही जमा झाले. तिचा मुलगा तिला समजावून शांत करण्याचा प्रयत्न करत होता आणि सगळं काही व्यवस्थित होईल, असं म्हणत होता. 'माझा देवावर विश्वास आहे.' असं ती म्हणाली.

काही महिन्यांनंतर मी तिला "आपला संवाद आठवतो का?" असं विचारलं. ती म्हणाली, "नक्कीच आठवतो. त्या रात्री मी घरी गेल्यावरही झोपू शकले नाही. जेवणासाठी आणि ते पचवण्यासाठी पुढे एक छोटी पिशवी बसवणं, हे सतत माझ्या मनात घोंघावत होतं. मी भयभीत झाले होते." ती म्हणाली.

मी जरा सौम्य झाल्याचं भासवतो आहे, हे तिनं ओळखलं होतं. "पण त्यामुळे हे वास्तव तर बदलत नाही ना जे तुला माहीत आहे की, कुठेतरी हा दुसरा अवरोध होण्याच्या मार्गावर आहे." तिच्या कायमच हे लक्षात होतं की, बीजांडांचा कर्करोग हा तिच्यावर एक धोक्याचा ढगच होता; पण तो कसा, हे नक्की तिच्यासमोर स्पष्ट होत नव्हतं.

एवढं असूनही आम्ही बोलत होतो, याचा तिला आनंद होता आणि मलाही! कारण रुग्णालयातून तिला सुटी मिळाल्याच्या दुसऱ्या दिवशीपासूनच तिला पुन्हा उलट्या सुरू झाल्या. पुन्हा अवरोध तयार झाला होता. तिला पुन्हा रुग्णालयामध्ये दाखल करण्यात आलं. आम्ही पुन्हा तिला ती नळी बसवली.

एक रात्रभर सलाईन आणि आरामानंतर तिची सारी लक्षणं पुन्हा शमली... तेही शल्यक्रियेविना; पण या दुसऱ्या टप्प्यानं तिला एक जोरदार धक्का दिलाच; कारण आम्ही अवरोध होतो म्हणजे काय या विषयावर बोललो होतो, त्याचा अर्थ होता तिचा ट्यूमर जवळ येत होताच. तिनं गेल्या दोन महिन्यांतील घटनांमधील संबंधांना पाहिलं होतं आणि आम्ही दोघेही तिनं अनुभवलेल्या वाढत्या आजारांविषयी बोललोही होतोच : मागचा केमोचा एक उपचार निष्फळ झाल्यानंतर घेतलेला केमोचा दुसरा उपचार, त्याचे वाईट दुष्परिणाम; तो पल्मोनरी इम्बॉलिझ्म ज्यामुळे श्वासोच्छ्वास अत्यंत उथळ होणं; त्यानंतर होणारा लहान आतड्यातील अवरोध आणि त्यानंतर

त्याचं पुन्हा अवतरणं. ती हे समजून घेण्याचा प्रयत्न करत होती की, हाच तो आधुनिक आयुष्याचा संपत चाललेला कालखंड जो म्हणजे... आजारपण अगदी वाढत आहे, ज्यामध्ये औषधंही अगदी फार फार तर थोडासा आणि तात्पुरता आराम देऊ शकतात. मी जसं ODTAA सिन्ड्रोम असं नाव दिलं आहे : म्हणजे The syndrome of One Damn Thing After Another. त्यामध्ये अगदीच अंदाज वर्तवावा, असा कुठलाच मार्ग नाही. दोन संकटांमधलं, आजारपणांमधलं अंतर कितीही असू शकतं; पण त्या एका विशिष्ट बिंदूनंतर प्रवासाचा मार्ग मात्र अगदी सुस्पष्ट होतो.

डलसनं फ्लोरिडाचा प्रवासही केला. तिनं मस्त वाळूत पाय ठेवले आणि नवऱ्याच्या मदतीनं चाललीही आणि मित्र-मैत्रिणींना भेटली, पिकलेली फळं खाल्ली आणि शाकाहारी जेवणही घेतलं जे घेण्याचा सल्ला मी तिला दिला होता, ज्यामुळे लेट्यूससारखी तंतूमय पानं तिच्या पोटात जाऊन आतड्यातून जाताना त्याचा अवरोध होण्याची शक्यता फारच कमी होती. शेवटच्या काळामध्ये तिला प्रचंड भय वाटलं. जेवणानंतर तिला पोट फुगण्याचा त्रास सुरू झाला आणि ती मॅसेच्युएट्सला नियोजित वेळेपेक्षा दोन दिवस आधीच आली. पुन्हा आतड्यामध्ये अवरोध निर्माण झाला की काय, अशी तिला शंका होती; पण तीही लक्षणं निवळली आणि मग तिनं एक निर्णय घेतला. ती तिच्या केमोथेरपीला सुटी देणार होती, किमान आता तरी. केमोथेरपीची इंजेक्शनं, त्यानंतर होणारी मळमळ, अंगावर येणारे वेदनादायक पुरळ आणि दिवसातील तास न् तास असं अंथरुणावर पडून राहणं म्हणजे तिचं आयुष्य; असं तिला तिच्या आयुष्याचं निदान करायचं नव्हतं. तिला एक पत्नी, आई, शेजारी आणि एक चांगली मैत्रीण बनण्याची इच्छा होती. तिनं माझ्या वडिलांप्रमाणेच तिला जेवढा काही वेळ आयुष्यात मिळणार होता, तेवढा उपभोगण्याचा निर्णय घेतला.

केवळ त्या क्षणी मी एखाद्याच्या आयुष्यातील वेळेची मर्यादा ही एक अमूल्य भेट कशी असू शकते, हे ओळखण्यास सुरुवात केली. माझ्या वडिलांना त्यांच्या आजाराचं निदान सांगण्यात आल्यानंतर, त्यांनी त्यांचं दैनंदिन आयुष्य पूर्वी होतं; तसंच घालवण्यास सुरुवात केली... म्हणजे रोजचं दवाखान्यातील कामकाज, त्यांचे धर्मादाय कार्यक्रम, आठवड्यातून तीन वेळा टेनिस खेळणं... पण आपलं आयुष्य संपत चाललंय; या अचानक झालेल्या जाणिवेनं त्यांचं लक्ष थोडं कमी झालं आणि त्यांच्या इच्छाही बदलल्या, जसं लॉरा कार्स्टेनसेनचं दृष्टिकोनावरचं संशोधन सांगत होतं; त्यामुळे ते त्यांच्या नातवंडांना भेटण्यासाठी वारंवार येऊ लागले. भारतातील त्यांच्या कुटुंबीयांना भेटण्यासाठी अजून एक दौरा केला आणि काही

नवीन साहसाची कामं अंगावर घेणं बंद केलं. ते त्यांच्या मृत्युपत्राच्या बाबतीत माझ्या बहिणीशी आणि माझ्याशी बोलले आणि त्यांच्या योजना म्हणजे त्यांच्या गावाजवळ एक महाविद्यालय सुरू केलं होतं, ते तसंच पुढे चालू ठेवण्याविषयीही बोलले. एखाद्याचं काळाचं भानही सारं बदलवू शकतं. अनेक महिने कुठल्याही लक्षणांच्या बदलाविना गेल्यानंतर माझ्या वडिलांना भविष्याविषयी वाटणारी भीती कमी झाली. त्यांच्या वेळेची सीमा वाढतच चालली होती... आम्ही असा विचार करत होतो की, काळजी करण्यासारखं काही होण्यापूर्वी कदाचित काही वर्षंही जातील... आणि जेव्हा तसंच झालं, त्यांच्या आशा दुणावल्या. त्यांनी भारतामध्ये एक नवं महाविद्यालय बांधण्याचा प्रकल्प हातात घेतला. त्यांनी दक्षिण ओहिओच्या रोटरी क्लबच्या जिल्हा अध्यक्षपदासाठीही धावाधाव केली. हे ते पद होतं, जे कदाचित पुढे केव्हाही मिळणार नव्हतं आणि ते त्यात जिंकलेही.

२००९ मध्ये, म्हणजे त्यांच्या आजाराचं निदान झाल्यानंतर अडीच वर्षांनी त्यांची लक्षणं बदलायला सुरुवात झाली. त्यांच्या उजव्या हातामध्ये त्रास होणं सुरू झालं. त्यांच्या बोटांच्या टोकांना मुंग्या येणं आणि ती बधीर होण्यापासून ही सुरुवात झाली. टेनिसच्या मैदानावर त्यांच्या हातून रॅकेट उडणं सुरू झालं. त्यांनी त्यांच्या हातातून ड्रिंक्सचे ग्लासही पाडले. कामाच्या ठिकाणीही गाठ बांधणं आणि कॅथेटर हाताळणं त्यांना अवघड होऊ लागलं. आता दोन्हीही हातांमध्ये पक्षाघाताची चिन्हं दिसू लागली होती, जणू आता ते सीमारेषेवर आले असल्याप्रमाणे वाटत होते.

आम्ही यावर बोललो. एक शल्यतज्ज्ञ म्हणून वडिलांनी स्वतःचा व्यवसाय थांबवण्याची वेळ आली नव्हती का? आणि त्यांच्या स्वत:च्या शस्त्रक्रियेसाठी डॉ. बेन्झेलला भेटणं आता गरजेचं नव्हतं का?

'नाही,' ते म्हणाले. ते त्यापैकी कशालाच तयार नव्हते. तथापि, काही आठवड्यांनंतर त्यांनी अशी घोषणा केली की, 'मी आता शल्यक्रियेच्या कामातून निवृत्त होत आहे.' पण मणक्याच्या शस्त्रक्रियेच्या बाबतीत त्यांना अद्यापही अशी भीती वाटत होती की, त्यांना त्यापासून जे काही मिळेल, त्यापेक्षा जास्त गमवावं लागेल.

निवृत्तीनंतर झालेल्या मेजवानीनंतर मी त्या जूनमध्ये कुठल्याही वाईट गोष्टीसाठी तयार झालो. शल्यक्रिया हा त्यांचा एक व्यवसाय होता. शल्यक्रियेनंच त्यांच्या आयुष्याचे हेतू आणि अर्थ स्पष्ट केले होते... ते म्हणजे त्यांचा प्रामाणिकपणा! वडिलांच्या वयाच्या दहाव्या वर्षापासून त्यांना डॉक्टर बनण्याची इच्छा होती, जेव्हा त्यांनी त्यांची अगदी तरुण आई मलेरियानं मरताना पाहिली होती. मग आता हा गृहस्थ स्वत:साठी काय करणार होता?

आम्ही सगळ्यांनी अगदी अनपेक्षित असे काही बदल अनुभवले. त्यांनी रोटरी

क्लबचा जिल्हाध्यक्ष म्हणून स्वत:ला कामामध्ये अगदी झोकून दिलं. त्यांचं कार्यालय तिथं नुकतंच सुरू झालं होतं. त्यांनी त्या कामामध्ये स्वत:ला इतकं झोकून दिलं की, त्यांनी आपल्या ई-मेलचा परिचयही सरळ 'आत्माराम गवांदे, एम.डी.'ऐवजी 'आत्माराम गवांदे, डी.जी.' असा केला. असंही म्हणता येईल की, आयुष्यभर जपलेला त्यांचा परिचय जो त्यांच्या हातून निसटून चालला होता, तो धरून बसण्यापेक्षा त्यांनी त्याची पुनर्रचना केली होती. ते त्यांच्या वाळूतल्या पायेवाटेवरून चालू लागले होते. म्हणजे एक प्रकारची स्वायत्तता असणं... तुम्ही आयुष्याची दशा तर बदलू शकत नाही; पण तुमच्याच आयुष्याचे तुम्ही लेखक बनून... म्हणजे त्यावर नियंत्रण ठेवून तुम्हाला त्याचं काय करायचं, ते करू शकता.

जिल्हाध्यक्षाचं काम म्हणजे त्या रोटरी क्लबच्या प्रांताखाली येणाऱ्या सर्व विभागांमध्ये सामाजिक सेवेच्या कार्यामध्ये वाढ घडवून आणणं. तेव्हा माझ्या वडिलांनी जिल्ह्यातील एकोणसाठ क्लबमध्ये बैठकी घेऊन त्यांच्यासमोर बोलण्याचं आपलं उद्दिष्ट जाहीर केलं... आणि माझ्या आईच्या मदतीनं हे काम सुरूही केलं. पुढच्या कित्येक महिन्यांमध्ये त्यांनी दहा हजार चौरसमैलांचा एक जिल्हा उभा-आडवा पिंजून काढला. प्रत्येक वेळी त्यांनी गाडी चालवली. हे काम ते अद्याप कुठलाही त्रास न होऊ देता करू शकत होते. वेन्डीकडे चिकन सॅन्डविचसाठी थांबणं त्यांना अगदी मनापासून आवडायचं आणि जिल्ह्यातील बऱ्याचशा म्हणजे सदतीस हजार रोटेरियनला भेटण्याचा त्यांनी अगदी मनापासून प्रयत्न केला.

त्यानंतरच्या उन्हाळ्यामध्ये, ते पूर्ण जिल्हाभरातील आपला दुसरा दौरा पूर्ण करत असताना त्यांच्या डाव्या हातामधील अशक्तपणा खूपच वाढल्याचं जाणवलं. ते तो हात साठ अंशांइतकासुद्धा वर उचलू शकत नव्हते. त्यांच्या उजव्या हातातील शक्तीही कमी होत चालली होती आणि आता त्यांना चालण्यासही त्रास होणं सुरू झालं होतं. या अशा अवस्थेपर्यंतही त्यांनी टेनिस खेळण्याचं नियोजन व्यवस्थित सांभाळलं होतं; पण आता त्यांच्या या प्रचंड अशक्तपणामुळे त्यांनी ते खेळणं सोडून दिलं.

"माझ्या पायांमध्ये एक प्रकारचा जडपणा जाणवतो आहे." ते म्हणाले, "मला भीती वाटतेय, अतुल."

ते आणि माझी आई असे दोघेही भेटण्यासाठी बोस्टनला आले. एका शनिवारी रात्री आम्ही तिघेही बैठकीमध्ये बसलो होतो. माझी आई त्यांच्यासमोरच्या कोचावर बसली होती आणि मी त्यांच्या पलीकडे होतो. मला अजूनही ती संवेदना नीटपणे आठवतेय की, आमच्यावर असंच एक सावट झाकोळत होतं. त्यांना पक्षाघात होत होता.

"शस्त्रक्रियेची वेळ आली आहे का?" मी त्यांना विचारलं.

"मला माहीत नाही." ते म्हणाले. आमच्या त्या अवघडलेल्या संवादावरून

माझ्या लक्षात आलं की, ती हीच वेळ आहे.

"मला काळजी वाटतेय." मी म्हणालो. मला सुसान ब्लॉकनं, जी उपशमनतज्ज्ञ होती, तिनं दिलेली प्रश्नांची यादी आठवली. तिनं मला असं सांगितलं होतं की, असंच अनेकदा घडलंय आणि तेच प्रश्न मी माझ्या वडिलांना एकामागोमाग विचारले. मी त्यांना हेही विचारलं की, "तुमच्या बाबतीत काय घडतंय, याविषयी तुम्हाला नेमकं काय वाटतंय."

वडलांच्या हे लक्षात आलं की, मला नेमकं काय ते समजलंय. "मी पक्षाघाताला बळी पडत आहे." असं ते म्हणाले.

"जर ते तसंच घडलं, तर तुम्हाला कशाकशाची भीती वाटते?" मी विचारलं.

त्यांनी सांगितलं, "मला अशी भीती वाटतेय की, मी तुझ्या आईवर निव्वळ ओझं बनून राहीन आणि मी स्वत:ची अजिबात काळजी घेऊ शकणार नाही." त्यांच्या आयुष्याचं काय होणार, याबाबतीत ते अक्षरश: दुर्बोधावस्थेत होते. माझी आई डोळे पुसत म्हणाली, "मी कायम तुमच्यासोबतच असेन. तुमची सेवा करण्यात मला आनंदच होईल." आधीपासूनच कामाचं स्वरूप बदलत चाललं होतं. तिनंच जास्तीतजास्त गाडी चालवावी, अशी ते तिच्याकडून अपेक्षा करत होते आणि तीच त्यांच्यासाठी डॉक्टरांच्या गाठीभेटी ठरवत होती.

"जर तुमची अवस्था जास्तच बिकट झाली, तर तुमच्यासमोर केवळ कुठली ध्येयं असतील?" असं मी विचारलं?

यावर त्यांनी काही क्षण विचार केला. रोटरीच्या जबाबदारीतून मुक्त होण्याची त्यांची इच्छा होती, त्यांनी ठरवलं होतं... तसंही जूनच्या मध्यास त्यांचा कार्यकाल संपतच होता आणि त्यांना याची खात्री करून घ्यायची होती की, त्यांचं भारतातील महाविद्यालय आणि कुटुंब यांचं सारं काही व्यवस्थित चालू आहे. जर जमलंच, तर त्यांना तिथं भेट द्यायची होती.

मी वडिलांना विचारलं, "तुम्हाला कोणकोणत्या आवडत्या गोष्टी करण्याची इच्छा आहे आणि कोणत्या गोष्टी ज्या तुमच्या बाबतीत घडत आहेत, त्या थांबवण्याचा प्रयत्न करण्याची इच्छाही नाही." मला काय म्हणायचं आहे, हे त्यांना नेमकं कळलं नाही. मी त्यांना सुसान ब्लॉकच्या वडिलांविषयी सांगितलं, ज्यांना असाच मज्जारज्जूमधल्या ट्यूमरचा त्रास होता. ब्लॉकच्या वडिलांनी असं म्हटलं होतं की, 'मला अजूनही दूरचित्रवाणीवर फुटबॉलची स्पर्धा पाहता आली आणि चॉकलेट, आइस्क्रीम खाता आलं; तर ते माझ्यासाठी आनंददायक आणि पुरेसं आहे.'

हे असं काही त्यांच्यासाठी पुरेसं आनंददायक आहे, असं माझ्या वडिलांना काही वाटलं नाही. "लोकांसोबत राहणं आणि त्यांच्याशी संवाद साधणं या गोष्टीला

मी जास्त महत्त्व देतो.'' असं ते म्हणाले. मी समजून घेण्याचा प्रयत्न केला... म्हणजे जोपर्यंत ते लोकांशी संवाद साधण्याचा आनंद घेऊ शकतात, तोपर्यंत ते पक्षाघातही सहन करणार का?

''नाही.'' ते म्हणाले. ते दुसऱ्यांनी त्यांची काळजी घ्यावी, असं पूर्णपणे शारीरिक पक्षाघाताचं आयुष्य काही स्वीकारू शकत नव्हतेच. फक्त लोकांसोबत राहणंच नव्हे तर स्वतःच्या विश्वाचे आणि आयुष्याचे तेच मालक असावेत, एवढी सक्षमता वडिलांना हवी होती.

त्यांचा वाढत चाललेला पक्षाघात या गोष्टी लवकरच त्यांच्यापासून हिरावून घेणार असं दिसत होतं. याचा अर्थ होता चोवीस तास शुश्रूषेची गरज, एक कृत्रिम श्वसन व्यवस्था आणि एक अन्न पुरवणारी नळीही! ''तुम्हाला तसं हवं आहे, असं काही वाटत नाही.'' असं मी म्हणालो.

''कधीच नको.'' ते म्हणाले. ''त्याऐवजी मला मरू दे.''

त्यातील जे अगदी कठीण प्रश्न होते, ते मी माझ्या आयुष्यात प्रथमच विचारत होतो. ते प्रश्न मी अगदी बिचकत आणि घाबरतच विचारले होते... कारण माझ्या वडिलांकडून किंवा आईकडून काही राग किंवा नैराश्य किंवा केवळ असं खाली ओढणारे प्रश्न विचारतो म्हणून काही भावना व्यक्त होतात की काय, हेच नेमकं कळत नव्हतं; पण त्यानंतर आम्हाला मिळाला तो आराम. आमच्यासमोर सारं काही स्वच्छ होतं.

कदाचित आम्ही बेन्झेलशी शस्त्रक्रियेविषयी बोलण्याची वेळ झालीय, असाही एक अर्थ त्यांच्या उत्तरातून व्यक्त होत होता. मी त्यांना तसं विचारलं तर त्यांनी अगदी सहजपणे होकार दिला.

त्यांनी बेन्झेलला सांगितलं, ''मी मज्जारज्जूच्या शस्त्रक्रियेसाठी तयार आहे.'' आता त्या शस्त्रक्रियेनं त्यांना काय होईल, यापेक्षाही त्या ट्यूमरनं काय होईल, याची त्यांना जास्त भीती वाटत होती; त्यामुळे दोन महिन्यांनंतर त्यांचा जिल्हाध्यक्षाचा कार्यकाल संपल्यानंतरच वडिलांनी शस्त्रक्रिया करण्याचं ठरवलं. दरम्यान, त्यांचं चालणं अडखळू लागलं. अनेकदा ते पडले आणि बसण्याचाही त्यांना त्रास होऊ लागला.

सरतेशेवटी, २०१० च्या ३० जूनला शस्त्रक्रियेसाठी आम्ही क्लीव्हलॅन्ड क्लिनिकला पोहोचलो. शस्त्रक्रियेपूर्वी सगळी तयारी करून घेतात; त्या खोलीमध्ये मी, माझी बहीण आणि आई आम्ही तिघांनीही वडिलांना मिठी मारून चुंबन घेत त्यांची शस्त्रक्रियेची टोपी व्यवस्थित केली. आमचं त्यांच्यावर किती प्रेम आहे, हे सांगितलं आणि मग वडिलांना बेन्झेल आणि त्याच्या सहकाऱ्यांच्या हाती सोपवलं. त्या दिवशी सर्वांत शेवटची शस्त्रक्रिया वडिलांची होती.

तथापि, तिथं प्रतीक्षालयामध्ये वाट पाहत बसलेलो असताना दोन तासांमध्ये बेन्झेल बाहेर आला. त्यानं सांगितलं, "वडलांच्या हृदयाचे ठोके अतिशय असाधारणपणे पडत आहेत." त्यांच्या हृदयाची गती प्रति मिनिट १५० ठोके एवढी झाली होती. रक्तदाब वेगानं खाली आला होता. कार्डियाक मॉनिटर हेच दर्शवत होता की, वडिलांना हृदयविकाराचा तीव्र झटका आला आहे आणि त्यांनी त्याच अवस्थेत शस्त्रक्रिया संपवली. औषधांचा वापर करत त्यांनी हृदयाचे ठोके पुन्हा सामान्य स्तरावर आणले. हृदयविकारतज्ज्ञानं असं सांगितलं की, संपूर्णपणे घातक असा हृदयविकाराचा झटका येणार नाही, एवढे त्यांचे हृदयाचे ठोके सामान्य झाले आहेत; पण ठोके इतके वेगानं वाढण्याचं कारण मात्र तो सांगू शकला नाही. त्यांनी सुरू केलेल्या औषधांमुळे ते तसं पुन्हा होणार नाही, अशी त्यांना अपेक्षा होती; पण निश्चितता कशातच नव्हती आणि ते अगदी पूर्वस्थितीवर येणारच नाही, अशा स्थितीपलीकडे काही शस्त्रक्रिया झालेली नव्हती. म्हणून मग बेन्झेल आम्हाला हे विचारण्यासाठी बाहेर आला की, 'मी थांबावं की शस्त्रक्रिया पुन्हा सुरू करावी?'

मग मला त्या वेळी माझ्या वडिलांनी आधीच काय करायचं हे सांगून ठेवलं होतं, ते आठवलं; जसं सुसान ब्लॉकच्या वडिलांनी सांगितलं होतं. माझ्या वडिलांना पक्षाघातानं पूर्णपणे अपंग होऊन पडणं मरणापेक्षाही जास्त भीतिदायक वाटत होतं. म्हणून मग मी बेन्झेलला हे विचारलं, "पुढच्या दोन महिन्यांमध्ये पक्षाघाताला बळी पडण्याची मोठी शक्यता तुला कशामुळे वाटतेय : शस्त्रक्रिया थांबवल्यानं की सुरू ठेवल्यानं?"

"थांबवल्यानं." तो म्हणाला. आम्ही त्याला शस्त्रक्रिया पुढे सुरू ठेवण्याविषयी सांगितलं.

तो जवळपास सात तासांनंतर परतला. माझ्या वडिलांचं हृदय त्यानंतर स्थिर काम करत असल्याचं त्यानं सांगितलं. सुरुवातीच्या त्रासानंतर जसं आम्हाला वाटत होतं; तसंच सगळं व्यवस्थित पार पडलं. बेन्झेल त्यातला दाब कमी करण्यासाठी आवश्यक असणारी प्रक्रिया करण्यात यशस्वी ठरला होता आणि ट्यूमरचा थोडाफार भाग काढण्यातही यशस्वी झाला होता, अर्थात फार काढू शकला नव्हता. आता माझ्या वडिलांच्या पाठीचा मज्जारज्जू हा त्यांच्या मानेच्या तळाशी म्हणजे वरच्या बाजूला उघडा होता, ट्यूमरला प्रसरणासाठी मोकळी जागा दिली होती. तथापि, काही विशेष हानी झालेली आहे की नाही, हे ठरवण्यासाठी त्याला आता हे पाहायचं होतं की, ते कसे जागे होतात.

अतिदक्षता विभागात मी माझ्या वडिलांच्या शेजारी बसून राहिलो. त्यांना श्वसनयंत्र बसवलं होतं आणि ते बेशुद्धावस्थेत होते. हृदयाचं अल्ट्रासाउंड हे दर्शवत होतं की, त्यांच्या हृदयात कुठलाही त्रास नाही; ही मोठी समाधानाची बाब

होती. मग बेन्झेलच्या सहकाऱ्यांनी वडिलांना दिलेली झोपेची औषधं कमी करण्याचा निर्णय घेतला आणि त्यांना हळुवारपणे पूर्वस्थितीला येऊ दिलं. वडील थकलेल्या अवस्थेत जागे झाले; पण जे सांगेल ते ऐकण्याच्या अवस्थेत होते. तिथं असणाऱ्या डॉक्टरनं त्यांना शक्य तेवढ्या जोरात त्याचा हात दाबण्यास सांगितलं, त्यांचा पाय दूर ढकलण्यास सांगितलं, पलंगावरून जरा उंचावर पाय उचलण्यास सांगितलं. स्नायूंच्या प्रेरक क्रियेमध्ये फार काही ऱ्हास झाला नसल्याचा निर्वाळा त्या डॉक्टरनं दिला. माझ्या वडिलांनी जेव्हा ते ऐकलं, तेव्हा त्यांनी आमचं लक्ष वेधण्यासाठी अडखळत हालचाल केली. त्यांच्या तोंडामध्ये श्वासासाठी नळी घातलेली असल्यामुळे ते काय म्हणत होते, हे आमच्या लक्षात येत नव्हतं. ते हातांनी हवेत अक्षर लिहून त्यांना काय म्हणायचं होतं, हे सांगण्याचा प्रयत्न करत होते. L - I - S...? T - A - P...? ते दुःखी होते का? त्यांना काही वेदना होत होत्या का? माझ्या बहिणीनं एकेक अक्षर लावून पाहिलं आणि जेव्हा तिला योग्य शब्द मिळेल, तेव्हा त्यांना एक बोट वर करण्यास सांगितलं. अशा प्रकारे तिनं त्यांच्या संदेशाचा अर्थ लावला. त्यांचा संदेश होता 'HAPPY.'

एक दिवसानंतर ते अतिदक्षता विभागातून बाहेर आले. दोन दिवसांनंतर त्यांनी क्लीव्हलॅन्ड रिहॅबिलिटेशन फॅसिलिटीमध्ये तीन आठवडे राहण्यासाठी रुग्णालय सोडलं. पूर्वीसारखंच पुन्हा सशक्त असल्याची भावना घेऊन भर उन्हाळ्यात एके दिवशी ते घरी परतले. ते चालू शकत होते. अर्थात, त्यांच्या मानेमध्ये थोडीफार वेदना होणारच होती. आखडलेल्या, न हलणाऱ्या मानेमुळे होणारी वेदना यासोबत सामना करणं आणि बरं होण्यासाठी महिनाभर सोसावे लागणारे कष्ट या गोष्टी स्वीकाराव्या लागणाऱ्या तडजोडीपेक्षाही जास्त महत्त्वाच्या होत्या; पण या मार्गामध्ये त्यांनी प्रत्येक गोष्टीबाबत अगदी योग्य तोच निर्णय घेतला... म्हणजे तातडीनं करावयाची शस्त्रक्रिया टाळणं, त्यांनी त्यांचा शल्यतज्ज्ञ असण्याचा व्यवसाय बंद केल्यानंतरही वाट पाहणं. जवळपास चार वर्षं अशी घालवल्यानंतर शस्त्रक्रियेच्या धोक्याला सामोरं जाणं, तेही तो त्रास त्यांच्या साऱ्या क्षमता हिरावून घेण्याची धमकी देत असताना. लवकरच त्यांना असंही वाटलं की, ते पुन्हा गाडी चालवू शकतील.

त्यांनी सगळे पर्याय अगदी योग्यच निवडले होते.

तथापि, पर्याय कधीही थांबत नाहीत. आयुष्य म्हणजे अनेक पर्यायच आणि ते अगदी निर्दय असतात. तुम्ही एक पर्याय निवडून बाजूला सरकता न सरकता तोच दुसरा तुमच्यावर येऊन आदळतो.

ट्यूमरची बायोप्सी केल्यानंतर त्याचा अहवाल आला की, माझ्या वडिलांना ॲस्ट्रोसायटोमा आहे. इतर कर्करोगांच्या मानानं अतिशय हळुवारपणे वाढ होणारा

कर्करोगाचा प्रकार. ते जेव्हा थोडेफार बरे झाले, बेन्झेलनं त्यांना रेडिएशन करणाऱ्या कर्करोगतज्ज्ञाकडे पाठवलं आणि पुन्हा एका चेतासंस्थेच्या कर्करोगतज्ज्ञाकडे पाठवलं. त्यांनी रेडिएशन आणि केमोथेरपी करण्याचा सल्ला दिला. त्यांनी असं सांगितलं की, या प्रकारचा ट्यूमर कधीही बरा केला जाऊ शकत नाही; पण त्यावर उपचार मात्र केला जाऊ शकतो. उपचारानं त्या व्यक्तीची क्षमता कदाचित काही वर्षं व्यवस्थित राखली जाऊ शकते आणि काहीजणांना तर बरीच वर्षं वाचवू शकते. माझे वडील संभ्रमात पडले. ते नुकतेच कुठे परतले होते आणि ते त्यांच्या सेवा प्रकल्पात रुजू झाले होते. ते पुन्हा दौरा करण्याचं नियोजन करत होते. ते त्यांच्या प्राथमिकतेच्या बाबतीत अगदी स्पष्ट होते आणि त्या सगळ्या प्राथमिक बाबी या जास्तीच्या उपचारांसाठी सोडाव्या लागण्याची त्यांना भीती वाटत होती; पण तज्ज्ञांनी त्यांना रेडिएशन उपचार घेण्याविषयी सांगितलं. त्यांना त्या थेरपीपासून खूप काही लाभ होण्यासारखा आहे, असं सांगितलं आणि नव्या प्रकारच्या रेडिएशनच्या तंत्रानं त्यांच्यावर होणाऱ्या दुष्परिणामाचं प्रमाणही अत्यल्प होतं. मीही त्यांना रेडिएशन उपचार घेण्याविषयी सुचवलं. सगळ्या गोष्टी फायद्याच्या दिसत आहेत, असं सांगितलं. फक्त प्राथमिक कमतरता दिसत होती ती अशी की, उपचार करण्यासाठी घराच्या जवळपास कुठेही रेडिएशन थेरपी उपलब्ध नव्हती. ते आणि माझी आई यांना क्लीव्हलॅन्डला जाणं भाग होतं आणि त्या रेडिएशनच्या उपचारासाठी जवळपास सहा आठवडे आपला जीव टांगणीला लावून बसावं लागणार होतं; पण ते तेवढंच होतं, मी समजावलं. ते तेवढं नियोजन करू शकत होते.

'लवकर आटपू या.' त्यांनी एकदाचा होकार दिला; पण या अशा भविष्यवाणीचं पुढे कशामध्ये पर्यवसान होणार होतं, हे कुणाला माहीत! बेन्झेलप्रमाणे ते तज्ज्ञही फायद्यासोबतच अजून काय काय अनिश्चित असे परिणाम दिसून येणार आहेत, या बाबतीत अनभिज्ञ होते. शिवाय ते माझ्या वडिलांना समजावून घेण्यासाठी वेळ देण्यासही तयार नव्हते आणि त्या रेडिएशनचा त्यांच्यावर नेमका काय परिणाम दिसून येईल, हेही समजून घ्यायला तयार नव्हते.

प्रथम तर काहीच आढळलं नाही. तज्ज्ञांनी वडिलांच्या शरीराची औषधोपचार करण्यासाठी एक घडीच केली, जेणेकरून वडिलांच्या उपचारासाठी त्यांच्या शरीराची नेमकी अवस्था योग्य ती असेल. त्यांना जवळपास तासभर तशाच घडी घातलेल्या अवस्थेत झोपावं लागे. मासे पकडण्याच्या जाळ्यासारखा एक बुरखा त्यांच्या चेहऱ्यावर घट्ट बांधलेला असे, ते अगदी दोन मिलिमीटरही हलू शकत नसत. ती रेडिएशनची मशीन हलायची, फिरायची आणि स्फोट होऊन निर्माण झालेला गॅमा किरण अगदी तंतोतंत त्यांच्या मेंदूच्या मुळाशी आणि मज्जारज्जूमध्ये पोहोचत असे. तथापि, या सगळ्या काळामध्ये वडिलांना मानेमध्ये आणि पाठीमध्ये काहीतरी

भोसकत असल्याप्रमाणे अनुभव येई. प्रत्येक दिवशी ही अवस्था सहन करण्याच्या पलीकडे अवघड होऊन बसे. त्या रेडिएशनमुळे किंचित मळमळल्यासारखं होई आणि जेव्हा ते काही गिळत, तेव्हा घशात चरचरल्यासारखं दुखे. औषधोपचाराने ही लक्षणं सुसह्य झाली; पण औषधांनी त्यांना थकवा येऊ लागला आणि बद्धकोष्ठतेचा त्रासही होऊ लागला. या उपचारानंतर वडील दिवस दिवस झोपूनच राहू लागले, जे त्यांनी कधी त्यांच्या आयुष्यात केलं नव्हतं. त्यांनी कुठलीही शक्यता बोलून दाखवली नव्हती. मात्र, त्यांना सगळंच ऱ्हास होत असल्यासारखं वाटत होतं. त्यांना विविध पदार्थ खायला खूप आवडायचं. आता त्यांना बळजबरीनं जेवणासाठी तयार व्हावं लागायचं.

वडील जेव्हा तिथं उपचार करून घरी परतले, तेव्हा त्या हिवाळ्यात त्यांनी जवळपास एकवीस पौंड वजन गमावलं होतं. त्यांच्या कानांमध्ये सतत आवाज सुरू झाले होते, म्हणजे कानात घंटा वाजत असल्यासारखा नाद सुरू झाला होता. त्यांचा डावा हात आणि तळहात यामध्ये जळजळ, विजेच्या झटक्याप्रमाणे वेदना सुरू झाल्या होत्या आणि राहिला प्रश्न तो चवीचा, तर डॉक्टर असं म्हणाले होते की, ती पुन्हा परतेल; पण तसं झालं नाही.

सरतेशेवटी काहीही चांगला परिणाम दिसून आला नाही. त्यांचं वजन पुन्हा हिवाळ्यापेक्षाही जास्त घसरलं. फक्त १३२ पौंडच शिल्लक राहिलं. कमी होतील अशी अपेक्षा असताना डाव्या हाताचा सुन्नपणा आणि वेदना त्यांच्या कोपरापर्यंत आल्या. त्यांच्या पायातील सुन्नपणा हा त्यांच्या गुडघ्याच्याही वर आला. कानांतील गुणगुणीमध्ये आता चकरा येण्याचीही भर पडली. त्यांच्या चेहऱ्याची डावी बाजू ढिली पडणं सुरू झालं. मान आणि पाठीमध्ये वात येणं सुरू झालं. ते एकदा पडलेही. शारीरिक व्यायामाचे उपचार करणाऱ्यांनी वडिलांनी वॉकर वापरावा, अशी सूचना केली; पण त्यांना काही तो वापरायला आवडत नसे; त्यामुळे एकदम अपयश आल्यासारखं वाटायचं. डॉक्टरांनी त्यांना भूक चांगली लागण्यासाठी मिथिलफेनिडेट... म्हणजे रिटॅलिन दिलं आणि त्यांच्या वेदना कमी होण्यासाठी केटॅमाईनही दिलं; पण त्या औषधांनी त्यांना भास होऊ लागले.

नेमकं काय होतं आहे, हे आम्हालाही काही कळत नव्हतं. तज्ज्ञांची अशी अपेक्षा होती की, तो ट्यूमर सुकल्यासारखा होईल आणि त्यासोबतच त्याची सारी लक्षणंही! तथापि, वडिलांच्या दर सहा महिन्यांनी करावयाच्या एमआरआय तपासणीनंतर त्यांनी आणि आईनं मला बोलावून घेतलं.

''ट्यूमर वाढतोच आहे.'' ते त्यांच्या शांत आणि हताश आवाजामध्ये म्हणाले. रेडिएशनचा काहीही उपयोग झाला नव्हता. एमआरआयच्या अहवालामध्ये प्रतिमा असं दाखवत होती की, सुकण्याऐवजी ट्यूमर चांगलाच वाढला होता, अगदी वर

त्यांच्या मेंदूमध्येही घुसला होता; त्यामुळे त्यांच्या कानामध्ये गुणगुण ऐकू येत होती आणि पुन्हा गरगरल्यासारखंही सुरू झालं होतं.

मी दुःखानं घेरला गेलो. माझी आई संतापली होती.

''रेडिएशन नेमकं होतं तरी कशासाठी?'' तिनं विचारलं. ''तो सुकायला हवा होता. ते तर म्हणाले होते की, तो ट्यूमर सुकण्याचीच जास्त शक्यता आहे.''

माझ्या वडिलांनी विषय बदलण्याचा निर्णय घेतला. अचानक कित्येक आठवड्यांमध्ये प्रथमच त्यांना स्वतःच्या आजाराच्या कुठल्याच लक्षणाविषयी बोलायचं नव्हतं किंवा त्यांच्या त्रासाविषयीही बोलायचं नव्हतं. त्यांना स्वतःच्या नातवांविषयी जाणून घेण्याची इच्छा होती... म्हणजे त्या दिवशी हॅट्टीच्या बॅन्डच्या वादनाचा कार्यक्रम कसा झाला, वॉकरचं स्कि टीममध्ये कसं काय चालू होतं, हंटर हॅलो म्हणते का, वगैरे. त्यांचं क्षितिज पुन्हा एकवार कुटुंबापुरतं मर्यादित झालं.

डॉक्टरांनी केमोथेरपीसाठी पुन्हा कर्करोगतज्ज्ञांची भेट घेण्याचा सल्ला दिला आणि बऱ्याच दिवसांनंतर मी माझ्या वडिलांसोबत क्लीव्हलॅन्डला डॉक्टरांना भेटण्यासाठी गेलो. कर्करोगतज्ज्ञ आता मधल्या अवस्थेवर होती; पण बेन्झेलची जशी पूर्ण चित्र जाणून घेण्याची क्षमता होती, ती तशी तिच्यामध्ये नव्हती. आम्हाला त्याचा पूर्णपणे अभाव जाणवला. तिनं माहितीचा मार्ग सुरू केला. तिनं दहा मिनिटांमध्ये केमोथेरपीचे सगळे पर्याय समोर ठेवले. त्या शब्दावयवाची सरासरी प्रत्येक औषधाला ४.१ अशी असेल. हे सारं गरगरवणारं होतं. ते बेफॅसिझीमॅब, कार्बोप्लॅटिन, टेमोझोलोमाईड, थॅलिडोमाईड, विन्क्रिस्टीन, विनब्लास्टिन किंवा अजून बरीच पर्यायी औषधं जी माझ्या नोंदीतून हरवली, ते घेऊ शकत होते. तिनं अजून चांगला परिणाम घडवून आणण्यासाठी अनेक औषधांची विविध संमिश्रणं वर्णन केली. फक्त एकच गोष्ट ती सांगत नव्हती किंवा चर्चा करत नव्हती, ती म्हणजे काहीही करू नका. तिनं असा सल्ला दिला की, त्यांनी टेमोझोलोमाईड आणि बेफॅसिझीमॅबचं मिश्रण घ्यावं. तिचा असा विचार होता की, वडिलांच्या त्या ट्यूमरच्या बाबतीतला प्रतिसाद... म्हणजे ट्यूमर पुढे वाढणार नाही असा... जवळपास ३० टक्के असू शकत होता. अगदीच निराश होण्यासारखं काही नाही, अशी ती दिसत होती; म्हणून तिनं पुढे असंही सांगितलं की, काही रुग्णांसाठी हा ट्यूमर म्हणजे फार फार तर एक जुनाट आजार एवढाच राहतो, ज्यावर पुढे लक्ष ठेवलं जाऊ शकतं.

''मला असं वाटतं, तुम्ही उन्हाळ्यामध्ये पुन्हा एकवार टेनिस कोर्टवर परत खेळायला जाऊ शकाल.'' ती म्हणाली.

ती असं म्हणाली, यावर माझा तर विश्वासच बसेना. टेनिस कोर्टवर पुन्हा जाऊन खेळण्याची तिची जी कल्पना होती, ती म्हणजे निव्वळ स्वप्नरंजनच होतं... अगदी दूरदूरपर्यंत ती वास्तवात येण्याची शक्यता नव्हती... आणि मीही एक बुडबुडे

उडवणारा मूर्खच होतो, जो मी तिचं म्हणणं माझ्या वडिलांसमोर मांडत होतो. मी त्यांच्याकडे असं पाहिलं जणू ते पुन्हा टेनिस कोर्टवर आहेत; पण त्यांच्या स्वत: डॉक्टर असण्याच्या फायद्यामुळे तेही पूर्वीच्या काही क्षणांप्रमाणेच झाले. ही सगळी रम्य कल्पना आहे, हे त्यांच्या लगेच लक्षात आलं आणि अगदी नाखुशीनं का होईना, ते त्यापासून दूर राहिले. त्याऐवजी त्यांनी असं विचारलं, ''हा उपचार माझ्या आयुष्यासाठी काय करू शकणार आहे.''

''सध्या तरी मी माझ्या डोक्यात अनेक गोंधळ घेऊन आहे. माझ्या कानांमध्ये आवाज येत आहेत. माझ्या हातामध्ये चमक येते. मला चालण्यास त्रास होतो; त्यामुळे मी खाली पडतो. हे औषध यापैकी काहीही अजून बिकट तर करणार नाही ना?''

तिनं मान्य केलं की, तसं होऊ शकतं; पण तेही कोणतं औषध आहे, यावर अवलंबून आहे. ही चर्चा माझ्यासाठी अवघड होत होती किंवा माझ्या वडिलांना ऐकण्यास जड जात होती, म्हणजे आमच्यापैकी तिघे डॉक्टर असूनही हे होत होतं. प्रत्येक उपचाराचा मार्ग गृहीत धरताना तिथं अनेक पर्याय होते तसे अनेक धोके होते आणि अनेक फायदेही होते; पण संवाद त्या गोष्टीवर कधीच आला नाही ज्याची ते काळजी घेत होते, त्यांना मूल्यवान वाटेल असं आयुष्य जगण्यासाठी सगळ्यात चांगली संधी कुठल्या मार्गानं मिळू शकेल, हे काही त्यातून निघालंच नाही. ती तशाच प्रकारे आमच्याशी संवाद साधत होती, जसा मी माझ्या रुग्णांशी करतो; पण मला आता तो नकोसा वाटत होता. ती सगळी माहिती समोर ठेवत होती आणि माझ्या वडिलांना निवड करण्याविषयी सांगत होती. त्यांना कोणती गोळी घ्यायला आवडेल, लाल की निळी? पण या पर्यायामागचा अर्थ मात्र अगदीच सुस्पष्ट होत नव्हता.

मी माझ्या आई-वडलांकडे वळून विचारलं, ''जर ट्यूमर वाढला तर अजून काय होईल, असं मी तिला विचारू का?'' त्यांनी होकार दिला, मग मी विचारलं.

ती कर्करोगतज्ज्ञ अगदी स्पष्टपणे बोलली. वडिलांच्या हातांचा अशक्तपणा हळूहळू वाढत जाऊ शकेल, ती म्हणाली. त्यांच्या पायातील अशक्तपणाही तसा पुढे वाढणारच होता; पण त्यांच्या छातीच्या स्नायूमध्ये अशक्तपणा वाढून त्यांना श्वसनाचा त्रास... थोडक्यात योग्य प्रमाणामध्ये प्राणवायूचा पुरवठा न होणं... हा एक मोठा प्रश्न उपस्थित होऊ शकेल.

''त्यानं अस्वस्थ होऊ शकतं का?'' माझ्या वडिलांनी विचारलं.

तिनं उत्तर दिलं. ''नाही, तसं नाही, फक्त थकवा वाढेल आणि झोप आल्यासारखं वाटेल.'' पण त्यांच्या मानेतील वेदना आणि चमक मात्र वाढण्याची शक्यता होतीच. जर ट्यूमर कुठल्याशा अवघड अशा चेतातंतूचा विनाश करत वाढला, तर

त्यांना गिळण्यासही त्रास होऊ शकेल.

उपचारानं आणि उपचार न केल्यानं रुग्ण अंतिम टप्प्यात वा क्षणात पोहोचण्यासाठी साधारण किती वेळ लागू शकतो, याविषयी मी विचारलं.

या प्रश्नानं तिला गोंधळात टाकलं. ''ते सांगणं अवघड आहे.'' ती म्हणाली.

मी तिला पुन्हा टोकलं. ''जी माणसं अजिबात उपचार करत नाहीत, त्यांना लागलेला कमीतकमी वेळ आणि जास्तीतजास्त वेळ किती?''

''कमीतकमी तीन महिने आणि जास्तीतजास्त तीन वर्षं.''

''आणि उपचार केला तर?''

ती पुटपुटल्यासारखी वाटली. सरतेशेवटी ती असं म्हणाली की, ''जास्तीतजास्त वेळ हा कदाचित तीन वर्षांपेक्षा जास्त असू शकणार नाही; पण उपचारांच्या साहाय्यानं, हा सरासरीचा काळ अजून लांबवणं शक्य होऊ शकतं.''

हे उत्तर आम्हाला अनपेक्षित आणि कठोर असं होतं. ''मला काही कळलं नाही.'' माझे वडील मला म्हणाले, त्यांचा आवाजही आत गेला होता. मला पॉल मार्क्वाक्स, सारा मोनोपॉली यांनी त्यांच्या रुग्णांविषयी काय काय सांगितलं होतं, ते आठवलं. मी असा विचार करतोय की, मी यातून त्याला एखाद-दुसरं जरा बऱ्यापैकी वर्ष देऊ शकेन का?... ते दहा आणि वीस वर्षांचा विचार करतात. आम्हीही दहा किंवा वीस वर्षांचाच विचार करत होतो.

माझ्या वडिलांनी त्यांचे पर्याय निश्चित करण्यासाठी थोडा वेळ घेण्याचं ठरवलं. तिनं त्यांना एक स्टेरॉईडची गोळी लिहून दिली, जी कदाचित त्या ट्यूमरच्या वाढीची गती कमी करू शकणार होती, त्यासोबतच गोळीचे काही थोडेसे दुष्परिणामही होतेच. त्या रात्री माझे आई-वडील आणि मी जेवणासाठी बाहेरच गेलो.

''परिस्थिती ज्या पद्धतीनं बदलत जातेय, त्याचा विचार करता मी काही महिन्यांतच अंथरुणाला खिळून राहणार आहे, हे नक्की!'' माझे वडील म्हणाले. रेडिएशननं तर सारी परिस्थिती अधिकच वाईट केली होती. समजा, केमोथेरपीनंही असंच काही केलं तर? आम्हाला मार्गदर्शनाची गरज होती. आतापर्यंत ते जसे जगले होते, तसं आयुष्य यानंतरही त्यांनी जगायचं की नंतरच्या काळातल्या काळोखलेल्या संधीसाठी त्यांनी उरलेल्या आयुष्याचं बलिदान द्यायचं, या दोन पर्यायांमध्ये आम्ही पार फाडले जात होतो.

जुन्या व्यवस्थेतील काही सुंदर गोष्टींपैकी एक महत्त्वाची गोष्ट म्हणजे त्यांनी असे निर्णय खूप सोपे करून टाकले आहेत. तुम्ही उपलब्ध असलेल्या उपचारांपैकी सगळ्यांत प्रभावशाली असे औषधोपचार घेतले. खरोखरच तो काही विचारान्ती घेतलेला निर्णय नव्हता; पण एक चुकीची कृती मात्र होती. तुमच्या या पर्यायांवर विचार करणं... तुमच्या प्राथमिकता कोणत्या ते ठरवणं आणि त्यांच्याशी समन्वय

साधतील अशा उपचारांसाठी डॉक्टरांसोबतच काम करणं... हे काम अतिशय थकवणारं आणि अवघड होतं, विशेषत: जेव्हा तुमच्याकडे अज्ञात आणि संदिग्धता या दोन पदांचं विश्लेषण करून मदत करू शकणारा कुणी तज्ज्ञ तयार नसेल, तर ते जास्तच थकवणारं असतं. सगळा दबाव हा एकाच दिशेला भरपूर काही करण्याकडेच असतो, कारण सगळ्या डॉक्टरांना एकच भीती वाटत असते, ती म्हणजे थोडंफार कमी पडतं का याची. बहुतेकांना तर याची जाणीवही नसते की, एकत्रितपणे केलेल्या भयंकर चुका या दुसऱ्या बाजूनंही होऊ शकतात... त्या कदाचित बरंच काही करून ठेवतात, ज्या एका व्यक्तीच्या आयुष्याला कमी उद्ध्वस्त करणाऱ्या नसतात.

माझे वडील तसेच काय करावं, या संभ्रमामध्ये घरी निघून गेले. मग ते एकापाठोपाठ एक पाच-सहा वेळा पडले. त्यांच्या पायांचा सुन्नपणा वाढतच गेला. आपले पाय आपल्या शरीराच्या खालच्या बाजूला आहेत, ही त्यांची संवेदनाही कमी होत चालली. एकदा खाली पडून त्यांचं डोकं खाडकन आदळलं आणि माझ्या आईनं ९११ क्रमांक फिरवून मदत मागितली. तातडीची मदत आली, सायरन घोंघावत आला. त्यांनी वडिलांना गाडीच्या मागच्या बाजूला एका कडक बिछान्यावर टाकलं, गळ्याभोवती एक कडक गळपट्टा घातला आणि तत्काळ उपचार केंद्र गाठलं. त्यांच्याच रुग्णालयामध्ये हाडं वगैरे मोडली नाहीत ना हे समजण्यासाठी क्ष किरण तपासणी करण्यासाठी तीन तास लागले आणि त्यानंतर ते उठू शकले. त्यांच्या गळ्यातला तो कडक पट्टा काढला गेला. तेवढ्या वेळामध्ये तो कडक असा गळपट्टा आणि तो कडक बिछाना यांनी त्यांच्या अंगात वेदना होऊ लागल्या. ते नियंत्रणात आणण्यासाठी वडिलांना मॉर्फिनची बरीच इंजेक्शनं घ्यावी लागली आणि जवळपास मध्यरात्र होईपर्यंत त्यांना घरीही सोडण्यात आलं नाही. मग तर त्यांनी माझ्या आईला सांगूनच टाकलं की, पुन्हा कधीही असा अनुभव घेण्याची त्यांची इच्छा नाही.

दोन दिवसांनंतर मला आईचा कॉल आला. पहाटे दोन वाजता माझे वडील लघवीला जाण्यासाठी अंथरुणावरून उठले होते; पण ते जेव्हा उभं राहू लागले, तेव्हा त्यांच्या पायांना त्यांचं ओझं काही पेललं नाही आणि ते सरळ खाली पडले. जमिनीवर कार्पेट टाकलेलं होतं. त्यांचं डोकं काही आदळलं नाही आणि फारशी इजा झाल्याचंही दिसत नव्हतं; पण ते स्वत:हून काही उठू शकले नाहीत. त्यांचे हात आणि पाय अतिशय अशक्त झाले होते. तिनं त्यांना उचलून अंथरुणावर झोपवण्याचा प्रयत्नही केला; पण त्यांचं वजन जास्त होतं. त्यांना पुन्हा ॲम्ब्युलन्स बोलावण्याची इच्छा नव्हती; त्यामुळे त्यांनी सकाळ होईपर्यंत मदतीची वाट पाहण्याचं ठरवलं. तिनं अंथरुणावरून उशा आणि चादरी घेतल्या आणि त्यांच्या बाजूला पडून

राहिली. त्यांना एकटं सोडण्याची तिची इच्छा नव्हती; पण संधिवाताच्या त्रासाने तिचे गुडघे धरल्यामुळे... तीसुद्धा पंचाहत्तर वर्षांची होती... तिच्या आता असं लक्षात आलं की, तीही उठू शकत नाही. सकाळी ८ वाजता घरी काम करणारी बाई आली आणि तिनं त्या दोघांना असं जमिनीवर पडलेलं पाहिलं. तिनं माझ्या आईला तिच्या पायांवर उभं राहण्यास मदत केली आणि वडिलांना अंथरुणावर झोपवलं. तेव्हा माझ्या आईनं मला कॉल केला. ती अतिशय घाबरलेली होती. मी वडिलांना फोन देण्यास सांगितलं. ते रडत होते, कावरेबावरे झाले होते, फुसफुसत होते आणि समजणं अवघड झालं होतं.

"मी फार घाबरलोय." ते म्हणाले. "मला पक्षाघात होतोय. मी हे नाही सहन करू शकत. मला नकोय हे. मला हे सोबत घेऊन जगायचं नाहीये. त्यापेक्षा मला मरायला आवडेल."

माझे डोळेही अश्रूंनी भिजले. मीही एक शल्यतज्ज्ञ होतो. मलाही प्रश्न सोडवणं आवडायचं; पण हा प्रश्न मी कसा सोडवणार? जवळपास दोन मिनिटं मी त्यांचं ते वारंवार सांगणं ऐकतच होतो की, ते हे सहन करू शकत नाहीत. "तू येऊ शकतोस का?" त्यांनी विचारलं.

"होय." मी म्हणालो.

"तू मुलांना घेऊन येऊ शकतोस का?" ते आता मरणार, असंच त्यांना वाटत होतं; पण महत्त्वाची गोष्ट ही होती की, तसं होणार नव्हतं. ते अशा प्रकारे बराच काळ जगू शकत होते, मी अंदाज घेतला होता.

"आधी मला येऊ द्या." मी त्यांना म्हणालो.

मी ओहिओला जाण्यासाठी विमानाच्या तिकिटाची व्यवस्था करण्याच्या आणि बोस्टनला असणाऱ्या माझ्या रुग्णांच्या भेटी आणि इतर गाठीभेटी रद्द करण्याच्या कामाला लागलो. दोन तासांनंतर त्यांचा पुन्हा कॉल आला. ते शांत झाले होते. ते पुन्हा उभं राहू शकत होते आणि किचनपर्यंत चालतही जाऊ शकत होते. "तू लगेच येण्याची गरज नाहीये." ते म्हणाले. "सुटीच्या दिवशी ये." पण मी जाण्याचाच निर्णय घेतला; प्रश्न अवघड होते.

मी त्या दिवशी सायंकाळी अथेन्सला पोहोचलो, तेव्हा माझी आई आणि वडील दोघेही जेवणाच्या टेबलाजवळ बसलेले होते आणि त्यांनी ते सहा तास फरशीवर पक्षाघात होऊन पडून राहिल्याचं आता विनोदामध्ये रूपांतरही केलं होतं.

"मी फरशीवर बसून तर कित्येक वर्षं होऊन गेली होती." माझी आई म्हणाली.

"ते अगदी रोमॅन्टिक होतं..." माझे वडील म्हणाले, त्यावर मी फक्त थोडंसं हसू शकलो.

मी सगळं समजून घेण्याचा प्रयत्न केला; पण माझ्यासमोर असलेली जी

व्यक्ती मी पाहत होतो, ती मी काही आठवड्यांपूर्वीच पाहिलेल्या व्यक्तीपेक्षा अगदीच वेगळी होती. त्यांचं वजन बरंच कमी झालं होतं. ते बोलता न येण्याइतके अशक्त झाले होते, कधीकधी शब्द उमटत नव्हते. त्यांना तोंडात घास घालतानाही त्रास होत होता आणि जेवताना घास पडून त्यांचा सदरा खराब झाला होता. त्यांना खुर्चीवरून उठताना मदतीची गरज होती. अगदी माझ्या डोळ्यांसमोर ते म्हातारे झाले होते.

पक्षाघाताचा त्रास जवळजवळ येत होता. आजचा हा पहिलाच दिवस होता, त्या दिवशी माझ्या हे लक्षात आलं की, पक्षाघात होणं म्हणजे त्यांच्यासाठी नेमकं काय आहे. त्याचा अर्थ होता, अगदी मूलभूत गोष्टींमध्ये अडचणी... उभं राहण्यास, लघवीला जाण्यास, अंघोळ करण्यास, कपडे करण्यास... आणि माझी आई काही त्यांना मदत करण्याइतकी सबळ नव्हती. आम्हाला या विषयावर बोलणं गरजेचं होतं.

ती रात्र सरल्यावर, मी माझ्या आई-वडलांसोबत बसलो आणि त्यांना विचारलं, "डॅड, तुमची शुश्रूषा करण्यासाठी आम्ही काय करावं?"

"मला नाही माहीत..." ते म्हणाले.

"तुम्हाला श्वास घेण्यास कधी त्रास झालाय का?"

"ते श्वास घेऊ शकतात." माझी आई म्हणाली.

"त्यांची शुश्रूषा करण्यासाठी आपण काहीतरी योग्य व्यवस्था करणं गरजेचं आहे." मी तिला म्हणालो.

"कदाचित ते त्यांना केमो देतील." ती म्हणाली.

"नको." ते पटकन म्हणाले. त्यांनी स्वतःच्या मनाची तयारी केली होती. अगदी स्टेरॉईडचे दुष्परिणामही त्यांना सहन करणं शक्य होत नव्हतं, हे दिसत होतं... घाम येणं, अस्वस्थ वाटणं, विचार करणं अवघड होणं आणि स्वभाव लहरी बनणं... तसेच त्याचा काहीही फायदा होत नाही, हे त्यांच्या लक्षात आलं होतं. अशा परिस्थितीमध्ये केमोथेरपीचं एक अख्खं चक्र पूर्ण करण्याचा विचारही ते करू शकत नव्हते आणि त्यांना आता कुठलेही दुष्परिणाम नको होते.

उशीर झाला, तेव्हा त्यांना अंथरुणावर झोपवण्यासाठी मी आईला मदत केली. त्यांना यानंतर आवश्यक असणाऱ्या मदतीविषयी मी आईशी बोललो. त्यांना शुश्रूषेची गरज होती, रुग्णालयातील एका खाटेची गरज होती; पडून पडून अंगाला जखमा होऊ नयेत, म्हणून हवेच्या गादीची गरज नव्हती, त्यांचे स्नायू कडक होऊ नयेत म्हणून व्यायामाच्या उपचाराची गरज होती. एखादं शुश्रूषागृह शोधावं काय?

ती दिङ्मूढ झाली. "कधीच नाही." ती म्हणाली. या शहराच्या बाजूला असणाऱ्या एका शुश्रूषागृहामध्ये तिचा बराच मित्रपरिवार होता. त्यांचं ते जगणं पाहून ती घाबरली होती. ती माझ्या वडिलांना असं कुठे ठेवण्याची कल्पनाही करू शकत

नव्हती.

आता आम्ही रस्त्यावरच्या त्याच वळणावर येऊन थांबलो होतो, जिथं माझे कित्येक रुग्ण येऊन थांबले होते. ही तीच जागा होती, जिथं ॲलिस हॉब्सनही येऊन पोहोचली होती. आम्ही अस्थिरतेच्या अगदी विरोधात होतो; पण आम्ही या गोष्टीवर विश्वास ठेवण्यास हतबल झालो होतो की, आम्ही अगदीच व्यवस्था करू न शकण्याच्या विरुद्धही नव्हतो. तरीही ९११ ला कॉल लावणं त्रासदायक होणार होतं आणि ते वैद्यकीय उपचारांचं तर्कशास्त्र आणि संवेगाला ओलांडून जाणारं होतं, आम्ही करू काय शकत होतो? आमच्या तिघांमध्ये जवळपास १२० वर्षांचा वैद्यकीय क्षेत्राचा अनुभव होता; पण हे एक कोडं वाटत होतं. हेच जणू शिक्षण असल्याप्रमाणे वाटत होतं.

आम्हाला पर्याय हवे होते आणि अथेन्स हे असं स्थळ नव्हतं, जिथं अशा अशक्त लोकांसाठी आणि वयस्कांसाठी बरेच पर्याय असतील अशी कुणी अपेक्षा करू शकेल, जे बोस्टनमध्ये अगदी सगळीकडे दिसून येतं. ॲप्पलॅचिया टेकड्यांच्या पायथ्याशी असणारं ते छोटंसं शहर आहे. तिथलं स्थानिक महाविद्यालय जे ओहिओ विद्यापीठाचं आहे, तेच संजीवनी देणारं आहे. या प्रदेशातील एक तृतीयांश लोक गरिबीमध्ये राहत होते, जे पूर्ण अमेरिकेमध्ये सर्वांत गरीब प्रदेश, गरीब राज्य कोणतं ते दर्शवत होते. म्हणून ही आश्चर्यकारक बाब वाटली, जेव्हा मी आजूबाजूला चौकशी केली तेव्हा ही गोष्ट लक्षात आली की, इथंही औषधोपचार आणि ते करणाऱ्या संस्था लोकांच्या वार्धक्यातील आयुष्याचा ताबा घेतात, यावर ते बंड करून उठत होते.

उदाहरणार्थ, मी मार्गरिट कोहनशी बोललो. ती आणि तिचा नवरा नार्मन दोघेही निवृत्त जीवशास्त्रज्ञ होते. त्याला अतिशय गंभीर असा संधिवाताचा आजार होता, तो म्हणजे अंकायलोझिंग स्पाँडिलायटिस आणि त्याशिवाय कंप होणं आणि त्याच्या तरुणपणीच झालेल्या पोलिओच्या परिणामामुळे त्यानं आयुष्यभर चालण्याच्या वाढत्या त्रासाला तोंड दिलं. ते दोघेही याच चिंतेमध्ये होते की, ते स्वत:च्या बळावर त्यांचं घर तरी व्यवस्थित ठेवू शकतील की नाही? शिवाय दुसरीकडे असलेल्या त्यांच्या तीन मुलांकडे जाऊन राहण्याचा आग्रहही त्यांना पटण्यासारखा नव्हता. त्यांना आहे त्याच समाजामध्ये राहायचं होतं; पण जेव्हा त्यांनी कुणाच्या तरी साहाय्यानं राहण्याची व्यवस्था आहे का, याचा गावामध्ये शोध घेतला; तेव्हा त्यापैकी एकही अगदी दूरदूरपर्यंत स्वीकारण्याजोगी नव्हती. ‘‘अशा ठिकाणी राहण्यापेक्षा मी तंबू ठोकून राहीन.’’ ती म्हणाली.

शेवटी ती आणि नॉर्मन दोघांनी यावर काहीतरी उपाय शोधण्याचं ठरवलं,

त्यांची वयंही साथ देत नव्हती. "एक गोष्ट आमच्या लक्षात आली, जर आम्ही हे करू शकलो नाही, तर आमच्यासाठी कुणीही हे करू शकणार नाही." ती म्हणाली. मार्गरिटनं वर्तमानपत्रामध्ये बेकन हिल प्रकल्पाविषयी एक लेख वाचला. तो बोस्टनचा एक कार्यक्रम होता, ज्यामध्ये वयस्करांना त्यांच्याच घरामध्ये राहण्यासाठी आजूबाजूनं मदत मिळू शकत होती आणि ते वाचून ती जरा प्रभावित झाली. कोहन दांपत्यानं मित्रपरिवाराचा एक गट बनवला आणि २००९ मध्ये त्यांनी त्याच आराखड्यानुसार अथेन्स व्हिलेज तयार केलं. त्यांनी हिशेब केला की, जर त्यांना चारशे डॉलर्स प्रतिवर्षाला देणारे पंचाहत्तरजण मिळाले, तर आवश्यक तेवढ्या सेवा उभारण्यासाठी तेवढा पैसा पुरेसा होईल. जवळपास शंभरजणांनी नाव नोंदवलं आणि अथेन्स व्हिलेज उभारणीसाठी सज्ज झालं.

त्यांनी मिळवलेल्या माणसांपैकी एक अतिशय मैत्रीपूर्ण असा गृहस्थ होता. तो अशा लोकांना रोजच्या घरगुती कामासाठी मदत करण्यास अतिशय उत्सुक होता. तुम्ही सक्षम असताना जी कामं अगदी सहज करू शकता, तीच कामं जेव्हा तुम्हाला तुमच्याच घरात राहणं अवघड होतं; तेव्हा करणं अवघड होऊन बसतं... उदाहरणार्थ तुटलेलं कुलूप नीट करणं, लाइटचा बल्ब बदलणं, पाणी तापवण्याच्या तुटक्या हिटरचं काय करायचं, याचा विचार करणं... वगैरे.

"तो जवळपास सारं काही करू शकतो. इथं आलेल्या लोकांचं तर असं म्हणणं आहे की, या एकट्या व्यवस्थापकाची किंमतच वर्षाला चारशे डॉलर्स आहे." मार्गरिट म्हणाली.

त्यांनी अर्धवेळ काम करणारी एक संचालकही नेमली. तिनं सगळ्या लोकांची चांगली माहिती करून घेतली आणि त्यातून काही स्वयंसेवक बाजूला काढले, जे कधी वीज गेली तर काम करू शकत होते किंवा कुणाला कॅसेराल हवा असल्यास आणूनही देऊ शकत होते. स्थानिक गृहसेवा पुरवणाऱ्या परिचारिकांच्या संघटनेनं त्यांना विनामूल्य कार्यालय पुरवलं; शिवाय शुश्रूषासेवेवर एका व्यक्तीला मोफत सेवा देण्याचं कबूल केलं. चर्च आणि सामाजिक सेवा पुरवणाऱ्या संस्थांनी दैनंदिन वाहनाची एक सेवा आणि गरजू रुग्णांना जागेवर जेवण पुरवलं. टप्प्याटप्प्यानं अथेन्स व्हिलेजमध्ये सगळ्या सेवा सुरू झाल्या आणि ज्या समाजानं तिथं राहणाऱ्या सभासदांना मदत केली होती, त्यांनीही जेव्हा त्यांच्या अडचणी वाढल्या; तेव्हा तसंच त्यांना असहाय सोडलं नाही. कोहनला या गोष्टीला लगेचच तोंड द्यावं लागलं नाही. त्यांनी अथेन्स व्हिलेज स्थापन केल्यानंतर एक वर्षानं मार्गरिट पडली, ज्यामुळे तिला कायमचं खुर्चीवर बंदिस्त व्हावं लागलं. ते दोघेही अगदी विकलांग झाले, तरी ऐन ऐंशीव्या वर्षीही ते तिथं काम करत राहू शकत होते.

मी आणि माझ्या आई-वडलांनी अथेन्स व्हिलेजमध्ये राहण्याविषयी चर्चा

केली. त्याऐवजी दुसरा पर्याय होता घरी हॉस्पिटल सेवा पुरवणं आणि ती सेवा घेण्याविषयी चर्चा करण्यावर मी जरा का कू करत होतो. त्या गोष्टीचा केवळ उल्लेख करणं म्हणजे आमच्या कॉफी टेबलाजवळ बसून त्या काळोखलेल्या, न बोलाव्याशा वाटणाऱ्या मृत्यूवर चिंतन करणं होतं. अथेन्स व्हिलेजवर चर्चा करता करता मी अशा प्रकारच्या वार्धक्याविषयी माझ्या वडिलांचं काय म्हणणं आहे, म्हणून विचारलं. मी सरळसरळ माझ्या वडिलांना घरी सेवा पुरवणाऱ्या हॉस्पिटल सेवेविषयी काय मत आहे, असं विचारलं.

एक प्रतिक्रिया म्हणून माझ्या वडिलांना हॉस्पिटल सेवा कशी चालते, हे पाहण्याची इच्छा होती, तर माझी आई फारशी उत्सुक नव्हती. ''ते फार आवश्यक आहे, असं मला वाटत नाही.'' ती म्हणाली; पण माझे वडील म्हणाले की, ''त्यांच्यापैकी कुणी काही माहिती देण्यास येत असेल, तर ती चांगली गोष्ट आहे.''

दुसऱ्याच दिवशी ॲप्पलॅचियन कम्यूनिटी हॉस्पिसतर्फे सेवा पुरवणारी परिचारिका आली. माझ्या आईनं चहा वगैरे केला आणि आम्ही सगळे डायनिंग टेबलभोवती बसलो. परिचारिकेकडून काही अपेक्षा असल्याचं मी कबूल करतो. हे काही बोस्टन नव्हतं आणि त्या संस्थेचं नावही होतं, ॲप्पलॅचियन कम्यूनिटी हॉस्पिस. त्या परिचारिकेनं मला धुडकावून लावलं.

तिनं माझ्या वडिलांना विचारलं. ''कसे आहात? खूप वेदना होतात का?''

''आता तसं काही नाही.'' ते म्हणाले.

''कुठे दुखत असतं?''

''माझ्या मानेत आणि पाठीमध्ये...''

ही सुरुवात पाहून मी समजून घेतलं की, तिनं काही गोष्टींचा अंदाज घेतला. तिनं याची खात्री करून घेतली की, वडील बोलण्याच्या मनःस्थितीमध्ये आहेत. तिनं अगदी लगेच याचा अंदाज घेऊन टाकला होता की, त्यांच्या बाबतीत तिला कशाची काळजी घ्यावी लागणार होती आणि ते काय करत होते; पण त्यांच्या आजाराविषयी किंवा निदानाविषयी मात्र काहीही माहिती घेतली नव्हती. आणि तिला बहुधा आम्हाला हे सांगायचं असावं की, भोवताली डॉक्टरांचा जथा असो वा नसो, मला नेमकं काय करायचं आहे, हे तिला चांगलं माहीत आहे.

ती पन्नाशीची दिसत होती. करडे कापलेले छोटे केस; अंगात पांढऱ्या रंगाचं स्वेटर घातलेलं होतं, ज्यावर समोरच्या भागावर भरतकाम करून गुलाबाचं फूल काढलेलं होतं आणि हातातल्या बॅगेतून स्टेथॉस्कोप बाहेर डोकावत होता. तिचे उच्चार ग्रामीण होते आणि त्या भाषेच्या आधारेच ती मुद्द्यांवर येत होती.

''त्यांनी मला हॉस्पिस सेवेची कागदपत्रं घेऊन पाठवलं आहे.'' ती माझ्या वडिलांना म्हणाली. ''तुम्ही त्यावर काही विचार केला आहे का?''

माझे वडील क्षणभर काहीही बोलले नाहीत. तिनं वाट पाहिली. शांत कसं राहायचं, हे बहुधा तिलाही माहीत होतं.

''मला वाटतं, तो पर्याय सगळ्यात चांगला असावा.'' ते म्हणाले, ''कारण मला केमो नकोय.''

''तुम्हाला कसला त्रास होतोय?''

ते म्हणाले, ''मळमळ होतेय, वेदना असतात. अशक्तपणा. औषधांनी मला सारखी झापड येते. मी कोडीनसोबत टायलेनॉलही घेऊन पाहिलं. मी टोरॅडॉलच्या गोळ्याही घेऊन पाहिल्या. आता मी केटॅमाईन घेतोय. ''

ते सांगत राहिले. ''मी आज सकाळी उठलो आणि तेव्हा जणू सारं काही बदललेलं होतं. मी उभा राहू शकत नव्हतो. मी साधी उशीसुद्धा पलंगावर सरकवू शकत नव्हतो. मी माझे दात घासण्यासाठी साधा ब्रशही हाताळू शकत नव्हतो. मी माझी पँट आणि मोजेही वर ओढू शकत नव्हतो. माझं शरीरच अशक्त बनत चाललेलं आहे. मला उठून बसणंही अवघड जातं.''

''हॉस्पिस सेवा वेदनाशामक आहे.'' ती म्हणाली, मग तिनं या साऱ्या अडचणी दूर करण्यासाठी कशी सेवा पुरवली जाते, याविषयी सारं काही सांगितलं. तिनं अशा प्रकारच्या सेवेविषयी सांगितलं, जी मेडिकेअर संमत करू शकत होती. त्यांना एखादा उपशामक सेवा पुरवू शकणारा एखादा डॉक्टरही मिळू शकत होता, जो औषधांची योजना करण्यास मदत करू शकत होता आणि त्यांची मळमळ, वेदना आणि शक्य तेवढी इतर चिन्हं कमी होण्यास मदत करू शकणार होता. त्यांना नियमितपणे तपासण्यासाठी परिचारिका येणार होती आणि दिवसातल्या चोवीस तासांमध्ये केव्हाही अडचण आल्यास एका फोन कॉलवर परिचारिका सेवा मिळणार होती.

''तुम्हाला अशा प्रकारच्या सेवा लगेच मिळाव्यात असं वाटतं का किंवा त्यावर तुम्ही काही विचार केला आहे का?'' असं तिनं विचारलं.

''आतापासूनच सुरुवात करा.'' ते म्हणाले. ते तयार होते. मी माझ्या आईकडे पाहिलं. तिचा चेहरा निर्विकार होता.

मग ती सेवा देणारी परिचारिका महत्त्वाच्या मुद्द्यांवर आली : वडिलांकडे डीएनआर आहे का? एक छोटसं मॉनिटर किंवा त्यांच्याकडे लक्ष देणाऱ्याला सूचित करण्यासाठी एखादी घंटा? घरामध्ये आठवड्यातले चोवीस तास मदत करण्यासाठी कुणी आहे का?

मग तिनं विचारलं, ''तुम्हाला कोणत्या प्रकारचं अंत्यसंस्कारगृह वापरायला आवडेल?'' आणि मला धक्काच बसला... खरंच का आम्ही या गोष्टीवर चर्चा करत आहोत?... आणि हे सारं तिच्यासाठी किती रोजचीच बाब आहे, याचं एक उदाहरण!

''दहन..'' ते न अडखळता म्हणाले. माझ्या लक्षात आलं, ते या गोष्टीचा बहुधा बऱ्याच दिवसांपासून विचार करत होते. माझे वडील शांत होते; पण माझ्या आईलाही धक्का बसला. हे जे काय चालू होतं, त्या गोष्टीसाठी ती काही तयार नव्हतीच.

ती परिचारिका तिच्याकडे वळली आणि अगदीच निर्दयपणे नाही तरी पण तिनं अगदी सरळसरळ विचारलं, ''जेव्हा ते जातील, तेव्हा ९११ ला कॉल करू नका. अगदी ॲम्ब्युलन्स कंपनीलाही कॉल करू नका. आम्हाला बोलवा. एखादी परिचारिका येऊन मदत करेल. ती नार्कोटिक्स काढून टाकेल, मृत्यूचं प्रमाणपत्र देईल, अंत्यसंस्कारगृहाचीही व्यवस्था करेल.''

''आता या क्षणी तरी आम्ही मृत्यूचा विचार करत नाही आहोत.'' माझी आई ठामपणे म्हणाली. ''फक्त अर्धांगवायूचा विचार करत आहोत.''

''ठीक आहे.'' ती म्हणाली.

तिनं माझ्या वडिलांना सगळ्यात जास्त काळजी कशाची वाटते, असं विचारलं. ते म्हणाले की, ''मला शक्य तेवढं ठाम आणि सशक्त राहण्याची इच्छा आहे. मला संगणकावर लिहीत राहण्याची इच्छा आहे, कारण जगभरात पसरलेल्या मित्रकंपनीशी संवाद साधण्यासाठी ई-मेल आणि स्काइप वापरणं गरजेचं आहे. मला वेदना नको.''

''मला आनंदी राहणं आवडतं.'' ते म्हणाले.

ती जवळपास दोन तास होती. तिनं त्यांना तपासलं. काही अडचणी आहेत का हे पाहण्यासाठी तिनं घराची तपासणी केली. त्यांचा बिछाना कुठे असावा, हे सांगितलं आणि घरी येऊन तपासणाऱ्या परिचारिका आणि आरोग्यसेवांचं एक वेळापत्रक बनवलं.

तिनं माझ्या वडिलांना सांगितलं की, ''तुम्ही फक्त दोन महत्त्वाच्या गोष्टी करणं गरजेचं आहे.'' तिनं या गोष्टीकडे त्यांचं लक्ष वेधलं की, ''तुम्ही आतापर्यंत तुमची वेदनाशामक औषधं अतिशय निष्काळजीपणानं घेत होता. तुम्ही ज्या प्रमाणामध्ये औषधं घेत होता, त्यामध्ये उगाचच बदल करत होता आणि अगदी व्यवस्थित प्रमाणामध्ये ती घेणं गरजेचं आहे तसेच हॉस्पिस सेवा पुरवणाऱ्या चमूला त्याच्या परिणामाविषयी माहिती देणं अतिशय गरजेचं आहे, जेणेकरून ते परिणाम अगदी तंतोतत नोंदवू शकतील आणि मग वेदना कमी करण्यासाठी आणि अशक्तपणा कमी करण्यासाठी अगदी सुयोग्य प्रमाण शोधू शकतील. कुणाच्या तरी मदतीशिवाय उठणं किंवा आजूबाजूला फिरणं या गोष्टींची काहीही गरज नाही.''

''मी फक्त उठणं आणि थोडंसं चालणं यासाठी प्रयत्न करत असतो.'' ते म्हणाले.

''जर तुमच्या कमरेचं हाड मोडलं ना, डॉक्टर गवांदे, तर ती मोठी दुर्घटना असेल.'' ती म्हणाली.

तिच्या या सूचनेवर तरी त्यांनी सहमती व्यक्त केली.

त्यानंतरच्या दिवसांमध्ये, हॉस्पिसच्या या दोन साध्या सूचनांमुळे काय फरक पडला आहे, ही बाब पाहणं माझ्या दृष्टीनं अतिशय आश्चर्यकारक होतं. माझे वडील अद्यापही त्यांच्या औषधोपचारामध्ये ढवळाढवळ करण्याचा मोह टाळू शकत नव्हते; पण पूर्वीपेक्षा आता ते फारच कमी ढवळाढवळ करत होते आणि त्यांनी त्यांच्या त्या पद्धतींचा आणि कोणती औषधं ते कधी घेतात, यांचा एक आराखडाच तयार केला. त्यांना तपासण्यासाठी येणारी परिचारिका त्यातून त्यांच्या उपचारावर लक्ष ठेवत असे आणि करण्यायोग्य अशा तरतुदीही ती लक्षात घेई. आमच्या असं लक्षात आलं की, ते प्रचंड प्रमाणातील असह्य वेदना सुसह्य होण्यासाठी प्रचंड प्रमाणामध्ये औषधांच्या मात्रा घेणं, इतकं की ते दारू पिल्याप्रमाणे झिंगून जायचे, ज्यामुळे त्यांचं बोलणं अडखळत आणि संभ्रमात पाडणारं व्हायचं आणि त्यांचे अडखळणारे पाय नियंत्रणात ठेवणंही जड जायचं. अशा या दोन विरुद्ध स्थितींमध्ये ते नेहमी घोटाळत असायचे. या बदलांनी ही स्थिती हळुवारपणे बदलत गेली. असं झिंगल्यासारखं होणं हळूहळू बंद झालं आणि त्यांच्या वेदनांवरचं नियंत्रणही वाढलं, अर्थात ते कधी त्यांच्या मोठ्या प्रमाणामध्ये असणाऱ्या नैराश्याला आणि कधीकधी उफाळून येणाऱ्या संतापाला मात्र पूर्णपणे नियंत्रणात ठेवू शकलं नाही.

त्यांनी एक सूचना अगदी स्वीकारली की, कुणाच्या तरी मदतीशिवाय अगदी फिरायचंही नाही. हॉस्पिस सेवेनं माझ्या आई-वडलांना पूर्ण रात्रभर त्यांच्यासोबत राहू शकणारा आणि माझ्या वडिलांना त्यांना हवं तेव्हा बाथरूममध्ये घेऊन जाऊ शकणारा, त्यांची काळजी घेऊ शकणारा वैयक्तिक सहायकही वेतन देऊन मिळवण्यास मदत केली. त्यानंतर मात्र ते पडले नाहीत आणि आमच्या हळूहळू असंही लक्षात आलं की, प्रत्येक गोष्टीनं त्यांना कसं पुन्हा एकवार व्यवस्थित जगण्यास मदत केली. त्यांच्या न पडता जाणाऱ्या दिवसांनी त्यांची पाठ आणि त्यांची मान यामधील पेटके येणं म्हणजे वात येणं बरंच कमी केलं, त्यांच्या वेदनाही नियंत्रणात ठेवल्या आणि त्यांची क्षमता वाढीस लागली आहे.

पुढे येणाऱ्या संभाव्य चांगल्या काळासाठी या क्षणातील काळाचं बलिदान देण्याऐवजी आजच्या चांगल्या दिवसासाठी जगण्यात जी चांगली फलनिष्पत्ती मिळते, त्याला आम्ही साक्षी राहिलो. ते अगदी पूर्णपणे चाकाच्या खुर्चीलाच जखडून राहिले; पण त्यांचा पूर्ण पक्षाघात होण्याकडे जाणारा मार्ग बंद झाला. ते वॉकरच्या मदतीनं थोडंफार चालणंही जमवू लागले. त्यांचं स्वतःच्या हातावरचं आणि पंजांवरचं नियंत्रण वाढलं. लोकांना कॉल करण्यास आणि लॅपटॉप वापरण्यासही त्यांना कमी त्रास होऊ लागला; त्यामुळे त्यांना दिवसातून जास्तीतजास्त लोकांना भेटता येऊ लागलं. लवकरच त्यांनी आमच्या घरी पुन्हा एकवार मित्रमंडळींना

बोलावून पार्ट्या करणंही सुरू केलं. त्यांच्या असं लक्षात आलं की, त्यांच्या त्या भयंकर ट्यूमरनं त्यांच्यासाठी रिक्त सोडलेल्या त्या अरुंद अवकाशामध्ये अद्यापही जगण्यासाठी बरीच मोठी जागा शिल्लक ठेवली होती.

दोन महिने गेल्यानंतर जूनमध्ये मी त्यांना पुन्हा भेटण्यासाठी गेलो, तसंच ओहिओ विद्यापीठामध्ये स्नातकांसाठीच्या पदवीदान समारंभामध्ये भाषण करण्यासाठी गेलो. एक वर्षापूर्वी या पदवीदान समारंभामध्ये भाषण करण्यासाठी मला निमंत्रित करण्यात आलं, त्या क्षणापासून माझे वडील त्या समारंभाला येण्यासाठी अतिशय उत्सुक झाले होते. त्यांना अतिशय अभिमान वाटत होता आणि माझे आई-वडील त्या वेळी तिथं असतील, असं स्वप्नं मीही पाहत होतो. तुम्हाला तुमच्या गावी परतण्याच्या होणाऱ्या आनंदापेक्षा हा आनंद जरा जास्त होता. तथापि, काही वेळा तर मला वडील तोपर्यंत जगतील की नाही, अशीही भीती वाटत होती. शेवटच्या काही आठवड्यांमध्ये हे स्पष्ट होत होतं की, ते असू शकणार आहेत आणि योजना अगदी युद्धपातळीवर राबवण्यात आली.

तो समारंभ विद्यापीठाच्या बास्केटबॉलच्या मैदानावर होणार होता, ज्यामध्ये सगळे स्नातक लाकडी फरसबंदीवर घडीच्या खुर्चीवर होते आणि त्यांचे कुटुंबीय बैठक व्यवस्थेमध्ये बसणार होते. आम्ही माझ्या वडिलांना गोल्फच्या गाडीमधून आणण्याची आणि मग चाकाच्या खुर्चीवरून पुढे नेण्याची योजना ठरवली होती आणि मग सगळा समारंभ बघण्यासाठी त्यांना फरसबंदीच्या शेवटच्या ओळीमध्ये बसवलं जाणार होतं; पण जेव्हा तो दिवस आला आणि ती गाडी त्यांना घेऊन त्या मैदानामध्ये आली, तेव्हा ते या मतावर ठाम होते की, ते चालू शकतात आणि ते काही त्या चाकाच्या खुर्चीवर बसणार नाहीत.

मी त्यांना उभं राहण्यास मदत केली. त्यांनी माझ्या हाताचा आधार घेतला आणि चालायला सुरुवात केली. मी गेल्या सहा महिन्यांमध्ये वडिलांना बैठकीतून थोडंसंही बाहेर जाताना पाहिलं नव्हतं; पण हळूहळू चालत, पायात पाय अडखळत ते बास्केटबॉलचं पूर्ण मैदान ओलांडून गेले आणि कुटुंबीयांसाठी केलेल्या आसनव्यवस्थेमध्ये बसण्यासाठी ते जवळपास वीस पायऱ्याही चढून गेले. ते सगळं पाहून तर मीही आश्चर्यचकित झालो. इथं एक वेगळ्या पद्धतीची शुश्रूषा, वेगळ्या पद्धतीचा औषधोपचार काम करत होता, हे सारं शक्य करत होता; असा मी मनाशी विचार करत होतो. एक कठीण, अवघडलेलं संभाषण इथं प्रत्यक्ष घडवून आणत होतं.

धैर्य

इसवी सन पूर्व ३८० मध्ये प्लेटोनं एक डायलॉग अर्थात संवाद लिहिला आहे- ज्यामध्ये सॉक्रेटिस आणि अथेन्सचे दोन सैन्याधिकारी एका साध्या प्रश्नाचं उत्तर शोधण्यासाठी चर्चा करत असतात. तो प्रश्न आहे : धैर्य म्हणजे नेमकं काय? ते सैन्याधिकारी, लॅकेस आणि निकियस हे त्या दोघांतील या विवादावर निर्णय घेण्यासाठी गेलेले असतात की, ज्या मुलांना सैन्याचं प्रशिक्षण दिलं जातं, त्यांना चिलखत घालून लढणं शिकवावं की नाही? निकियस म्हणत असतो की : होय, तसंच करावं. आणि लॅकेसचा विचार असा असतो की, त्यांनी तसं करू नये.

"या प्रशिक्षणाचं अंतिम उद्दिष्ट काय आहे?" सॉक्रेटिस विचारतो.

धैर्य निर्माण करणं, ते निश्चित करतात.

"मग, धैर्य म्हणजे काय?"

लॅकेस उत्तर देतो, "धैर्य म्हणजे आत्म्याची निश्चित अशी सहनशक्ती."

सॉक्रेटिस हा तत्त्ववेत्ता आहे. तो या गोष्टीकडे लक्ष वेधून घेतो की, बऱ्याचदा अशीही वेळ असते की, तेव्हा धैर्य म्हणजे केवळ चिकाटीनं लढणं नव्हे तर बऱ्याचदा माघार घेणं किंवा तिथून पळून जाणंही असतं. मग तिथं हा सहनशक्तीचा मूर्खपणा नसतो का?

लॅकेस सहमती दर्शवतो; पण पुन्हा एकवार प्रयत्न करतो. कदाचित धैर्य म्हणजे "शहाणपणासहित सहनशक्ती."

ही व्याख्या तर जास्त स्वीकारार्ह वाटते; पण सॉक्रेटिस असा प्रश्न करतो की, "शहाणपणाशी अगदी घट्टपणे चिकटून राहावं, ही गोष्ट धैर्यासाठी गरजेची आहे का? फारशा शहाणपणाच्या नसलेल्या कारणामागे धावणाऱ्या धैर्याची आपण स्तुती करायचीच नाही का?"

"होय," लॅकेस मान्य करतो.

आता निकियस यामध्ये भाग घेतो. तो सांगतो, "धैर्य म्हणजे युद्धामध्ये किंवा

इतर कुठेही घाबरून माघार घ्यायची की आशा बाळगून पुढे जायचं याचं ज्ञान!'' पण सॉक्रेटिसला यामध्येही दोष दिसतो. तो म्हणतो, ''एखाद्याजवळ भविष्याविषयी पुरेसं असं ज्ञान नसतानाही धैर्य असतं. खरोखर एखाद्याजवळ असतंच.''

सैन्याधिकारी कोड्यात पडतात. ते कुणीच अंतिम अशा व्याख्येवर येत नाहीत. इथं कथा संपते; पण वाचक मात्र एका शक्यतेवर येऊन थबकतो : धैर्य ही ज्ञानाची अशी शक्ती आहे, जी भयकारक काय आहे आणि आशादायक काय आहे, याची जाण देते. शहाणपण ही समंजस अशी शक्तीच आहे.

वार्धक्य आणि आजारपण यांमध्ये दोन प्रकारचं धैर्य आवश्यक असतं, पहिलं धैर्य म्हणजे मर्त्यतेच्या वास्तवतेला सामोरं जाण्याचं धैर्य... म्हणजे भयकारक काय आहे आणि आशादायक काय आहे, या वास्तवतेचा शोध घेण्याचं धैर्य. हे धैर्य अगदी अवघड असंच असतं. त्यापासून काढता पाय घेण्याची बरीच कारणं आपल्याजवळ असतात; पण त्याहून जास्त भयकारक आणि नाउमेद करणारं दुसरं धैर्य आहे... ते म्हणजे आपल्याला प्राप्त झालेल्या सत्यानुसार वागणं. प्रश्न असा आहे की, शहाणपणाचा मार्ग हा बऱ्याचदा सुस्पष्ट नसतो. मी बऱ्याच काळापासून हा विचार करतोय की, हे असं सारं अनिश्चिततेमुळे होतं. जेव्हा पुढे काय होणार हे जाणणं कठीण होऊन बसतं; तेव्हा काय करावं, हे समजणंही कठीण होऊन जातं. पण माझ्या असं लक्षात आलं की, त्याहीपेक्षा जास्त मूलभूत असं एक आव्हान आहे. कुणा एकाला हे निश्चित करणं गरजेचं होऊन बसतं की, एखाद्याची भीती किंवा एखाद्याच्या आशा यांना जास्त महत्त्व असतं.

मी ओहिओवरून बोस्टनला परतलो आणि माझ्या कामाला लागलो. मला रात्री उशिरा ई-मेलवर माहिती मिळाली : जेवेल डलस ही पूर्वस्थितीला आली होती, तिचं अन्न पुन्हा खाली सरकत नव्हतं. तिच्या कर्करोगानं पुन्हा वेगानं डोकं वर काढलं होतं. तिनं साडेतीन महिने काढले होते... माझ्या अपेक्षेपेक्षा ते जरा जास्तच होते; पण तिच्या अपेक्षेपेक्षा कमी होते. एका आठवड्यामध्ये सारी चिन्हं, लक्षणं वाढली होती : प्रारंभी पोट फुगण्यापासून सुरुवात झाली, पोटामध्ये पेटके आल्याप्रमाणे वेदना सुरू झाल्या, नंतर मळमळ आणि त्याचं रूपांतर उलट्यांमध्ये झालं. तिच्या कर्करोगतज्ज्ञानं तिला रुग्णालयामध्ये पाठवलं. स्कॅनिंगमध्ये असं लक्षात आलं की, तिच्या बीजांडांचा कर्करोग आता काही पटीनं वाढला होता आणि त्यानं पुन्हा एकवार तिच्या आतड्यामध्ये अवरोध केला होता. तिचं पोटही द्रव्यानं अगदी गच्च भरलं होतं; हा तिच्यासाठी नवा पेच होता. ट्यूमरच्या काही भागामुळे तिच्या शरीरातील लसिका संवहन संस्थेवर दाब आला होता, जी एक प्रकारच्या द्रव्याचा प्रवाह पुरवण्याचं काम करते, जो शरीरातील आतील स्तर स्रवतो. जेव्हा ही संस्थाच

बंद पडते, तेव्हा त्या द्रव्याला जाण्यासाठी मार्ग राहात नाही. जेव्हा ही गोष्ट उर:पटलाच्या वरच्या भागामध्ये घडते... जसं सारा मोनोपॉलीच्या फुफ्फुसाच्या कर्करोगामध्ये घडलं. तेव्हा छाती बांधलेल्या बाटलीप्रमाणे भरत जाते, जोपर्यंत तुम्हाला श्वासाचा त्रास होत नाही. जर उर:पटलाच्या खालच्या भागामध्ये यंत्रणा अवरुद्ध झाली, जशी डलसमध्ये झाली; तर पोट रबराच्या चेंडूप्रमाणे फुगत जातं, जोपर्यंत तुम्हाला असं वाटत नाही की, आता बहुधा ते फुटणार.

रुग्णालयातील डलसच्या त्या खोलीमध्ये जाताना मला कधीच ती तशी आजारी वाटली नाही, जशी ती होती. जणू काही मी स्कॅनिंगच्या अहवालामध्ये काहीही पाहिलेलं नव्हतं. ''बघा, कोण आलंय ते!'' असं ती म्हणाली, जणू काही मी नुकताच त्यांच्या कॉकटेल पार्टीमध्ये दाखल झालोय. ''कसे आहात डॉक्टर?''

''मला वाटतं, मी हाच प्रश्न तुला विचारण्याचं ठरवून आलोय.'' मी म्हणालो.

ती प्रसन्नपणे हसली आणि तिनं त्या खोलीतल्या उपस्थितांकडे निर्देश केला. ''हे माझे पती ऑर्थर, तुम्हाला माहीत आहे आणि हा माझा मुलगा ब्रेट.'' ती दात काढत म्हणाली. आता या क्षणी रात्रीचे अकरा वाजत आले होते, तिच्या पोटामध्ये एक औंसभर पाणीही खाली गेलं नव्हतं आणि तरीही अद्याप तिचं लिपस्टिक तसंच होतं, तिचे चंदेरी केस व्यवस्थित विंचरून बांधलेले होते आणि ती ओळख करून घेण्याचा आग्रह करत होती. ती तिच्या भविष्यातील आपत्तीविषयी अनभिज्ञ होती, असं काही नव्हतं; पण रुग्ण बनून राहण्याचा आणि त्या सगळ्या गोष्टी गांभीर्यानं घेण्याचाही ती तिरस्कार करत होती.

मी तिच्याशी स्कॅनमध्ये काय निघालं, याविषयी बोललो. वास्तवाला तोंड देण्यास तिच्यामध्ये कुठलीही अनिच्छा दिसून येत नव्हती; पण त्यावर काय करायचं, ही बाब वेगळी होती. माझ्या वडिलांच्या डॉक्टरप्रमाणेच, कर्करोगतज्ज्ञ आणि मी दोघांनी मिळून पर्यायांची यादी तयार केली. त्या ट्यूमरचं ओझं दूर करण्यासाठी केमोथेरपीच्या उपचारांचे अनेक पर्याय उपलब्ध होते. तसेच तिच्या त्या अवस्थेशी दोन हात करण्यासाठी माझ्याकडेही शस्त्रक्रियेचे अनेक पर्याय होते. मी तिला असं सांगितलं, ''शस्त्रक्रिया करून मी तुझ्या आतड्यातील अवरोध काढू शकणार नाही; पण मी त्यासाठी दुसरा मार्ग मात्र निश्चितच तयार करू शकेन. कदाचित मी तुझ्या आतड्याचा अवरुद्ध झालेला भाग दुसऱ्या अवरुद्ध न झालेल्या भागाला जोडू शकेन किंवा त्या अवरुद्ध झालेल्या भागाच्या वरच्या भागापासून मी आतडं वेगळं करेन आणि तुला इलिओटॉमाचा पर्याय म्हणजे एक छोटी पिशवी जोडून देण्याचा पर्याय देईन, जिच्यासोबत तुला जगावं लागेल. कदाचित मी शरीरातील वाहणाऱ्या ग्रंथीला किंवा आतड्यांना अवरुद्ध केल्यामुळे साठलेलं द्रव्य बाहेर पडण्यासाठी जेव्हा गरज पडेल, तेव्हा एखाद-दुसरी कायमस्वरूपी नळी

बसवेन. शस्त्रक्रियेमध्ये गंभीर अशा गुंतागुंती होऊ शकतात... म्हणजे जखमा खराब होणं, तुझ्या पोटामध्ये शौचाचा मल जमा होणं किंवा इतर जंतूंचा प्रादुर्भाव...पण एक मात्र निश्चित, ही शस्त्रक्रिया तुला जेवण घेण्याची क्षमता निश्चित देऊ शकेल. आम्हाला केमोथेरपी किंवा इतर शस्त्रक्रिया करण्याची गरजही पडणार नाही. आम्ही तुझ्या वेदना आणि मळमळ यावर नियंत्रण मिळवण्यासाठी औषधं देऊ आणि घरीच हॉस्पिस सेवा मिळेल, याची व्यवस्था करू.''

हे सारे पर्याय तिला डोईजड झाले. ते सारेच तिला घाबरवून सोडणारे ठरले. काय करावं, हेच तिला कळत नव्हतं. मला माझीच लाज वाटली आणि लक्षात आलं की, मी पुन्हा एक डॉ. माहितीपूर्ण बनण्याकडे झुकलोय की; हे बघा, असं आहे सारं वास्तव आणि आता सांगा; तुम्हाला यापैकी काय करावंसं वाटतं? म्हणून मग मी एक पाऊल मागे सरलो आणि मी तो प्रश्न विचारला, जो मी माझ्या वडिलांना विचारला होता : ''तुझ्या मनात असलेल्या सगळ्यात भयकारक गोष्टी कोणत्या आणि तुला कशाकशाची काळजी वाटते? तुझ्यासाठी कोणती उद्दिष्टं महत्त्वाची आहेत? कोणत्या गोष्टी करता याव्यात, अशी तुझी इच्छा आहे आणि कोणती एक करण्याची तुझी इच्छा नाही?''

प्रत्येकजण या प्रश्नाला उत्तर देऊ शकेल असं काहीही नाही; पण तिनं ते केलं. तिनं असं सांगितलं की, ''मला वेदनारहित, मळमळ आणि उलटी याशिवाय राहण्याची इच्छा आहे. मला खाण्याची इच्छा आहे. सगळ्यात महत्त्वाचं म्हणजे, मला पुन्हा माझ्या पायावर उभं राहण्याची इच्छा आहे.'' तिला सगळ्यात मोठी भीती ही वाटत होती की, तिला आयुष्यात पुन्हा जगायला मिळणार नाही आणि त्याचा आनंद घेता येणार नाही... म्हणजे ती पुन्हा कधीच घरी परतू शकणार नाही आणि तिचं ज्यांच्यावर प्रेम आहे, त्यांच्यासोबत कधीही राहू शकणार नाही.

''तुला कोणत्या गोष्टी करता याव्यात, तसंच पुन्हा आयुष्यात चांगला काळ यावा म्हणून तुला आता कोणत्या गोष्टींचा त्याग सहन करण्याची इच्छा आहे?'' असं विचारलं, तर ''तसं काहीही नाही.'' असं ती म्हणाली. काळाच्या बाबतीत तिचा दृष्टिकोन बदलता होता, वर्तमानावर तिला केंद्रित करायला लावणारा होता आणि जे तिच्याजवळ होतं, त्यांच्यावर केंद्रित करायला लावणारा होता. तिच्या मनामध्ये सध्या सगळ्यात महत्त्वाची कोणती गोष्ट आहे असं विचारलं, तर ती म्हणाली की, ''या आठवड्यामध्ये होणारं लग्न, जे चुकू नये असं मला वाटतं. ऑर्थरचा भाऊ माझ्या अगदी जवळच्या मैत्रिणीशी लग्न करतोय.'' ती म्हणाली. त्यांची पहिली भेट घडवून आणण्यात तिचा फार मोठा वाटा होता. ते लग्न आता फक्त दोन दिवसांच्या अंतरावर आलं होतं, शनिवारी दुपारी १ वाजता होतं. ''ही सगळ्यात आनंदाची बाब असणार आहे.'' ती म्हणाली. तिचा नवरा समारंभामध्ये

अंगठी घेऊन उभा राहणार होता. ती तर लग्नामध्ये नवरीची करवली असणार होती. ''तिथं हजर राहण्यासाठी मी काय वाट्टेल ते करायला तयार आहे.'' तिनं सांगितलं.

मग सगळं काही स्पष्ट झालं. तिच्या सध्याच्या परिस्थितीमध्ये सुधारणा होण्यासाठी केमोथेरपी ही एक छोटीशी आशा होती आणि सध्या या क्षणी तिच्या हाती आहे, तेवढ्या पैशांमध्ये ते देणं शक्य होतं. तशीही शस्त्रक्रिया काही तिला लग्नाला जाण्याची परवानगी देणारच नव्हती. तेव्हा तिला तिथं कसं सहजपणे जाता येईल, याचीच योजना आम्ही केली. त्यानंतर तिनं पुढच्या टप्प्याचा निर्णय घेण्यासाठी पुन्हा यावं, असं आमचं मत होतं.

एक मोठी लांबट सुई घेऊन आम्ही तिच्या पोटामधून चहाच्या रंगाचं जवळपास एक लीटर द्रव्य काढलं; त्यामुळे तिला तात्पुरतं का होईना बरं वाटलं. आम्ही तिची मळमळ नियंत्रणात ठेवण्यासाठी औषधं दिली. आणि मग कुठे ती निर्जलीकरण होऊ नये म्हणून पुरेसं द्रव्य घेऊ शकली. शुक्रवारच्या दुपारी तीन वाजता, आम्ही तिला सफरचंदाच्या रसापेक्षा जास्त घट्ट असलेलं कुठलंही द्रव्य न घेण्याची सूचना देऊन आणि लग्नसमारंभ आटोपला की लगेच परत येऊन भेटण्याची सूचना देऊन पाठवून दिलं.

तिला काही ते जमलं नाही. ती त्याच रात्री पुन्हा एकवार रुग्णालयामध्ये आली. केवळ कारमध्ये बसल्यामुळे, हलण्यानं आणि आदळण्यानं तिला पुन्हा उलटी झाली होती. पुन्हा शूळ उठवणाऱ्या वेदना सुरू झाल्या. घरी गेल्यामुळे सगळ्याच गोष्टी गंभीर बनल्या.

आता शस्त्रक्रिया हा तिच्यासाठीचा एकमेव चांगला मार्ग आहे, यावर आमची सहमती झाली आणि त्यासाठी दुसरा दिवस ठरवूनही टाकला. मी तिच्या खाण्याच्या आणि द्रव वाहून नेण्याच्या नळ्या बसवण्याच्या क्षमतेला सांभाळण्यावर लक्ष केंद्रित केलं. त्यानंतर ती हे ठरवू शकत होती की, तिला अजून केमोथेरपी घ्यायची आहे की हॉस्पिस सेवेसाठी तयार राहायचं आहे. तिच्या उद्दिष्टांच्या बाबतीत आणि ते साध्य करण्यासाठी तिला जे काही करण्याची इच्छा होती, त्याविषयी ती जेवढी स्पष्ट होती; तेवढं स्पष्ट मी क्वचितच कुणाला पाहिलं असेल.

तरीही अद्याप ती साशंकच होती. दुसऱ्या दिवशी सकाळी तिनं मला शस्त्रक्रिया रद्द करा म्हणून सांगितलं.

''मला भीती वाटतेय.'' ती म्हणाली. या साऱ्या प्रक्रियेसोबत होणाऱ्या वेदना ती सहन करू शकेल, याची तिला खात्री नव्हती. तिनं सगळी रात्र यावर विचार करतच घालवली होती. तिनं वेदना, त्या नळ्या, संभाव्य असलेल्या इलिओस्टॉमीमुळे मिळणारी प्रतिष्ठा वगैरे गोष्टींची बरीच कल्पना केली होती आणि तिला तोंड द्याव्या लागणाऱ्या गुंतागुंतीची अनाकलनीय अशी भीती तिच्या मनामध्ये होती. ''मला

असा धोक्याचा पर्याय स्वीकारावा वाटत नाही.'' ती म्हणाली.

आम्ही बोलल्यानंतर हे स्पष्ट झालं की, संभाव्य धोक्यांना तोंड देण्यासाठी लागणाऱ्या धैर्याचा अभाव ही काही तिची अडचण नव्हती. तिची खरी अडचण त्यांच्याविषयी कसा विचार करावा, त्याचं वर्गीकरण कसं करावं ही होती. ती म्हणाली की, ''माझी खरी भीती त्या त्रासाची आहे.'' जरी आम्ही ही शस्त्रक्रिया तिचा त्रास कमी करण्यासाठीच करणार होतो, तरी ती क्रिया ही बरं वाटण्यापेक्षा जास्त त्रासदायक ठरू शकणार नव्हती का?

''होय'', मी म्हणालो. शस्त्रक्रिया तिला पुन्हा खाण्यासाठी सक्षम बनवण्याची शक्यता प्रदान करू शकणार होती आणि तिच्या मळमळीवर नियंत्रण मिळवण्याची एक चांगली इच्छाही पूर्ण करणार होती; पण कदाचित बरं वाटण्याऐवजी तिला प्रचंड वेदना देणारीही ठरू शकत होती किंवा कदाचित नव्या अडचणीही उभ्या करणारी होती. मी तिच्यासमोर सारं काही स्पष्ट मांडल्यावर असं लक्षात येत होतं की, अगदी काही थोड्या काळापुरतं का होईना, तिचा भविष्यकाळ जरा बरा जाण्याची शक्यता ७५ टक्के होती आणि सगळं काही वाईट होण्याची शक्यता मात्र २५ टक्के होती.

तर मग तिच्यासाठी कोणती गोष्ट करणं योग्य होतं? आणि तो पर्याय एवढा का यातनादायक होता? माझ्या असं लक्षात आलं की, पर्याय हा धोक्याच्या गणनेपेक्षाही जास्त गुंतागुंतीचा होता. म्हणजे तुम्हाला मळमळ होण्यापासून कसा आराम मिळतो आणि पुन्हा एकवार सहज जेवणाची शक्यता, तेही अगदी वेदनेची, जंतूंचा प्रादुर्भाव होण्याची किंवा त्या छोट्याशा पिशवीमध्येच संडास जाण्याची व्यवस्था घेऊन जगण्याच्या सगळ्या गोष्टींना तोंड देऊन हे कसं होतं, हे महत्त्वाचं होतं.

मेंदू आपल्याला या वेदनेसारख्या अनुभवांचं मूल्यमापन करण्यासाठी दोन मार्ग देतो... आपण अशा अनुभवांना क्षणात अटकाव कसा करतो आणि त्यानंतर आपण त्याकडे कसे बघतो... आणि हे दोन्हीही मार्ग सखोल दृष्टीनं पाहता अतिशय विरोधाभासी आहेत. नोबेल पुरस्कार विजेता संशोधक डॅनियल कह्नेमान यानं अनुभवांच्या शृंखलेमध्ये काय होतं, याचं सखोल विवेचन आपल्या 'थिंकिंग, फास्ट ॲन्ड स्लो' या पुस्तकामध्ये केलं आहे. त्यापैकी एक म्हणजे, त्यानं आणि टोरोंटो विद्यापीठातील तज्ज्ञ डोनाल्ड रिडेलमैर यानं २८७ रुग्णांवर कोलोनोस्कोपी आणि किडनी स्टोनसाठी अगदी जागृतावस्थेत केलेल्या शस्त्रक्रियांचा अभ्यास आहे. त्यांनी रुग्णांना असं एक उपकरण दिलं होतं की, ज्याद्वारे ते प्रत्येक साठ सेकंदाला त्यांच्या वेदनेचं मूल्यमापन एक : वेदनारहित ते दहा : असह्य वेदना, यामध्ये करू शकत होते. ती एक प्रणाली होती जी त्यांना प्रती क्षणाला येणाऱ्या वेदनेच्या अनुभवाचं

एक परिमाण देत होती. सगळ्यात शेवटी रुग्णांना असंही विचारण्यात आलं की, सगळ्या कामामध्ये त्यांनी अनुभवलेल्या एकंदर वेदनेचं प्रमाण किती होतं. ही सारी क्रिया साधारणपणे चार मिनिटे ते एक तासापेक्षा जास्त कितीही वेळ चालायची. त्या विशेष वेदनांच्या क्षणांचा विचार करून रुग्णांनी कमीतकमी आणि जास्तीतजास्त वेदना किती, हे सांगितलं. कोलोनोस्कोपीच्या एक तृतीयांश रुग्णांनी आणि किडनी स्टोन म्हणजे मुतखडा विकाराच्या एक चतुर्थांश रुग्णांनी सगळं काम होईपर्यंत किमान एकदा तरी वेदनेचं परिमाण दहा म्हणजे असह्य वेदना, असं दिलं होतं.

आपलं एक नैसर्गिक गृहीतक असं आहे की, वेदनेचे अंतिम परिणाम हे प्रतिक्षणाला येणाऱ्या वेदनेच्या एकेका अनुभवांची बेरीज आहे. आपला एक असा विश्वास असतो की, दीर्घकाळपर्यंत टिकणारी वेदना ही अल्पकाळ टिकणाऱ्या वेदनेपेक्षा जास्त त्रासदायक असते आणि अशी मोठ्या प्रमाणावर असणारी सरासरी वेदना ही कमीतकमी असणाऱ्या सरासरी वेदनेपेक्षा जास्त असते; पण हे काही सगळंच रुग्णांनी नोंदवलं होतं, असं काही नाही. अंतिम श्रेणीनं वेदनेच्या काळाकडे पूर्णपणे दुर्लक्षच केलं. त्याऐवजी, कह्नेमानच्या 'पिक एंड रुल' या नियमानं या श्रेणीचा चांगला अंदाज बांधला आहे : फक्त दोन क्षणांमध्ये आलेल्या वेदनेच्या अनुभवांची सरासरी म्हणजे... त्या पूर्ण प्रक्रियेतील तो सर्वांत त्रासदायक क्षण आणि शेवटचा क्षण. पचनसंस्था विकारतज्ज्ञ... ज्यांनी वेदनेच्या श्रेणीबद्धतेवर आधारित प्रक्रिया केली, तेव्हा त्यांनी तशाच प्रकारे रुग्णांना वेदनाही सहन करू दिल्या, तेही ती वेदना अत्यंत तीव्र असताना असणाऱ्या श्रेणीवरून आणि अंतिम श्रेणीवरून केलं गेलं; एकंदर वेदनेवरून परीक्षण केलं गेलं नाही.

सहसा माणसांमध्ये दोन 'स्व' असतात... एक अनुभव घेणारा स्व, जो प्रत्येक क्षण तेवढ्याच प्रभावीपणे सहन करतो आणि दुसरा स्मृतिरूप स्व, जो काळाच्या दोन टोकांमधील ...म्हणजे अतिशय वेदनादायक क्षण आणि शेवटचा क्षण ...या दोन्हीमधील फरकाचा निर्णय देऊ शकतो. हा स्मृतिरूप स्व खरं तर 'पिक एंड रुल'शी जास्त संबंधित असतो. अगदी जेव्हा शेवट हे विसंगत किंवा प्रमाणामध्ये नसतात, तेव्हाही असतात. वैद्यकीय उपचाराच्या अगदी शेवटच्या क्षणी काही मिनिटे जरी वेदना नसली, तरीही रुग्णाच्या संपूर्ण वेदनेची श्रेणी बदलून जाते, अगदी त्यांनी सगळ्या उपचारांदरम्यान अगदी अर्धा तास तीव्र वेदना सहन केलेली असली तरीही! 'एवढं काही त्रासदायक नव्हतं.' असं त्यांनी सांगितलं. आणि शेवटचा क्षण जर वाईट गेला, तर अगदी नाट्यमयरित्या वेदनेची श्रेणी उगाचच वर जाते.

विभिन्न प्रयोगांनंतर 'पिक एंड रुल' आणि वेदनेच्या काळाकडे होणारं आपलं दुर्लक्ष या दोन गोष्टी निश्चित करण्यात आलेल्या आहेत. संशोधनाअंती हेही सिद्ध

झालेलं आहे की, लोकांना सुखद अनुभव येण्याच्या श्रेणीच्या अनुषंगानंच ही सारी प्रक्रिया लागू होते. प्रत्येकाला हे माहीत आहेच की, खेळणारा एखादा चमू जेव्हा संपूर्ण खेळ अगदी कौशल्यानं खेळून जिंकण्याच्या स्थितीला पोहोचतो, तेव्हा तो खेळ पाहण्याचा अनुभव कसा असतो. आपला अनुभव असा आहे की, शेवट हा समग्र अनुभवाला नाहीसं करतो. तरीही निर्णयाच्या मुळाशी एक विरोधाभास असतो. 'अनुभव घेणाऱ्या स्व'कडे आनंदाचे सगळे तास असतात आणि फक्त एक क्षण विरस करणारा असतो; पण या 'स्मृतिरूप स्व'ला त्यामध्ये कुठलाही आनंद दिसून येत नाही.

जर स्मृतिरूप स्व आणि 'अनुभविता स्व' हे दोन्ही एकाच अनुभवाच्या संदर्भात अगदी मूलभूत, वस्तुनिष्ठ मत देण्याच्या बाबतीत विरोधाभासी असू शकतात, तर अवघड प्रश्न असा निर्माण होतो की, कोणा एकाचं ऐकायचं? जेवेल डलसच्या मनाच्या तळाशी असणारा हा छळवादी प्रश्न आहे आणि जर तिला मार्गदर्शन करणारा मी असलो, तर एका निश्चित अशा मर्यादेपर्यंत माझाही हाच प्रश्न आहे. आपण 'स्मृतिरूप स्व'चं ऐकावं काय... किंवा या केसमध्ये, अगदी विरुद्ध... त्या 'स्व'चं ऐकावं, जो त्या वाईट गोष्टींवर प्रकाश टाकतो, ज्या कदाचित तिला भोगाव्या लागतील? किंवा आपण अनुभविता असणाऱ्या 'स्व'चं ऐकावं का, ज्याला ती नुसती घरी जाण्यापेक्षा शस्त्रक्रियेला सामोरं गेली, तर फार कमी त्रास भोगावा लागणार आहे... आणि पुन्हा काही काळासाठी ती खाऊही शकेल.

सरतेशेवटी आयुष्य म्हणजे त्यातील सगळ्या क्षणांची गोळाबेरीज या दृष्टीनं लोक बघतच नाहीत... जे म्हणजे 'फारसं काही नाही आणि बरीचशी झोप यांची बेरीज' एवढंच असतं. मानवासाठी तरी आयुष्य हे अर्थपूर्ण आहे, कारण त्याला एक कथा आहे. त्या कथेत समग्रतेचा अनुभव आहे आणि त्याचा परीघ हा वैशिष्ट्यपूर्ण अशा क्षणांनी ओळखला जातो; निश्चित केला जातो, प्रत्येकामध्ये काहीतरी घडत असतं. प्रतिमिनिट येणाऱ्या सुखाच्या आणि वेदनेच्या श्रेणीच्या मोजमापानं मानवी अस्तित्वाचा मूलभूत आयाम हरवतो. एक वरवर आनंदी असणारं आयुष्य कदाचित रिक्त असू शकतं. एक वरवर कठीण असणारं आयुष्य हे एखाद्या मोठ्या कारणासाठी समर्पित असू शकतं. आपल्याकडे आपल्यापेक्षाही मोठे असे हेतू आहेत. तुमचा 'स्मृतिरूप स्व' हा केवळ सुखाची उच्चस्थिती आणि दुःखाचे खाचखळगेच नाही तर पूर्ण घटना कशी घडते, हेही ओळखतो. मात्र, अनुभविता मन मात्र तसं नसतं; ते केवळ क्षणांतच नाहीसं होतं. सगळ्या गोष्टी कशा बदलत जातात, याचा त्यावर मोठा परिणाम होत असतो. एखादा फुटबॉलप्रेमी खेळाच्या अगदी अंतिम क्षणांत काही विचित्र क्षण आले की, तीन तासांमध्ये घेतलेल्या आनंदाचा अनुभव कसा नष्ट होऊ देतो? कारण शेवटी फुटबॉलचा खेळ ही एक घटना आहे आणि अशा घटनांमध्ये शेवट होतोच.

तरीही आपण हेही लक्षात ठेवायला हवं की, 'अनुभविता स्व'कडे दुर्लक्ष होणार नाही. उच्च टोकाची स्थिती आणि शेवट या दोनच गोष्टी अशा नाहीत की, ज्यावरून मोजमाप होतं. सततच्या आनंदानंतर आत्यंतिक सुखाच्या क्षणातही 'स्मृतिरूप स्व'ही क्वचितच सूज्ञपणा दाखवतो.

'विसंगती ही आपल्या मनामध्ये एक प्रकारचं नक्षीकाम करत असते.' कह्नेमाननं आपलं निरीक्षण नोंदवलं आहे. 'वेदना आणि आनंद याविषयीच्या आपल्या अनुभवाच्या कालावधीविषयीही आपल्या स्वत:च्या आवडीनिवडी असतात. आपल्याला वेदनेचा अनुभव अतिशय थोडा हवा असतो आणि आनंद, सुख मात्र सतत टिकणारं हवं असतं; पण आपली स्मृती... ही दु:खाच्या किंवा सुखाच्या आणि भावनांच्या मालिकातील आत्यंतिक क्षणाचे प्रतिनिधित्व करण्यासाठी उत्क्रान्त झालेली असते, जेव्हा ही मालिका त्याच्या अंतिम टप्प्यात असते. जी स्मृती कालावधी नाकारते, ती आपल्या सतत टिकणाऱ्या सुखाच्या आणि थोड्याशा दु:खाच्या निवडीच्या मदतीला कधीही येणार नाही.'

जेव्हा आपल्याकडे अतिशय कमी वेळ असतो आणि आपण याविषयीही संभ्रमात असतो की, आपल्या प्राथमिकतेला किती महत्त्व द्यावं; तेव्हा आपल्यावर या वास्तवतेचा निश्चितच दबाव येतो की, अनुभविता स्व आणि स्मृतिरूप स्व या दोन्ही गोष्टी अस्तित्वात असतात. आपल्याला जास्त कालावधीसाठी वेदना आणि थोडासा आनंद सहन होत नाही. तरीही काही प्रकारचे आनंद हे वेदनेला सहन करण्याची क्षमता देतात. उच्च स्थिती महत्त्वाची असते आणि म्हणूनच शेवटही!

जेवेल डलसला हे माहीत नव्हतं की, तिची ज्या शस्त्रक्रियेला सामोरं जाण्याची इच्छा होती, ती तिच्यावर परिणाम घडवून आणू शकत होती आणि अजूनही वाईट परिणाम होण्याची भीती होती. "मला खूप धोके स्वीकारायचे नाहीतच." ती म्हणाली आणि म्हणूनच माझ्या लक्षात आलं की, तिला असा भयंकर जुगार खेळायचाच नाही, ज्यामुळे आयुष्याला एक वेगळंच वळण लागेल. दुसऱ्या बाजूनं विचार करता, तिनं आशा धरावी अशा अनेक गोष्टी होत्या; पण वरवर पाहता त्या अतिसामान्य होत्या. त्या आठवड्यामध्ये ती चर्चमध्ये गेली, दुकानामध्येही गेली, कुटुंबासाठी जेवण तयार केलं, ऑर्थरसोबत दूरचित्रवाणीवर चक्क एक कार्यक्रमही पाहिला. तिची आजी सल्ल्यासाठी आली होती, तिच्याशीही बोलली आणि तिच्या जवळच्या मैत्रिणीसोबत लग्नाच्या कार्यक्रमासाठी काही योजनाही तयार केली. तिला त्यापैकी थोडं तरी करण्याची परवानगी दिली असती ...जर तिच्या त्या ट्यूमरनं तिला तिच्या आवडत्या लोकांबरोबर आनंदाचा अनुभव घेण्यास जो अटकाव केला होता त्यातून थोडीशी सुटका दिली असती... तर तिला बरंच काही सहन करण्याचीही इच्छा होती. दुसऱ्या बाजूनं पाहता, तिला आधीच तोंड द्याव्या लागलेल्या वाईट

परिस्थितीपेक्षाही वाईट स्थितीला तोंड देण्याची तिची अजिबात इच्छा नव्हती, ज्यामध्ये तिचं आतडं बंद झालं होतं आणि पोटामध्ये जणू एखादा गळका नळ असावा इतकं पाणी साठलेलं होतं. जणू असं वाटत होतं की, आता पुढे जाण्याला कुठलाही मार्ग नाही; पण त्या शनिवारी सकाळी आम्ही जसे रुग्णालयातील खोलीमध्ये गेलो, तिचं कुटुंब तिच्याभोवती आणि शल्यक्रिया विभागाच्या बाहेर उभं होतं, माझ्या हे ध्यानात आलं की, ती मला प्रत्येक गोष्ट सांगतेय, जी जाणणं माझ्यासाठी गरजेचं आहे.

मी तिला समजेल अशा भाषेमध्ये सांगितलं, 'कुठल्याही प्रकारचा धोका न स्वीकारता तुला आता तुझ्या कुटुंबामध्ये परत पाठवण्यासाठी मला शक्य तेवढी शस्त्रक्रिया करणं गरजेचं आहे. मी एक छोटासा लॅप्रोस्कोप वापरणार आहे. मी त्याद्वारे भोवताली काय ते बघेन. आणि जर मला वाटलं की, अगदी सहज करणं शक्य आहे, तर मी तुझ्या आतड्यातील अडथळा दूर करण्याचा प्रयत्न करेन; पण जर ते जास्त अवघड आणि धोकादायक वाटलं, तर मी तिथं एक नळी ते द्रव्य बाहेर पडण्यासाठी घालेन. मी कदाचित ते करण्याचा प्रयत्न करेन, जे काही विसंगत शब्दांत व्यक्त करता येईल; म्हणजे उपशामक शस्त्रक्रिया, म्हणजे ती शस्त्रक्रिया ज्यामध्ये प्राथमिकता ही असेल की, जे काही घातक आणि धोकादायक असेल, ते फक्त अशा पद्धतीनं सोडवणं की त्यामुळे तुला लगेच बरं वाटेल.

ती शांतपणे विचार करत राहिली.

तिच्या मुलीनं तिचा हात हातात घेतला. ''आपण हे करू या, मॉम.'' ती म्हणाली.

''ओके!'' डलस म्हणाली. ''पण धोका कुठलाच घ्यायचा नाही.''

''नाही, कुठलाही धोका घ्यायचा नाही.'' मी म्हणालो.

जेव्हा ती ॲनेस्थेशियाच्या गुंगीमध्ये होती, मी तिच्या बेंबीच्या वर अर्धा इंचाचा छेद दिला. तिथून एक पातळ आणि रक्तमिश्रित द्रव्य वाहू दिलं. मग फायबरऑप्टिक स्कोप आतमध्ये घालण्यासाठी आत काही जागा आहे का, हे पाहण्यासाठी माझ्या ग्लोव्हज घातलेल्या हाताचं बोट त्यामध्ये घातलं; पण ट्यूमरमुळे कठीण झालेल्या आतड्यानं त्यामध्ये प्रवेश बंद करून टाकला होता. मी त्यामध्ये साधा कॅमेराही घालू शकत नव्हतो. माझ्यासोबत एक सहकारी चाकू घेऊन उभा होता आणि तो छेद सरळ वरपर्यंत कापत नेला, जोपर्यंत त्यातून सरळ दिसणार नाही आणि आत हात घालता येणार नाही. त्या छिद्राच्या तळाशी मला त्या वाढलेल्या आतड्याचं टोक दिसलं... मला आतल्या नळीच्या फुगवट्यासारखं वाटलं... जे टोक मला असं वाटलं की, आपण त्वचेपर्यंत वर ओढून घेऊ आणि त्यावर इलिओस्टॉमी करू, जेणेकरून तिला पुन्हा खाता येऊ शकेल; पण ते ट्यूमरमुळे गुंतल्यासारखं राहिलं

आणि जसं आम्ही त्याला मोकळं करण्याचा प्रयत्न करू लागलो, तसं आमच्या हे लक्षात आलं की, आम्ही त्यामध्ये छिद्र पाडण्याचे धोके स्वीकारत आहोत, जे आम्ही कधीही दुरुस्त करू शकत नाही. पोटामध्ये स्राव होणं, ही मोठी आपत्ती ठरू शकत होती. म्हणून मग आम्ही काम थांबवलं. तिची उद्दिष्टं आमच्यासमोर अगदी स्पष्ट होती. धोका स्वीकारायचाच नव्हता. आम्ही आमचा दृष्टिकोन बदलला आणि त्याऐवजी दोन लांब, प्लास्टिक ट्यूब बसवल्या. एक सरळ तिच्या जठरामध्ये घातली, ज्याद्वारे तिथं राहिलेलं बाहेर पडून ते रिकामं होणार होतं आणि तिच्या उदराच्या पोकळीमध्ये तिच्या आतड्याबाहेर साठणारं द्रव्य सरळ बाहेर काढण्यासाठी दुसरी ट्यूब घातली. मग आम्ही ते बंद करून टाकलं आणि आमचं कामही संपलं होतं.

मी तिच्या कुटुंबाला सांगून टाकलं की, तिला पुन्हा जेवता यावं, म्हणून आम्ही काहीही मदत करू शकलो नाही आणि डलस शुद्धीवर आल्यावरही मी तिला हे सांगून टाकलं. तिच्या मुलीच्या डोळ्यांमध्ये पाणी आलं. तिच्या नवऱ्यानं किमान प्रयत्न केल्याबद्दल आमचे आभार मानले. डलसनं त्याही परिस्थितीमध्ये धैर्य दाखण्याचा प्रयत्न केला.

"मला तसंही खाण्याचं काही फार वेड नव्हतंच." ती म्हणाली.

त्या नळ्यांनी तिचं मळमळणं आणि पोटातलं दुखणं बऱ्यापैकी थांबवलं... "९० टक्के." ती म्हणाली. अस्वस्थ वाटलं म्हणजे आतड्यातील नळी बॅगेमध्ये कशी उघडायची आणि पोट खूपच गच्च झालं, असं वाटल्यास पोटाची नळी कशी उघडायची, हे तिला तिथल्या परिचारिकांनी शिकवलं. आम्ही तिला काय वाटेल ते पिण्याची परवानगी दिली आणि चवीसाठी अगदी मऊ अन्न खाण्याचीही परवानगी दिली. तीन दिवसांनंतर ती तिच्याकडे लक्ष ठेवू शकणाऱ्या हॉस्पिटल सेवेच्या मदतीनं घरी गेली. जाण्यापूर्वी तिच्या कर्करोगतज्ज्ञानं आणि कर्करोगाची सेवा देणाऱ्या परिचारिकेनं तिला तपासलं. डलसनं त्यांना सरळच विचारलं की, "मी किती दिवस जगेन, असं तुम्हांला वाटतं."

"त्या दोघांच्याही डोळ्यांमध्ये अश्रू दाटून आले होते." तिनं मला सांगितलं. "ते माझ्या प्रश्नाचं उत्तरच होतं."

डलस रुग्णालयातून गेल्यानंतर काही दिवसांनी तिच्या घरच्यांनी मला कामावरून जाता जाता तिथं थांबण्यास सांगितलं. दार वाजवल्यावर तिनं स्वतःच उत्तर दिलं, तिनं एक मोठा झगाच घातला होता आणि त्यासाठी ती दिलगिरी व्यक्त करत होती. आम्ही तिच्या बैठकीच्या खोलीत बसलो आणि "तुझं कसं काय चालू आहे?" असं मी तिला विचारलं.

"मी सारं काही व्यवस्थित करत आहे. मला वाटतं, माझ्याकडे एक परिमाण

आहे, ज्या परिमाणामध्ये मी हळूहळू संपत चालले आहे.'' तिनं सांगितलं; पण ती दिवसभर तिच्या जुन्या मित्रमंडळींना आणि नातेवाइकांना भेटू शकत होती आणि तिला ही बाब आवडली होती. ''ते खरोखरच मला शक्ती पुरवणारं औषध आहे आणि म्हणून मला ते करायला आवडतं.'' तिला फार थकवा येऊ नये म्हणून तिचं कुटुंब त्या भेटी टाळण्याचा थोडा प्रयत्न करत होतं.

तिनं सांगितलं की, ''माझ्या शरीराच्या बाहेर असं काहीतरी अडकून असलेलं मला अजिबात आवडत नाही.'' त्या नळ्या अतिशय गैरसोयीच्या आणि तिच्या पोटातून अशा बाहेर आल्यासारख्या दिसत होत्या. ''मला हे माहीत नव्हतं की, तिथं असा सतत दाब वगैरे असेल.'' ती म्हणाली; पण पहिल्यांदाच तिच्या असं लक्षात आलं की, केवळ त्या नळीचं तोंड उघडलं तरीही मळमळ कमी होते. ''मी त्या नळीकडे बघते आणि म्हणते, 'इथं राहतेस त्याबद्दल धन्यवाद'!''

वेदना कमी होण्यासाठी ती फक्त टायलेनॉल घेत होती. तिला गुंगी आणणारं नार्कोटिक्ससारखं द्रव्य घेणं अजिबात आवडत नव्हतं, कारण ते तिला गुंगीत ठेवत होतं आणि अशक्तही करत होतं आणि लोकांना भेटण्यामध्ये त्याचा अडथळा येत होता. ''बहुधा मी हॉस्पिटलच्या लोकांना संभ्रमात टाकलं; कारण मी काही मुद्दे मांडले, मला अस्वस्थ करणाऱ्या कुठल्याही गोष्टी आवडत नाहीत.''...तिला गुंगी आणणाऱ्या नार्कोटिक्सविषयी बोलायचं होतं. ''पण मी अद्याप काही त्या अवस्थेपर्यंत आलेली नाही.''

आम्ही बहुतांश तिच्या आयुष्यातील आठवणींविषयी बोललो आणि त्या सगळ्याच छान होत्या. तिनं सांगितलं की, ''देवावर विश्वास ठेवल्यानं मला फार शांतता मिळाली आहे.'' किमान या वेळी तरी मी अशी भावना व्यक्त केली की, आम्ही त्यामुळे योग्य असं करायला शिकलो. डलसच्या कथेचा शेवटही तिनं आतापर्यंत कल्पना केल्याप्रमाणे होत नव्हता; पण असं असूनही तिला अर्थपूर्ण वाटणाऱ्या गोष्टींची निवड करण्यास ती सक्षम असल्यामुळे तसा होत होता.

दोन आठवड्यांनंतर तिच्या मुलीनं मला निरोप पाठवला. 'मॉम शुक्रवारी सकाळी गेली. ती शांतपणे झोपण्यासाठी गेली आणि तिनं शेवटचा श्वास घेतला. ते फार शांततापूर्ण होतं. त्या वेळी फक्त माझे वडील तिच्या शेजारी होते, बाकीचे आम्ही सगळेजण बैठकीमध्ये होतो.' हा अगदी व्यवस्थित असा शेवट होता आणि त्यांनी एकमेकांशी सांभाळलेल्या नात्यांना राखत तो शेवट झाला.

शेवट हे अगदी नियंत्रण करण्याजोगे असतात, अशा कल्पनेचा सल्ला देताना मी जरा साशंकच आहे. आतापर्यंत कुणीही खरोखरच त्यावर नियंत्रण मिळवलेलं नाही. भौतिकशास्त्र, जीवशास्त्र आणि अपघात हे आपल्या आयुष्यामध्ये प्रवेश करण्याचे

मार्ग आहेतच; पण मुद्दा असा आहे की, आपण अगदीच असहाय नाही आहोत. दोन्हीही वास्तवांना ओळखण्यासाठी धैर्य हीच मोठी शक्ती आहे. जरी काळ हा त्याच्या लहान लहान होत जाणाऱ्या सीमारेषेमध्ये बंदिस्त होत असला, तरीही आपल्याकडे कृती करण्यासाठी आणि आपल्या कथांना आकार देण्यासाठी बराच अवकाश असतो. जेव्हा आपण ही गोष्ट समजून घेतो, तेव्हा काही मोजके निष्कर्ष स्पष्ट होतात की, आपण आजारी व्यक्तींना आणि वृद्धांना कसे वागवतो. यातील सगळ्यात मोठं, क्लेशकारक अपयश कोणतं असेल तर ते हे की, केवळ सुरक्षितता आणि दीर्घकाळ जगण्याखेरीज त्यांच्या काही प्राथमिक गरजा आहेत, हे ओळखण्यात येणारं अपयश; कुणा एकाच्या आयुष्यामध्ये अपरिहार्यपणे अर्थपूर्णता टिकवून ठेवेल, असं वळण देण्याची ती संधी ओळखण्याचं अपयश; आपल्या संस्था, आपली संस्कृती आणि आपले संवाद यांना आपल्याला पुन्हा एकवार आधुनिक बनवण्याची अशी संधी मिळते, ज्यामुळे प्रत्येकाच्या आयुष्यातील अंतिम पाठाला बदलण्याची एक संधी मिळते, हे ओळखण्याचं अपयश.

मग अगदी अपरिहार्यपणे असा प्रश्न उपस्थित होतो की, त्या शक्यता अगदी शेवटपर्यंत कशा न्यायच्या?... खरंच लोकांची स्वायत्तता तशीच ठेवण्याचं तर्कशास्त्र आणि नियंत्रण हे जेव्हा त्यांची इच्छा होईल, तेव्हा त्यांच्या मृत्यूला वेग देण्यासाठी मदतीची गरज असते का? 'मदतीनं आत्महत्या' ही गोष्ट कलेच्या परिभाषेत गेली, म्हणजे जरी वकिलांनी त्यासाठी 'प्रतिष्ठेचं मरण' असा सभ्य शब्द योजला असला तरीही! जेव्हा आपण लोकांना अन्न किंवा पाणी किंवा औषधं आणि उपचार नाकारण्याची परवानगी देतो, म्हणजे अगदी औषधांचा संवेग त्याच्या विरुद्ध लढत असला तरीही, तेव्हा आपण अगदी स्वच्छपणे या प्रकारचा हक्कच ओळखलेला असतो. आपण लोकांच्या मृत्यूला वेगच देत असतो, जेव्हा आपण कृत्रिम श्वसनयंत्र किंवा कृत्रिम अन्नपुरवठा काढून टाकतो. थोड्याफार विरोधानंतर हृदयविकार तज्ज्ञांनी हे आता स्वीकारलं आहे की, जर रुग्णाची इच्छा असेल तर त्यांना स्वतःच्या हृदयाला जोडलेला पेसमेकर काढून टाकण्यासाठी डॉक्टर नेमण्याचाही अधिकार आहे. आपण गुंगी आणणारं नार्कोटिक्स आणि सेडटिव्हच्या मात्रा वाढवण्याची परवानगी देण्याची गरजही ओळखली आहे, जे वेदना आणि अस्वस्थपणा कमी करतात, मग भलेही ते जाणूनबुजून मरणप्रक्रियेला वेग देत असलं तरीही!

आजारी माणसांची किमान पात्रता ही असावी की, त्यांना त्याच प्रकारची औषधं लिहून मिळावीत. फक्त या वेळी मात्र ती त्यांच्या मृत्यूकडे जलद नेण्यास मदत करणारी असावीत, अशी सगळ्या समर्थकांची इच्छा असते. बाह्य किंवा कृत्रिम प्रक्रिया, जी त्यांचं आयुष्य वाढवते; ती थांबवण्याचा अधिकार लोकांना देणाऱ्या आणि तसं घडवणाऱ्या नैसर्गिक, आंतरप्रक्रिया थांबवण्याचा अधिकार देणाऱ्या

सुसंगत तत्त्वज्ञानातील या फरकाला सांभाळण्यासाठी येणाऱ्या अडथळ्याविरुद्ध आपण खरं तर धावत आहोत.

मुळात आपल्याला नेमक्या कोणत्या चुकांची जास्त भीती वाटते, यावर चर्चा आहे... आजारपण लांबवणारी चूक की मौल्यवान आयुष्य कमी करण्याची चूक. आपण आत्महत्या करून आरोग्यावरच थांबू शकतो; कारण आपण हे तर ओळखलंच आहे की, त्यांचे मानसिक त्रास हे तात्पुरतेच असतात. आपला ठाम विश्वास आहे की, सहकार्यानं 'स्मृतिरूप स्व' हा 'अनुभविता स्व'पेक्षा घडलेल्या घटना जरा वेगळ्या दृष्टीनं पाहतो... आणि ही गोष्ट खरीच आहे की, आत्महत्येच्या प्रयत्नातून वाचलेले फार कमी लोक पुन्हा तेच करतात; त्याविरुद्ध असं लक्षात आलं आहे की, वाचलेल्यांपैकी बहुतांश लोकांनी आपण जिवंत आहोत, हे जाणून खरोखरच आनंद व्यक्त केला आहे; पण जे अगदी असाध्य आजारानं ग्रस्त आहेत, जे त्याला तोंड देतात, ज्यांचा आजार वाढणार आहे, असं आपल्याला माहीत असतं; फारच कमी पाषाणहृदयी त्यांच्या बाबतीत सहानुभूती नसलेले असू शकतात.

त्याचप्रमाणे मला ही पण भीती वाटते की, जेव्हा आपण लोकांना स्वतःच्या मृत्यूला वेग देण्यासाठी कृतिशील मदत करणारा वैद्यकीय व्यवसाय वाढवतो, तेव्हा काय होईल? मला मी त्यांच्यावर जवळजवळ अवलंबून आहे, यापेक्षा या क्षमतेच्या दुरुपयोगाची कमी भीती वाटते. समर्थकांनी यातील न्यूनता आणि दुरुपयोग टाळण्यासाठी या अधिकारांची अगदी काटेकोरपणे काटछाट केलेली आहे. तज्ज्ञांना जिथं अगदी घातक औषधं लिहून देण्याची परवानगी दिली जाते ...म्हणजे नेदरलँड, बेल्जियम आणि स्वित्झर्लंडसारखे देश आणि ओरेगॉन, वॉशिंग्टन आणि वेरमॉन्टसारखी राज्यं... तिथंही ते तेव्हाच करू शकतात, जेव्हा असाध्य आजारानं आजारी असलेल्या रोग्याला असह्य आजाराला तोंड द्यावं लागत असेल, जो वेगळ्या अशा प्रसंगामध्ये वारंवार विनवणी करत असेल. जे केवळ नैराश्यानं वागत नाहीत किंवा इतर कुठल्या मानसिक आजारानं ग्रस्त होऊन तसं वागत नाहीत आणि याच निकषावर ठाम असणारा दुसरा एखादा तज्ज्ञही त्यांच्याकडे आहे, तेव्हाच असं करण्याची परवानगी आहे. एवढं असूनही, ही मोठी संस्कृती अगदी निरपवादानं खात्री करून घेते की, अशा अधिकारी व्यक्तीला कामावर कसं ठेवलं गेलं आहे. उदाहरणार्थ, नेदरलँडमध्ये ही यंत्रणा गेल्या अनेक दशकांपासून आहे, ज्याला फारसा काही मोठा विरोध सहन करावा लागत नाही आणि विशेषत्वानं तिचा विनियोगही वाढलेला आहे; पण वास्तव हे आहे की, २०१२ च्या दरम्यान, पस्तीस डच नागरिकांपैकी एकानंच त्यांच्या मृत्यूच्या वेळी असं साहाय्यानं आत्महत्या करण्याचा मार्ग स्वीकारला; हे काही फार मोठं यश नाही. हे अपयशाचं लक्षण आहे. आपलं अंतरिम ध्येय हे सरतेशेवटी चांगलं मरण असं नाही, तर अगदी शेवटपर्यंत चांगलं आयुष्य हे आहे.

डच हे उपशमन शुश्रूषासेवा कार्यक्रम विकसित करण्याच्या बाबतीत इतरांपेक्षा जरा संथच आहेत, जी ती पुरवू शकले असते. एक कारण कदाचित हेही असावं की, वैद्यकीय साहाय्यानं मृत्यू देणारे काही पर्याय त्यांच्या यंत्रणेमध्ये पुन्हा शिरले असावेत, जे आजारपण कमी करू शकतात आणि आयुष्य वाढवूही शकतात. जेव्हा एखादी व्यक्ती अगदी अशक्त होते आणि गंभीरपणे आजारी पडते, तेव्हा ही बाब अगदीच सुसह्य नसते.

निश्चितपणे आयुष्याच्या शेवटी आजारपण हे कधीकधी अटळ आणि असह्य असतं आणि लोकांना अशा त्रासातून सुटका करून घेण्यास मदत करणं आवश्यक असतं. या संधीवर मी त्या कायद्याला पाठिंबाच देईन, ज्याद्वारे या लोकांना असं औषध मिळेल. त्यापैकी अर्धे खरं तर त्यांना लिहून दिलेल्या औषधाच्या चिठ्ठीचा उपयोगही करत नाहीत. त्यांना फक्त पुन:पुन्हा आश्वस्त केलं जातं की, जर गरज पडली, तर त्यांच्याजवळ नियंत्रण करण्यासाठी हे आहेच; पण जर आपण आजारी माणसांचं आयुष्य बरं करण्यापासून ही क्षमता परावृत्त करत असू, तर आपण सगळ्या समाजाचं नुकसान करत असतो. कुणाच्यातरी साहाय्यानं जगणं, हे कुणाच्यातरी साहाय्यानं मरण्यापेक्षा फारच कठीण आहे; पण त्याच्या शक्यता त्याप्रमाणेच खरंच मोठ्या आहेत.

आजारपणाच्या बंधनामध्ये जखडलेले असताना हे पाहणंही कदाचित अवघड असू शकतं. एके दिवशी मला माझी मुलगी हंटरच्या पियानो शिक्षिकेच्या, पेग बॅचेल्डरच्या नवऱ्याचा फोन आला. ''पेग रुग्णालयात दाखल झाली आहे.'' मार्टिन म्हणाला.

तिला आरोग्याचे अतिशय गंभीर प्रश्न होते, आजार होते. ही गोष्ट मला चांगलीच माहीत होती. अडीच वर्षांपूर्वी, तिच्या उजव्या बाजूच्या नितंबामध्ये वेदना सुरू झाल्या होत्या. जवळपास एक वर्षापर्यंत त्याचं निदान केवळ संधिवात असंच चुकून करण्यात आलं होतं. जेव्हा ते अतिशय बिकट झालं, तेव्हा एका तज्ज्ञानं तर तिला मनोविकारतज्ज्ञाची भेट घेण्याविषयीही सुचवलं होतं आणि तिला 'हाऊ टू लेट गो ऑफ युवर पेन' हे पुस्तकही वाचायला दिलं होतं; पण क्ष किरणाच्या तपासणीनंतर सरतेशेवटी असं सिद्ध झालं की, तिला जवळपास पाच इंचांचा सार्कोमा, एक क्वचितच सापडणारा मृदू ऊतीचा कर्करोग झालाय, जो कमरेच्या हाडामध्ये आहे आणि तिच्या पायामध्ये त्यानं रक्ताची एक गाठ बनवली आहे. केमोथेरपी, रेडिएशन आणि अगदी त्याच ठिकाणी केलेल्या शस्त्रक्रियेनं तिच्या कमरेच्या हाडाचा एक तृतीयांश भाग काढला होता आणि तेवढ्याच भागाला धातूचा भाग बसवला होता. अनेक गुंतागुंत झाल्यानं ती कित्येक महिने रुग्णालयामध्ये होती. तिला सायकल चालवणं, योगासनं करणं, तिचा शेटलॅन्ड कुत्रा सोबत घेऊन

नवऱ्यासोबत फिरायला जाणं, संगीत ऐकणं आणि तिच्या आवडत्या विद्यार्थ्यांना शिकवणं खूपच आवडायचं. तिला ते सगळं काही दूर सारावं लागलं होतं.

तथापि, सरतेशेवटी पेग नीट झाली आणि शिकवण्याइतकी सक्षमही झाली. तिला कॅनडीयन कुबड्यांची ...ज्यामध्ये आपल्या हाताभोवती एक सुरक्षित अशी पकड असते... फिरण्यासाठी गरज भासू लागली. एरवी बाकी तशी ती सुंदरच होती आणि तिची शिकवणीच्या विद्यार्थ्यांची यादी गच्च भरली. ती जवळपास बासष्ट वर्षांची; उंच, मोठ्या गोल काचांचा चश्मा; दाट पिंगट केसांचा बॉब केलेला अशी होती आणि अगदी विद्यार्थिप्रिय शिक्षिका होण्याइतकी तिची प्रेमळ अशी पद्धत होती. जेव्हा जेव्हा माझ्या मुलीनं एखादा स्वर किंवा तंत्र आत्मसात करण्यासाठी धडपड केली, तेव्हा पेगनं कधीही घाई केली नाही. तिनं तिच्याकडून कधी या पद्धतीनं तर कधी त्या पद्धतीनं प्रयत्न करून घेतला आणि जेव्हा हंटरला सरतेशेवटी ते जमलं, पेगला खरोखरच आनंद झाला आणि तिनं तिला जवळ घेतलं.

शिकवण्याचं काम सुरू केल्यानंतर जवळपास दीड वर्षानं तिच्या उपचारांमुळे पेगला ल्युकेमियासारखा आजार झाल्याचं निदर्शनास आलं. तिनं पुन्हा केमोथेरपीचा उपचार सुरू केला; पण शिकवणं कसंतरी सुरूच ठेवलं. काही आठवडे झाले की, तिला हंटरच्या शिकवणीचं नवं वेळापत्रक तयार करावं लागे आणि आम्हाला हंटरला परिस्थितीविषयी सांगावं लागे, जी त्या वेळी फक्त तेरा वर्षांची होती; पण शिकवणी पुढे ठेवण्यासाठी पेग एखादा मार्ग शोधून काढतच असे.

नंतर दोन सलग आठवडे तिनं शिकवणी पुढे ढकलली, तेव्हाच खरं तर मला मार्टिनचा कॉल आला होता. तो रुग्णालयातूनच बोलत होता. पेगला कित्येक दिवसांसाठी तिथं ठेवून घेण्यात आलं होतं. त्यानं त्याच्या मोबाईलचा स्पीकर ऑन ठेवला होता, जेणेकरून तिलाही बोलता येईल. ती फार अशक्त वाटत होती... जेव्हा ती बोलत होती, तेव्हा बऱ्याच वेळा थांबत होती... पण तिच्या स्थितीविषयी ती अगदी स्पष्टपणे बोलत होती. ल्यूकेमियाच्या म्हणजे रक्ताच्या कर्करोगाच्या उपचारानं आपलं काम काही आठवड्यांपूर्वीच बंद केलं होतं, असं तिनं सांगितलं. तिला ताप येत होता आणि तिच्या प्रतिकारक्षमतेच्या दौर्बल्यानं तिला इतर आजारांचे प्रादुर्भावही होत होते. क्ष किरण तपासणीनंही सिद्ध केलं होतं की, तिच्या कर्करोगानं पुन्हा एकवार तिच्या कमरेच्या हाडामध्ये आणि तिच्या यकृतामध्येही प्रवेश केला होता. या पुन्हा उपटलेल्या आजारानं तिच्या कमरेच्या हाडामध्ये अगदी हालचाल करू न देणारी वेदना देणं सुरू केलं होतं आणि मल-मूत्रावरचं नियंत्रणही सुटत चाललं होतं. तिची त्यासाठी रुग्णालयामध्ये तपासणी झाली होती आणि काय करावं, हेच तिला माहीत नव्हतं.

"डॉक्टरांनी तुला काय काय करता येऊ शकतं, हे सांगितलंय?" असं मी विचारलं.

"फार काही नाही." ती म्हणाली. तिचा स्वर सपाट आणि निराशेचा होता. ते तिला रक्त, वेदनाशामक औषधं आणि ट्यूमरमुळे येणाऱ्या वेदनेसाठी स्टेरॉईड्स देत होते. त्यांनी तिला केमोथेरपी देणं बंद केलं होतं.

"तुझ्या आजाराविषयी तुला काय माहीत आहे?" असं मी तिला विचारलं.

तिनं सांगितलं की, "मला माहीत आहे की, आता मी मरणारच आहे. ते फार काही ते करू शकत नाहीत." तिच्या आवाजामध्ये थोडीशी संतापाची किनार उमटून येत होती.

मी तिला काय काय करण्याची इच्छा आहे, त्या उद्दिष्टांविषयी विचारलं; पण तिला कुठलीही गोष्ट होणं आता शक्य नसल्याचं वाटत असल्यानं तशी काही उद्दिष्टं नव्हती. मी तिला भविष्यात कोणत्या गोष्टींविषयी भीती वाटते, हे विचारलं. तिनं एक यादीच दिली : अधिक यातनांना तोंड देणं, तिच्या शरीरावरचं नियंत्रण गेल्यावर वाट्याला येणारी मानहानी, रुग्णालय सोडणं अगदी अशक्य होऊन बसणं वगैरे वगैरे. ती बोलत असताना तिचा कंठ भरून येत होता. ती अनेक दिवसांपासून तिथं होती आणि वरचेवर तिची तब्येत खालावतच होती आणि तिला अशी भीती वाटत होती की, तिच्याजवळ आता फार दिवस उरलेले नाहीत. त्यांनी तिच्यासोबत हॉस्पिटल सेवेविषयी चर्चा केली का, असं मी तिला विचारलं. त्यांनी तसं सांगितलंय, असं ती म्हणाली; पण त्याचा तिला फार उपयोग होईल, असं काही तिला वाटत नव्हतं.

तिच्या त्या अवस्थेमध्ये काहीतरी ज्यानं तिला 'सन्मानानं मृत्यू' प्रदान केला, जे कदाचित फक्त यासाठीच गृहीत धरलं गेलं होतं की, केवळ तेवढीच एक नियंत्रणात ठेवण्याची संधी आहे, जेव्हा जवळजवळ दुसरा कुठलाही पर्याय दिसत नव्हता. मी आणि मार्टिन आम्ही दोघांनी हॉस्पिटल सेवा घेण्याविषयी पेगचं मन वळवलं; त्यामुळे किमान तिला घरी तरी जाता येईल, असं मी सांगितलं आणि कदाचित तिला वाटतं त्यापेक्षा तिला ते जास्तच फायद्याचं होईल. मी तिला किमान शब्दांत हे समजावलं की, हॉस्पिटलचं उद्दिष्ट हे लोकांना त्यांचा दिवस चांगला जाण्यासाठी मदत करणं हे आहे. तथापि, ते परिस्थितीनुरूप त्याची व्याख्या ठरवू शकतात. तिनं चांगले दिवस घालवल्यानंतर कदाचित आता पुन्हा ते येऊ शकतील, असं मी तिला समजावलं.

"होय, त्याला... आता बराच काळ लोटलाय." ती म्हणाली.

"यातून आपण एक आशा ठेवू शकतो." मी म्हणालो... "फक्त एक चांगला दिवस."

ती पुढच्या अठ्ठेचाळीस तासांमध्ये हॉस्पिटलच्या देखरेखीखाली घरी गेली. आम्ही ही बातमी मग हंटरलाही सांगितली की, आता पेग तिला शिकवण्यासाठी

येऊ शकणार नाही, तिचा मृत्यू जवळ आलाय. हंटरला जरासा धक्का बसला. ती पेगचा आदर करायची. तिला हे जाणून घेण्याची इच्छा होती की, ती तिला एकदा भेटू शकेल का? आम्हाला तिला असं सांगावं लागलं की, आम्हाला काही तसं वाटत नाही.

काही दिवसांनंतर मला आश्चर्यचकित करणारा कॉल आला. पेग स्वत:च बोलत होती. ''जर हंटरची इच्छा असेल, तर मला पुन्हा शिकवणी सुरू करण्याची इच्छा आहे.'' असं ती म्हणाली. जर हंटरची इच्छा नसेल, तर तेही ती समजून घेणार होती. तिला हेही सांगता येत नव्हतं की, ती पुढे किती पाठ पूर्ण करू शकेल; पण तिला प्रयत्न करण्याची इच्छा होती.

तिनं पुन्हा एकवार शिकवणं सुरू करावं, हे शक्य केलं होतं. ही गोष्ट माझ्यासाठी आतापर्यंतच्या कल्पनेच्या बाहेरची होती, कदाचित तिनंही त्याची कल्पना केलेली नसावी; पण जेव्हा तिची हॉस्पिटल सेवा देणारी परिचारिका डेबोरा आली, त्यांनी या गोष्टीवर बोलणी सुरू केली की, पेगनं तिच्या आयुष्यात कोणत्या गोष्टीची काळजी घेतली, कोणती गोष्ट तिनं सांभाळली; असा कोणता सर्वांत चांगला दिवस असेल, जो तिच्यासाठी खास अर्थपूर्ण असेल. मग त्या सर्वांनी ती गोष्ट साकारण्यासाठी काम केलं.

प्रथमत: तिचा मुख्य उद्देश होता- तिच्या रोजच्या अडचणी दूर करणं. हॉस्पिटलच्या कर्मचाऱ्यांनी तिचा पलंग पहिल्या मजल्यावरच नेला, जेणेकरून तिला जिन्याकडे जाण्याची गरजही पडू नये. त्यांनी तिच्या अंथरुणाशेजारीच संडाससाठी छोट्या कमोडची व्यवस्था केली. त्यांनी तिच्या स्नानासाठी आणि कपडे बदलण्यासाठी मदतीची व्यवस्था केली. त्यांनी तिला वेदना शमवण्यासाठी मॉर्फिन, गॅबापेन्टिन आणि ऑक्सिकोडीन दिलं आणि मिथेलफेनिडेट हे त्यामुळे येणाऱ्या गुंगीशी लढण्यासाठी अतिशय चांगलं आहे, हे सिद्ध झालं.

ही आव्हानं जशी नियंत्रणामध्ये आली, तशी तिची अस्वस्थता कमी झाली. तिनं तिची दृष्टी जरा दूरच्या गोष्टींवर नेली. ''तिला महत्त्वाच्या संधीवर केंद्रित करण्यात आलं.'' मार्टिननं मागाहून सांगितलं. ''आता उरलेले दिवस तिला कसे घालवण्याची इच्छा आहे, याविषयीच्या स्पष्ट मतावर ती आली. आता यानंतर ती घरीच राहणार होती आणि शिकवणारही होती.''

प्रत्येक गोष्ट शक्य करण्यासाठी नियोजन आणि तज्ज्ञांची मदत घेतली गेली. डेबोरानं तिला तिच्या औषधांचं तंतोतत मापन कसं करायचं, हे शिकवलं. ''हे शिकण्यापूर्वी, ती जरा जास्तीचं मॉर्फिन घ्यायची. ही युक्ती यासाठी होती की, तिला शिकवण्यासाठी आरामदायी वाटावं, एवढं पुरेसं औषध तिला मिळावं आणि तिनं अगदी अशक्त बनावं, इतकंही तिला मिळू नये.'' मार्टिननं सांगितलं.

एवढं असूनही त्यानं सांगितलं, "पाठ शिकवताना ती जास्त तरतरीत वाटायची आणि त्यानंतरचे दिवसही वाटायची." तिला काही मूलबाळ नव्हतं; विद्यार्थी ती उणीव भरून काढायचे आणि तिच्याजवळ अद्यापही काही होतं, जे त्यांनी तिच्या जाण्यापूर्वी जाणून घ्यावं, असं तिला वाटे. 'तिच्या प्रिय मैत्रिणींना 'गुड बाय' म्हणण्यासाठी सक्षम असणं; तिच्या विद्यार्थ्यांना सोडून जाताना काही उपदेश करणं, ही गोष्ट तिच्यासाठी फार महत्त्वाची होती.'

हॉस्पिटल सेवेच्या मार्गदर्शनाखाली गेल्यानंतर ती पूर्ण सहा आठवडे जगली. त्यांपैकी चार आठवडे हंटर तिच्याकडून पाठ शिकली आणि नंतर दोन अंतिम मैफली झाल्या. एकामध्ये पेगची सध्याची शिष्यमंडळी होती, शाळेत शिकणारी सगळी मुलं आणि दुसऱ्यामध्ये तिचे देशभरामध्ये पसरलेले सगळे विद्यार्थी! ते तिच्या बैठकीमध्ये जमले, मग त्यांनी आपल्या गुरूच्या सन्मानार्थ ब्रह्म, द्वारेक, चॉपिन आणि बिथोवन वाजवलं.

तंत्रज्ञानानं भारलेला समाज हे विसरला आहे की, विद्वानांनी 'मृत्यूविषयक भूमिका' मांडलेली आहे आणि ही गोष्ट आयुष्य जसं अंतिम टप्प्याकडे जातं, तशी लोकांसाठी महत्त्वाची आहे. लोकांना इतरांसोबत जुन्या आठवणींना उजाळा द्यायचा असतो, सूज्ञपणा जाणून घ्यायचा असतो आणि त्याच्या आठवणी जपायच्या असतात, नातेसंबंध जपायचे असतात, त्याचा वारसा जपायचा असतो, परमेश्वराकडून शांतीप्राप्ती करायची असते आणि जे मागे पडले असतील, त्यांना आश्वासकता द्यायची असते की, सगळं काही ठीक होईल. त्यांना स्वतःच्या कथा स्वत:च्या पद्धतीनं संपवायच्या असतात. आयुष्याच्या महत्त्वाच्या क्षणी जे मृत्यूच्या मार्गावर आहेत आणि जे मागे राहणार आहेत; त्यांच्यासाठीही एका निरीक्षकानं करावयाच्या विधानाची ही भूमिका असते आणि जर या भूमिकेसाठी आपण ज्या मार्गानं लोकांना नाकारणार आहोत, केवळ मठ्ठपणा आणि नकारात्मता म्हणून न करता... तर तो कायमचा शरम वाटणारा आहे. वरचेवर आपण लोकांच्या आयुष्याच्या अंतिम क्षणात औषधोपचार करताना खोलवर भोसकत आहोत आणि आपणच केलेल्या घावांच्या बाबतीत आपणच अनभिज्ञतेचा चेहरा लावून उभं राहतो.

पेग तिच्या मृत्यूच्या भूमिकेच्या बाबतीत अतिशय परिपूर्ण राहिली. तिच्या शेवटापूर्वी, म्हणजे ती बेशुद्धावस्थेत गेली आणि शुद्ध येण्यापूर्वीच ती गेली, त्यापूर्वी तीन दिवस आधी ती हे करू शकली.

पेगच्या बाबतीत माझी शेवटची आठवण ही तिनं मुलांसोबत केलेल्या त्या शेवटच्या क्षणांची आहे. तिनं प्रत्येक मुलाला अगदी वैयक्तिकरीत्या जवळ बोलावून त्याला काही भेटवस्तू दिली आणि त्याच्याशी दोन शब्द बोलली. जेव्हा हंटरची वेळ आली, पेगनं तिला संगीतविषयक एक पुस्तक दिलं. मग तिनं तिला मिठीत घेतलं.

"तू विशेष आणि वेगळी आहेस." ती हळूच पुटपुटली. ही काही अशी गोष्ट होती, जी तिच्या विद्यार्थ्यांनी कधी विसरू नये, असं तिला वाटत होतं.

सरतेशेवटी... माझ्या वडिलांच्या आयुष्याची कथा संपण्याची वेळ जवळ आली. तरी आमची झालेली सगळी तयारी आणि ज्या गोष्टी आपण जाणल्या आहेत, असं मला वाटत होतं; त्यावरून तरी आम्ही त्या गोष्टीसाठी तयार नव्हतो. गेल्या वसंत ऋतूत जेव्हापासून त्यांना हॉस्पिटल सेवा मिळाली होती; तेव्हापासून ते एका नव्या, अगदीच परिपूर्ण नसलेल्या तरीही सांभाळल्या जाऊ शकणाऱ्या स्थिर अवस्थेपर्यंत पोहोचले होते. माझी आई, तिनं त्यांच्यासाठी बरेचसे मदतनीस ठेवले होते आणि त्यांची ठाम इच्छाशक्ती, याद्वारे ते दोघे अनेक चांगले दिवस असलेले आठवडे आनंदानं घालवत होते.

प्रत्येकाला त्याचे त्रास असतात आणि अपमानास्पद गोष्टीही होत्या, हे नक्की! त्यांना रोजच एनिमा घेण्याची गरज पडत असे. ते अंथरूण अगदी मळवून टाकत असत. वेदनाशामक औषध त्यांचं डोकं अगदी संभ्रमात टाके, सारं काही अस्पष्ट होई आणि जड पडे आणि त्यांना ते अगदी नकोसं वाटे. त्यांना स्वत:ला गुंगी आलेली अजिबात आवडत नसे; त्यांना लोकांना भेटायला आणि त्यांच्याशी संवाद साधण्यासाठी जागं असणं आवडे; परंतु वेदना फार भयंकर होती. जर त्यांनी त्यांच्या औषधाचा डोस थोडा जरी कमी करण्याचा प्रयत्न केला, तरी त्यांना प्रचंड डोकेदुखी अनुभवास येई तसेच त्यांच्या मानेतून आणि पाठीतून अगदी चमका निघाल्यासारख्या वेदना येत-जात असत. जेव्हा ते त्याच्या पकडीमध्ये असत, तेव्हा वेदनाच त्यांचं संपूर्ण जग बने. ते सतत स्वतःच्या औषधोपचारामध्ये ढवळाढवळ करत; असं काही मिश्रण शोधून काढण्याचा प्रयत्न करत की, जे त्यांना वेदनाही जाणवू देणार नाही आणि डोक्यात गोंधळही माजवणार नाही... अगदी सामान्य वाटेल, जसं त्यांच्या शरीरानं त्यांना असं आजारी पाडण्यापूर्वी ते अगदी सामान्य होते, तसं वाटेल; पण कुठलंही औषध किंवा त्याचा डोस असो, सामान्य वाटण्याच्या अगदी दूर होता.

पण थोडंसं बरं वाटण्याची अशी स्थिती मिळू शकली. वसंत ऋतूत आणि उन्हाळ्याच्या सुरुवातीला, ते अद्यापही मेजवान्या करतच होते, ज्यामध्ये ते टेबलाच्या एका बाजूला अगदी महत्त्वाच्या पदावर असल्याप्रमाणे बसायचे. त्यांनी भारतामध्ये महाविद्यालयासाठी नवी इमारत बांधण्यासाठी एक योजना आखली होती. त्यांनी जवळपास एक डझनभर ई-मेल्स दिवसभरात केले होते, तेसुद्धा त्यांचे अशक्त झालेले हात सावरणं त्यांना कठीण जात असूनही केले होते. ते आणि माझी आई बहुतांश रोज रात्री दूरचित्रवाणीवर एक सिनेमा पाहत होते आणि नोवाक जोकोविचसाठी चिअर्स करत होते, ज्यानं जवळपास दोन आठवडे धावपळ करून विम्बल्डनमध्ये

विजय मिळवला होता. माझ्या बहिणीनं तिचा नवा 'बॉयफ्रेन्ड' घरी आणला होता, जो तिला 'एकमेव' असा वाटत होता... अर्थात त्यांनी सरतेशेवटी लग्न केलंच... आणि माझे वडील तिच्या या निर्णयामुळे आश्चर्यचकित आणि आनंदीही झाले होते. प्रत्येक दिवशी त्यांना जगण्यासाठी काहीतरी मौलिक सापडत होतं आणि जसेजसे आठवडे महिन्यांमध्ये रूपांतरित होत होते, असं वाटत होतं की, ते असा बराच काळ काढतील.

याउलट, अशी काही चिन्हं दिसत होती की, ते त्यांच्याच्यानं शक्य होणार नाही, हे दिसत होतं. त्यांचं वजन वेगानं कमी होत होतं. त्यांना ज्या वेदनाशामक औषधांची गरज पडायची, त्याचे डोस वाढतच होते. ऑगस्टच्या पहिल्या दोन दिवसांमध्ये मला त्यांच्या गोंधळवणाऱ्या ई-मेल्सची मालिका आली.

Dear Atuli whohirnd li9ke Sude अशी सुरुवात होती आणि शेवटच्या एका मेलमध्ये होतं :

Dear Atul

sorry for scrambeled letth ter. i having problems.

-With love

Dad-

फोनवर बोलताना ते अतिशय हळुवारपणे बोलले, प्रत्येक वाक्यामध्ये मोठा अवकाश होता. त्यांनी मला सांगितलं, "मला कधीकधी गोंधळल्यासारखं वाटतं आणि लोकांशी संवाद साधताना त्रास होतो. तुझे ई-मेल्स कधीकधी कळत नाहीत." त्यांचं जग लहान होत चाललं होतं.

त्यानंतर ६ ऑगस्टच्या शनिवारी सकाळी ८ वाजता आईनं मला घाबऱ्याघाबऱ्या फोन केला, "ते उठत नाहीयेत." ते श्वास घेत होते; पण ती त्यांना जागं करू शकत नव्हती. तो औषधांचा परिणाम असावा, असा आम्ही विचार केला. आदल्या दिवशी रात्री त्यांनी ते जी रोजच अर्धी गोळी घेत होते, ती गुंगी आणणारी ब्युप्रेनॉर्फिनची गोळी पूर्ण घेण्याचा हट्ट केला होता, असं माझ्या आईनं सांगितलं. माझ्या आईनं त्यावर वादही घातला होता; पण ते रागावले. 'मला अजिबात वेदना नकोय.' असं ते म्हणाले होते. आता ते उठत नव्हते. ती डॉक्टर असल्यानं तिनं त्यांच्या डोळ्यांच्या बाहुलीची तपासणी केली होती, जी अगदी बारीक झाली होती; याचा अर्थ हाच होता की, गुंगीच्या औषधाचा डोस अति झालाय. आम्ही त्यातून बाहेर पडण्याची आणि औषधाचा परिणाम कमी होण्याची वाट पाहण्याचं ठरवलं.

तीन तासांनंतर तिनं पुन्हा कॉल केला. तिनं सरळ ॲम्ब्युलन्स सेवेला कॉल केला होता, हॉस्पिटल सेवेला नाही. "ते काळेनिळे पडत चालले होते, अतुल."

ती रुग्णालयाच्या अतिदक्षता विभागामध्ये होती. "त्यांचा रक्तदाब फक्त पन्नास आहे. ते अद्यापही उठत नाहीयेत. त्यांच्या शरीरातील ऑक्सिजनचं प्रमाण सगळ्यात कमी आहे." तिथल्या वैद्यकीय सेवा देणाऱ्या कर्मचाऱ्यांनी त्यांना ताबडतोब नॅलोझोन दिलं, जे गुंगीच्या औषधाचा प्रतिकार करतं आणि जर तो डोस जास्त झाला असेल, तर हे औषध त्यांना जागं करतं; पण प्रतिसाद न देता वडील तसेच गुंगीत होते. छातीची क्ष किरण तपासणी केली, तेव्हा त्यांच्या उजव्या फुप्फुसाला न्यूमोनियाची बाधा झाल्याचं दिसून आलं. त्यांनी वडिलांच्या चेहऱ्यावर फेसमास्क बसवत १०० टक्के ऑक्सिजनचा पुरवठा, प्रतिजैविकं आणि सलाईनही सुरू केलं; पण त्यांच्या शरीरातील ऑक्सिजनची पातळी काही ७० टक्क्यांच्या वर सरकेना, जी पातळी न जगवणारी असते. मग माझ्या आईनं सांगितलं की, "आता कर्मचारी विचारत आहेत की, ते वडिलांच्या शरीरामध्ये नळ्या घालू शकतात का, त्यांचा रक्तदाब व्यवस्थित ठेवण्यासाठी सलाईन लावून त्यांना अतिदक्षता विभागामध्ये ठेवू शकतात का?" तिला हेच कळत नव्हतं की काय करायचं?

जेव्हा आपल्या जवळच्या माणसाचा शेवट जवळ येतो, तेव्हा असा एक क्षण येतो की काय करायचं, याची जबाबदारी दुसऱ्या कुणाच्यातरी खांद्यावर टाकली जाते. आणि आपण या क्षणासाठी तयार असायला हवं. आमच्यामध्ये एक अवघडलेलं संभाषण झालं होतं. त्यांचा शेवट कसा व्हायला हवा, यावर त्यांनी आधीच आपलं मत मांडलं होतं. त्यांना शेवटी कृत्रिम श्वसन नको होतं आणि शेवटी त्रासही नको होता. त्यांना शेवटी घरी राहायचं होतं आणि त्यांच्या आवडत्या माणसांसोबत राहायचं होतं.

पण प्रसंगांचे बाण अगदी एका रेषेत जाणं नेहमीच नाकारतात आणि एक भूमिका स्वीकारलेल्या मनाची ते धूळधाण उडवतात. फक्त एक दिवसापूर्वी असं वाटत होतं की, जगण्यासाठी त्यांच्याजवळ काही आठवडे आहेत, कदाचित काही महिनेही! आता तिला यावर विश्वास ठेवणं भाग होतं की, ते काही तासही जास्त आहेत? माझ्या आईचं काळीज फुटून जात होतं; पण आम्ही बोलल्यावर तिच्या लक्षात आलं की, आम्ही ज्या मार्गाचा धोका स्वीकारत होतो, तो स्थिती बिघडवणाराच होता आणि अतिदक्षता विभागातील आयुष्य हे त्यांना हव्या असणाऱ्या आयुष्याच्या कल्पनेपासून दूरच होतं. शेवटच्या घटना केवळ त्या माणसासाठी नसतात; तर कदाचित त्या जे मागे उरतात, त्यांच्यासाठी जास्त असतात. तिनं कर्मचाऱ्यांना हे सांगून टाकण्याचं ठरवलं की, वडिलांच्या शरीरामध्ये नळ्या घालायच्या नाहीत. मी माझ्या बहिणीला फोन लावला आणि ती कामासाठी रेल्वेमध्ये बसत असतानाच मी तिला हे सांगितलं. अर्थात तिचं मनही ही बातमी ऐकायला तयार नव्हतं.

"असं कसं होऊ शकतं?" तिनं विचारलं. "म्हणजे ते काल होते, तसेच ते

घरी परततील, याबाबत आपण काहीच खात्री बाळगायची नाही का?''

"दुर्दैवानं तसं वाटतंय,'' मी म्हणालो. काही कुटुंबांमध्ये ही स्थिती अगदी अशीच आढळून येते. मी ताबडतोब या विचारांवर येऊन ठेपलो की, माझे वडील त्यांच्या शेवटच्या क्षणाकडे येत आहेत आणि मला त्यांचा त्रास अजून लांबवण्याची चूक करण्याची जास्त काळजी वाटली. मला त्यांना एका आशीर्वादाप्रमाणे शांतपणे शेवट मिळण्याची एक संधी दिसली; पण माझ्या बहिणीला आणि त्यापेक्षा जास्त माझ्या आईला आता ते अंतिम क्षणामध्ये आहेत, हे अगदी निश्चितपणे जाणवत नव्हतं आणि जी चूक त्यांच्यासमोर अस्पष्टपणे तरळत होती, ती म्हणजे त्यांचं आयुष्य बऱ्याच काळापर्यंत राखून ठेवण्याच्या अपयशाची शक्यता होती. आम्ही या विषयावर सहमत झालो की, त्यांना शुद्धीवर आणण्यासाठी उपचार करण्याची परवानगी रुग्णालयाला परत द्यायची नाही. या अपेक्षेच्या विरुद्ध आमची दुसरी एक अपेक्षा होती की, ते माझी बहीण आणि मी दोघेही त्यांना पाहण्यासाठी तिथं पोहोचेपर्यंत तरी राहावेत. तिकडे त्यांना एका खासगी रुग्णालयामध्ये दाखल केलं. मी आणि माझी बहीण दोघंही आपापली विमानं पकडून तिकडे निघालो.

नंतर त्या दुपारी मी विमानतळावरील बाहेर पडण्याच्या फाटकाजवळ बसलेलो असतानाच माझ्या आईचा मला कॉल आला.

"ते जागे झालेत!'' ती म्हणाली, अगदी निरुद्देशपणे म्हणाली. त्यांनी तिला ओळखलं होतं. ते इतके सजग होते की, वडिलांनी त्यांचा रक्तदाब किती आहे, याचीही चौकशी केली. मलाच या गोष्टीची शरम वाटली की, आपण ते पुन्हा शुद्धीवर येणारच नाहीत, या गोष्टीवर विश्वास ठेवला. आधी कुणी किती अनुभव घेतला याला काही अर्थ नाही; पण निसर्ग पूर्वकथनीयत्व नाकारतो. जरी असं असलं, तरी यापेक्षा जास्त म्हणजे मी जो विचार करत होतो तो म्हणजे : मी तिथं जातोय. कदाचित ते काही काळासाठी अगदी व्यवस्थित राहतील.

हे सारं झाल्यानंतर ते फक्त चारच दिवस जिवंत होते म्हणा. जेव्हा मी त्यांच्या बिछान्याच्या बाजूला उभा राहिलो, मी त्यांना पूर्णपणे जागं आणि रुग्णालयामध्ये ते जागे झाले म्हणून दुःखी झालेलं पाहिलं. 'माझं कुणीही ऐकत नाही.' असं ते म्हणाले. ते तीव्र वेदना होत असतानाच जागे झाले; पण तिथला कर्मचारीवर्ग त्या वेदना थांबाव्या म्हणून त्यांना काही पुरेसं औषध देत नव्हता. त्यांना भीती वाटत होती की, कदाचित ते पुन्हा शुद्ध हरवून बसतील. मी तिथल्या परिचारिकेला त्यांनी घरी घेतला तेवढा पूर्ण डोस देण्याविषयी बोललो. तिला डॉक्टरांना कॉल करून ते विचारावं लागणार होतं आणि अद्यापही त्यांनी अर्धाच डोस देण्यास परवानगी दिली.

पहाटे तीन वाजता माझ्या वडिलांना शेवटी पुरेसा डोस मिळाला. त्यांनी ओरडायला सुरुवात केली. त्यांनी मागणी केली की, 'माझं सलाईन काढून टाकावं

आणि मला घरी जाऊ द्यावं.' "तुम्ही काहीच का करत नाही?" ते किंचाळले. "तुम्ही मला वेदना का सहन करायला लावता?" वेदनेमुळे ते अगदी असंबद्ध बोलू लागले. त्यांनी क्लीव्हलॅन्ड क्लिनिकला ...जे तिथून दोनशे मैल दूर होतं... मोबाईलवरून कॉल लावला आणि तिथं कामावर असणाऱ्या गोंधळलेल्या डॉक्टरला "काहीतरी कर." म्हणून सांगितलं. सरतेशेवटी रात्रपाळीच्या त्यांच्या परिचारिकेला त्यांना शिरेतून गुंगीचं औषध देण्याची परवानगी मिळाली; पण त्यांनी त्याला नकार दिला. "त्याचा काहीही उपयोग होत नाही." ते म्हणाले. शेवटी पहाटे पाच वाजता आम्ही इंजेक्शन घेण्यासाठी त्यांचं मन वळवलं आणि वेदना कमी होऊ लागल्या. ते शांत झाले; पण तरी अजूनही त्यांना घरीच जायचं होतं. एका रुग्णालयामध्ये जे कुठलीही किंमत मोजून जगण्याची खात्री देण्यासाठी बांधलं होतं आणि ते कसं करावं असं जिथं अस्पष्ट होतं, तिथं त्यांच्या लक्षात आलं की, त्यांनी निवडलेले पर्याय कधीही त्यांचे होणारच नाहीत.

आम्ही तिथल्या लोकांना वडिलांचा औषधाचा डोस देण्यास, ऑक्सिजन काढून टाकण्यास तसेच त्यांच्या न्यूमोनियासाठी सुरू ठेवलेली प्रतिजैविकं थांबवण्यास तयार केलं आणि आमच्या ताब्यात घेऊ दिलं. सकाळ अर्धी सरता सरता ते घरी त्यांच्या अंथरुणावर होते.

"मला त्रास सहन करणं नकोसं वाटतं." जेव्हा मी एकटा दिसलो, तेव्हा ते म्हणाले. "काही का होईना; पण मला यातना सहन कराव्या लागणार नाहीत, असं वचन तू देशील का?"

"होय." मी म्हणालो.

ते दिसत होतं, त्यापेक्षा साध्य करायला अतिशय अवघड होतं. उदाहरणच द्यायचं झालं, तर साधं लघवीला जाणं म्हणजे एक त्रास होता. गेल्या आठवड्यापूर्वीच त्यांचा पक्षाघात पुढच्या टप्प्यामध्ये सरकला होता आणि हे त्यांना लघवी करता येणंही कठीण होणार याचं चिन्ह होतं. मूत्राशय लघवीनं पूर्ण भरलंय; पण लघवी अजिबात बाहेर पडत नाही, अशी भावना होईपर्यंत ते थांबले. मी त्यांना बाथरूमला जाण्यासाठी मदत केली आणि त्यांना तिथं सीटवर बसण्यास मदत केली. मग ते तिथं असेपर्यंत मी वाट पाहिली. अर्धा तास गेला. "होईल." ते म्हणाले. त्यांनी त्यावर विचार न करण्याचा प्रयत्न केला. त्यांनी लोवेकडच्या त्या टॉयलेट सीटविषयी सांगितलं, जी त्यानं दोन महिन्यांपूर्वी बसवली होती. ती विजेवर चालणारी होती, ते म्हणाले. त्यांना ती व्यवस्था आवडली. त्याचा तळ पाण्याच्या जोरदार माऱ्यानं धुतला जात असे आणि कोरडाही होत असे. ते स्वतः ती साफ करू शकत होते.

"तू प्रयत्न केलास ना?" त्यांनी विचारलं.

"तसं नसावं.." मी म्हणालो.

“तू शोधायलाच हवं.” ते स्मित करत म्हणाले.

पण अद्याप काहीही लघवी बाहेर पडली नव्हती. नंतर मूत्राशयामध्ये वेदना येणं सुरू झालं. जेव्हा त्या कळा येत, ते कण्हत. “तुम्ही आता मला बहुधा कॅथेटर घालणार आहात.” ते म्हणाले. हा क्षण येणारच, अशी अपेक्षा असल्यानं हॉस्पिटल सेवा देणाऱ्या परिचारिकेनं ते आणूनच ठेवलं होतं आणि माझ्या आईला शिकवून ठेवलं होतं; पण मी माझ्या रुग्णांना किमान शंभर वेळा तरी कॅथेटर लावलं होतंच. म्हणून मी माझ्या वडिलांना त्या सीटवरून ओढून उभं केलं आणि मग अंथरुणावर आणून बसवलं आणि कॅथेटर घालण्याची तयारी केली. त्यांचे डोळे तर सगळं होईपर्यंत घट्ट बंद होते. ही मुळीच अशी गोष्ट नाही की, लोक यावर असा विचार करतात की केव्हातरी ही गोष्ट करावी लागणार आहेच; पण मी कॅथेटर आत घातलं आणि लघवीचा प्रवाह बाहेर आला. मिळणारं समाधान फार मोठं होतं.

त्यांचा आता महत्त्वाचा संघर्ष उरला होता, तो म्हणजे ट्यूमरमुळे होणाऱ्या वेदना... ते अवघड होतं, त्याचं कारण त्यावर नियंत्रण मिळवणं अवघड होतं म्हणून नाही, तर त्यावर किती वेळा नियंत्रण मिळवावं, यावर सहमती होत नव्हती. तिसऱ्या दिवशी सकाळी ते पुन्हा बराच वेळ उठले नाहीत, त्यांची पुन्हा तशीच अवस्था झाली. प्रश्न असा निर्माण झाला की, त्यांना तो द्रव मॉर्फिनचा डोस दिला जायचा तो तसाच ठेवायचा का, जो त्यांच्या जिभेखालीही ठेवला जाऊ शकत होता, तिथल्या श्लेष्मपटलामार्फत त्यांच्या रक्तात शोषला जाऊ शकत होता. कदाचित ते वेदनेनं पुन्हा उठतील, या भीतीनं मी आणि माझी बहीण आम्ही दोघांनी असा विचार केला. माझी आई असा विचार करत होती की, असं करायला नको, तिला नेमकी उलटी भीती वाटत होती.

“कदाचित त्यांना थोडी जरी वेदना झाली असती, तर ते उठले असते.” ती म्हणाली, तिचे डोळे भरून आले होते. “अजून बरंच काही आहे, जे ते करू शकतील.”

अगदी त्यांच्या शेवटच्या दोन दिवसांतही तिचं चूक नव्हतं. जेव्हा त्यांना त्यांच्या शरीराच्या गरजेपेक्षाही जास्त काही मागण्याची परवानगी देण्यात आली, त्यांनी अगदी अधाशीपणानं छोटासा आनंद मिळवण्याची संधी साधली. ते अद्यापही काही वेगळे पदार्थ खाण्याचा आनंद घेत होते आणि आश्चर्यकारकपणे भरपेट जेवत होते... ते चपाती, भात, घेवड्याची रसभाजी, बटाटे, पिवळ्या वाटाण्याची उसळ, काळ्या वाटाण्याची चटणी आणि शिरा... जो त्यांना लहानपणापासून आवडायचा; असे पदार्थ मागत. ते त्यांच्या नातवांशी फोनवर बोलत. ते फोटो पाहत बसत. त्यांच्या अपुऱ्या प्रकल्पाविषयी सूचना देत. त्यांच्याजवळ आता आयुष्याचा फार छोटासा तुकडा शिल्लक राहिला होता, जो ते कवटाळू शकत होते आणि आम्ही

त्यावर चिंता करत होतो. आम्ही त्यांना दुसरं आयुष्य देऊ शकत होतो का?

असं असूनही, मला मी त्यांना दिलेला शब्द आठवला आणि ठरल्याप्रमाणे त्यांना दर दोन तासांनी मॉर्फिनचा डोस दिला. माझ्या आईनं अगदी अस्वस्थपणे या गोष्टीला सहमती व्यक्त केली होती. कितीतरी तास ते अगदी शांत आणि हालचाल न करता पडून होते, केवळ त्यांच्या श्वासाची खरखर ऐकू येत होती. त्यांचा श्वास अगदी जोरदारपणे आत जात होता... ते जणू त्यांचं घोरणं वाटत होतं, जे अचानक केव्हाही बंद पडेल, जसं एखादं झाकण बंद होतं... त्यानंतर एक सेकंद उशिरा एक लांब उच्छ्‌वास बाहेर पडे. त्यांच्या श्वासनलिकेमध्ये असणाऱ्या श्लेष्म द्रवाला पार करून जेव्हा वेगानं श्वास जाई, तेव्हा त्यांच्या छातीतल्या त्या श्वासनलिकेमध्ये कुणीतरी गोट्या खुळखुळवतोय, असं वाटे. पुन्हा हे चक्र सुरू होण्याच्या दरम्यान जी क्षणिक शांतता असे, ती तशीच कायम राहते की काय, असं वाटे.

आम्ही तसंच थांबायचं ठरवलं. ते त्यांच्या पोटावर हात ठेवून अगदी शांतपणे, गंभीरपणे झोपले होते. आम्ही कित्येक तासांपासून त्यांच्या आजूबाजूला बसलेले होतो. माझी आई अथेन्स मॅसेंजर वाचत होती, चहा पीत होती. मी आणि माझी बहीण आम्ही दोघांनी पुरेसं खाल्लं की नाही, म्हणून काळजी करत होती. आमचं तिथं असणं, हेच तिला दिलासा देणारं होतं.

आदल्या दिवशीच्या ढळत्या दुपारी त्यांना प्रचंड घाम सुरू झाला. माझ्या बहिणीनं असं म्हटलं की, त्यांचा सदरा बदलावा आणि त्यांना स्वच्छ करावं. आम्ही त्यांना पुढे झुकवून ठेवलं, जवळपास बसण्याच्या अवस्थेत ठेवलं. ते बेशुद्धावस्थेत होते, अगदी मृत माणसाप्रमाणे त्यांनी शरीर झोकून दिल्यानं वजन वाटत होतं. मी त्यांचा सदरा डोक्यातून बाहेर काढण्याचा प्रयत्न केला. ते तसंही फार अवघड काम होतं. परिचारिका कसं करतात, हे आठवण्याचा मी प्रयत्न केला. अचानक माझ्या असं लक्षात आलं की, त्यांचे डोळे उघडले गेले आहेत.

"हाय डॅड." मी म्हणालो. ते काही क्षण तसेच, खोलवर श्वास घेत बघत राहिले.

"हाय." ते म्हणाले.

आम्ही त्यांचं शरीर ओल्या कपड्यानं पुसून सदरा घालेपर्यंत ते पाहतच राहिले.

"तुम्हाला काही वेदना होताहेत का?"

"नाही." त्यांना जणू उठायचं असावं, अशी हालचाल त्यांनी केली. आम्ही त्यांना चाकाच्या खुर्चीवर बसवलं आणि जिथून मागचं अंगण दिसत होतं, तिथं खिडकीजवळ आणून ठेवलं; तिथं अनेक फुलं, झाडं आणि त्या सुंदर उन्हाळ्यातील सूर्यही होता. अगदी हळूहळू त्यांचं मन स्वच्छ होत चाललेलं मी अक्षरशः पाहू शकत होतो.

नंतर मग आम्ही त्यांना जेवणाच्या टेबलाजवळ नेलं. तिथं त्यांनी थोडासा आंबा, पपई, दही आणि त्यांची रोजची औषधं घेतली. ते शांत होते, पुन्हा शांतपणे श्वास घेत होते, विचारात होते.

"तुम्ही कसला विचार करत आहात?" मी विचारलं.

"मी याचा विचार करतोय की, मरणाची प्रक्रिया कशी लांबवता येणार नाही. हे... हे अन्न ती प्रक्रिया लांबवेल."

माझ्या आईला तसं बोललेलं ऐकायला काही आवडलं नाही.

"आम्हाला तुझी सेवा करण्याचा आनंद होतो, राम." ती म्हणाली. "आमचं तुझ्यावर खूप प्रेम आहे."

त्यांनी मान हलवली.

"ते खूप कठीण आहे, नाही का?" माझ्या बहिणीनं विचारलं.

"होय, खूप कठीण आहे."

"जर तुम्ही त्यामध्ये झोपून राहू शकता, तर मग तेच तुम्हाला आवडतं का?" मी विचारलं.

"हो."

"तुम्हाला जागं राहण्याची इच्छा नाही? आत्ता आम्ही आजूबाजूला आहोत, याची जाणीव असावी, अशी तुमची इच्छा नाही?" माझ्या आईनं विचारलं.

ते क्षणभर काहीही बोलले नाहीत. आम्ही वाट पाहिली.

"मला कुठलाच अनुभव घेण्याची इच्छा नाही, मला जाणीव नकोय." ते म्हणाले.

माझ्या वडिलांनी शेवटच्या दिवशी जो त्रास अनुभवला, तो शारीरिक निश्चितच नव्हता. औषधांनी त्यांच्या वेदनांना नियंत्रणात ठेवण्याचं काम चोख बजावलं होतं. जेव्हा ते फिरून पुन्हा काठावर येत होते, म्हणजे शुद्धीवर असण्याच्या लाटेवर, तेव्हा ते आमच्या बोलण्यावर स्मित करत; पण मग ते अगदी पूर्णपणे किनाऱ्यावर येत आणि ते संपलेलं नाही, याचं त्यांना भान येई. जे काही सारं गेलं आहे, अशी त्यांनी अपेक्षा केली होती ते अजूनही तिथंच आहे, त्या टिकण्याच्या साऱ्या अस्वस्थतेचं भान त्यांना येई : प्रश्न शरीराशी निगडित होता; होय, पण त्यांच्यासाठी मोठा अवघड प्रश्न होता, तो त्यांच्या मनाचा... संभ्रम, पूर्ण न झालेल्या कामांविषयीच्या चिंता, आईविषयीच्या चिंता; त्यांना कसं लक्षात ठेवतील, याची चिंता. ते अगदी झोपेच्या शांतीमध्ये होते, जागेपणाच्या स्तरावर नव्हते आणि त्यांच्या कथेच्या शेवटच्या ओळी कशा असाव्यात, असं त्यांना वाटत होतं ...आता निसर्ग त्याच्या मर्यादा लादतच होता... तसंच शांतपणे होत होतं.

जागृतावस्थेच्या शेवटच्या लाटेमध्ये त्यांनी नातवांची आठवण काढली. ते

तिथं नव्हते, म्हणून मग मी माझ्या आयपॅडवरचे त्यांचे फोटो दाखवले. त्यांचे डोळे विस्फारले आणि त्यांचं स्मितही मोठं झालं. ते प्रत्येक फोटोकडे अगदी मन लावून पाहत होते.

मग ते पुन्हा एकवार बेशुद्धीत गेले. त्यांचं श्वसन एकदा वीस ते तीस सेकंदांकरता थांबलं. माझी खात्री पटत चालली होती की, आता सारं संपलंय, फक्त हे लक्षात आलं की, पुन्हा तो श्वास सुरू होऊ शकतो. असं हो, नाही : काही तास चालू होतं.

सरतेशेवटी सायंकाळी सहा वाजून दहा मिनिटांनी जेव्हा माझी आई आणि माझी बहीण बोलत बसल्या होत्या आणि मी एक पुस्तक वाचत होतो, माझ्या असं लक्षात आलं की, त्यांनी श्वास घेणं बंद केलंय, शेवटचा श्वास घेऊन आता बराच वेळ झालाय.

"मला वाटतं, त्यांचा श्वास थांबलाय." मी म्हणालो.

आम्ही त्यांच्याजवळ गेलो. माझ्या आईनं त्यांचा हात हातात घेतला आणि आम्ही ऐकलं... आमच्यापैकी प्रत्येकजण ऐकताना शांत होता.

पण आता श्वास येत-जात नव्हता.

समारोप

'बीइंग मॉर्टल' हे पुस्तक आपल्या जीवशास्त्रानं दिलेल्या बंधनाशी, आपल्या जनुकांनी, पेशींनी आणि हाडामांसानं दिलेल्या मर्यादांशी तडजोड करताना कराव्या लागणाऱ्या संघर्षाशी संबंधित आहे. वैद्यकीय विज्ञानानं या मर्यादांशी लढण्यासाठी अगदी लक्षणीय अशी शक्ती दिलेली आहे आणि याच शक्तीच्या वर्धिष्णू अशा मूल्यांच्या कारणामुळे मी एक डॉक्टर बनलो; पण जेव्हा जेव्हा आम्ही हे जाणून घेण्यास असमर्थ ठरतो की, ही शक्ती सान्त, मर्यादित आहे आणि तशीच राहणार आहे, तेव्हा तेव्हा पुन:पुन्हा आम्ही या वैद्यकीय विज्ञानामध्ये विध्वंस घडवून आणतो.

वैद्यकीय सेवेमध्ये आपलं काम काय, याविषयी आम्ही कायमच चुकीचं वागत आलेलो आहोत. आम्ही असा विचार करतो की, आमचं काम आहे आरोग्य आणि जीवन यांना आश्वस्त करणं; पण वास्तवात ते त्यापेक्षाही जास्त आहे. खरं तर आमचं काम चांगलं जगणं शक्य करणं हे आहे आणि ते चांगलं जगणं हे त्या कारणांसाठी आहे, ज्यासाठी कुणी एखादा जिवंत राहण्याची इच्छा करतो. या कारणांना फक्त आयुष्याच्या अंतिम क्षणांतच अर्थ असतो असं नाही किंवा जेव्हा अशक्तपणा येतो तेव्हा अर्थ असतो असं नाही, तर या आयुष्याच्या पूर्ण मार्गावर असतो. जेव्हा जेव्हा गंभीर आजार किंवा अपघात घडून येतात आणि तुमचं मन व शरीर तुटून पडतं, तेव्हा जीवन-मरणाचे प्रश्न अगदी सर्वंकष असतात : या स्थितीबद्दल आणि त्यातून घडून येणाऱ्या परिणामाबद्दल तुम्हाला काय माहीत आहे? तुम्हाला नेमकं कशाचं भय वाटतं आणि तुमच्या आशा-आकांक्षा कोणत्या? तुम्हाला कोणत्या गोष्टी, कोणते उद्योग किंवा काम करत राहावंसं वाटतं आणि कोणते नको वाटतात? आणि या तुमच्या समजुतीला अगदी चांगली सेवा देऊ शकेल, शुश्रूषा देऊ शकेल अशी उत्तम कृती कोणती असं वाटतं?

गेल्या काही दशकांमध्ये वैद्यकीय क्षेत्रामध्ये उपशमन शुश्रूषेचा प्रांत नव्यानं आलाय, तो मृत्यूच्या मार्गावर असणाऱ्या रुग्णांच्या शुश्रूषेमध्ये या पद्धतीचा विचार

आणण्यासाठीच आला आहे आणि ही पद्धत विशेषत: वाढत आहे, हीच पद्धत ते गंभीर आजारानं ग्रस्त असलेल्या रुग्णांसाठीही वापरत आहेत, मग तो मृत्युमार्गावर असो किंवा नसो. प्रोत्साहनासाठी हे एक कारण आहे; पण ते तसं आनंदोत्सव साजरा करण्याचं कारण नाही. त्याची खात्री तेव्हाच येईल, जेव्हा सगळे डॉक्टर त्यांच्याकडे येणाऱ्या प्रत्येक रुग्णाला स्पर्श करण्यापूर्वी हा विचार करतील. वेगळी विशेषता, तज्ज्ञता गरजेची नाही.

जर एक मानव असणं म्हणजे मर्यादा असणं असेल, तर मग सगळ्या शुश्रूषा व्यवसायांनी आणि संस्थांनी... अगदी शल्यतज्ज्ञापासून ते शुश्रूषागृहापर्यंत... लोकांना त्या मर्यादांशी द्याव्या लागणाऱ्या लढ्यास मदत देण्यासाठी उभं राहणं गरजेचं आहे. कधीकधी आपण एखाद्याला रोगमुक्त करतो, कधीकधी फक्त सुटका करतो, कधीकधी तेही करत नाही; पण आपण जे काय देतो : आपले हस्तक्षेप, आणि धोके, आणि त्यांनी दिलेलं समर्पण, याचं मूल्यमापन तेव्हा केलं जातं; जेव्हा एका व्यक्तीच्या आयुष्याच्या मोठ्या उद्दिष्टांची ते सेवा करतात. जेव्हा आपण हे विसरतो, तो त्रास जो आपण भोगतो; तो भयंकर असू शकतो. जेव्हा आपण ते स्मरणात ठेवतो, जे चांगलं आपण करतो; ते कदाचित मोकळा श्वास घेऊ देणारं असतं.

मी अशी कधीही अपेक्षा केली नव्हती की, एक डॉक्टर असल्यानं मला घेता आलेले अनेक अर्थपूर्ण अनुभव ...आणि, खरोखरच एक माणूस म्हणूनही... हे दुसऱ्या तडजोडीमध्ये मदत करण्यानं येतील, जे वैद्यकीय विज्ञान करू शकत नाही किंवा करू शकतं, यातून आलेले नाहीत; पण हे सत्य आहे हे सिद्ध झालं, मग तो एक जेवेल डलससारखा रुग्ण असो, पेग बॅचेल्डरसारखे जवळचे मित्र असो किंवा ज्यांच्यावर मी प्रेम केलं, असे माझ्या वडिलांसारखे असोत.

माझ्या वडिलांना अगदी अंतिम क्षणाला येईपर्यंत कधी त्यांच्या प्रामाणिकतेला बळी द्यावं लागलं नाही किंवा ते कोण आहेत, या गोष्टीचा त्याग करावा लागला नाही आणि त्यासाठी मी कृतज्ञ आहे. त्यांच्या मृत्यूनंतर काय असावं, याविषयीही ते अगदी स्पष्ट होते. त्यांनी माझ्या आईसाठी, माझ्या बहिणीसाठी आणि माझ्यासाठीही सूचना देऊन ठेवल्या होत्या. आपल्या शरीराचं दहन व्हावं, अशी त्यांची इच्छा त्यांनी आम्हाला सांगितली होती आणि त्याची रक्षा त्यांना महत्त्वाच्या वाटणाऱ्या ठिकाणी मिसळली जावी, अशी त्यांची इच्छा होती... अथेन्समध्ये, ते गाव जिथं ते वाढले आणि गंगा नदीवर, जी सगळ्या हिंदूंसाठी अतिशय पवित्र आहे. हिंदू पुराणानुसार, जेव्हा माणूस या पवित्र नदीला स्पर्श करून राहतो, त्याला किंवा तिला चिरंतन मोक्षाची आश्वासकता लाभते. म्हणून अनेक सहस्त्रकांपासून, अनेक हिंदू

कुटुंबे त्यांच्या प्राणप्रिय व्यक्तीची रक्षा गंगेजवळ आणतात आणि तिच्या जलावर पसरवून देतात.

वडलांच्या मृत्यूनंतर काही महिन्यांनी आम्ही त्यासाठी वाराणसीला गेलो, जे गंगा नदीच्या किनाऱ्यावरील मंदिरांचं शहर आहे, ज्याचे पुरावे ख्रिस्तपूर्व बाराव्या शतकापर्यंत मागे जातात. सूर्योदयापूर्वी उठून आम्ही घाटावर गेलो, जो त्या भल्यामोठ्या नदीच्या किनाऱ्यावर उंच पायऱ्यापायऱ्यांच्या बांधलेल्या भिंतीप्रमाणे आहे. आम्ही पुढचा वेळ पंडितांनी... जे पवित्र धर्मगुरू असतात... करावयाच्या कर्मासाठी राखून ठेवला होता आणि त्यांनी आम्हाला एका छोट्या लाकडी बोटीत बसवून त्या वाहत्या नदीवर सगळं काही कसं करायचं, ते सांगितलं.

हवा तशी कोरडी आणि उष्ण होती. शहरातील मंदिरांची शिखरं आणि पाण्यावर जणू धुक्याचा एक पडदाच होता. मंदिरातील धर्मगुरू खरखर करणाऱ्या भोंग्यावरून प्रार्थना म्हणत होते. तो आवाज नदीवरून तरंगत तिथं सकाळीच साबणाच्या वड्या घेऊन स्नान करायला आलेल्या भक्तांपर्यंत, रांगेनं दगडावर कपडे आपटून धुणाऱ्या धोब्यांपर्यंत आणि नांगरावर बसलेल्या कोळ्यांपर्यंत पोहोचत होता. आम्ही नदीच्या किनाऱ्यावरच्या जागेकडून गेलो, जिथं लाकडांचे मोठमोठे ढिग दिवसभरातून डझनावारी येणाऱ्या प्रेतांच्या अंत्यसंस्कारासाठी वाट पाहत होते. जेव्हा आम्ही नदीमध्ये प्रवास करून बरेच आतमध्ये गेलो आणि त्या धुक्याच्या चादरीतून जेव्हा उगवता सूर्य दृश्यमान होऊ लागला, तेव्हा पंडितजींनी जप आणि मंत्रोच्चारण करायला सुरुवात केली.

कुटुंबातील एक मोठा कर्ता पुरुष म्हणून मला या कर्मामध्ये सहभागी होण्यासाठी बोलावण्यात आलं होतं, जे माझ्या वडिलांच्या मोक्षाच्या... म्हणजे भूतलावरील जन्म आणि मृत्यूच्या चक्रातून सुटून त्यांना निर्वाणाची स्थिती प्राप्त होणं... प्राप्तीसाठी गरजेचं होतं. पंडितजींनी एक वेटोळ्याची दर्भाची अंगठी माझ्या चौथ्या बोटामध्ये घातली. त्यांनी मला ओंजळीच्या आकाराचा एक पितळेचा कलश हातात ठेवण्यासाठी दिला, ज्यामध्ये माझ्या वडिलांची रक्षा होती आणि ती मला औषधी वनस्पती, फुलं आणि काही अन्नधान्यांवर म्हणजे सुपारी, तांदूळ, मनुके, खडीसाखर, हळद यावर शिंपडायला सांगितली. कुटुंबातील इतर सदस्यही हे करण्यासाठी सोबत होतेच. आम्ही उदबत्ती पेटवली आणि त्या रक्षेवर सगळा सुगंध पसरला. मग पंडितजी नावेच्या पुढच्या भागामध्ये एक छोटंसं फुलपात्र घेऊन गेले आणि मला एका छोट्या पळीनं तीन वेळा गंगेचं पाणी प्यायला लावलं. नंतर त्यांनी मला त्या कलशातील रक्षा माझ्या उजव्या खांद्यावरून फेकायला सांगितली, त्यासोबतच तो कलश आणि ते फुलपात्रही! "मागे वळून पाहू नका." त्यांनी मला इंग्रजीमधून सांगितलं आणि मीही बघितलं नाही.

ओहिओसारख्या छोट्याशा गावामध्ये एक चांगला हिंदू बनून राहणं अवघड आहे. माझ्या आई-वडलांनी किती प्रयत्न केला, ही गोष्ट वेगळी! मी कधीही या गोष्टीवर विश्वास ठेवणाऱ्यांपैकी नव्हतो की देव माणसांचं नशीब बनवतो आणि कधी असाही विचार केला नव्हता की, आम्ही जे काय करत होतो, ते माझ्या वडिलांना परलोकामध्ये काही विशेष स्थान प्राप्त करून देईल. जगातल्या एका मोठ्या धर्मासाठी गंगा नदी ही कदाचित पवित्र असेलही; पण माझ्यासाठी तरी, एक डॉक्टर म्हणून जगातील ती सर्वांत जास्त प्रदूषित अशी नदी आहे, ही गोष्ट जास्त नोंद करण्यासारखी आहे. त्या अर्धवट जळलेल्या आणि पाण्यात टाकून देण्यात आलेल्या मृत कलेवरांचे आभार! मला त्या नदीच्या पाण्याचे छोटेसे का होईना पण काही घोट घ्यावे लागतील हे माहीत असल्यामुळेच मी हात घालण्यापूर्वीच तिथल्या जीवाणूंचं प्रमाण शोधून काढलं होतं आणि योग्य ती प्रतिजैविकं मी आधीच घेतली होती. [एवढं होऊनही, मला जियार्डियाची, एक प्रकारच्या कृमीची बाधा झालीच! ती तिथं परजीवीही असतील, याचा विचार करण्यास मी विसरलो म्हणून झाली.]

अजूनही मी अगदी जोरकसपणे ओढला गेलो होतो आणि माझ्या वाट्याचं कर्म करायला मिळालं म्हणून मी कृतज्ञही होतो. एका गोष्टीसाठी, माझ्या वडिलांची ते करण्याची इच्छा होती आणि माझ्या आई आणि बहिणीनं ते केलं. त्याहून जास्त म्हणजे, जरी मला माझे वडील त्या भांड्यामध्ये आणि अर्ध्या करड्या पडलेल्या पावडरसारख्या राखेमध्ये जाणवले नसले, तरी मला असं जाणवलं की, आम्ही त्यांच्याशी आमच्यापेक्षा मोठ्या गोष्टींमुळे जोडलेले होतो. ते या स्थळामध्ये जाणवलं जिथं कित्येक वर्षांपासून माणसं ही कर्मं करत आलेली आहेत.

जेव्हा मी लहान होतो, माझ्या वडिलांनी मला अथक परिश्रमाविषयी एक धडा शिकवला होता : तुझ्या मार्गामध्ये असणाऱ्या कुठल्याही अडथळ्याला जुमानायचं नाही. त्यांच्या शिक्षणाच्या शेवटच्या वर्षामध्ये एक वयस्क व्यक्ती जशी त्यांच्याकडे लक्ष ठेवून होती, मीसुद्धा मर्यादांमध्ये कसं अडकतो याचा अनुभव घेतला आहे, ज्या दूर सारण्याची साधी इच्छाही होत नाही. जेव्हा या मर्यादांविरुद्ध ढकलण्यापासून स्वतःला त्यांच्यापैकी एक चांगला बनण्यासाठी उभं करणं गरजेचं असतं, तेव्हा ते नेहमीच अगदी उघडउघड नसतं; पण हे अगदी स्पष्ट आहे की, अनेक वेळा अशा येतात जेव्हा हे ढकलण्याची किंमत त्याचं मूल्य वाढवते. संघर्षामध्ये माझ्या वडिलांना मदत करणं, या गोष्टीची व्याख्याच करायची झाल्यास तो क्षण एकाच वेळी माझ्या आयुष्यातील सर्वांत वेदनादायक आणि माझ्या आयुष्यातील हक्काचा अनुभव होता.

माझ्या वडिलांना ज्या मर्यादांना तोंड द्यावं लागलं आणि त्यांनी ज्यांना सांभाळलं, त्याकडे त्यांनी कुठल्याही भ्रमाशिवाय पाहिलं. जरी काही प्रसंगांनी त्यांना कधीकधी

खाली ओढलं, तरी त्यांनी ते होते त्यापेक्षा आपण चांगले होतो, असं ढोंग कधी केलं नाही. त्यांनी कायमच हे लक्षात ठेवलं की, आयुष्य हे अतिशय छोटं आहे आणि जगामध्ये एका माणसाचं अस्तित्व अतिशय छोटं आहे; पण त्यांनी स्वत:कडेही इतिहासातील एक शृंखला म्हणून पाहिलं. त्या भरगच्च नदीवर तरंगत असताना, कालातीत झालेल्या अनेक पिढ्यांच्या हातांना मी काही समजून घेण्याचीही मदत करू शकत नव्हतो. तिथं आणून माझ्या वडिलांनी आम्हाला ही गोष्ट समजून घेण्यास मदत केली होती की, ते एका अशा कथेचा भाग आहेत, जी हजारो वर्षांपासून सुरू आहे... आणि म्हणून आम्हीही होतो.

त्यांच्या इच्छा आम्हाला ऐकायला मिळाल्या म्हणून आम्ही नशीबवान होतो आणि त्यांना निरोप देऊ शकलो म्हणूनही नशीबवान होतो. हे असं करण्याची एक संधी देताना त्यांना आम्हाला हे माहीत करून द्यायचं होतं की, ते असीम शांततेत होते, जी आम्हालाही एक शांत होण्यास सांगत होती.

माझ्या वडिलांची रक्षा पसरल्यानंतर बराच वेळ आम्ही नावेत तसेच होतो, त्या वाहत्या प्रवाहाला आम्हाला हवे तिकडे नेऊ देत होतो. सूर्य जसा त्या धुक्यातून तळपत बाहेर आला, त्यानं आमच्या हाडांना गरम करायला सुरुवात केली; मग आम्ही त्या नावाड्याला खूण केली आणि त्यानं त्याचे वल्हे उचलले. आम्ही पुन्हा किनाऱ्याकडे निघालो.

❖

समाजाकडून उपेक्षित वागणूक मिळूनही मरेपर्यंत समाजाचे हीत साधाणाऱ्या पाच असाध्य रुग्णांची यशोगाथा!

अविचल

लेखक
रिचर्ड एम कोहेन

अनुवाद
डॉ. वसु भारद्वाज

या पुस्तकात आजारपणाच्या अगदी अत्युच्च सीमारेषेवर असणारी पाच मंडळी आहेत.

प्रत्येक जण वेगवेगळं युद्ध खेळतोय. प्रत्येकाला सुखदुःख वाटण्याची इच्छा आहे. कधी कधी ते लंगडतात, अगदी अडखळतातही; पण त्यांच्या मार्गावर ते अद्वितीय आहेत.

ते त्यांच्या त्यांच्या आघाडीवर संपतील. ते आणि त्यांची कुटुंबं अंत:करणापासून बोलतात आणि अभिमानाने कथा सांगतात.

या पाच जणांचा गट ना बुजरा आहे ना लाजाळू, ना त्यांच्या शारीरिक वैगुण्याला लपविण्याबाबत ते सजग आहेत.

ते शारीरिक कमतरतेमुळे अजिबात दीनवाणे झालेले नाहीत. ते कठीण प्रयत्न करतात, स्वत:च्या मार्गाने जाण्यासाठी जबरदस्त परिश्रमही करतात.